പൂർണ

2023

പ്രൊഫ. എം. പി. ശ്രീധരൻ നായർ

1947-ൽ അരിക്കുളത്ത് ജനനം. അധ്യാപക ദമ്പതികളായിരുന്ന പി. കണാരൻ നായരുടേയും എം. നാരായണി ടീച്ചറുടേയും മൂത്തമകൻ. പ്രാഥമികവിദ്യാഭ്യാസം അരിക്കുളം യു.പി. സ്കൂൾ, കൊയിലാണ്ടി ബോയ്സ് ഹൈസ്കൂൾ എന്നിവിടങ്ങളിൽ. ഫാറൂക്ക് കോളേജിൽ നിന്നു രസതന്ത്രശാസ്ത്രത്തിൽ ബിരുദവും, കാലിക്കറ്റ് യൂനിവേഴ്സിറ്റി ഡിപ്പാർട്ട്മെന്റിൽ നിന്ന് മാസ്റ്റർ ബിരുദവും സമ്പാദിച്ചു. ഒരു വർഷം ഫാറൂക്ക് കോളേജിൽ അധ്യാപകനായതിനുശേഷം 1968 മുതൽ 33 വർഷം മലബാർ ക്രിസ്ത്യൻ കോളേജിൽ രസതന്ത്രശാസ്ത്രാധ്യാപകനായി സേവനമനുഷ്ഠിച്ചു. അവിടെനിന്നും 2001ൽ ഹെഡ് ഓഫ് ദി ഡിപ്പാർട്ട്മെന്റായി വിരമിച്ചു. മലയാള സാഹിത്യത്തിൽ മാസ്റ്റർ ബിരുദവും നേടിയിട്ടുണ്ട്. ഭാര്യ: ടി. സുലോചന എം.എ. ബി.എഡ് (റിട്ടയർഡ് ഹെഡ് മിസ്ട്രസ്സ്, അരിക്കുളം യു.പി. സ്കൂൾ). മക്കൾ: ഡോ. സുസ്മിത എസ്. (അസി. പ്രൊഫസ്സർ ഗവ. ആർട്സ് & സയൻസ് കോളേജ്, കോഴിക്കോട്) ശ്രീജ എസ്, ശ്രീഹരി എസ്. വിലാസം: 'ശ്രീവത്സം' പോസ്റ്റ് അരിക്കുളം, കൊയിലാണ്ടി-673620 മൊബൈൽ: 9745337450, 9744433665

പഠനം

പ്രൊഫ. എം. പി. ശ്രീധരൻ നായർ

സ്വരാർച്ചന

ചലച്ചിത്രഗാനങ്ങളെ ആസ്പദമാക്കിയുള്ള
ഒരു ലഘുപഠനം

പൂർണ പബ്ലിക്കേഷൻസ്, കോഴിക്കോട്
കോഴിക്കോട് ■ കല്പറ്റ ■ തിരുവനന്തപുരം

Poorna Publications

Swararchana
Study
Prof. M.P. Sreedharan Nair

Malayalam
First Edition: May 2023

Cover design: Third Eye

Typesetting: Poorna Clt.

ISBN: 978-81-300-2623-7
10094(4-2023) 83.I.a.e

All rights reserved. No part of this publication may be reproduced, stored in or introduced into a retrieval system, or transmitted in any form, or by any means, electronic, mechanical, photocopying, recording or otherwise without the prior written permission of the copyright holder.

Published by:
POORNA PUBLICATIONS, KOZHIKODE
TBS Building, G.H. Road, Kozhikode-673001
Ph: 0495-2720085, 2720086, 2721025

Branches: **Kalpetta** 04936-203842
Thiruvananthapuram 0471-2570504

e-mail:tbsbook@gmail.com
Online Bookstore: www.tbsbook.com

സമർപ്പണം

എന്നെ അക്ഷരലോകത്തേയ്ക്ക്

ആദ്യമായി പിടിച്ചുയർത്തിയ

മാതാപിതാക്കൾക്ക്

വെറും ഒരു നന്ദിവാക്ക്

ഈ പുസ്തക പ്രസിദ്ധീകരണത്തിനു സഹായിച്ച പൂർണ പബ്ലിക്കേഷൻസിനോടും വിശിഷ്യാ എന്റെ വിദ്യാർത്ഥി കൂടിയായ പൂർണയിലെ മനോഹറിനോടും, ഈ പുസ്തകം വായിച്ചു തിരുത്തലിന് സഹായിച്ച്, അതോടൊപ്പം ഈ ഗ്രന്ഥത്തിനു ഒരവതാരികയുമെഴുതിത്തന്ന എന്റെ മകൾ സുസ്മിതയോടും പ്രത്യേകം നന്ദി. എന്റെ ഉദ്യമത്തിനു പിന്താങ്ങായി നിന്ന മക്കൾ ശ്രീജ, ശ്രീഹരി, മരുമകൻ മുരളീധരൻ എന്നിവർക്കും നന്ദി. എല്ലാറ്റിനും സഹകരണം തന്ന ഭാര്യ സുലുവിനു പ്രത്യേകിച്ചു നന്ദി പറയുന്നില്ല.

അരിക്കുളം **എം.പി. ശ്രീധരൻ നായർ**

1–10–2021

ഗാനലോകവീഥികളിൽ

ഡോ. എസ്.സുസ്മിത

ഇരുപതാം നൂറ്റാണ്ടിന്റെ രണ്ടാം പകുതിയിൽ ജനിച്ച മലയാളികളുടെ ജീവിതത്തിൽ ഒരു ചലച്ചിത്രഗാനമെങ്കിലും കേൾക്കാത്ത ദിവസം വിരളമായിരിക്കും. ലളിതവും ആകർഷണീയവുമായ പദാവലികളും നൈസർഗികചാരുതയാർന്ന കല്പനകളും ശാസ്ത്രീയസംഗീതത്തിൽ നിന്നും നാടോടിസംഗീതത്തിൽനിന്നും കടഞ്ഞെടുത്ത ഈണങ്ങളും സിനിമാഗാനങ്ങളുടെ ജനപ്രിയതയ്ക്ക് കാരണമായി. ആദ്യ കാലത്ത് റേഡിയോയിലൂടെയാണ് സാമാന്യജനങ്ങൾക്ക് ചലച്ചിത്രഗാനങ്ങൾ കേൾക്കാൻ അവസരം കിട്ടിയതെങ്കിൽ പിൽക്കാലത്ത് ദൃശ്യമാധ്യമങ്ങളുടെയും സാമൂഹ്യമാധ്യമങ്ങളുടെയും മറ്റു സാങ്കേതികസൗകര്യങ്ങളുടെയും വളർച്ച ചലച്ചിത്രങ്ങളുടെ സാർവ്വജനീനത തുടരാൻ സഹായകമായി.

പി. ഭാസ്ക്കരൻ-ബാബുരാജ്, വയലാർ-ദേവരാജൻ, ശ്രീകുമാരൻ തമ്പി-ദക്ഷിണാമൂർത്തി, ഒ.എൻ.വി-സലിൽ ചൗധരി, ബിച്ചുതിരുമല-കെ ജെ ജോയ്, കാവാലം - എം ജി രാധാകൃഷ്ണൻ, പൂവ്വച്ചൽ ഖാദർ-ശ്യാം, കൈതപ്രം-ജോൺസൺ, ഗിരീഷ്പുത്തഞ്ചേരി-രവീന്ദ്രൻ എന്നീ കൂട്ടുകെട്ടുകളും ഒപ്പം തന്നെ മറ്റുള്ളവരുമായി സഹകരിച്ച് അവർ സൃഷ്ടിച്ച ഗാനങ്ങളും കാലത്തിനു മായ്ക്കാൻ കഴിയാത്തവയായി ഇന്നും ജനമനസ്സിൽ നിലനിൽക്കുന്നു. യൂസഫലി കേച്ചേരി, മങ്കൊമ്പ് ഗോപാലകൃഷ്ണൻ, എസ് രമേശൻ നായർ, ഷിബു ചക്രവർത്തി, കെ.ജയകുമാർ, റഫീഖ് അഹമ്മദ്, ഹരി നാരായണൻ തുടങ്ങിയ ഗാനരചയിതാക്കളുടെയും എം എസ് വിശ്വനാഥൻ, വിദ്യാധരൻ, വിദ്യാസാഗർ, ശരത്, കണ്ണൂർ രാജൻ, മോഹൻ സിതാര തുടങ്ങിയ സംഗീത സംവിധായകരുടെയും പ്രതിഭാവിലാസങ്ങളും വിസ്മരിക്കപ്പെടാവതല്ല. യേശുദാസ്, ജയചന്ദ്രൻ, ബ്രഹ്മാനന്ദൻ മുതൽ വിനീത് ശ്രീനിവാസൻ വരെ എത്രയെത്ര ഗായകന്മാർ! പി. ലീല, പി. സുശീല, എസ്. ജാനകി, മാധുരി, വാണി ജയറാം, ചിത്ര, സുജാത മുതൽ സിതാര കൃഷ്ണകുമാർ വരെ എത്രയെത്ര ഗായികമാർ! കോഴിക്കോട്ടുകാരെ സംബന്ധിച്ചിടത്തോളം മലയാള ഗാനങ്ങളോളം തന്നെ ഹൃദയത്തോടടുത്തുനിൽക്കുന്നവയാണ് ഹിന്ദി ഗാനങ്ങളും മുഹമ്മദ് റാഫി, മുകേഷ്, മന്നാഡെ, ഹേമന്ത് കുമാർ, മഹേന്ദ്ര

കപൂർ, കിഷോർകുമാർ, ലത, ആശ തുടങ്ങിയ ഗായകർക്കും നൗഷാദ്, ഒ.പി. നയ്യാർ, രവി, ശങ്കർ, ജയ്കിഷൻ, എസ്.ഡി. ബർമൻ, രവീന്ദ്രജെയ്ൻ തുടങ്ങിയ സംഗീതസംവിധായകർക്കും ധാരാളം ആരാധകരുള്ള നാടാണല്ലോ കോഴിക്കോട്.

ആമുഖം

പൊതുവെ സംഗീതം ഇഷ്ടപ്പെടാത്ത മനുഷ്യർ വിരളമായിരിക്കും. അത് ഇന്നതരത്തിലുള്ളതാണെന്ന കാര്യത്തിലേ വ്യത്യാസമുണ്ടാവാൻ വഴിയുള്ളൂ. ക്ലാസിക്കൽ സംഗീതത്തിൽ താൽപര്യവും പരിചയവും ഉള്ളവർ കുറവായിരിയ്ക്കും. ക്ലാസിക്കൽ തന്നെ പല തട്ടുകളിലാണല്ലോ. കർണാട്ടിക്ക്, നോർത്ത് ഇന്ത്യൻ, വെസ്റ്റേൺ ശൈലി എന്നിങ്ങനെ. ഇതിൽ കർണാട്ടിക്ക് സംഗീതം അൽപമൊക്കെ കേൾക്കാറുണ്ട്. അതിനെപ്പറ്റി കാര്യമായി ഒന്നുമറിയില്ലെങ്കിലും. അതും ചെമ്പൈമുതൽക്കിങ്ങോട്ടുള്ളവരുടെ ആലാപനം. കുറച്ചുകൂടി വ്യക്തമാക്കിയാൽ കർണാട്ടിക്ക് സംഗീതം കൂടുതൽ ആസ്വദിക്കാൻ സാധിച്ചത് ബാലമുരളികൃഷ്ണ, യേശുദാസ് എന്നിവരുടെ സംഗീതക്കച്ചേരികൾ നേരിട്ട് കേൾക്കാൻ ഇടയായപ്പോഴാണ്. സ്ത്രീശബ്ദത്തിൽ സുബ്ബലക്ഷ്മി, എം.എൽ. വസന്തകുമാരി എന്നിവരുടെ ആലാപനശൈലി ഹൃദ്യമായി തോന്നിയിട്ടുണ്ട്. ഒരിക്കൽ തിരുവയ്യാറിലെ പ്രസിദ്ധമായ ത്യാഗരാജ സംഗീതോത്സവത്തിലെ പഞ്ചരത്നകൃതികളുടെ കൂട്ടത്തോടെയുള്ള ആലാപനം നേരിട്ട് കണ്ടാസ്വദിക്കാൻ കഴിഞ്ഞത് വലിയ ഭാഗ്യം. മൂന്നുതവണ ഗുരുവായൂരിലെ ചെമ്പൈ സംഗീതോത്സവത്തോടനുബന്ധിച്ചുള്ള പഞ്ചരത്ന കൃതികളുടെ ആലാപനവും കേൾക്കാൻ സാധിച്ചിട്ടുണ്ട്. നോർത്ത് ഇന്ത്യൻ ക്ലാസിക്കലും ഒരു പരിധിവരെ കേൾക്കാനിഷ്ടമാണ്. പ്രത്യേകിച്ചും ഭീംസെൻ ജോഷി, ബാലമുരളികൃഷ്ണ എന്നിവരുടെ രണ്ടു മണിക്കൂറോളം നീണ്ട ഒരു ജുഗൽബന്ദിയും കേട്ടാസ്വദിച്ചിട്ടുണ്ട്. ഫോക്ക് ശൈലിയിലുള്ള പാട്ടുകളും എല്ലാവർക്കും ഇഷ്ടപ്പെടുമോ എന്നു സംശയമാണ്. ഭാരതത്തിൽ ഭൂരിപക്ഷം പേരുടെയും സംഗീതപ്രേമം ചലച്ചിത്രഗാനങ്ങളുമായി ബന്ധപ്പെട്ടാണല്ലോ. പലപ്പോഴും പ്രാദേശികത്വം ഇതിൽ മുഴച്ചുകാണും. ഇതിൽ മുഖ്യമായ അപവാദം കേരളം തന്നെയാണ്. മലയാളികളിൽ ഒരു വലിയ ശതമാനം ആളുകളും വിവിധ ഭാഷാഗാനങ്ങൾ ആസ്വദിക്കുന്നവരാണ്. പ്രത്യേകിച്ചും കോഴിക്കോട്ടുകാരും കൊച്ചിക്കാരും, കോഴിക്കോട് ജില്ലയിലെ ഒരു ചെറിയ ശതമാനം പേരെങ്കിലും മലയാളഗാനങ്ങളേക്കാൾ ഇഷ്ടപ്പെടുന്നത് ഹിന്ദി ചലച്ചിത്രഗാനങ്ങളാണ്. ഇതെഴുതുന്ന ആളും അക്കൂട്ടത്തിൽപ്പെടുന്നു. എന്നെ സംബന്ധിച്ചിടത്തോളം ഈ വസ്തുത ശരിയാവുന്നത് പഴയകാല ഗാനങ്ങളെ സംബന്ധിച്ചാണ്. പാലക്കാട്ടുകാർ കൂടുതലായി തമിഴ് ചലച്ചിത്രഗാനങ്ങൾ ആസ്വദിക്കാനാണ് സാദ്ധ്യത.

ചലച്ചിത്രഗാനങ്ങൾ ഏതു ഭാഷയായാലും പഴയ ഗാനങ്ങളിലൊതുങ്ങുന്നു എന്റെ ആസ്വാദനനിലവാരം. പഴയ പാട്ടുകളെന്നു പറയുമ്പോൾ അത് എന്റെ യൗവ്വനകാലവുമായി ബന്ധപ്പെട്ടിരിക്കുന്നു. കൃത്യമായി പറഞ്ഞാൽ 1961 മുമ്പുള്ള ചലച്ചിത്രഗാനങ്ങൾ ഞാൻ വീണ്ടും കേൾക്കാൻ ശ്രമിക്കാറുണ്ട്. ഇത് ഏതാണ്ട് 1980 വരെ നീണ്ടുനിൽക്കുന്നു. എന്നാലും 1961 മുതലുള്ള പല ഹിന്ദി ഗാനങ്ങളും മലയാളഗാനങ്ങളും അത്യാവശ്യം തമിഴ് പാട്ടുകളും വളരെ ഇഷ്ടമാണ്. പക്ഷേ, അവയും കേട്ടുതുടങ്ങുന്നത് 1961 മുതൽക്കാണ്.

ഹൈസ്കൂൾ വിദ്യാഭ്യാസം കഴിയുംവരെ കാര്യമായി പാട്ട് കേൾക്കാൻ സാധിച്ചിട്ടില്ല. അക്കാലത്ത് തങ്ങളുടെ ഗ്രാമത്തിലൊരിടത്തും റേഡിയോ ഉണ്ടായിരുന്നില്ല. വൈദ്യുതി കടന്നുവന്നത് 1980നു ശേഷമാണ്. എന്റെ വീട്ടിൽ ആദ്യമായി റേഡിയോ (ട്രാൻസിസ്റ്റർ) വാങ്ങിയത് 1968ലായിരുന്നു. ഞാനന്നു ജോലിയിൽ പ്രവേശിച്ചിരുന്നെങ്കിലും ആ റേഡിയോ വാങ്ങിയത് അച്ഛനായിരുന്നു. ബാറ്ററിയിൽ പ്രവർത്തിക്കുന്ന ഒരു ജെ.ഇ.സി ട്രാൻസിസ്റ്റർ. ഇപ്പോൾ ഞാൻ താമസിക്കുന്ന വീട്ടിൽ വൈദ്യുതിബന്ധം സ്ഥാപിച്ചുകിട്ടിയത് 1984 ഡിസംബറിലായിരുന്നു. ഇത് സംഭവിച്ചപ്പോൾ ഞാൻ വാങ്ങിയത് ഒരു ബ്ലാക്ക് ആന്റ് വൈറ്റ് ടി.വിയായിരുന്നു. ഹൈസ്കൂൾ പഠനക്കാലത്ത് വളരെ വിരളമായി പ്രക്ഷേപണം ചെയ്തിരുന്ന ചില ചലച്ചിത്രഗാനങ്ങൾ കൊയിലാണ്ടി ടൗണിൽക്കൂടി നടന്നുപോകുമ്പോൾ കേട്ടിരുന്നു. പക്ഷേ, അത് ആംഗലേയ ശൈലി കടമെടുത്ത് പറഞ്ഞാൽ "വൺസ് ഇൻ എ ബ്ലൂ മൂൺ" എന്ന നിലയിൽ മാത്രം. എന്റെ ഓർമ ശരിയാണെങ്കിൽ കോഴിക്കോട് ആകാശവാണി നിലയത്തിൽ നിന്നും ചലച്ചിത്രഗാന പ്രക്ഷേപണം ആഴ്ചയിൽ ഒരര മണിക്കൂർ മാത്രം. മലയാളഗാനങ്ങളുടെ കഥയാണിത്. ഹിന്ദി ചലച്ചിത്ര ഗാനങ്ങൾ വിവിധ് ഭാരതിയിലേ കേൾക്കാൻ കഴിയൂ. ബോംബെയിൽ നിന്ന് പ്രക്ഷേപണം ചെയ്യുന്നത്. അന്നു എഫ് എം സ്റ്റേഷൻ നിലവിലില്ല. അക്കാലത്ത് റേഡിയോ സിലോൺ പ്രശസ്തമായിരുന്നു. ഹിന്ദി പാട്ടുകൾ എല്ലാ ദിവസവും രാവിലെ പ്രക്ഷേപണം ചെയ്തിരുന്നു. ഇതൊന്നും കേൾക്കാൻ സൗകര്യമുണ്ടായിരുന്നില്ല. കൊയിലാണ്ടി ടൗണിൽ നിന്നും അഞ്ച് നാഴിക കിഴക്കായിരുന്നു എന്റെ വീട്. ഇത്രയും ദൂരം അങ്ങോട്ടുമിങ്ങോട്ടും നടന്നിട്ടായിരുന്നു ഹൈസ്കൂൾ പഠനം. അതിനിടയ്ക്കാണ് ചിലപ്പോഴെങ്കിലും കൊയിലാണ്ടി ടൗണിലെ ഒരു ഹോട്ടലിൽ നിന്നു റേഡിയോവിൽകൂടി ചലച്ചിത്രഗാനങ്ങൾ കേൾക്കാൻ കഴിഞ്ഞിരുന്നത്.

ഇതല്ലാതെ ചുരുക്കം സിനിമാപ്പാട്ടുകൾ കേട്ടിട്ടുള്ളത് ഗ്രാമത്തിലെ കല്ല്യാണങ്ങൾക്കും മറ്റുമായി കൊണ്ടുവരാറുള്ള ലൗഡ്സ്പീക്കറിലൂടെ മാത്രം. മൈക്ക് എത്തിക്കുക എന്നതായിരുന്നു നാട്ടിലെ ചൊല്ല്. അന്ന് മൈക്ക് ഒരപൂർവ വസ്തുവായിരുന്നു. അത് സാധാരണക്കാരെ എത്ര യെത്ര ആകർഷിച്ചിരുന്നുവെന്നു വെളിവാക്കുന്ന ഒരു സംഭവം നേരിട്ട നുഭവിച്ചറിഞ്ഞിട്ടുണ്ട്. വീട്ടിനടുത്തുള്ള ഒരു കല്ല്യാണവീട്ടിൽ തലേന്നു വൈകുന്നേരം നടന്നതാണ്. പാചകക്കാർക്ക് തോന്നി സദ്യയ്ക്ക് വേണ്ടി വാങ്ങിയ തക്കാളി തികയുമോ എന്ന്. അതിൽ ഒരു പാചകക്കാരനുള്ള വേവലാതി മൈക്ക് സെറ്റ് എത്തിയില്ലല്ലോ എന്നതായിരുന്നു. ഇയാൾ അവിടെ സഹായിയായിരുന്ന ഒരു പയ്യനോട് പറഞ്ഞു: "നീ കൊയിലാ ണ്ടിയിൽ പോയി ഒരുകിലോ തക്കാളി കൂടി വാങ്ങിക്കോളൂ, കൂട്ടത്തിൽ മൈക്കിന്റെ കാര്യവും ഒന്നന്വേഷിച്ചേക്കൂ." പയ്യൻ ഉടനെ ഇറങ്ങിത്തി രിച്ചു. ഇടവഴിയിലെത്തിയപ്പോഴേയ്ക്കും ലൗഡ്സ്പീക്കർ സെറ്റ് കൊണ്ടു വരുന്നു. പയ്യൻ വിളിച്ചുപറഞ്ഞു ഗ്രാമ്യശൈലിയിൽ. "മൈക്ക് സെറ്റിതാ കൊണ്ടരുന്നു" പാചകക്കാരന്റെ പ്രതികരണം. "ന്നാൽ തക്കാളി വേണ്ടാ. ഇഞ്ഞിങ്ങ് പോരേ" അതായത് സാമ്പാറിനേക്കാൾ പ്രധാനം ലൗഡ് സ്പീക്കറാണെന്ന ധ്വനി. അക്കാലത്ത് ഗ്രാമഫോൺ പെട്ടിയിൽ റിക്കാർ ഡിട്ട് പാടിക്കും. ഇത് ലൗഡ്സ്പീക്കറിലേക്ക് കണക്ട് ചെയ്താൽ 1 കി. മീറ്റർ ചുറ്റളവിൽ സുഖമായി കേൾക്കാം. ഗ്രാമഫോണിന്റെ മുന്നിൽ ശ്രദ്ധിച്ചു നില്ക്കുന്ന പട്ടിയുടെ ചിത്രം എങ്ങിനെ മറക്കാൻ പറ്റും! (ഹിസ് മാസ്റ്റേഴ്സ് വോയ്സ്). പക്ഷേ, ഞങ്ങൾ കുട്ടികൾക്ക് അതിലും വലിയ നോട്ടം റിക്കാർഡിൽ കൂടി ഇഴഞ്ഞുനീങ്ങുന്ന സൂചി ഇട്ടുവെക്കുന്ന ചെറിയ പെട്ടിയിലായിരിക്കും. ഒന്നോ രണ്ടോ പെട്ടിയേ ഒരു കല്ല്യാണ ത്തിനു ഉപയോഗിക്കേണ്ടിവരാറുള്ളൂ. ആവശ്യക്കാരോ ചുരുങ്ങിയത് പത്തു പേരെങ്കിലും! രണ്ടോ മൂന്നോ തവണ ഓരോ പെട്ടി നേടിയെടു ക്കാൻ എനിക്ക് കഴിഞ്ഞിട്ടുണ്ട്. അന്നു കേട്ട പാട്ടുകൾ മലയാള സിനി മാഗാനങ്ങൾ മാത്രമായിരുന്നു. ഒരിക്കൽ കല്ല്യാണവീട്ടിൽ പാടിച്ച 'നായര് പിടിച്ച പുലിവാൽ' എന്ന ചിത്രത്തിലെ 'ഹാല് പിടിച്ചൊരു പുലിയച്ഛൻ' എന്ന പല്ലവിയിലെ അവസാനവരി 'ഹലാക്കിലായി ചങ്ങാതി' എന്നായി രുന്നു. ഇതു കേട്ടു എന്റെ അച്ഛൻ ഇതിനി ഇവിടെ വേണ്ട എന്നു പറഞ്ഞ് ആ പാട്ട് നിർത്തിച്ചത് ഓർക്കുന്നു. പിന്നീട് ആ പാട്ട് കേട്ടത് ദൂരദർശനി ലായിരുന്നു. മറ്റൊരു കല്ല്യാണവീട്ടിൽ ഉണ്ടായ രസകരമായ ഒരു സംഭ വംകൂടി. ചില കല്ല്യാണവീടുകളിൽ അന്നും നാഗസ്വരസെറ്റ് വരുത്താറു ണ്ടായിരുന്നു. വധൂവരന്മാർ താലിയും മാലയുമെല്ലാം കൈമാറിയപ്പോൾ അതാ നാഗസ്വരത്തിൽ ഒരു പാട്ടിന്റെ ട്യൂൺ. അക്കാലത്ത് ഇറങ്ങിയ 'പകൽക്കിനാവ്' എന്ന ചിത്രത്തിലെ ഒരു പാട്ടിന്റെ ട്യൂൺ. പാട്ട് ഏതാ

യിരുന്നെന്നോ! “കാക്കയ്ക്കും പൂച്ചയ്ക്കും കല്ല്യാണം” എന്ന പാട്ട്. എന്തൊരു ഔചിത്യബോധം! ഞാൻ നാഗസ്വരക്കാരനോട് ആംഗ്യം കാണിച്ച് അത് വേണ്ട എന്ന മട്ടിൽ. ആളിന്നു ഉടനെ സംഗതി പിടികിട്ടി. ഉടനെ വായന നിർത്തുകയും ചെയ്തു. മറ്റൊരു രസകരവും എന്നാൽ വിഷാദാത്മകവുമായ സംഭവം. ഞാനന്നു താമസിക്കുന്ന വീടിന്റെ തൊട്ട ടുത്ത വീട്ടിലെ കല്ല്യാണം. കല്ല്യാണവും സദ്യയും കഴിഞ്ഞ് വരന്റെ പാർട്ടിക്കാർ വധുവിനേയും കൂട്ടി വീട്ടിലേക്ക് മടങ്ങാൻ പുറപ്പെട്ടിറങ്ങി. അതാ വരുന്നു ലൗഡ് സ്പീക്കറിലൊരു പാട്ട്. പാട്ടിന്റെ കൃത്യമായ വരി കളും ചിത്രത്തിന്റെ പേരും ഓർമയില്ല. പക്ഷേ, പാട്ടിന്റെ സാരാംശം ഇതാ യിരുന്നു. ഇന്നെന്റെ മനസ്സിൽ നടന്നല്ലോ ഒരു ശവദാഹം എന്ന അർത്ഥം വരുന്ന ഏതോ ഒരു വരി. ഞാനുടനെ ഓപ്പറേറ്ററുടെ അടുത്തെത്തി പാട്ട് നിർത്തിച്ചു. ഇതെല്ലാം കൂട്ടിവായിക്കുമ്പോൾ ചിലർക്കെങ്കിലും തോന്നാം അച്ഛനും ഞാനുമെല്ലാം ഒരു സെൻസർബോർഡിലെ അംഗങ്ങളായിരു ന്നുവെന്ന്! യാദൃച്ഛികമാവാം. ആറുമാസം കഴിയുമ്പോഴേക്കും വിവാഹ മോചനം. ഇന്നും ആ സാധു സ്ത്രീ അവളുടെ സ്വന്തം വീട്ടിലാണെന്നു തോന്നുന്നു. ഞാനിപ്പോൾ താമസിക്കുന്നത് 2 കി. മീ. ദൂരെയായിട്ടാണ്. കൃത്യമായ വിവരം അറിയില്ല.

കല്ല്യാണവീട്ടിലല്ലാതെ പിന്നെ മൈക്ക് സെറ്റ് കൊണ്ടുവരാറ് അമ്പ ലങ്ങളിലെ ഉത്സവത്തോടനുബന്ധിച്ച് നടത്തുന്ന വിവിധ രാഷ്ട്രീയ പാർട്ടികൾ നടത്തുന്ന പുസ്തകശാലകളിലായിരുന്നു. പ്രധാനമായി ഇന്ത്യൻ നാഷണൽ കോൺഗ്രസ്സിന്റെയും അവിഭക്ത കമ്മ്യൂണിസ്റ്റ് പാർട്ടി യുടേതും. കമ്മ്യൂണിസ്റ്റ് പാർട്ടിയുടെ ഒരു ബുക്ക് സ്റ്റാളിൽ നിന്നാണ് ആദ്യമായി കെ.പി.എ.സി. നാടകങ്ങളിലെ ചില പ്രശസ്തഗാനങ്ങൾ കേട്ടത്. ‘പൊന്നരിവാളമ്പിളിയിൽ’ “തുഞ്ചൻ പറമ്പിലെ തത്തേ” “വെള്ളാരം കുന്നിലെ പൊൻമുളം കൂട്ടിലെ” “അമ്പിളി അമ്മാവാ” തുടങ്ങിയ പാട്ടു കൾ. പക്ഷേ, അക്കൂട്ടത്തിൽ “ബലികുടീരങ്ങളെ” എന്ന പ്രസിദ്ധമായ വിപ്ലവഗാനം കേട്ടതായി ഓർക്കുന്നില്ല. ഈ ഗാനത്തിന്റെ അന്ത്യത്തിൽ ജോർജ്ജും സുലോചനയുമടങ്ങുന്ന ഗായകവൃന്ദം ഒന്നിച്ചാലപിക്കുന്ന ഹമ്മിങ്ങിന്റെ മധുരാനുഭൂതി ആസ്വദിക്കാൻ പിന്നീടെപ്പോഴേ കഴിഞ്ഞി ട്ടുള്ളൂ. കെ.പി.എ സി നാടകഗാനസമുച്ചയത്തിലെ രണ്ടു മുത്തുമണിക ളായ “പാമ്പുകൾക്ക് മാളമുണ്ട്”, “തലയ്ക്ക് മീതെ ശൂന്യാകാശം” എന്നിവ പുറത്തിറങ്ങിയിരുന്നില്ല. (നാടകം അശ്വമേധം) കെ.എസ്. ജോർജ്ജിന്റെ എനിക്കേറ്റവും ഇഷ്ടപ്പെട്ട ‘മാരിവില്ലിൻ തേന്മലരേ’യും സുലോചനയുടെ എനിക്കേറ്റവും ഇഷ്ടപ്പെട്ട ‘മാമ്പൂക്കൾ പൊട്ടി വിരിഞ്ഞു’ എന്ന ഗാനവും എന്നാണ് ആദ്യമായി കേട്ടതെന്നോർമയില്ല. ഇന്നതെല്ലാം എന്റെ ഗാനശേഖരത്തിലുണ്ടുതാനും. 1975 കാലം മാർക്കറ്റിൽ

കെ.പി.എ.സിയുടെ പ്രസിദ്ധനാടക ഗാനങ്ങളടങ്ങിയ ഒരു വലിയ എൽ.പി. റിക്കാർഡ് ഇറക്കിയതായി അറിഞ്ഞു. അപ്പോഴേക്കും എന്റെ കയ്യിൽ ടേപ്റിക്കാർഡ് സൗകര്യവും കൂടിയുള്ള നേഷനൽ പാനസോണിക്കിന്റെ ഒരു റേഡിയോ ഉണ്ടായിരുന്നു. സെക്കൻഡ് ഹാൻഡാണ്. എന്റെ സഹ പ്രവർത്തകനായിരുന്ന ഹരിദാസ് മേനോന്റെ വീട്ടിൽ ഒരു റിക്കാർഡ് പ്ലെയറുമുണ്ടായിരുന്നു. ഞങ്ങൾ രണ്ടുപേരും കൂടി ഈ എൽ. പി റിക്കാർഡ് വാങ്ങിച്ചു. ഒരു കാസറ്റ് എങ്ങിനെയോ സംഘടിപ്പിച്ച് ടേപ്പ് റിക്കാർഡറു മായി ഞാൻ സാറിന്റെ വീട്ടിലെത്തി. കൂട്ടത്തിൽ മറ്റൊരു സഹപ്രവർത്ത കനായിരുന്ന വേണുഗോപാലനും. അവിടെവെച്ച് നാടകഗാനങ്ങൾ കാസറ്റി ലാക്കി. അതുംകൊണ്ട് ലോഡ്ജിലേക്കൊരു വരവുണ്ടായിരുന്നു. പിന്നീട് അത് അരിക്കുളത്തെ വീട്ടിലേക്ക് കൊണ്ടുവന്നപ്പോൾ അതിലും വലിയ ഗമ. ചില സുഹൃത്തുക്കളെയെല്ലാം വീട്ടിൽ വിളിച്ച് വരുത്തി, സെറ്റ് ഓൺ ചെയ്തു. ബാറ്ററിയിലാണ് സെറ്റ് പ്രവർത്തിക്കുന്നത്. 'ബലികുടീരങ്ങളെ എന്ന ഗാനത്തിൽ തുടങ്ങി വെള്ളാരം കുന്നിലെ' എന്ന ഗാനത്തിലവ സാനിക്കുന്ന പാട്ടുകളെല്ലാം അവരെ കേൾപ്പിച്ചു. ഇക്കൂട്ടത്തിൽ സി.ഒ. ആന്റോയുടെ രണ്ടു പ്രശസ്തഗാനങ്ങൾ ഉണ്ടായിരുന്നു. "മധുരിയ്ക്കും ഓർമകളെ" "എന്തിനു പാഴ്ശ്രുതി മീട്ടുവതിനിയും" എന്നീ രണ്ടു ഗാന ങ്ങൾ. രണ്ടു പാട്ടുകളും എന്റെ ഇഷ്ടഗാനങ്ങളാണ്. രണ്ടും രണ്ട് തര ത്തിൽ. ആദ്യത്തെ ഗാനം ബാല്യകാലത്തിന്റെ ഗൃഹാതുരത്വത്തിലൂടെ നമ്മെ എവിടെയെല്ലാമോ എത്തിക്കുന്നു. ആംഗലേയ കവി ഷെല്ലി പാടി യിട്ടുണ്ടല്ലോ. നമ്മുടെ ഇഷ്ടഗാനങ്ങൾ വിഷാദവികാരവുമായി ബന്ധ പ്പെട്ടതാണെന്ന്. ഈ നിരീക്ഷണത്തെ സാധൂകരിക്കുന്നു രണ്ടാമത്തെ ഗാനം. എത്ര വിഷാദാത്മകമായാണ് ഗായകൻ ഇത് ആലപിച്ചിരിക്കു ന്നത്. എ.പി കോമളയുടെ മധുരമനോഹരമായ ഒരു ഗാനം ഇക്കൂട്ടത്തി ലുണ്ടായിരുന്നു. "ചക്കരപ്പന്തലിൽ തേൻമഴ ചൊരിയും" എന്ന ഗാനം വയലാറിന്റെ രചനകൊണ്ടു മധുരം കിനിയുന്ന ഗാനം. ഈ ഗാനങ്ങളു ടെയെല്ലാം സംഗീതസംവിധായകൻ ദേവരാജൻമാഷായിരുന്നു. 'അശ്വ മേധ'ത്തിലെ വയലാറിന്റെ രണ്ടു ഗാനങ്ങളും സംഗീതസംവിധായകൻ കെ. രാഘവൻ. പിന്നെയും കുറെ ഒ.എൻ.വിയുടെ പാട്ടുകൾ. പാട്ടുക ളെല്ലാം കേട്ടുകഴിഞ്ഞപ്പോൾ ഒരു സുഹൃത്തിന്റെ ആവശ്യം. "ആ ചക്ക രപ്പന്തലിൽ" എന്ന ഗാനം ഒന്നുകൂടി കേൾപ്പിക്കാമോ? "പിന്നെന്താ" എന്ന മറുപടിയോടെ ഞാൻ കാസറ്റ് റീവൈൻഡ് ചെയ്തു. പിന്നീട് ഫോർവേ ഡിലേക്ക് നീക്കി അഡ്ജസ്റ്റ് ചെയ്യാൻ ശ്രമിച്ചു. ബട്ടൺ അമർത്തി. "ചക്ക രപ്പന്തലിൽ" എന്ന പാട്ട് തുടങ്ങിയതേയുള്ളൂ. ഓഫായി. ബാറ്ററി തീർന്നു പോയതാണ്. കോഴിക്കോട് നിന്നു പോരുമ്പോൾ പുതിയ ബാറ്ററി വാങ്ങി ഇട്ടതാണ്. ഇത് മുതലാവില്ല എന്നു മനസ്സിലാക്കി. അതിനുശേഷം ഈ

സെറ്റിൽ പാട്ടുകേൾക്കുമ്പോൾ റീവൈൻഡോ ഫോർവേർഡോ പ്രവർത്തിപ്പിക്കാറില്ല. അപ്പോൾ ബാറ്ററി പെട്ടെന്നു തീർന്നുപോകില്ല. അന്നു ഒരു കാലിക്കാസറ്റ് കിട്ടാൻ എന്താ പാട്. ഒരു ഗൾഫ് റിട്ടേൺഡ് വ്യക്തിയുടെ അടുത്തു ചെന്നു ചോദിച്ചപ്പോൾ വിൽക്കാൻ സാധനമില്ല പോലും. തൽക്കാലം ഒന്നു തരാമെന്ന്. ഒന്നെങ്കിൽ ഒന്ന്. ഒരു നിധിപോലെ അതുംകൊണ്ട് വീട്ടിലേക്ക്. വർഷങ്ങളധികം കഴിഞ്ഞില്ല. വീട്ടിൽ പാട്ടുകൾ റിക്കാർഡ് ചെയ്ത ഇരുന്നൂറോളം കാസറ്റുകൾ. അവയിൽ പലതും വീട്ടിൽ ചത്ത കുതിരകളായിക്കിടക്കുന്നു. സി.ഡി. വന്നു, കംപ്യൂട്ടർ വന്നു, പെൻ ഡ്രൈവുകൾ, എത്രയോ വാങ്ങിക്കൂട്ടി. പലതും നഷ്ടപ്പെട്ടു. കുറെ കൂട്ടുകാർക്ക് നൽകി. രണ്ടുമൂന്നെണ്ണം ഇഷ്ടഗാനങ്ങളുമായി നിത്യവും സേവിച്ചുകൊണ്ടിരിക്കുന്നു, ഈ യജമാനനെ. കാലം പോയ പോക്കേ!

അച്ഛൻ ഒരു റേഡിയോ വാങ്ങിയ കാര്യം നേരത്തെ സൂചിപ്പിച്ചിരുന്നല്ലോ. ആദ്യമായി അതിൽ കേട്ട ചലച്ചിത്രഗാനം 'ഏഴുരാത്രികൾ' എന്ന സിനിമയിലെ 'കാക്കക്കറുമ്പികളേ' എന്ന പാട്ട്. യേശുദാസിനൊപ്പം ആന്റോയും ലതാരാജുവുമെല്ലാം ഒന്നിച്ചുപാടിയ സലിൽ ചൗധരിയുടെ മധുരഗാനങ്ങളിലൊന്ന്. ഇന്ന് ആ പാട്ട് കേൾക്കുമ്പോൾ ഗൃഹാതുരത്വത്തിന്റെ ഒരു വികാരവായ്പ്. റേഡിയോ വാങ്ങി ഒരാഴ്ച കഴിഞ്ഞപ്പോൾ അച്ഛന്റെ സുഹൃത്ത് തിരുവഞ്ചേരി ചന്തുക്കുട്ടിനായർക്കൊരാഗ്രഹം. ഇത് ഒരു രാത്രി അദ്ദേഹത്തിന്റെ വീട്ടിലെത്തിച്ച് പാടിക്കണം. കുടുംബാംഗങ്ങൾക്ക് മുഴുവൻ കേൾക്കാൻ. ഞാനും സുഹൃത്ത് കെ.പി. രാഘവൻനായരുമൊത്ത് സാമാന്യം ഭാരമുള്ള ട്രാൻസിസ്റ്റർ കൈമാറി എടുത്തുംകൊണ്ട് അവിടെ എത്തി. അദ്ഭുതമെന്നു പറയട്ടെ, അന്നു അവിടെ കേട്ട ചലച്ചിത്രഗാനങ്ങളിലെ ആദ്യത്തെ പാട്ടും 'കാക്കക്കറുമ്പികളേ' ആയിരുന്നു.

കോളേജിലെത്തിയപ്പോഴാണ് ചലച്ചിത്രഗാനങ്ങളെപ്പറ്റി കൂടുതൽ മനസ്സിലാക്കിയത്. പ്രത്യേകിച്ചും ഹിന്ദി പാട്ടുകൾ, ഹിന്ദി ഗാനങ്ങളുടെ അണിയറക്കഥകൾ പലതും പറഞ്ഞുതന്നത് ഒരു സതീർത്ഥ്യനായിരുന്നു. പ്രീ യൂനിവേഴ്സിറ്റി മുതൽ ബി.എസ്സി വരെ ഞങ്ങൾ ഒരുമിച്ചു പഠിച്ചു. ഒന്നിച്ച് ഹോസ്റ്റലിൽ താമസിച്ചു. ഇദ്ദേഹം അന്നു പറഞ്ഞുതന്ന ഒരു കാര്യത്തിൽ അൽപം ശരിയുണ്ടെന്നു തോന്നിയിട്ടുണ്ട്. മനോഹരമായ ഒരുപാട് യുഗ്മഗാനങ്ങൾ പാടിയിട്ടുള്ള റാഫി / ലത കോമ്പിനേഷനേക്കാൾ പലർക്കും ഇഷ്ടം (ഉത്തരേന്ത്യക്കാർക്ക് പ്രത്യേകിച്ചും) ലത-ഹേമന്ത്കുമാർ ജോഡിയെയാണെന്നാണ്. "നൈൻസ്യേനൈൻ" "ജാഗ് ജാഗ്", 'ആനിലഗഗൻ' എന്നീ ഗാനങ്ങൾ കേൾക്കുമ്പോൾ ഇത് ശരിയാണെന്നു തോന്നിയിട്ടുണ്ട്. എന്നാലും റാഫി/ലത കോമ്പിനേഷൻ

ഒന്നു വേറെത്തന്നെ. കിഷോർ/ലത ജോഡികളും കുറെ പാടിയിട്ടുണ്ട്. അത് പലർക്കും കൂടുതൽ ഇഷ്ടമായിട്ടുണ്ടെന്നുമറിയാം. എന്നാൽ, അവ എന്നെ അത്ര സ്വാധീനിച്ചിട്ടില്ല. അതിലുമെനിക്കിഷ്ടം ലത, മുകേഷിനും മന്നാഡെയുമോടൊപ്പം പാടിയിട്ടുള്ള യുഗ്മഗാനങ്ങളാണ്. റാഫി/ലതയേക്കാൾ കൂടുതൽ ആർജവമുള്ള കോമ്പിനേഷൻ റാഫി/ആശാബോൺസ്ലെയാണെന്നാണ് പ്രസിദ്ധ ചലച്ചിത്ര നിരൂപകൻ രവി മേനോന്റെ അഭിപ്രായം. ഞാൻ ഒരിക്കൽ കോഴിക്കോട് എ. എം. നിലയത്തിൽ ഹിന്ദിഗാനങ്ങളെ ആധാരമാക്കി ഒരു പരിപാടി അവതരിപ്പിച്ചിരുന്നു. ഞാൻ ഈ പരിപാടി സമർപ്പിച്ചത് മേൽപറഞ്ഞ ഗുരുവായൂർക്കാരൻ സതീർത്ഥ്യനായിരുന്നു. ഹോസ്റ്റലിൽവെച്ച് ഡെപ്യൂട്ടി വാർഡനെ സോപ്പിട്ട് ഞങ്ങൾ വെള്ളിയാഴ്ചതോറും രാത്രി 7.30നു കോഴിക്കോട് ആകാശവാണിയിൽനിന്നും അവതരിപ്പിക്കാറുള്ള മലയാള ചലച്ചിത്രഗാനങ്ങൾ കേൾക്കാറുണ്ടായിരുന്നു. അതിലും കൂടുതൽ നിർബന്ധിച്ചാൽ റേഡിയോ സിലോണിൽ ബുധനാഴ്ച രാത്രി 8 മണിക്കുള്ള ഒരുമണിക്കൂർ ദൈർഘ്യമുള്ള ബിനാക്കാ ഗീത്മാല സാറിന്റെ മൂഡനുസരിച്ച് വെച്ചുതരാറുമുണ്ടായിരുന്നു. അദ്ദേഹം ഇന്നു ജീവിച്ചിരിപ്പില്ല. രാത്രി എട്ടു മണിമുതൽ ഹോസ്റ്റലിൽ സ്റ്റഡിടൈമായിരിക്കും. സാർ ഒരു സംഗീതാസ്വാദകനായിരുന്നതുകൊണ്ടാണ് ഈ സൗജന്യം ചില ആഴ്ചകളിൽ അനുവദിച്ചുകിട്ടിയത്. അങ്ങിനെ കേട്ട പാട്ടുകളുണ്ട്. ദോസ്തി എന്ന ചിത്രത്തിലെ റാഫി പാടിയ 'ചാഹുംഗമേതുഝേ' 'സംഗം' എന്ന സിനിമയിലെ റാഫി തന്നെ പാടിയ 'യെമേരേ പ്രേംപത്ര്പട്കർ' മുകേഷ് പാടിയ 'ദോസ്ത് ദോസ്ത് നാരഹാ' എന്നീ പാട്ടുകൾ. മറ്റൊരുകാര്യം കൂടി. അന്നു ഞങ്ങൾ താമസിച്ചിരുന്ന ഹോസ്റ്റലിൽ താനൂർക്കാരനായ അബ്ദുൾഖാദർ എന്ന ഒരു വിദ്യാർത്ഥിയുണ്ടായിരുന്നു. അന്നേ അവന്റെ ബാപ്പ ഗൾഫിലായിരുന്നു. ബാപ്പ ഒരിക്കൽ കൊടുത്ത ജന്മദിനസമ്മാനം മനോഹരമായ ഒരു ജപ്പാൻമെയ്ഡ് ട്രാൻസിസ്റ്ററായിരുന്നു. അതിൽനിന്നും പാട്ട് കേൾക്കാൻ എന്തൊരു സുഖമായിരുന്നെന്നോ. ക്ലാസ്സില്ലാത്ത ദിവസങ്ങളിൽ റൂമിൽവെച്ച് തന്നെ വിവിധ്ഭാരതിയിൽ ഉച്ചയ്ക്ക് ശ്രോതാക്കൾ ആവശ്യപ്പെട്ട ഹിന്ദി ഗാനങ്ങൾ കേൾക്കും. ശനിയാഴ്ച രാത്രി 7 മണിക്ക് ജവാന്മാർക്ക് പ്രത്യേകമായി പ്രക്ഷേപണം ചെയ്യുന്ന ഏതെങ്കിലും സിനിമാ സെലിബ്രിറ്റികൾ അവതരിപ്പിക്കുന്ന 'ജയ്മാല' പരിപാടി ശബ്ദം താഴ്ത്തിവെയ്ക്കും. ഇതിലെല്ലാം പൊതുവെ അസ്സൽ പാട്ടുകളായിരിക്കും. ഈ പരിപാടിയിലെ ഒരു പാട്ട് ഞാനിന്നും ഓർക്കുന്നു. തമിഴ്നടിയും പിന്നീട് അവിടുത്തെ മുഖ്യമന്ത്രിയായിരുന്ന ജയലളിത അവതരിപ്പിച്ച പരിപാടിയിലെ ആദ്യത്തെ ഗാനം. അത് റാഫി പാടിയ 'മധുബൻമേരാധികാ' എന്ന പ്രസിദ്ധഗാനമായിരുന്നു. അസ്സൽ ഇംഗ്ലീ

ഷിലായിരുന്നു അവതരണം. ഇതുകൂടാതെ ചിങ്ങനിലാവുള്ള രാത്രികളിൽ ഞങ്ങൾ നാലഞ്ച് പേർ (ഗുരുവായൂർക്കാരനടക്കം) കോളേജങ്കണത്തിൽ (ഫറൂക്ക് കോളേജ്) ഏതോ നിർമാണ പ്രവർത്തനത്തിനു ശേഖരിച്ചിരുന്ന പൂഴിയിൽ ഇരുന്നു ഒരു മണിക്കൂർ ദൈർഘ്യമുള്ള 'ഛായാഗീത്' എന്ന പരിപാടി കേൾക്കാറുണ്ടായിരുന്നു. ഈ പരിപാടിയിലധികവും ഫസ്റ്റ്ക്ലാസ് പാട്ടുകളായിരിക്കും. അത്തരം ഒരു സന്ദർഭത്തിലാണ് ഞാനാദ്യമായി എന്റെ പ്രിയ ഗായിക ലതാമങ്കേഷ്ക്കറിന്റെ എനിക്കേറ്റവും ഇഷ്ടപ്പെട്ട "യെസിന്ദഗി ഉസികെഹെ" (ചിത്രം അനാർക്കലി) എന്ന ഗാനം കേട്ടാസ്വദിച്ചത്. അങ്ങിനെ ഹിന്ദിഗാനങ്ങളെ ശ്രദ്ധിച്ചതിലപ്പുറം അതിലെ പല പിന്നാക്കാമ്പുറക്കഥകളും വിസ്തരിച്ചിട്ടുള്ള പല പുസ്തകങ്ങളും വാങ്ങിവായിച്ചിട്ടുണ്ട്. അതെല്ലാം ഒരു നിധിയായി സൂക്ഷിക്കുന്നു. മാത്രമല്ല എന്റെ ഭാര്യയും മൂന്നു മക്കളും വായനാശീലമുള്ളവരായതുകൊണ്ട് അവയിൽ പലതും വായിച്ചുകൊള്ളും.

1980വരെ പുറത്തുവന്ന ഗാനങ്ങളാണ് കൂടുതൽ ഇഷ്ടമെങ്കിലും അതിനുശേഷം പുറത്തുവന്ന പല സിനിമാഗാനങ്ങളും ഇഷ്ടമാണ്. ശബ്ദകോലാഹലംകൊണ്ട് മലീമസമാകാത്ത ഗാനങ്ങൾ. ഞാനീ വരികൾ കുറിക്കുമ്പോൾ ദൂരദർശനിലെ നാഷണൽ ചാനലിൽ (DD National) "താള് സെതാള്മിലാ" എന്ന ഗാനം കേട്ടുകൊണ്ടിരിക്കുന്നു. അതെന്റെ ഇഷ്ടഗാനങ്ങളിൽ ഒന്നാണ്. പോരാത്തതിനു ആ പാട്ടിന്റെ പിന്നിൽ പ്രത്യക്ഷപ്പെടുന്നത് ഐശ്വര്യറായിയാണല്ലോ. അക്കാര്യം മറച്ചുവെക്കുന്നില്ല.

ഒരു ചലച്ചിത്രഗാനത്തിന്റെ സവിശേഷത അത് കേൾവിയോടൊപ്പം എന്തെല്ലാമോ ഒരനുഭൂതി പ്രദാനം ചെയ്യുന്നു എന്നതിലാണ്. ഇങ്ങിനെ സംഭവിക്കാൻ ആ ഗാനത്തിന്റെ പിറവിയിൽ പല ഘടകങ്ങളും ഒന്നിച്ചു ചേരണം. അതിൽ പ്രധാനം സംഗീതസംവിധായകന്റെ മിടുക്കാണെന്നു ഞാൻ കരുതുന്നു. ഇതിനോട് പലർക്കും യോജിപ്പായിരിക്കാം. ഏതുതരം വരിയായാലും ആശയഗാംഭീര്യം ഉൾക്കൊള്ളുന്നതോ അല്ലയോ എന്നത് പ്രശ്നമല്ല ഒരു നല്ല ട്യൂൺ കിട്ടിയാൽ, തീർച്ചയായും നല്ല രചനയാണെങ്കിൽ സ്വാഭാവികമായും നല്ല സംഗീതം താനെ വന്നുകൊള്ളുമെന്നതും ശരിയാണ്. ഏതായാലും ഒരു ഗാനത്തിന്റെ ആലാപനഭംഗിയുടെ അറുപത് ശതമാനം ക്രെഡിറ്റ് സംഗീതസംവിധായകനു കൊടുക്കേണ്ടതാണെന്നു തോന്നുന്നു. ആലാപന ഭംഗിക്ക്, പാട്ടുകാരുടെ കഴിവ് ഇരുപത് ശതമാനം കൈയ്യടക്കുന്നു. പത്ത് ശതമാനം രചനാഭംഗിയുമായി ബന്ധപ്പെടുത്താം. ബാക്കി പത്ത് ശതമാനത്തിൽ അഞ്ച് ശതമാനം റിക്കാർഡിങ്ങിന്റെ സാങ്കേതികവശവുമായി ബന്ധപ്പെട്ടുകിട

ക്കുന്നു. ഇനിയുള്ള അഞ്ച് ശതമാനം മറ്റു പലതുമായും ബന്ധപ്പെട്ടു കിടക്കുന്നു. ഇത് എന്റെ ഒരു വെറും വിലയിരുത്തലായി കണക്കാക്കിയാൽ മതി.

ഒരു പുതിയ ഗാനം കേട്ടാൽ ഞാനാദ്യം ആരാണ് സംഗീതം കൊടുത്തിരിക്കുന്നതെന്നു മനസ്സിലാക്കാൻ ശ്രമിക്കും. ഇത് പലപ്പോഴും പെട്ടെന്നു കിട്ടിയെന്നു വരില്ല. എന്റെ ചെറുപ്പകാലത്ത് ഒരു പുരുഷാലാപനം കേട്ടാൽ അതധികപക്ഷവും യേശുദാസായിരിക്കും. സ്ത്രീശബ്ദമാണെങ്കിൽ ജാനകിയോ സുശീലയോ ലീലയോ ആയിരിക്കും മിക്കവാറും. രചന ഭാസ്കരനോ, വയലാറോ, ഒ.എൻ.വി.യോ, ശ്രീകുമാരൻ തമ്പിയോ മറ്റോ ആകാനാണ് കൂടുതൽ സാദ്ധ്യത. സംഗീതസംവിധായകനെ കണ്ടുപിടിച്ചാലേ തൃപ്തിയാകൂ. ഇതിനു ഒരു നല്ല ഉദാഹരണം നൽകാനുണ്ടെനിക്ക്. സാധാരണയായി ഞാൻ തമിഴ് ചലച്ചിത്രഗാനങ്ങൾ അത്ര കൂലങ്കഷമായി ശ്രദ്ധിക്കാറില്ല. നല്ലതെന്നു തോന്നുന്നതുവരെ. ദൂരദർശനിലും മലയാള, ഹിന്ദി ഗാനങ്ങളെപ്പോലെ തമിഴ്ഗാനങ്ങൾ എപ്പോഴും കാണാറില്ല. കുറച്ച് വർഷങ്ങൾക്ക് മുൻപ് മലയാളം ചാനലിലെ ഒരു റിയാലിറ്റി ഷോയിൽ ഒരു തമിഴ് ശബ്ദം കേട്ടു. നാല്വരി പാടിക്കേട്ടപ്പോൾ തന്നെ ആ ഗാനം എന്നിലെവിടെയോ എന്തെല്ലാമോ തൊട്ടുണർത്തി. സത്യം പറയട്ടെ, എനിക്ക് സംഗീതത്തിന്റെ സാങ്കേതികവശത്തെപ്പറ്റി ഒരു ചുക്കുമറിയില്ല. ശ്രുതി എന്താണെന്നു ശരിക്കുമറിയില്ല. പക്ഷേ, റിക്കാർഡിൽ കേട്ട ഏതു ഗാനവും മറ്റൊരു ഗായകൻ പാടിയാൽ പലപ്പോഴും എന്തോ ഒരു പന്തികേട് തോന്നും. പ്രത്യേകിച്ചും ഗാനമേളകളിൽ. ഇതിന്റെ പ്രധാനകാരണം ശ്രുതി ചേരാത്തതാണെന്നു അല്പാല്പം മനസ്സിലായി. സംഗതികളെപ്പറ്റി ഒരറിവുമില്ല. താളപ്പിഴ തിരിച്ചറിയാനും കഴിവുണ്ടെന്നു തോന്നുന്നില്ല. എന്നിട്ടല്ലേ സരിഗമയാണോ സനിധപയാണോ എന്നെല്ലാം മനസ്സിലാവാൻ! മഹാനായ യേശുദാസിന്റെ ഹിറ്റ്പാട്ടുകൾ അദ്ദേഹംതന്നെ ഗാനമേളകളിൽ പാടുമ്പോൾ ചില സ്ഥലങ്ങളിൽ അത്രയ്ക്ക് ശരിയായില്ല എന്നു തോന്നാറുണ്ട്. ഒരുപക്ഷേ, അദ്ദേഹം ട്യൂൺ അൽപം മെച്ചമാക്കി പാടിയതാവാം. പക്ഷേ, നമുക്ക് ഒറിജിനൽ റിക്കാർഡിങ്ങുമായാണല്ലോ കേൾവി ബന്ധം. എന്നാൽ എന്താണ് തെറ്റിയത് എന്നു ചോദിച്ചാൽ തിരിഞ്ഞോടുകയേ നിവൃത്തിയുള്ളൂ. പറഞ്ഞുവന്ന കാര്യമിതായിരുന്നു. ഞാനന്നുകേട്ട "മലരേ മൗനമാ" എന്ന ഗാനത്തെപ്പറ്റി വിധികർത്താക്കൾ മൂന്നുപേരും വളരെ നല്ല ഗാനമെന്നാണ് എന്നൊക്കെപ്പറഞ്ഞിട്ടും സംഗീതസംവിധായകനെപ്പറ്റി ഒന്നും പറഞ്ഞില്ല. പാട്ട് തുടങ്ങിയപ്പോൾ സ്ക്രീനിൽ എഴുതിക്കാണിച്ചിരിക്കാം. എന്റെ ശ്രദ്ധയിൽപ്പെട്ടിരുന്നില്ല. ഗായകരെപ്പറ്റി നല്ല കമന്റ്. ഒരാൾ പ്രത്യേകം ഒരുകാര്യംകൂടി വിശദീകരിച്ചു. ഗായകർ എസ്.പി.

ബാലസുബ്രഹ്മണ്യവും എസ്. ജാനകിയുമാണെന്നു എടുത്തുപറഞ്ഞതിനോടൊപ്പം മറ്റൊരുകാര്യം കൂടി എടുത്തുപറഞ്ഞു. ഇവർ ഒന്നിച്ച് പാടിയതല്ലത്രെ. ആദ്യം എസ്.പി. സാർ പാടി. പിന്നീട് ജാനകിയമ്മ സ്ത്രീശബ്ദത്തിലും. ഇതുകഴിഞ്ഞ് ഒരുദിനം പാട്ട് ആകെ പാടിക്കേട്ടു. എസ്.പി.ബി. സാറിന്നൊരു സംശയം. തന്റെ ഭാഗം അത്ര ശരിയായില്ലല്ലോ എന്ന്. ഉടനെ സംഗീതസംവിധായകനോട് താൻ ഒന്നുമാറ്റിപ്പാടാമെന്നറിയിച്ചു. വേണമെന്നില്ല, സാറിന്റെ ഭാഗത്തിനു ഒരു കുഴപ്പവുമില്ല എന്നു പറഞ്ഞതിനോട് യോജിക്കാതെ ഗായകൻ വീണ്ടും പാടിയ കഥ പറഞ്ഞു. എന്നിട്ടും മുന്നുപേരും സംഗീതസംവിധായകന്റെ പേർ സ്പർശിച്ചില്ല. ഞാൻ പിന്നീട് ഗൂഗിളിൽ തപ്പി സംഗീത സംവിധായകനെ കണ്ടുപിടിച്ചു. വിദ്യാസാഗർ. ഇദ്ദേഹത്തെപ്പറ്റി ഇതിനുമുമ്പ് തന്നെ അറിയാമായിരുന്നു. മലയാളത്തിൽ അദ്ദേഹം സംഗീതസംവിധാനം നിർവഹിച്ച പാട്ടുകളിലൂടെ. ദേവദൂതൻ, ഗ്രാമഫോൺ, സമ്മർ ഇൻ ബത്‌ലഹേം മുതലായ ചിത്രങ്ങളിലെ പാട്ടുകൾ വളരെ ഇഷ്ടമായിരുന്നു, അപ്പോഴേയ്ക്കും. കൂടാതെ, നിറം, പ്രണയവർണ്ണങ്ങൾ എന്ന ചിത്രങ്ങളിലേറെയും പാട്ടുകൾ ഹിറ്റുകളായവയാണല്ലോ. പക്ഷേ, ഈ യുഗ്മഗാനം എന്റെ ഇഷ്ടഗാനങ്ങളിൽ ഏറെ മുന്നിൽനിൽക്കുന്നു. ഏതായാലും ഹിന്ദി, തമിഴ്, മലയാളം ചലച്ചിത്രഗാനങ്ങളിലെ ഏറ്റവും ഇഷ്ടപ്പെട്ട പത്തുഗാനങ്ങളിലൊന്നിതായിരിക്കും. ഒരുപക്ഷേ, ആദ്യത്തെ അഞ്ചിൽ ഒന്നാവും. രസകരമായ മറ്റൊരു കാര്യം. പിന്നീടൊരിക്കൽ ഈ പാട്ട് എസ്.പി.ബി. മാറ്റിപ്പാടിയ കാര്യം വിദ്യാസാഗർ തന്നെ 'ചക്കരപ്പന്തൽ' എന്ന പരിപാടിയിൽ നേരിട്ടുപറഞ്ഞത് കേൾക്കാനിടയായി. പറഞ്ഞുകൊണ്ടുവന്നതിതാണ്. ഒരു ഗാനത്തിന്റെ വശ്യത പ്രധാനമായും സംഗീതസംവിധാനത്തെ ആശ്രയിച്ചിരിക്കുന്നു. എന്നാലിതുമാത്രം മതിയോ? ഗാനരചനയ്ക്ക് ഇതിൽ പങ്കില്ലേ? എത്ര നല്ല സംഗീതം കൊടുത്താലും പാടുന്ന ആളുടെ കണ്ഠശുദ്ധിക്കനുസരിച്ചേ പാട്ട് ഹൃദ്യമായി തോന്നൂ. പൊതുവെ ശ്രോതാക്കൾ പാട്ടാസ്വദിക്കുന്നത് ഈ മാനദണ്ഡം വെച്ചായിരിക്കും. അതുകൊണ്ടാണ് പ്രസിദ്ധമായ ഗാനങ്ങൾ ഗാനമേളകളിൽ മറ്റൊരാൾ പാടി കേൾക്കുമ്പോൾ പലപ്പോഴും നമുക്ക് അരോചകമായി തോന്നുന്നത്. സ്വന്തം പാട്ടുകൾ പൊതുവേദിയിൽവെച്ച് പാടാൻ വിരുതൻ ജയചന്ദ്രൻ തന്നെയാണ്. ഇക്കാര്യം പലപ്പോഴും നേരിട്ട് ബോദ്ധ്യപ്പെട്ടിട്ടുണ്ട്. ഒരു സംഭവം വ്യക്തമായോർക്കുന്നു.

വർഷങ്ങൾക്ക് മുൻപ് കോളേജിൽ ജോലിയായിരുന്ന കാലം. ജയചന്ദ്രൻ ഫൈൻ ആർട്ട്സ് ഡേയുടെ ഉദ്ഘാടനത്തിനു മലബാർ ക്രിസ്ത്യൻ കോളേജിലെത്തി. പ്രിൻസിപ്പാളിന്റെ റൂമിലിരിക്കുന്നു. അദ്ദേഹത്തെ നേരിട്ട് കാണാമെന്ന തോന്നലോടെ ഞാൻ പ്രിൻസിപ്പാളിന്റെ റൂമി

ലെത്തി. ഞാനെത്തി അദ്ദേഹത്തിനു ഹസ്തദാനം നൽകി അടുത്ത കസേരയിലിരുന്നു. അതാ യൂണിയൻ ചെയർമാനും ഫൈൻ ആർട്ട് സിക്രട്ടറിയും കടന്നുവരുന്നു. ഗായകനോട് അഭ്യർത്ഥിക്കുന്നു. "സാർ ഒരു പാട്ടെങ്കിലും പാടണം. ചടങ്ങിനോടനുബന്ധിച്ച്." "അതിനിവിടെ വാദ്യോപകരണങ്ങളേതെങ്കിലും വായിക്കുന്നവരാരെങ്കിലുമുണ്ടോ" ജയചന്ദ്രന്റെ ചോദ്യം. "ഓ, ഇന്ന ആളിവിടുണ്ട്." അവർ പറഞ്ഞ പേര് കേരളത്തിൽ അന്നു അറിയപ്പെട്ടിരുന്ന ഒരു വയലിനിസ്റ്റിന്റെ പേരായിരുന്നു. പേർ ഇപ്പോൾ ഓർക്കുന്നില്ല. ഉടനെ ഗായകന്റെ പ്രതികരണം: "ശരി, നമുക്ക് നോക്കാം" പ്രസംഗം കഴിഞ്ഞ് ജയചന്ദ്രൻ പാടി. ദക്ഷിണാമൂർത്തി സ്വാമിയുടെ പ്രസിദ്ധഗാനം. "ഹർഷബാഷ്പം തൂകി" എന്റെ ഇഷ്ടഗാനങ്ങളിൽ മുന്നിൽതന്നെയുള്ള ഗാനം. കുറച്ചുകൂടി വ്യക്തമായി പറഞ്ഞാൽ ജയചന്ദ്രന്റെ ഗാനങ്ങളിൽ എനിക്കേറ്റവും ഇഷ്ടപ്പെട്ട ഗാനം. ആലാപനം ചിത്രത്തിലേക്കാൾ (ചിത്രം മുത്തശ്ശി) ഗംഭീരമായിതോന്നി. കോഴിക്കോട് ശ്രീകണ്ഠേശ്വരക്ഷേത്രഹാളിൽ ഒരു രാത്രി ബാബുരാജും ജയചന്ദ്രനും കൂടിയുള്ള ഒരു ഗാനമേള. ജയചന്ദ്രന്റെ പ്രസിദ്ധമായ ബാബുരാജ് ഗാനം 'അനുരാഗഗാനംപോലെ' തീർച്ചയായുമുണ്ടാകുമല്ലോ. പക്ഷേ, കൂടുതൽ അദ്ഭുതപ്പെടുത്തിയത് ആയിടെ ഹിറ്റായി മാറിയ 'തുലാഭാരത്തി'ലെ യേശുദാസിന്റെ ഹിറ്റ് ഗാനം "കാറ്റടിച്ചു കൊടുങ്കാറ്റടിച്ചു" ജയചന്ദ്രൻ പാടിക്കേട്ടപ്പോഴാണ്.

ഇതിനു രണ്ടുവർഷം മുമ്പ് ഫൈൻ ആർട്ട്സ് ഡേയ്ക്ക് വന്നത് സാക്ഷാൽ കെ.ജെ. യേശുദാസ് തന്നെ. പതിവുപോലെ യൂനിയൻ പ്രതിനിധികൾ ദാസ്സാറിനോട് ഒരു പാട്ട് പാടണമെന്നാവശ്യപ്പെട്ടപ്പോൾ 'ഉം' എന്നു മൂളിയതല്ലാതെ മറ്റൊന്നും പറഞ്ഞില്ല. ഈ ചടങ്ങിൽ വിശേഷപ്പെട്ട ഒരു സംഭവമുണ്ടായി. ഈ ചടങ്ങിൽ മുഖ്യ പ്രഭാഷണം നടത്തിയത് പ്രസിദ്ധ നിരൂപകനും കവിയുമായിരുന്ന എൻ.വി. കൃഷ്ണവാരിയരായിരുന്നു. എൻ.വി. പ്രസംഗം തുടങ്ങിയതിങ്ങനെ.

"ഞാൻ രണ്ടു വർഷം മുൻപ് യു.എസ്. എസ്.ആറിൽ പോയിരുന്നു. അവിടെ കുറെയധികം റഷ്യക്കാരെ പരിചയപ്പെട്ടു. സാഹിത്യവും കലയുമായി ബന്ധപ്പെട്ട കുറെ റഷ്യൻ സുഹൃത്തുക്കൾ. അവരിലധികംപേരും രണ്ടു കേരളീയരെയാണന്വേഷിച്ചത്. ഒന്ന് അവിടെ ഇന്ത്യൻ അംബാസിഡറായിരുന്ന കെ.പി.എസ്. മേനോനെ. രണ്ടാമത് നമ്മുടെ ഈ യേശുദാസിനെ. നമുക്കഭിമാനിക്കാൻ വകയില്ലേ? ഏതായാലും ഞാനതിനുശേഷം ആദ്യമായാണ് യേശുദാസിനെ നേരിട്ടുകാണുന്നത്. ഞാനീ വേദിയിൽവെച്ച് ആ സുഹൃത്തുക്കളുടെ ക്ഷേമാന്വേഷണം നമ്മുടെ സ്വകാര്യാഭിമാനം കൂടി മാത്രമല്ല പരസ്യാഭിമാനം കൂടിയായ യേശുദാ

സിനു കൈമാറുന്നു." ഉടനെ യേശുദാസ് എഴുന്നേറ്റുനിന്നു. ആ നല്ല വാക്കുകളെ ഹൃദയപൂർവ്വം സ്വീകരിച്ചു. എൻ.വിയുടെ പ്രസംഗം തുടർന്നു. "യേശുദാസിന്റെ മലയാള ഹിന്ദിഗാനങ്ങൾ ആസ്വദിച്ചതിനോടൊപ്പം റഷ്യക്കാർ അദ്ദേഹത്തെ ഓർക്കുന്നത് മറ്റൊരു വസ്തുതയുടെ പേരിൽകൂടിയും ആണ്. ദാസ് തന്റെ റഷ്യൻ സന്ദർശനവേളയിൽ റഷ്യൻ നാടോടിപ്പാട്ടുകൾ ശ്രദ്ധയോടെ പഠിച്ച് നല്ല ഉച്ചാരണ ശുദ്ധിയോടെ പല സദസ്സുകളിലും പാടി കൈയ്യടി നേടിയിരുന്നത്രെ. അതാണല്ലോ ഒരു കലോപാസകന്റെ മുഖമുദ്ര." ഇതോടനുബന്ധിച്ച് മറ്റൊരനുഭവംകൂടി എനിക്കുണ്ടായി.

യേശുദാസ് വന്നെന്നറിഞ്ഞ് ഞാൻ പ്രിൻസിപ്പാളിന്റെ റൂമിലെത്തി. പ്രിൻസിപ്പാൾ എന്നെ അദ്ദേഹത്തിനു പരിചയപ്പെടുത്തി. എന്നെ അദ്ഭുതപ്പെടുത്തിക്കൊണ്ട് അദ്ദേഹം എഴുന്നേറ്റ് എനിക്ക് ഹസ്തദാനം നൽകി. (അന്നു കൊറോണയും മറ്റുമില്ലാഞ്ഞത് എന്റെ ഭാഗ്യം). ആ സ്പർശനത്തിന്റെ സുഖം അതിന്നും അനുഭവിക്കുന്നു. വീട്ടിലെത്തി കൈകഴുകാൻ തുനിഞ്ഞപ്പോൾ എനിക്കൊരു തോന്നൽ. ഈ കൈകൾ കഴുകേണ്ടി വന്നുവല്ലോ എന്ന്.

യേശുദാസ് വന്ന് അൽപംകഴിഞ്ഞാണ് കൃഷ്ണവാരിയർ എത്തിയത്. അതോടെ ഒരു ചെറിയ ചായസൽക്കാരം. പഴവും മുന്തിരിയും അണ്ടിപ്പരിപ്പും, ബിസ്ക്കറ്റുമെല്ലാം. യേശുദാസ് ഒരു അണ്ടിപ്പരിപ്പ്പോലും കഴിച്ചില്ല. തൊണ്ടയെ സൂക്ഷിക്കുന്ന ആളാണെന്നു വായിച്ചറിഞ്ഞിട്ടുണ്ട്. അത് ശരിയാണെന്നു ബോദ്ധ്യപ്പെട്ടു. യേശുദാസിന്റെ കൂടെ കോഴിക്കോട്ടെ ഒരു ഗായകനായിരുന്ന സുകുമാരനുംകൂടി ഉണ്ടായിരുന്നു. 'കടത്തുകാരൻ' എന്ന ചിത്രത്തിലെ ബാബുരാജിന്റെ പ്രശസ്തമായ ഒരു യുഗ്മഗാനം ജാനകിയോടൊപ്പം പാടിയ ഗായകന്റെ "മണിമുകിലേ മണിമുകിലേ" എന്ന ഗാനം. ഏതായാലും വാരിയരും സുകുമാരനും വിഭവങ്ങളോട് നീതിപുലർത്തി. കഴിയുംവിധം ഞാനും.

യേശുദാസ് ചടങ്ങിനിടെ പാടിയതെന്താണെന്നോ 'ശ്രീ ഗുരുവായൂരപ്പൻ' എന്ന ചിത്രത്തിൽ അദ്ദേഹം പാടി മനോഹരമാക്കിയ നാരായണീയത്തിലെ രണ്ടു ശ്ലോകങ്ങൾ. 'അഗ്രേപശ്യാമി' എന്നു തുടങ്ങി 'അജ്ഞാത്വതേ മഹത്ത്വം' എന്ന പദങ്ങളിൽക്കൂടി കടന്നുപോയി' ആയുരാരോഗ്യസൗഖ്യം എന്നവസാനിക്കുന്ന ശ്ലോകദ്വയം. ആ ഉച്ചാരണശുദ്ധിയെ നമിച്ചുകൊണ്ടാവണം കൈയ്യടിയുടെ ബഹളം. അത് ഇന്നും കാതിൽ മുഴങ്ങുന്നു. ഇതുപോലെ നാരായണീയം പാടി ഫലിപ്പിച്ച മറ്റൊരു ഗായിക കൂടി ഉണ്ടല്ലോ നമുക്ക്. പി. ലീല. ഏതായാലും ഇന്നു മേല്പത്തൂർ ജീവിച്ചിരിപ്പുണ്ടെങ്കിൽ തന്റെ നാരായണീയം ഗുരുവായൂര

പ്പനു സമർപ്പിച്ചശേഷം ഈ രണ്ട്പേർക്ക്കൂടി സമർപ്പിക്കുമായിരിക്കും. ഇതും ഒരഭിപ്രായമാണ്. ആർക്കെങ്കിലും വിയോജിപ്പ് തോന്നുന്നുണ്ടെങ്കിൽ ക്ഷമിച്ചേക്കുക. അതായത് സംഗീതസംവിധായകന്റെ ജീനിയസ്സാണ് പിന്നിൽ പ്രവർത്തിച്ചതെങ്കിലും ഒരു സിനിമാഗാനം നമ്മുടെ മനസ്സിൽ തങ്ങിനിൽക്കുന്നത് ഗായകന്റേയോ ഗായികയുടെയോ പേരിലായിരിക്കും. യേശുദാസിന്റെ മനോഹരങ്ങളായ ഗാനങ്ങളധികവും ഇതുകൊണ്ടു തന്നെ ഓർക്കപ്പെടും. 'താമസമെന്തേ വരുവാൻ', 'ആയിരം പാദസ്വര ങ്ങൾ', 'ഹൃദയസരസ്സിലെ', 'ശ്യാമസുന്ദരപുഷ്പമേ', 'മാണിക്യവീണ യുമായ്' തുടങ്ങിയ നൂറുകണക്കിനു പാട്ടുകൾ. അതുകൊണ്ടുതന്നെ ഈ പുസ്തകത്തിലെ ഒന്നാം ഭാഗം 'എന്റെ പാട്ടുകൾ, എന്റെ പാട്ടുകാർ' എന്ന തലക്കെട്ടിലാണ്.

ഗാനരചനയ്ക്ക് ഗാനം മനോഹരമാവുന്നതിൽ വലിയ പങ്കുണ്ട്. പെട്ടെന്നോർമ്മവരുന്നത് 'ചെമ്പരത്തി' എന്ന ചിത്രത്തിലെ ദേവരാജൻ മാസ്റ്റർ സംഗീതം കൊടുത്ത് യേശുദാസ് പാടിയ 'ചക്രവർത്തിനീ' എന്ന ഗാനമാണ്. ഹാ! എന്തൊരുദാത്തമായ രചന. 'മച്ചകങ്ങളിലെ മഞ്ജുശ യ്യയിൽ നിന്നെ ലജ്ജകൊണ്ടു ഞാൻ മൂടും' എന്ന മട്ടിൽ പോകുന്ന വരികളെത്ര സുന്ദരം! പി. ഭാസ്കരന്റെ 'മന്ദം മന്ദം നിദ്രവന്നെൻ' എന്ന ഗാനം രചനാഭംഗികൊണ്ടനുഗൃഹീതമല്ലേ? ഏതായാലും 'ചക്ര വർത്തിനീ' എന്ന ഗാനം ശ്രോതാക്കൾ കൂടുതലിഷ്ടപ്പെടുന്നത് അതിന്റെ രചനാഭംഗികൊണ്ടായിരിക്കുമെന്നാണെന്റെ പക്ഷം. യേശുദാസിന്റെ ആലാപനഭംഗിയും ഗംഭീരം. ഈ ഗാനത്തിലെ 'പുഷ്പപാദുകം പുറത്തുവെക്കു നീ നഗ്നപാദയായ് അകത്ത് വരൂ' എന്ന ഭാഗം ശ്രദ്ധി ക്കുക. കാമുകൻ കാമുകിയെ ക്ഷണിക്കുന്നത് മച്ചകങ്ങളിലെ മഞ്ജുശ യ്യയിൽ ലജ്ജകൊണ്ടു മൂടാനാണ്. അപ്പോൾ ഒരു പുഷ്പപാദുകംപോലും സമാഗമത്തിനു അലോസരമായിത്തോന്നാം. അതാണ് കവിയുടെ കഴിവ്!

തീർച്ചയായും സംഗീതത്തിനു ഭാഷയില്ല എന്ന ചൊല്ലിനോട് വിയോജിപ്പില്ല. അല്ലെങ്കിൽ എന്നെപ്പോലെയുള്ള ഒരാൾക്ക് പഴയ മല യാളഗാനങ്ങളേക്കാൾ പഴയ ഹിന്ദിപ്പാട്ടുകൾ കൂടുതൽ ഇഷ്ടപ്പെടാൻ പറ്റുമോ? അൽപം ഹിന്ദി അറിയാമെങ്കിലും (സത്യത്തിൽ തോഡാ തോഡാ എന്ന മട്ടിൽ) സിനിമാഗാനങ്ങളിലധികവും ഉർദു കലർന്ന ഹിന്ദി യാണ്. ഏതാണ്ട് പൂർണമായ അർത്ഥം അറിയാവുന്ന ഒരൊറ്റ ഗാനമേ യുള്ളൂ ഹിന്ദിയിൽ. അത് 'സംഗം' എന്ന മനോഹര ചിത്രത്തിൽ റാഫി പാടിയ "യെമേരാ പ്രേം പത്ര് പഢ്കർ" എന്ന ഗാനമാണ്. മറ്റു പല പാട്ടു കളുടെയും ആദ്യ രണ്ടു വരികളോടെയും അർത്ഥം മനസ്സിലാക്കും. 'ദൊ സീതാരോം കെ സമീൻ' എന്ന ഗാനങ്ങളിലെപോലെ. എന്നിട്ടും

കോഴിക്കോട് എഫ്.എം. റേഡിയോവിൽ 'പ്യാർ ബഹാർ' എന്ന പരിപാടിയിൽ തുടർച്ചയായി പത്ത് ഞായറാഴ്ചകളിൽ മുപ്പതോളം പാട്ടുകൾക്ക് ആമുഖം രചിച്ച് അവതരിപ്പിച്ചത് ഈ ഗാനങ്ങളെ സ്നേഹിക്കുന്നതു കൊണ്ടാണ്. ഗാനങ്ങളെ സ്നേഹിക്കുകയോ എന്നു ചിലർ സംശയിക്കുന്നുണ്ടാവും. നമുക്ക് ഇഷ്ടപ്പെട്ടതിനോട് ഒരു പ്രത്യേക മനോഭാവം ഉയർന്നുവരും. ഇത് തന്നെയാണ് സ്നേഹം. കുറെ വരികളുടെ അർത്ഥം ഇന്റർനെറ്റിലുള്ള ഇംഗ്ലീഷ് തർജ്ജമയിൽ നിന്നു മനസ്സിലാക്കി. ചില പദങ്ങളുടെ അർത്ഥം അന്വേഷിച്ചുകണ്ടുപിടിച്ചു. 'പ്യാർ ബഹാർ' അഥവാ പ്രണയവസന്തം എന്നായിരുന്നു പരിപാടിയുടെ പേർ. ഇതിനുമുൻപ് തന്നെ എന്റെ മൂത്ത മകൾ ഈ പരിപാടി അവതരിപ്പിച്ചിരുന്നു റേഡിയോവിൽ. അതിൽനിന്നാണ് എനിക്ക് പ്രചോദനം കിട്ടിയത്. എങ്ങിനെയാണ് രചന നടത്തിയതെന്നു കാണിക്കുവാൻ രണ്ടു സാമ്പിളുകളിതാ.

ഗാനം-1 'യെസിന്ദഗി ഉസികി ഹെ'

മധുരതരമായ ഗാനങ്ങൾ ശോകാർദ്രത നിറഞ്ഞതാവുമെന്നു ആംഗലേയ കവി ഷെല്ലി. 'അനാർക്കലി'യിലെ ഈ ഗാനം അത് സാധൂകരിക്കുന്നു. വിരഹവേദന അനുഭവിക്കാനിരിക്കുന്ന നായിക പാടുന്നു. ഈ ജീവിതം അവനുള്ളതാണ്. അവനോ മറ്റാർക്കോ വേണ്ടിയും. അസംഭവ്യമായതിനെ പ്രതീക്ഷിക്കുന്നു ഞാൻ. അവസാനത്തെ ഈ സമാഗമം പോലും തെറ്റായി വ്യാഖ്യാനിക്കപ്പെട്ടേക്കും. ലതാമങ്കേഷ്ക്കറുടെ പ്രശസ്തഗാനങ്ങളിലൊന്നായ ഈ ഗാനം സംഗീതസംവിധായകൻ സി. രാംചന്ദിന്റെ തൊപ്പിയിലെ ഒരു പൊൻതൂവൽതന്നെ. അനാർക്കലി എന്ന മലയാള ചിത്രത്തിലെ 'പ്രണയഗാനം പാടുവാനായ്' എന്ന ഗാനവും ഇതേ മട്ടിലുള്ളതാണ്. അനാർക്കലിയായി ഹിന്ദി ചിത്രത്തിൽ അഭിനയിക്കുന്ന ബീനാ റോയിയുടെ ചുണ്ടിൽകൂടി ഒഴുകിവരുന്ന ഈ ഗാനം ആരുടെയും കണ്ണുനനയിക്കും. രാജേന്ദ്രകൃഷ്ണന്റെ ഉദാത്തമായ രചന.

ഗാനം 2 'ഓ, സജ്നാ ബർക്കാ ബഹാർ ആയി'

കാമുകന്റെ സാമീപ്യം ആഗ്രഹിക്കുന്ന ഒരു കാമുകിയുടെ വികാരപരവശത നിറഞ്ഞുനിൽക്കുന്നു ഈ ഗാനത്തിൽ. 'പരഖ്' എന്ന ചിത്രത്തിലെ ഈ ഗാനത്തിനു ചുണ്ടനക്കുന്നത് സാധന എന്ന നടിയാണ്. ഈ ഗാനം ഇത്ര മധുരമായി പാടാൻ ലതയ്ക്ക് മാത്രമേ കഴിയൂ. അതുകൊണ്ടായിരിക്കാം പ്രസിദ്ധ സംഗീത സംവിധായകൻ നൗഷാദ് പറഞ്ഞിട്ടുള്ളത്. ലതയുടെ ശബ്ദത്തിൽ ഇന്ത്യയുടെ മുഴുവൻ ശബ്ദവും മുഴങ്ങുന്നുവെന്ന്. മലയാളികൾക്ക് പ്രിയങ്കരനായ സലിൽ ചൗധരിയുടെ അസൂയാവഹമായ സംഗീതം. 'പ്രിയപ്പെട്ടവനേ മഴ നിറഞ്ഞ വസന്തം

അമൃതിന്റെ തുള്ളികൾ പകർന്നു തരുന്നു. എന്റെ ഹൃദയത്തിലെ കിളി നിന്നെ വിളിച്ചുകൊണ്ടിരിക്കുന്നു. മധുരതരമായ അഗ്നിയിൽ ഹൃദയം പുകയുന്നു. ഈ മഴയുടെ വെളിച്ചത്തിൽ എന്റെ കണ്ണ് നിന്നെ കാത്തിരിക്കുന്നു. എന്റെ കണ്ണിൽ ഇരുട്ട് കയറിവരുന്നു. എനിക്കുറങ്ങാൻ പറ്റുന്നില്ല. നീ ഇത് കേൾക്കുന്നുണ്ടോ', ഗാനം ശ്രദ്ധിച്ചാലും.

ഹിന്ദി ചലച്ചിത്രഗാനങ്ങളോട് എനിക്ക് ഒരു പ്രത്യേക പ്രതിപത്തിയുണ്ടെന്നു ആകാശവാണിയിലെ ഒരുദ്യോഗസ്ഥയോട് പറഞ്ഞപ്പോൾ അവർ ആകാശവാണിയിലെ എഫ്.എം. വിഭാഗത്തിൽ ഒരു പരിപാടിയിൽ പങ്കെടുക്കാൻ എനിക്കവസരം നൽകി. 'ദിൽ സെ ദിൽ തക്' എന്ന പരിപാടിയിൽ. അന്ന് ഞാൻ അവതരിപ്പിച്ച പാട്ടുകളുടെ ലഘുവിവരണംകൂടി ഇതോടുകൂടി പങ്കുവെയ്ക്കട്ടെ.

ഗാനം 1 - ലതാമങ്കേഷ്ക്കർ പാടിയ ഒരു ഭക്തിഗാനം "ജ്യോതി കലശ് ചൽകെ"

ഗാനം 2 - മുഹമ്മദ് റാഫിയുടെ "ഹരിഓം" എന്നു തുടങ്ങുന്ന "ബൈജു ബാവ്ര"യിലെ പാട്ട്.

ഗാനം 3 - "ആംസുഭരിഹെ" എന്ന മുകേഷിന്റെ വിഷാദാത്മകമായ "പർവരിഷ്" എന്ന ചിത്രത്തിലെ ഗാനം.

ഗാനം 4 - ലതയും ഹേമന്ത്കുമാറും ചേർന്നു പാടിയ യുഗ്മഗാനം "ജാഗ് ജാഗ്" - ചിത്രം "അനാർക്കലി"

ഗാനം 5 - റോഷന്റെ സംഗീത സംവിധാനത്തിൽ റാഫി പാടിയ "ബർസാത്ത് കിരാത്ത്" എന്ന ചിത്രത്തിലെ "സിന്ദഗി ഭർനഹി ഭൂലേഗ".

ഗാനം - 6 'സുജാത' എന്ന ചിത്രത്തിൽ തലത്ത് മെഹമൂദ് പാടിയ "ജൽത്തെ ഹെ ജിസ്കേലിയേ"

ഇതിന്റെയെല്ലാം ആമുഖമായി ചില കാര്യങ്ങൾ സൂചിപ്പിച്ചിട്ടുണ്ട്. ഇതെങ്ങിനെയെന്നു മനസ്സിലാക്കാൻ ഒരു സാമ്പിൾ.

റാഫി പാടിയ 'ബൈജുബാവര'യിലെ "ഹരി ഓം മൻ തട്പത്." എന്ന ഗാനത്തിനു ആമുഖമായി ഞാൻ വിവരിച്ചതിങ്ങനെ. ലതയെപ്പോലെ ഹിന്ദി ഗാനങ്ങളുടെ കാര്യത്തിൽ പ്രഥമഗണനീയനാണല്ലോ മുഹമ്മദ് റാഫിയും. ഹിന്ദി ഗാനങ്ങളിലെ പുരുഷശബ്ദങ്ങൾക്ക് ചില പ്രത്യേകതകളുണ്ടല്ലോ.

വിഷാദഗാനങ്ങൾ പാടുന്നതിൽ മുകേഷിനു ഒരു പ്രത്യേക കഴിവുണ്ട്. അർദ്ധശാസ്ത്രീയ സംഗീതത്തിലധിഷ്ഠിതമായ ഗാനങ്ങൾ മന്നാഡെ നന്നായി കൈകാര്യം ചെയ്യാറുണ്ട്. അങ്ങിനെ പലരും വിവിധ തരത്തിൽ ശ്രദ്ധ നേടിയവർ. റാഫിയാണെങ്കിൽ എല്ലാതരം പാട്ടുകളും ഒരുപോലെ പാടാൻ കഴിവുള്ള അനുഗൃഹീതഗായകനാണ്. നൗഷാദിന്റെ സംഗീതസംവിധാനത്തിൽ റാഫി പാടിയ "മൻ തട്പത്" എന്ന ഗാനം ഭാവഗരിമയിൽ മുൻപന്തിയിലാണ്. ഭക്തി ഭാവം സ്ഫുരിക്കുന്ന ഈ ഗാനാലാപത്തിലാകൃഷ്ടനായ ഞാൻ ഒരിക്കൽ എന്റെ പേരക്കുട്ടി സിദ്ധാർത്ഥിനോട് പറഞ്ഞിട്ടുണ്ട്. പറ്റുമെങ്കിൽ ഈ ഗാനം ടേപ്റിക്കാർഡിൽ കൂടി എന്റെ ശവമടക്കിന്റെ സമയത്ത് കേൾപ്പിക്കണമെന്ന്. അതു നടക്കുകയില്ലെന്നറിഞ്ഞുകൊണ്ടുതന്നെ-ഏതായാലും ഈ ഗാനമൊന്നു ശ്രദ്ധിക്കൂ.

സിനിമയിൽ ഒരു ഗാനം ഹിറ്റാവാൻ അത് ചിത്രീകരിച്ച സംവിധായകനും ഒരു വലിയ പങ്കുണ്ട്. പ്രത്യേകിച്ചു ഇതിന്റെ ദൃശ്യങ്ങൾ ചിത്രീകരിക്കുന്ന ഛായാഗ്രാഹകന്റെ സഹായത്തോടെ. (ഇത് സിനിമ കാണാത്തവരെ ബാധിക്കുന്നില്ല). പെട്ടെന്നോർമയിൽ വരുന്നത് "ഭാര്യ" എന്ന ചിത്രത്തിലെ 'പെരിയാറേ' എന്ന യുഗ്മഗാനമാണ്. പെരിയാറിൽ തോണി തുഴഞ്ഞുപോകുന്ന സത്യൻ രാഗിണിമാരുടെ അഭിനയത്തിലും അവരുടെ രണ്ടു കുട്ടികളുടെ തലകുലുക്കിയുള്ള പ്രകടനത്തിലും ചുറ്റുപാടുമുള്ള പ്രകൃതിയുടെ ചിത്രീകരണത്തിലും (ബ്ലാക്ക് ആന്റ് വൈറ്റിലാണെങ്കിലും) വലിയ പങ്കുണ്ട്, നമുക്കീ ഗാനമാസ്വദിക്കുന്നത് കൂടുതൽ ഉൽകൃഷ്ടമാവാൻ. ഇതോടനുബന്ധിച്ച് മറ്റൊരു കാര്യം കൂടി സൂചിപ്പിക്കട്ടെ. ആ പാട്ട് സീനിൽ അഭിനയിച്ച ആൺകുട്ടി ബോബൻ കുഞ്ചാക്കോ. ഭാര്യയുടെ സംവിധായകൻ കുഞ്ചാക്കോയുടെ മകനാണ്. ഈ ബോബൻ കുഞ്ചാക്കോയുടെ മകനാണ് പിന്നീട് മലയാള സിനിമയിൽ വർഷങ്ങളോളം ഏതാണ്ട് ഒരു ചോക്ക്ലേറ്റ് ബോയ് ശൈലിയിൽ തിളങ്ങിനിന്നത്. പ്രത്യേകിച്ച് ബേബി ശാലിനിയുമൊത്ത് അഭിനയിച്ച 'അനിയത്തിപ്രാവ്', 'നിറം' എന്നീ ചിത്രങ്ങളിൽ. മലയാളക്കരയിലെ ശ്രോതാക്കളിൽ ഒരൊറ്റ സിനിമപോലും കണ്ടിട്ടില്ലാത്തവരുണ്ടാവും. പ്രത്യേകിച്ചും ടി.വി. പ്രചുരപ്രചാരത്തിലെത്തുന്നതിനുമുൻപ്. പ്രേംനസീറിനെയും ഷീലയേയും ഒരിക്കൽപോലും സിനിമയിൽ കണ്ടിട്ടില്ലാത്തവരും അവരഭിനയിച്ച പാട്ടുകൾ കേട്ടാസ്വദിയ്ക്കാറുണ്ടല്ലോ. കുറച്ച് വർഷങ്ങൾക്ക് മുമ്പ് വളരെ കുറച്ച് ഹിന്ദി ചിത്രങ്ങൾ മാത്രം കണ്ടിരുന്ന എനിക്ക് പല ഹിന്ദി പാട്ടുകളും മതിറന്നാസ്വദിക്കാൻ പറ്റിയിരുന്നല്ലോ. പിന്നീട് ഇത്തരം പാട്ടുരംഗങ്ങൾ സ്ക്രീനിൽ കാണാൻ കഴിഞ്ഞപ്പോൾ അവ കൂടുതൽ ഹൃദ്യമായിതോന്നി എന്നുള്ളത് സത്യം. ചില

പാട്ടുരംഗങ്ങൾ കാണുമ്പോൾ നമുക്ക് ആദ്യമുണ്ടായിരുന്ന ആസ്വാദന ഭംഗിക്ക് കോട്ടം വരാറുമുണ്ട്.

സ്വരാർച്ചന എന്ന ഈ സംരംഭം തുടങ്ങുന്നത് ഒന്നാം ഭാഗത്തിൽ 'എന്റെ പാട്ടുകാരും പാട്ടുകളും' എന്ന തലക്കെട്ടിലായിരിക്കുമെന്നു നേരത്തെ സൂചിപ്പിച്ചിരുന്നുവല്ലോ. വീണ്ടും പറഞ്ഞുകൊള്ളട്ടെ. ഇതിലെ നിരീക്ഷണവും അഭിപ്രായവും വ്യക്തിപരമായവ മാത്രമാണ്. എന്റെ സംഗീതാസ്വാദനത്തിന്റെ പ്രത്യേകതയും വിലക്ഷണതയും ഇതിൽ മുഴച്ച് കണ്ടേക്കാം. ഞാൻ പ്രതിപാദിക്കുന്ന കാര്യങ്ങളോട് പലർക്കും വിയോജിപ്പ് തോന്നിയേക്കാം. ഒരു ഗായകന്റെയോ ഗായികയുടെയോ ഏറ്റവും നല്ല ഗാനങ്ങളെന്നു ചൂണ്ടിക്കാണിക്കുന്ന പാട്ടുകളിലും വിഭിന്നാഭിപ്രായങ്ങളുണ്ടാവും, തീർച്ച. ഒരു സാധാരണ ശ്രോതാവിന്റെ അഭിപ്രായങ്ങളായി മാത്രം ഇതിനെ കണക്കാക്കിയാൽ മതി എന്നുള്ള വിനീതമായ അഭിപ്രായത്തിൽ ആർക്കും വിമ്മിട്ടമുണ്ടാവാൻ സാദ്ധ്യതയില്ല എന്ന വിശ്വാസത്തോടെ ആരംഭിക്കട്ടെ.

മറ്റു സംഗീത സംവിധായകർ

1. രവീന്ദ്രൻ മാസ്റ്റർ
2. എം.ജി. രാധാകൃഷ്ണൻ
3. എം.കെ. അർജുനൻ
4. വിദ്യാധരൻ
5. ജോൺസൺ
6. ഔസേപ്പച്ചൻ
7. എം. ജയചന്ദ്രൻ
8. ജെറി അമൽദേവ്
9. എത്രയെത്ര പ്രതിഭകൾ
10. ശരത്
11. രമേശ് നാരായണൻ

മലയാളികളല്ലാത്ത സംഗീത സംവിധായകർ മലയാളത്തിൽ

1. സലിൽ ചൗധരി
2. ബോംബെ രവി

ബോളിവുഡ് സംഗീത സംവിധായകർ

(ഉഷാഖന്ന, രവീന്ദ്ര ജെയിൻ നൗഷാദ്)

തമിഴിലെ സംഗീത സംവിധായകർ മലയാളത്തിൽ

1. എം.എസ്. വിശ്വനാഥൻ
2. ഇളയരാജ
3. വിദ്യാസാഗർ

മലയാളത്തിലെ ഗാനരചയിതാക്കൾ

1. പി. ഭാസ്കരൻ
2. വയലാർ രാമവർമ്മ
3. ഒ.എൻ.വി. കുറുപ്പ്
4. ശ്രീകുമാരൻ തമ്പി
5. യൂസഫലി കേച്ചേരി
6. ബിച്ചു തിരുമല
7. തിരുനയിനാർ കുറിച്ചി, അഭയദേവ്
8. എം.ഡി. രാജേന്ദ്രൻ
9. പൂവച്ചൽ ഖാദർ
10. ഗിരീഷ് പുത്തഞ്ചേരി
11. കൈതപ്രം ദാമോദരൻ നമ്പൂതിരി
12. ഓർമ്മിക്കപ്പെടേണ്ട മറ്റു ചില ഗാനരചയിതാക്കൾ
13. എ.ആർ. റഹ്മാൻ എന്ന പ്രതിഭ

ഭാഗം -1

എന്റെ പാട്ടുകാരും പാട്ടുകളും

1. ലതാ മങ്കേഷ്കർ

എന്റെ ഏറ്റവും പ്രിയപ്പെട്ട ഗായിക ലതാമങ്കേഷ്കർ ആണ്. അത് കഴിഞ്ഞേ യേശുദാസും റാഫിയുമൊക്കെ എന്റെ ലിസ്റ്റിലുള്ളു. ഒരു സാധാരണ മനുഷ്യനു മരിക്കാനിഷ്ടമല്ലാത്തത് പല കാരണങ്ങളെകൊണ്ടുമായിരിക്കുമല്ലോ. ചിലർക്ക് കുടുംബത്തെ പ്രത്യേകിച്ച് ഭാര്യയേയും മക്കളെയും പേരക്കുട്ടികളെയും പിരിയുക എന്നത് ചിന്തിക്കാനേ പറ്റില്ല. ചിലർക്ക് ഇഷ്ടഭോജ്യങ്ങൾ അകത്താക്കാൻ പറ്റില്ലല്ലോ എന്നാലോചിക്കാൻ തന്നെ വിമ്മിട്ടം. പ്രകൃതിയിലെ സുന്ദരദൃശ്യങ്ങളെ പ്രത്യേകിച്ച് പുക്കളെ കണ്ടാസ്വദിക്കാൻ പറ്റില്ലല്ലോ എന്ന വിഭ്രാന്തികൊണ്ടാവാം ചിലർ മരണത്തെ ഇഷ്ടപ്പെടാത്തത്. അങ്ങിനെ പലതും പലതും... എന്നെ സംബന്ധിച്ചേടത്തോളവും ഇതെല്ലാം ശരിയാണ്. പക്ഷേ, ഒരു പ്രത്യേക കാര്യമോർക്കുമ്പോൾ ഞാൻ മരണത്തെ വെറുക്കുന്നു. മരിച്ചുകഴിഞ്ഞാൽ പിന്നെ ഇഷ്ടപ്പെട്ട പാട്ടുകൾ കേൾക്കാൻ കഴിയില്ലല്ലോ. പ്രത്യേകിച്ചും ലതയുടെ പാട്ടുകൾ. ഒരു ദിവസം ഒരു ലതാമങ്കേഷ്കർ പാട്ട് കേൾക്കാൻ കഴിഞ്ഞില്ലെങ്കിൽ ആ ദിനത്തിനു ഒരപൂർണതയില്ലേ എന്നു ഞാൻ സംശയിച്ചുപോകാറുണ്ട്. കോളേജ് വിദ്യാഭ്യാസത്തിനു മുൻപ് സിനിമാഗാനങ്ങൾ പ്രത്യേകിച്ച് ഹിന്ദി ഗാനങ്ങൾ കേൾക്കാൻ പറ്റിയില്ല എന്നത് നേരത്തെ സൂചിപ്പിച്ചിരുന്നല്ലോ. കോളേജിലെത്തിയപ്പോൾ റേഡിയോവിലൂടെയും വിദ്യാർത്ഥികൾ അവതരിപ്പിച്ച ചില കലാപരിപാടികളിലൂടെയും ഹിന്ദിഗാനങ്ങൾ കേൾക്കാൻ പറ്റി. അപ്പോഴാണ് ലതയുടെ "ആജാരേപരദേശി"യും, 'യെസിന്ദഗിഉസികി'യും റാഫിയുടെ 'തേരി പ്യാരി' എന്നീ ഗാനങ്ങളെല്ലാം കേട്ടത്. മുകേഷിന്റെ 'ശാരംഗാതേരി'യും 'ആംസുംഭരിഹെ'യും ഇഷ്ടഗാനങ്ങളായി. പക്ഷേ, ലതയുടെ പാട്ടുകൾ കേൾക്കുമ്പോൾ ഒരവാച്യാനുഭൂതി തുടക്കത്തിലേ അനുഭവപ്പെട്ടിരുന്നു. പോകെ പോകെ 'മുഗൾഇഅസമി'യിലെ ലതയുടെ അഞ്ച് പാട്ടുകളും 'കോഹിന്നൂരി'ലെ ലതാ-റാഫി ഗാനങ്ങളും എന്റെ ഹൃദയത്തെ അക്ഷരാർത്ഥത്തിൽ കീഴടക്കി. ഫാറൂക്ക് കോളേജിൽ 1961ൽ പ്രീ യൂനിവേഴ്സിറ്റിയ്ക്ക് ചേർന്നതോടെയാണ് ഹിന്ദി ചിത്രങ്ങൾ കാണാൻ സന്ദർഭം ലഭിച്ചത്. ഞാൻ ആദ്യമായി കണ്ട ഹിന്ദിചിത്രം രാജ്കപൂറിന്റെ "ജിസ് ദേശ് മെ ഗംഗാ ബഹതിഹെ" ആണ്. ഇതിലെ മുകേഷിന്റെയും

ലതയുടെയും ഗാനങ്ങൾ ഒറ്റ ശ്രവണത്തിൽതന്നെ ഇഷ്ടംതോന്നി. ഈ ചിത്രത്തിലെ ലതയുടെ "ഓംബസന്തിപവൻപ്യാരെ" വളരെ ഹൃദ്യമായി തോന്നി. പക്ഷേ, ഇതിൽ കൂടുതൽ ഇഷ്ടം തോന്നിയത് മുകേഷിന്റെ വിഷാദാത്മകമായ 'ആ അബ്ലൗട്ട്ചലേ' എന്ന ഗാനത്തിന്റെ പിന്നണിയിലുയർന്നുവരുന്ന ലതയുടെ "ആജാരേ" എന്ന ആലാപനമായിരുന്നു. മലയാളിയായ പത്മിനി അഭിനയിച്ച ഈ പടത്തിൽ അവരുടെ ചുണ്ടുകളിലൂടെ ഒഴുകിവരുന്ന ലതയുടെ "ബേഗാനിശാദിമെ" എന്ന ഗാനവും കോറസുകളും മറ്റും പെരുത്തിഷ്ടപ്പെട്ടു. ഹോസ്റ്റലിൽ നിന്നു വിവിധ്ഭാരതിയിലൂടെയും ബിനാക്കാഗീത് മാലികയിലൂടെയും കേട്ട ഗാനങ്ങളധികവും ലതയുടേയും റാഫിയുടേതുമായിരുന്നു. 'മുഗൾഇഅസമി'ലെ ലതയുടെ രണ്ട് പ്രശസ്തഗാനങ്ങൾ അന്നേ കേൾക്കാൻ പറ്റി. പക്ഷേ, എത്ര വർഷങ്ങൾ കഴിഞ്ഞാണ് നൗഷാദിന്റെ സംഗീതസിദ്ധിയാൽ അനുഗൃഹീതമായ ഈ പടം കാണാൻ കഴിഞ്ഞത്. അതും ദൂരദർശനിലൂടെ. ഇതേത്തുടർന്ന് ലതയുടെ മറ്റൊരു പ്രശസ്തമായ ഗാനം 'ആജാരെപരദേശി' (ചിത്രം മധുമതി) കേൾക്കാനുമിടയായി. ഈ ഗാനരംഗം പിന്നീട് ടി.വിയിൽ ആദ്യമായി കണ്ടപ്പോൾ കോരിത്തരിച്ചുപോയി. ദക്ഷിണേന്ത്യ ഹിന്ദി സിനിമയ്ക്ക് സംഭാവന ചെയ്ത സുന്ദരികളിൽ എനിക്കേറ്റവും ഇഷ്ടപ്പെട്ട വൈജയന്തിമാല രംഗത്തെത്തുന്ന ഈ ഗാനരംഗം എങ്ങിനെ മറക്കാൻ പറ്റും! ഞാനീ വരികൾ കുറിക്കുമ്പോൾ ദക്ഷിണേന്ത്യയുടെ മറ്റൊരു സംഭാവനയായ ഹേമമാലിനിയുടെ ഒരു ഗാനരംഗം മുന്നിലെ ടി.വി.യിലെ സൈൻസംഗീതിൽ പ്രത്യക്ഷപ്പെട്ടു. പത്മിനിയും ശ്രീദേവിയും രേഖയുമെല്ലാം ഹിന്ദിയിൽ തിളങ്ങിയ ദക്ഷിണേന്ത്യൻ നായികമാർ. ഇവരുടെയെല്ലാം ചുണ്ടിൽകൂടി ലതയുടെ എത്രയെത്ര ഗാനങ്ങൾ നാം കേട്ടിട്ടുണ്ട്. എന്റെ ബിരുദാനന്തരപഠനം കഴിയുമ്പോഴേക്കും ലതയുടെ പല പ്രശസ്തഗാനങ്ങളും റേഡിയോവിൽകൂടിയും തിയേറ്ററിൽ തിരശ്ശീലയിലും കണ്ടും കേട്ടും ആസ്വദിക്കാൻ പറ്റി. ജോലി സംബന്ധമായി കോഴിക്കോട് നഗരത്തിലെ ഒരു ലോഡ്ജിൽ താമസിക്കുമ്പോഴും ഒരു ചെറിയ ട്രാൻസിസ്റ്റർ സ്വന്തമാക്കിയപ്പോൾ കൂടുതൽ ഹിന്ദിഗാനങ്ങൾ കേൾക്കാൻ പറ്റി. 1983ൽ അരിക്കുളത്തെ സ്വന്തം വീട്ടിൽ താമസിച്ച് രണ്ടുവർഷം കഴിയുമ്പോഴേക്കും ഒരു ബ്ലാക്ക് ആന്റ് വൈറ്റ് ടി.വി. വാങ്ങി. ചിത്രഹാറിൽകൂടി ആഴ്ചയിൽ രണ്ടുതവണ ഹിന്ദി ചലച്ചിത്ര ഗാനങ്ങൾ ആസ്വദിക്കാൻ അവസരമുണ്ടായി. കുറച്ച് വർഷങ്ങൾക്ക് ശേഷം കളർ ടി.വി. വാങ്ങിയപ്പോൾ പലതും വർണശബളിമയോടെ കാണാൻ പറ്റി. ചിലപ്പോൾ പഴയ നല്ല ഹിന്ദി സിനിമകളും. അതിൽ ഇപ്പോഴും ഓർമയിൽ തങ്ങിനിൽക്കുന്നത് 'മുഗൾ ഇഅസം' എന്ന സുന്ദരമായ ചിത്രം കളറിൽ കണ്ടതാണ്. ഈ ചിത്രം റിലീസായത് കറുപ്പിലും വെളുപ്പിലുമായിരുന്നു. പിന്നീട് സാങ്കേതിക വിദ്യയുടെ ബലത്തിൽ അത്

കളറിലേക്ക് മാറ്റി എടുത്തു. അതാണ് കണ്ടത്. അതിൽ മധുബാല എന്ന നടി ലതയുടെ പ്രസിദ്ധമായ 'പ്യാർകിയാതോ' എന്ന ഗാനത്തിന്റെ ചുവടൊപ്പിച്ച് ചെയ്യുന്ന നൃത്തരംഗം എത്ര സുന്ദരമാണ്. അതിൽ ഒരു സ്ഥലത്ത് മധുബാലയുടെ നൂറുകണക്കിനു നൃത്തരൂപങ്ങൾ മിന്നി മറയുന്ന കൊട്ടാരത്തിന്റെ മേൽത്തട്ടിലേക്ക് അക്ബറായി അഭിനയിക്കുന്ന പൃഥിരാജ് കപൂർ നോക്കുന്ന ഒരു രംഗമുണ്ടല്ലോ. മൂകസാക്ഷിയായി ഒന്നും ചെയ്യാനാവാതെ അനാർക്കലിയുടെ പ്രണയിതാവായ സലീം രാജകുമാരന്റെ റോളിൽ ദിലീപ്കുമാർ. ഇതെല്ലാം നമ്മെ വികാരവിവശരാക്കുമെങ്കിലും ലതയുടെ പാട്ട് തന്നെ മുന്നിൽ. ഇതിലും ഹൃദയഭേദകമായ മറ്റൊരു ലതാഗാനമുണ്ടല്ലോ ഈ ചിത്രത്തിൽ. 'മുഹബത്ത് കിഝൂട്ടി' എന്ന ശോകാർദ്രമായ ഗാനം.

ഞാൻ ഒന്നാംവർഷ ബി.എസ്സിയ്ക്ക് പഠിക്കുമ്പോഴാണ് 'ബീസ് സാൽബാദ്' എന്ന ഹൊറർ ചിത്രം കോഴിക്കോട് ക്രൗൺ തിയേറ്ററിൽ റിലീസായത്. ഈ ചിത്രത്തിന്റെ സംഗീതസംവിധായകൻ ഹേമന്ത് കുമാർ. ഇതിൽ ലത പാടിയിട്ടുള്ള 'കഹിദീപ് ജലെ' എന്ന ഗാനം ഹൊറർ ഗാനങ്ങളുടെ മുൻപന്തിയിൽ തന്നെ. ഈ ചിത്രത്തിൽ വില്ലനായി പ്രതികാരമൂർത്തിയായി അഭിനയിക്കുന്നത് മൻമോഹൻകൃഷ്ണ എന്ന സ്വഭാവനടനായിരുന്നു. പേരക്കുട്ടിയായ വഹീദാ റഹ്മാനെക്കൊണ്ട് നേരത്തെ സൂചിപ്പിച്ച 'കഹി ദപ് ജലേ' ഒരു പ്രേതഗാനമെന്ന നിലയിൽ പാടിപ്പിച്ച് മന്ദം മന്ദം ഇരുട്ടിൽ നീങ്ങുന്ന ഒരു സീനുണ്ട് ഈ ചിത്രത്തിൽ. ഇത് പ്രേതമാണെന്ന് തെറ്റിദ്ധരിച്ച് വീട്ടിൽനിന്നും ഇറങ്ങിവരുന്ന സമീന്ദാർമാരെ പുലിനഖങ്ങളെക്കാൾ മൂർച്ചയുള്ള ഒരു വസ്തു പിടിപ്പിച്ച വലിയ ഗ്ലൗസുകൾകൊണ്ട് പിന്നിൽനിന്നു കഴുത്ത് ഞെരിച്ചു കൊല്ലുന്ന ആളാണ് മോഹൻകൃഷ്ണ. പാട്ടുകേട്ടുകൊണ്ട് പിന്നിലേക്ക് നടന്നുവരുന്ന സമീന്ദാർമാരെ കൊല്ലുന്നയാൾ. ഇയാളുടെ ഒരു മകളെ ബലാൽസംഗം ചെയ്ത് കൊന്ന ഒരു സമീന്ദാറോടുള്ള പ്രതികാരം പിന്നീട് തുടർച്ചയായി എത്തുന്ന സമീന്ദാർമാരെ കൊല്ലുന്ന കഥയാണ് 'ബീസ്സാൽ ബാദ്.' പിന്നിൽനിന്നും ഈ ഉറപ്പുള്ള കറുത്ത കൈയ്യുറകൾ ക്ലോസപ്പിൽ കാണിച്ച്, പേടിപ്പിക്കുന്ന ഒരു സംഗീതം കൂടിയാവുമ്പോൾ നാം ഞെട്ടിപ്പോകും. ഏതായാലും പൊതുവെ പേടിത്തൊണ്ടനായ എന്നെ ഈ ചിത്രവും പാട്ടും വല്ലാതെ സംഭ്രമത്തിലാക്കി. ഇത് മനസ്സിലാക്കിയ കുട്ടികൾ ഹോസ്റ്റലിൽ ഞാൻ ഉറങ്ങാൻ കിടന്നാൽ ഒരു ചങ്ങലകഷണം കൈയ്യിൽപിടിച്ച് ഗ്ലിം ഗ്ലിം എന്നു ശബ്ദമുണ്ടാക്കി എന്നെ പേടിപ്പിക്കാറുണ്ടായിരുന്നു. മാത്രമോ എന്റെ റൂംമേറ്റായിരുന്ന മോഹനൻ വലിയ കൈയ്യുറയും മുന്നിൽ ഒരു കഴുത്തുമായുള്ള ചിത്രം എന്റെ കിടയ്ക്കകെ രികിൽ ചുമരിൽ പെൻസിൽകൊണ്ട് വരച്ചുവെച്ചിരുന്നു. ഇന്ന് അതെല്ലാം ഓർക്കുമ്പോൾ എന്ത് രസം! ഈ ഹോസ്റ്റലിൽ തന്നെയാണ് തലേവർഷം

'രക്തരക്ഷസ്സ്' എന്ന തലക്കെട്ടിൽ മാതൃഭൂമി ആഴ്ചപ്പതിപ്പിൽ ഖണ്ഡശ മായി പ്രസിദ്ധീകരിച്ച ഡ്രാക്കുളയുടെ തർജ്ജമ വായിച്ച് പേടിച്ച് ഉറക്കം വരാതെ കിടന്നിരുന്നത്. ഏതായാലും അതോടെ ലതയുടെ പേരുകേട്ട മറ്റു പ്രേതഗാനങ്ങൾ കേൾക്കുമ്പോഴും ഒരു വിറയലായിരുന്നു. 'വോ കോൻ ഥി'യിലെ "നെനാബർസേയും" "കൊഹ്റയിലെ" "ജിജിംഭർസേയും" പോലെയുള്ള ഗാനങ്ങൾ. ഈ ഗാനങ്ങളെല്ലാം ശ്രവണഭംഗിയിൽ മുന്നിൽ തന്നെയാണെന്നത് മറ്റൊരു കാര്യം.

രണ്ടാം വർഷത്തിൽ രണ്ടു പ്രസിദ്ധ ഹിന്ദി ചിത്രങ്ങൾ കണ്ടതോർ ക്കുന്നു. രാജേന്ദ്രകുമാർ നായകനായിരുന്ന 'ആയിമിലൻകെബേല'യും, 'ആർസു'വും. ആദ്യത്തെതിൽ സ്ലിം ബ്യൂട്ടി എന്ന പേരിൽ അറിയപ്പെട്ടി രുന്ന സയിറാബാനു. ആർസുവിൽ നായിക പ്രസിദ്ധനടിയായ സാധനയും, രണ്ടിലും ലതയുടെ മനോഹരഗാനങ്ങൾ ഉണ്ടായിരുന്നു. ആദ്യത്തെതിൽ 'മെ കംസിൻഹൂം' എന്ന ഗാനവും ആർസുവിൽ 'അജിരൂട്ട് കർ അബ്', "ബേദർദി ബാല്മാ" എന്നീ ഗാനങ്ങളും വളരെ വേഗം ഹിറ്റുകളായി മാറി. പറഞ്ഞുവരുന്നതിതാണ്: ഇതോടെ ലത എന്റെ പ്രിയപ്പെട്ട ഗായി കയായി മാറി. 'ലവ് ഇൻ ടോക്കിയോ' എന്ന സിനിമയിലെ ലതയുടെ 'സയനോരാ സയനോരാ' എന്ന ഗാനമാണ് എന്റെ ഫോണിലെ റിങ്ങ് ടോൺ. ഇതിനുമുമ്പും ലതയുടെ ഗാനങ്ങൾ തന്നെയായിരുന്നു റിങ്ങ് ടോണുകൾ പലപ്പോഴായി.

'എ മാലിക്ക് തേരാ', 'ജ്യോതി കലശ് ചൽകെ', 'ഓ സജ്നാ' 'സുനോ സജ്നാ' എന്നീ ഗാനങ്ങൾ. 'ആയി മിലൻ കി ബേല'യിലെ ലത പാടിയ 'മെം കംസിൻ ഹൂം' എന്ന ഗാനം കേൾക്കുമ്പോൾ ഒരു തൂവൽസ്പർശ ത്തിന്റെ പ്രതീതി. വെറും തൂവൽസ്പർശമല്ല. ചന്ദനച്ചാറിൽ മുക്കിവീ ശുന്ന തൂവൽ വിശറിയുടെ സ്പർശംപോലെ, 'ആർസു' എന്ന ചിത്രത്തിൽ ലത പാടിയ "അജിരൂട്ട്കർ" എന്ന ഗാനവും എന്റെ ഇഷ്ടഗാനങ്ങളുടെ മുൻപന്തിയിൽതന്നെ. ഈ ഗാനം സാധന എന്ന നടിയുടെ ചുണ്ടിൽകൂടി ഒഴുകിവരുന്നത് ഒരു ഗസൽ ഛായയിലാണല്ലോ. അക്കാലത്ത് കോളേ ജ്കുമാരികളെ ഹരം പിടിപ്പിച്ചിരുന്നു. (പ്രത്യേകിച്ചും അവരുടെ ഹെയർ സ്റ്റൈൽ). ഈ നടിതന്നെയാണ് വർഷങ്ങൾക്കുശേഷം മാരകരോഗം പിടി പെട്ട് കീമോതെറാപ്പിയ്ക്ക് ശേഷം മുടിയെല്ലാം കൊഴിഞ്ഞ നിലയിലാ യപ്പോൾ മുറിക്കുള്ളിൽ അടച്ചുപൂട്ടിക്കഴിഞ്ഞിരുന്നത്. അത് കാലത്തിന്റെ വികൃതികൾ. പൂന്താനം പാടിയിട്ടുണ്ടല്ലോ ഇതിനെക്കുറിച്ചെല്ലാം. വളരെ മുൻപ് തന്നെ ഞാൻ അദ്ധ്യാപകനായി ക്രിസ്ത്യൻ കോളേജിൽ ചേർന്ന പ്പോൾ അവിടെ ലതയുടെ ഗാനങ്ങൾ വളരെ നന്നായി പാടുന്ന ഒരു പെൺകുട്ടിയുണ്ടായിരുന്നു. മഞ്ജുള മാത്യൂസ്. ആവർഷത്തെ കോളേജ് ഡേയ്ക്ക് പാടുമെന്നറിഞ്ഞപ്പോൾ ഞാൻ അവരോട് 'അജിരൂട്ട്' എന്ന ഗാനം പാടിക്കൂടേ എന്നു ചോദിച്ചു. അദ്ഭുതമെന്നു പറയട്ടെ അവർ

അങ്ങനെ ചെയ്തു. കോളേജ് പഠനം പൂർത്തിയാക്കി അവർ കുറച്ച് കാലം കോഴിക്കോട് ആകാശവാണിയിൽ ഉണ്ടായിരുന്നു. പിന്നീട് എവിടേയ്ക്കാണ് പോയതെന്നറിയില്ല. ഇതേവർഷം ബിഎസ്സി - കെമിസ്ട്രി അവസാനവർഷ വിദ്യാർത്ഥികളുടെ വിടവാങ്ങൽ പരിപാടിയിൽ അതിൽ ഒരു വിദ്യാർത്ഥിനിയായിരുന്ന സ്വാതി ഞാൻ ആവശ്യപ്പെട്ടതനുസരിച്ച് 'ചിരാഗി'ൽ ലത പാടിയ "തേരി ആംഖോം കേസിവാ" എന്ന ഗാനം പാടിയതും ഓർമയിലുണ്ട്. പക്ഷേ, ഈ ഗാനം ലത പാടിയതിനേക്കാൾ എനിക്കിഷ്ടം റാഫിയുടെ ആലാപനത്തിൽ കേൾക്കുന്നതാണ്.

ഏതാണ്ടിതേ കാലഘട്ടത്തിൽതന്നെയാണ് എന്റെ കൂടെ കോഴിക്കോട്ടെ ഒരു ലോഡ്ജിൽ സഹമുറിയനായി താമസിച്ചിരുന്ന ബോട്ടണി അദ്ധ്യാപകൻ കുമാരൻ ഒരു ചലച്ചിത്രം നിർബന്ധമായും കാണണമെന്നുള്ള മുഖവുരയോടെ എന്നെ കോറണേഷൻ തിയേറ്ററിലെത്തിച്ചത്. പ്രശസ്തനായ സംവിധായകനും നടനുമായിരുന്ന ശാന്താറാമിന്റെ "ദൊ ആംഖേം ബാരഹ് ഹാത്ത്". ചിത്രത്തിൽ അദ്ദേഹത്തിന്റെ ഭാര്യ സന്ധ്യയാണ് നായിക. കലാപരമായി ഉയർന്നുനിൽക്കുന്ന ചിത്രത്തിൽ ലതയുടെ മനോഹരമായ ഭജൻ രൂപത്തിലുള്ള ഗാനം സന്ധ്യയുടെ ചുണ്ടുകളിൽകൂടി ഒഴുകിവരുന്നു. "എ മാലിക്" എന്നു തുടങ്ങുന്ന ഗാനം. മെലഡികളുടെ രാജാവ് എന്നു വിളിക്കാവുന്ന ബസന്ത് ദേശായിയുടെ ഏറ്റവും ഹൃദ്യമെന്നു കരുതാവുന്ന ഈ ഗാനം തുടങ്ങുന്നത് സുന്ദരമായ ഒരു ഹമ്മിങ്ങോടെയാണ്. ഇത് കേൾക്കാൻവേണ്ടി മാത്രം, ഈ ഗാനം എത്ര തവണയും കേൾക്കാൻ ഞാൻ തയ്യാറാണ്. ഇതേ ചിത്രത്തിൽ ലതയുടെ പ്രസിദ്ധമായ ഒരു താരാട്ട്പാട്ടുമുണ്ട്. "മെഗാവും തുചുപ് ഹോജാ" എന്നു തുടങ്ങുന്ന താരാട്ട്പാട്ട്. ഹിന്ദി ചലച്ചിത്രലോകത്തെ എല്ലാ പ്രമുഖ സംഗീതസംവിധായകരുടേയും ഇഷ്ടഗായികയായിരുന്നല്ലോ ലത ഏറെക്കാലം. ഒരാളൊഴിച്ച്. അതേപ്പറ്റി പിന്നീട് പറയാം. ബസന്ത് ദേശായി, സി രാംചന്ദ്, ഖയ്യാം, ശങ്കർ ജയ്കിഷൻ, നൗഷാദ്, മദൻ മോഹൻ, റോഷൻ, രവി, സലിൽ ചൗധരി, ലക്ഷ്മികാന്ത് പ്യാരിലാൽ, കല്ല്യാൺ ജി ആനന്ദ് ജി, അർജ്ജുനൻ എന്നുവേണ്ട എല്ലാവരും. ഇക്കൂട്ടത്തിൽ ഒരാളും ലതയും കൂടിയുള്ള കോമ്പിനേഷൻ വളരെ പ്രസിദ്ധമാണല്ലോ. മദൻമോഹൻ - ലത കൂട്ടുകെട്ട്. എത്ര സുന്ദരമായ ഗാനങ്ങൾ. ഈയടുത്തകാലത്ത് മാതൃഭൂമി ചാനലിൽ അവതരിപ്പിക്കാറുള്ള "ചക്കരപ്പന്തലി"ൽ ചിത്രാ അയ്യർ എന്ന ഗായിക ഈ കൂട്ടുകെട്ടിനെ മാനദണ്ഡമാക്കി ഒരു പരിപാടി അവതരിപ്പിച്ചത് കേട്ടിരുന്നു. അവർ പരിപാടി തുടങ്ങിയതിങ്ങനെയായിരുന്നു. മലയാളത്തിൽ, ബാബുരാജ്/ജാനകിപോലെ, തമിഴിൽ എം.എസ്. വിശ്വനാഥൻ/പി. സുശീല പോലെ ഒരുപക്ഷേ, അതിലും മുന്നിൽ നിൽക്കാവുന്ന ഒരു കോമ്പിനേഷനാണ് മദൻമോഹൻ/ലത പാട്ടുകൾ. അന്നു

അവർ പ്രത്യേകം എടുത്ത് പറഞ്ഞ ഈ കോമ്പിനേഷനിലെ ചില പാട്ടുകളിതാ.

1. തേരി ആഖോംസെ. ചിത്രം : ചിരാഗ്
2. ലഗ്ജാഗലെ. ചിത്രം. വോ കോൻഥി
3. സരാസി ചിത്രം : ഹഖീഖത്ത്
4. നൈനാ ബർസെ ചിത്രം : വോകോൻഥി
5. നൈനോം മേ „ മേരാസായ
6. ആപ്കി നസ്രോസെ „ അൻപട്
7. ഭ യ്യാനാ „ ദസ്തക്
8. ഹംപ്യാർ മെ „ ജയിലർ
9. തൂജഹാം „ മേരേസായ

ഇനിയും ചില ഗാനങ്ങൾ കൂടി ഉണ്ടായിരുന്നു. എല്ലാം ഓർക്കുന്നില്ല. ഇതിൽ ഒരു ഗാനമൊഴിച്ച് ബാക്കി എല്ലാം എന്റെ ശേഖരത്തിലുണ്ടായിരുന്നു. ജയിലറിലെ "ഹം പ്യാർ മെ" എന്ന ഗാനം അന്നുതന്നെ ഡൗൺലോഡ് ചെയ്തു. ഈ പറഞ്ഞ ഗാനങ്ങളെല്ലാം പ്രഭാതത്തിൽ ഒന്നിച്ച് കേൾക്കാൻ കഴിഞ്ഞാൽ ആ ദിവസം ധന്യമാകാൻ ഇനി എന്തു വേണം! തേങ്ക് യു ചിത്ര അയ്യർ.

ചക്കരപ്പന്തൽ എന്ന പരിപാടിയുടെ നെടുംതൂൺ രവിമേനോൻ ആണല്ലോ. അദ്ദേഹം മദൻമോഹൻ - ലത കൂട്ടുകെട്ടിനെ വിശേഷിപ്പിച്ചത് ആത്മബന്ധത്തിന്റെ രസതന്ത്രം എന്നാണ്. ഈ വിശേഷണവും പ്രത്യേക പ്രശംസയർഹിക്കുന്നു. മലയാളത്തിൽ ലതാമങ്കേഷ്കറെ പറ്റി അധികം പുസ്തകങ്ങൾ പുറത്തിറങ്ങിയിട്ടുണ്ടോ എന്നറിയില്ല. ഞാനാകെ വായിച്ചത് ജമാൽ കൊച്ചങ്ങാടിയുടെ "ലതാമങ്കേഷ്കർ-സംഗീതവും ജീവിതവും" എന്ന ഗ്രന്ഥം മാത്രമാണ്. അത് വളരെ നിഷ്കർഷത പുലർത്തി എഴുതിയ ഒരു കൃതിതന്നെ. ചലച്ചിത്രഗാനങ്ങളെപ്പറ്റി പഠനങ്ങൾ എഴുതുന്ന രവിമേനോൻ ലതയെപ്പറ്റി പുസ്തകമെഴുതിയിട്ടുണ്ടോ എന്നെനിക്കറിയില്ല. അദ്ദേഹത്തിന്റെ മറ്റു ചില പുസ്തകങ്ങൾ വീട്ടിലുണ്ടുതാനും. 2001ൽ കോളേജിൽ നിന്നും പിരിഞ്ഞതിനുശേഷം കോഴിക്കോട് നഗരവുമായുള്ള ബന്ധം പരിമിതമാണ്. വളരെ അത്യാവശ്യത്തിനുമാത്രം പോയാൽ സമയം ബാക്കിയുണ്ടെങ്കിൽ ഞാനും ഭാര്യയുംകൂടി ഒന്നു മിഠായിതെരുവിൽ കറങ്ങും. ഉച്ചയ്ക്കുശേഷം കൊയിലാണ്ടിയിൽനിന്നു എന്റെ ഗ്രാമത്തിലേയ്ക്കുള്ള ബസ്സ് യാത്ര ദുഷ്കരമാണ്. അതുകൊണ്ട് പുസ്തകശാലകളധികം സന്ദർശിക്കാറില്ല. മാത്രമല്ല പ്രായത്തിന്റെ

പ്രശ്നങ്ങൾ സ്ഥിരംവായനയെ വല്ലാതെ ബാധിച്ചിട്ടുമുണ്ട്. എന്നാലും കോവിഡ് ഒന്നുമാറി നിന്നാൽ നഗരത്തിലെത്തി പുസ്തകശാലകളിൽ കയറി ഇറങ്ങുക എന്നതിനായിരിക്കും മുൻഗണന. അതെ എനിക്കെത്തണം, കഴിയുംവേഗം ഡി.സി. ബി.യിലും, പൂർണയിലും, ഒലീവിലും, കോസ്മോയിലും മറ്റും മറ്റും... എന്തായാലും ലതയെപ്പറ്റി ഏതെങ്കിലും പുസ്തകം കണ്ടാൽ ഇനിയും വാങ്ങും, വായിക്കും. ഒന്നുകൂടി സൂചിപ്പിക്കട്ടെ. ലതാമങ്കേഷ്കർ എന്ന വ്യക്തിയെപ്പറ്റി പല വിമർശനങ്ങളും നേരിട്ടും മാസികകളിൽകൂടിയും ഞാൻ മനസ്സിലാക്കിയിട്ടുണ്ട്. ബോംബെക്കാരൻ സ്ഥിരവാസിയുടേതടക്കം, അനിയത്തി ആശയെക്കൂടി രംഗത്തെത്താൻ അവർ വഴി തെളിയിച്ചില്ലെന്നും പലരുടെയും മുന്നോട്ടുള്ള വളർച്ചയ്ക്ക് അവർ വിഘാതമായി നിന്നെന്നും മറ്റും. ഇതിലെല്ലാം അല്പമെങ്കിലും വാസ്തവമുണ്ടാവാം. ഏതായാലും റാഫിയുമായി അല്പകാലത്തേക്കും ഒ.പി. നയ്യാറുമായി ഇതേവരെയും അവർ സമരസപ്പെട്ടുപോയില്ലെന്നുമറിയാം. പക്ഷേ, അതുകൊണ്ടൊന്നും ഒരു ഗായിക എന്ന നിലയിൽ എനിക്കവരെ ഇഷ്ടപ്പെടാതിരിക്കാൻ കഴിയുന്നില്ല. അവർ ഭാരതത്തിന്റെ അഭിമാനമല്ല; ലോകത്തിന്റേതുകൂടിയാണ്. എന്തായാലും എന്റെ പ്രിയ ഗായികയുടെ എനിക്കേറ്റവും ഇഷ്ടപ്പെട്ട അമ്പത് പാട്ടുകളുടെ ലിസ്റ്റിതാ ... ഇതിലും നല്ല ഗാനങ്ങൾ വേറെയുമുണ്ട്. പക്ഷേ, എന്തിനും ഒരൗചിത്യബോധമുണ്ടല്ലോ. അതുകൊണ്ടാണ് നമ്പർ ചുരുക്കുന്നത്.

	ഗാനം	ചിത്രം	സംഗീതസംവിധായകർ
1	യെ സിന്ദഗി ഉസികി	അനാർക്കലി	സി. രാംചന്ദ്
2	ഓസജ്നാ	പരഖ്	സലിൽ ചൗധരി
3	ആപ്കി നസറോം	അൻപട്	മദൻമോഹൻ
4	ജ്യോതികലശ്	ഭാഭികി ചുടിയ	സുധീർ ഫാൽക്കെ
5	ഹേമാലിക്	ദോ ആഖേംബാരഹ്	
		ഹാത്ത്	ബസന്ത് ദേശായി
6	മുഹബത്ത് കി ഝൂട്ടി	മുഗൾ ഇ അസം	നൗഷാദ്
7	സുനോസജ്നാ	ആയേദിൻ ബഹാർകി	ലക്ഷ്മികാന്ത്/പ്യാരിലാൽ
8	കഹിദീപ് ജലെ	ബീസ്സാൽ ബാദ്	ഹേമന്ത്കുമാർ
9	രസിക് ബാൽമാ	ചോരി ചോരി	ശങ്കർ ജയ്കിഷൻ
10	നഗരി നഗരി	മദർ ഇന്ത്യ	നൗഷാദ്
11	ആജാരേ പരദേശി	മധുമതി	സലിൽ ചൗധരി
12	നൈനോ മെ	മേരെസായ	മദൻ മോഹൻ

13	അജിരൂട്ട്കർ	ആർസു	ശങ്കർ ജയ്കിഷൻ
14	ഭയ്യാനാഡരോ	ദസ്തക്	മദൻമോഹൻ
15	തുഹി മേരെമന്ദിർ	ഖാൻദാൻ	രവി
16	സെറാദിസെറാദി	നൂർജഹാൻ	റോഷൻ
17	തേരാജാന	അനാഡി	ശങ്കർ ജയ്കിഷൻ
18	വോചാന്ദ്കിലാ	,, ,,	,, ,,
19	കൊയിനഹി ഹെ	അനുപമ	ഹേമന്ത്കുമാർ
20	മൻഡോലെ	നാഗിൻ	,, ,,
21	ജാ ദുഗർ സയ്യാ	,,	,, ,,
22	നജാഹെക്യാ	ദർദ്	ഖയ്യാം
23	ദിൽതോഡ് നെവാലേ	രാത്ത്കി റാണി	ഹൻരാജ് ബെഹൽ
24	തുജഹാം ചലെ ഗാ	മേരെസായ	മദൻമോഹൻ
25	ഹംപ്യാർകെ	ജയിലർ	,, ,,
26	പരദേശിയോം കെ	ജബ് ജബ് ഫൂൽഖിലേ	കല്ല്യാൺജി ആനന്ദ്ജി
27	സിന്ദഗിബർനഹി ഭൂലേഗാ	ബർബാത്ത്കിരാത്	റോഷൻ
28	മെകംസിൻ ഹോ	ആയിമിലൻകിബേല	ശങ്കർജയ്കിഷൻ
29	ബെദർദി ബാൽമ	ആർസു	,, ,,
30	ആയേഗാ ആയേഗാ	മഹൽ	ഖേംചന്ദ്
31	സത്യം ശിവം സുന്ദരം	സത്യം ശിവം സുന്ദരം	ലക്ഷ്മികാന്ത് പ്യാരിലാൽ
32	ചൽതേ ചൽതേ	പക്കീസ	ഗുലാം മുഹമ്മദ്
33	ബൽമാഅനാരി	ബഹുറാണി	സി. രാമചന്ദ്ര
34	ബൽകാമാനേന	ഓപ്പറ ഹൗസ്	ചിത്രഗുപ്ത
35	നദിയേകിനാരേ	അഭിമാൻ	എസ്.ഡി. ബർമൻ
36	സാജൻ ബിനാ	മുനിംജി	,, ,,
37	ജിയാനാ ലാഗേ	ബുഡ്ഡാമിൽ ഗയാ	ആർ.ഡി. ബർമൻ
38	പ്യാർകിയാതോ	മുഗൾ തു അസം	നൗഷാദ്
39	അള്ളാതേരാനാം	ഹം ദോനോ	ജയ്ദേവ്
40	അയ്ദിൽ രുബാ	റസ്തം സൊറാബ്	സജ്ജാദ് ഹുസൈൻ

41	ബാഹോം മെ ചലെ	അനാമിക	ആർ.ഡി. ബർമൻ
42	ബർസാത്ത് മെ ഹംസെ	ബർസാത്ത്	ശങ്കർ ജയ്കിഷൻ
43	പവൻ ദിയാ	ഡോ: വിദ്യ	,, ,,
44	തേരേസുർ ഔർ		ഉഡിഷെഹ്നായ്
	മേരേ ഗീത്	ഗുഞ്ജ്	വസന്ത് ദേശായി
45	ദിൽ കെദിയാ	ആകാശ് ദീപ്	ചിത്രഗുപ്ത
46	ഓനിർദയി പ്രീതം	സ്ത്രീ	സി. രാമചന്ദ്ര
47	ലഗ്ജാഗലെ	വോകോൻഥി	മദൻ മോഹൻ
48	കൊയിമത്ത് വാല	ലവ് ഇൻ ടോക്കിയോ	ശങ്കർ ജയ്കിഷൻ
49	രജനിഗന്ധ	രജനീഗന്ധ	സലിൽ ചൗധരി
50	ദിൽ ഹും ഹും	രുദാലി	ഭൂപൻ ഹസാരിക

2. മുഹമ്മദ് റാഫി

സന്തോഷ് ജോർജ്ജ് കുളങ്ങരയുടെ സഫാരി ചാനലിൽ ജോൺ പോൾ എന്ന തിരക്കഥാകൃത്ത് കൈകാര്യം ചെയ്യുന്ന "സ്മൃതി" എന്ന പരിപാടി പലരും കണ്ടിരിക്കുമല്ലോ. മൺമറഞ്ഞുപോയ പ്രതിഭകളെ ഓർമിച്ചെടുക്കുന്ന ഈ പരിപാടി എനിക്ക് വളരെ ഇഷ്ടമാണ്. അതിൽ മുഹമ്മദ് റാഫിയെപ്പറ്റിയുള്ള എപ്പിസോഡിൽ ജോൺപോൾ റാഫിയെ വിശേഷിപ്പിച്ചതെങ്ങിനെയാണെന്നോ സ്വരമാധുരിയുടെ ദൈവികത യ്ക്കുള്ള അസ്സൽ ഉദാഹരണമാണ് റാഫി എന്നാണ്. എത്ര അനുയോ ജ്യമായ പദസഞ്ചയം! ഇതിനോട് ഞാൻ പൂർണമായും യോജിക്കുന്നു. ഒരുപക്ഷേ, ഭാരതം മുഴുവൻ ആദരിക്കപ്പെടുന്ന ഗായകരിൽ മുമ്പനായി രിക്കണം റാഫി. ഘനഗംഭീരമായ ശബ്ദം. ഭാവമാറ്റത്തിനനുസരിച്ചുള്ള ശബ്ദനിയന്ത്രണത്തിൽ മുമ്പരിൽ മുമ്പൻ. പ്രണയഗാനമായാലും വിര ഹഗാനമായാലും ദേശഭക്തിഗാനമായാലും ഏതുതരം പാട്ടായാലും അതി നനുസരിച്ച് തൊണ്ടയെ നിയന്ത്രിക്കാൻ കഴിവുള്ള മന്ത്രജാലക്കാരൻ. റാഫിയെപ്പറ്റി പറഞ്ഞുതീർക്കാൻ ആയിരം നാവ് വേണ്ടിവരും, പ്രത്യേ കിച്ച് കോഴിക്കോട്ടുകാർക്ക്. വെർസറ്റയിൽ സിംഗർ എന്ന വിശേഷണം ഇദ്ദേഹത്തിനല്ലാതെ മറ്റാർക്ക് ഇതു ചേരും. അതിന്റെ യഥാർത്ഥത്തിൽ, ഹിന്ദി ചലച്ചിത്രരംഗത്തെ പഴയ പ്രമുഖഗായകരെ ഒന്നോർത്ത് നോക്കൂ. അർദ്ധശാസ്ത്രീയ സംഗീത ലേബലിലുള്ള ഗാനങ്ങൾ പാടാൻ മന്നാ

ഡെയ്ക്ക് ഒരു പ്രത്യേക കഴിവുണ്ട്. വിഷാദരസം തുളുമ്പിനിൽക്കുന്ന ഗാനങ്ങൾ പാടാൻ മുകേഷ് തന്നെ മുൻപൻ. ഗസൽ ശൈലിയിലുള്ള തലത്ത് മെഹമുദീന്റെ ഗാനാലാപനം ഒന്നു വേറെത്തന്നെ. ജോളിമൂഡിലുള്ള പാട്ട് കിഷോർകുമാർ നന്നായി പാടുമെന്നല്ലേ കിഷോർകുമാറിനെപ്പറ്റി പലരും പറയാറുള്ളത്. നീണ്ടുനിൽക്കുന്ന ഹമ്മിങ്ങുകൾ ആലപിക്കാൻ മഹേന്ദ്രകപൂറിനുണ്ട് ഒരു പ്രത്യേകപാടവം. ഇതിൽനിന്നെല്ലാം വിഭിന്നമാണ് ഭാവസാന്ദ്രമായ ഹേമന്ത്കുമാറിന്റെ ആലാപനശൈലി. പക്ഷേ, കവി പാടിയപോലെ ഇതെല്ലാം ഒരാളിൽ ഒത്തു കാണണമെങ്കിൽ നിങ്ങളൊന്നുചെയ്യൂ. വളരെ വിശദമായി റാഫിയുടെ വിവിധ ഗാനങ്ങളൊന്നു ശ്രദ്ധിക്കൂ. വർഷങ്ങളോളം ഹിന്ദി ചലച്ചിത്രരംഗത്തെ മുടിചൂടാമന്നനായി വാണിരുന്ന റാഫിയുടെ നൂറുകണക്കിനുള്ള പാട്ടുകൾ. വെറുതെയാണോ നമ്മുടെ രണ്ട് പ്രസിദ്ധഗായകർക്കും (യേശുദാസിനും ജയചന്ദ്രനും) ഏറ്റവും പ്രിയപ്പെട്ട ഗായകൻ റാഫിയാണെന്നു അവർ പല അവസരത്തിലും തുറന്നുപറഞ്ഞിട്ടുള്ളത്!

റാഫി ആരാണെന്നറിയാതെ ഹിന്ദി പാട്ടുകളെപ്പറ്റി ഒരു ചുക്കും അറിഞ്ഞുകൂടാത്ത കാലത്ത് ഒരു റാഫി പാട്ട് കേൾക്കാനിടയായിട്ടുണ്ട്. എന്റെ വീട്ടിനടുത്തുള്ള ഒരു കല്യാണവീട്ടിൽ ലൗഡ് സ്പീക്കർ സെറ്റിൽ കൂടി കേട്ട ഒരു ഗാനം "സുനോഠനോ" തുടങ്ങുന്ന മഹാത്മാഗാന്ധിയെപ്പറ്റിയുള്ള ഗാനം. ഫാറൂക്ക് കോളേജിലെ ഹോസ്റ്റൽ താമസക്കാലത്ത് ഉണ്ടായ ഒരനുഭവം പങ്കുവെയ്ക്കട്ടെ. അന്നു ഞാൻ ഫാറൂക്ക് കോളേജിലെ വിദ്യാർത്ഥി ആയിരുന്നില്ല. അവിടെ താൽക്കാലികമായി പ്രവർത്തിച്ചിരുന്ന കാലിക്കറ്റ് യൂനിവേഴ്സിറ്റി കെമിസ്ട്രി ഡിപ്പാർട്ട്മെന്റിൽ എം.എസ്സിയ്ക്ക് പഠിക്കുന്ന കാലം. ഒരു വിദ്യാർത്ഥി സുഹൃത്ത് എന്നോട് മെഹഫിൽ കേൾക്കാൻ പോരുന്നോ എന്ന് ചോദിച്ചു. റാഫിയുടെ പാട്ടിൽ പ്രത്യേകിച്ച് താൽപര്യമുണ്ടെന്നറിയുന്ന ബി.എയ്ക്ക് പഠിക്കുന്ന ഷെറീഫ് എന്ന സുഹൃത്തിന്റെ ക്ഷണം നിരസിക്കാൻ പറ്റിയില്ല. പഠിക്കാൻ ഒരുപാട് ഉണ്ടായിരുന്നിട്ടും ഞാനും പോയി ഒരു മെഹഫിൽ കേൾക്കാൻ. ഷാരൂക്ക് പേട്ടയിലെ ഒരു കെട്ടിടത്തിൽ. കൂട്ടത്തിൽ എന്റെ റൂമിന്റെ തൊട്ടടുത്തു താമസിക്കുന്ന മുഹമ്മദ് കോയയും. സത്യം പറയട്ടെ, പഠനം കഴിഞ്ഞതിനുശേഷം ഇവരെ രണ്ടാളെയും ഇതുവരെ കാണാൻ കഴിഞ്ഞിട്ടില്ല. രാത്രിയിലെ ഭക്ഷണം എടുത്ത് വെക്കണേ എന്നു കുക്കിനോടപേക്ഷിച്ച് ഞങ്ങൾ രാത്രി ഏഴുമണിയോടെ പേട്ടയിലെ ഒരു സൗകര്യവുമില്ലാത്ത ലോഡ്ജ്മുറിയിലെത്തി. കഷ്ടിച്ച് ഇരുപതോളം പേർക്ക് ഒതുങ്ങിയിരിക്കാം. പൊളിഞ്ഞ ബെഞ്ചുകൾ, മുന്നിൽ ഒരു വയസൻ

കസേരയും. ഏതു സമയത്തും നിലംപതിക്കുമെന്നു തോന്നിപ്പോകുന്ന ഒരു മേശയും. ഇതിലും ഭേദമായിരുന്നു 'ശാരദ' എന്ന നോവലിൽ ചന്തു മേനോൻ വിവരിച്ചു കാട്ടിയ "വക്കീലന്മാരുടെ കൊളമ്പ്", ഞങ്ങളെത്തിയപ്പോൾ അവിടെ ഒരു പടുവൃദ്ധനും മദ്ധ്യവയസ്കരായ നാലഞ്ച് പേരും. ടേബിളിൽ പൂപ്പ് പിടിച്ച ഒരു ഹാർമോണിയം. എട്ടുമണിയോടെ നാലഞ്ചുപേർ കൂടി എത്തി. ആരാണ് പാടുന്നതെന്ന ആകാംക്ഷയോടെ ഞങ്ങൾ. അതാ വൃദ്ധൻ ഹാർമോണിയത്തിൽ ശ്രുതിമീട്ടുന്നു. വായിൽ പല്ലുകൾ കുറവാണ്. ഇയാൾക്കെങ്ങിനെ നന്നായി പാടാനാവും എന്നാ എന്റെ സംശയം. ആദ്യത്തെ പാട്ടുപാടിയപ്പോൾ തന്നെ തല കുലുക്കിപ്പോയി. "ഭഗവാൻ ഓദുനിയാകെരഖ്വാലെ" എന്ന ഗാനം. അതിനുശേഷം 'കോഹിന്നൂരി'ലെ റാഫിയുടെ പ്രശസ്തമായ 'മധുബൻ മേരാധികാ' എന്ന ഗാനം. റാഫിയുടെ സ്വരഗാംഭീര്യമില്ല എന്നുതന്നെ പറയാം. അതൊഴിച്ച് പാട്ടുകൾ തീരെ മോശമായില്ല. സ്വരവിസ്താരത്തിലും അത്ര മികച്ചതായിരുന്നില്ല എന്നു പറയാം. എല്ലാംകൂടി ഒരാനച്ചന്തം. അന്ന് അദ്ദേഹം എത്ര പാട്ടുകൾ പാടിയിരുന്നു എന്നോർമയില്ല. നാലുവർഷങ്ങൾക്ക് മുൻപ് പ്രസിദ്ധിനേടിയ "ദോസ്തി" എന്ന സിനിമയിലെ എല്ലാ റാഫിപ്പാട്ടുകളും പാടിയിരുന്നെന്നു തോന്നുന്നു. ഇടയ്ക്ക് മറ്റു ചിലരും റാഫിയുടെ ഓരോ പാട്ട്. അവസാനറൗണ്ടിൽ റാഫിയുംകൂടി ഭാഗഭാക്കായ ചലച്ചിത്രഖവാലി ഗാനങ്ങൾ. പത്തുമണിക്കാണ് പരിപാടി അവസാനിച്ചത്. ഹാർമോണിയത്തിന്റെ കൂടെ എവിടെനിന്നോ ഒരു തബലയുമേന്തിയിരുന്ന വേദിയിൽ ആ രംഗവും സ്വരവുമെല്ലാം ഇന്നും മനസ്സിലുണ്ട്. പോരുമ്പോൾ ആ വൃദ്ധന്റെ കൈയ്യിൽ ഞങ്ങളോരോരുത്തരും അഞ്ച് രൂപയുടെ നോട്ടുകൾ ഏൽപിച്ചു. അന്ന് അഞ്ചുരൂപ എന്നാൽ ഒരുമാന്യമായ സംഖ്യയാണല്ലോ. അയാൾ അത് തല കുനിച്ച് സ്വീകരിച്ചു. ഇതിവിടെ ആഴ്ചയിൽ ഒരിക്കലെങ്കിലും നടക്കുമെന്നാണറിഞ്ഞത്. കോഴിക്കോട് പലയിടത്തും ഇത് പതിവാണത്രെ. ഹിന്ദി പാട്ടുകളോട് അത്ര പ്രേമമാണിവിടുത്തുകാർക്ക്. പ്രത്യേകിച്ചും റാഫിയുടെ പാട്ടുകളോട്. ഒരുകാലത്ത് ഇതായിരുന്നത്രെ കൊച്ചിയിലുമുള്ള സ്ഥിതി. ഖവാലിയെപ്പറ്റി സൂചിപ്പിച്ചല്ലോ. വിചിത്രമെന്ന് തോന്നാം. ഞാനും ഒരു ഖവാലി ഗാനാവതരണത്തിൽ ഭാഗഭാക്കായിട്ടുണ്ട്. ഫൈനൽ ബി എസ്സിയ്ക്ക് ഫാറൂക്ക് കോളേജിൽ പഠിക്കുന്ന കാലം. കോളേജിൽ ഹോസ്റ്റൽ ദിനാഘോഷത്തോടനുബന്ധിച്ച് ഞങ്ങളുടെ ഹോസ്റ്റലിൽ അന്ന് അവിടെയുള്ള ബി.എഡ് കോളേജിൽ പഠിക്കുന്ന അരവിന്ദാക്ഷൻ എന്ന ഒരു വിദ്യാർത്ഥിയുണ്ടായിരുന്നു. വടക്കെവിടെയോ ആണ്. റാഫിയുടെ പാട്ടുകൾ മനോഹരമായി പാടുന്ന ആൾ. വെറുതെ പാടുകയല്ല, റാഫിയുടെ പാട്ടുകൾ

ഇത്ര മനോഹരമായി വായ്പാട്ടായി പാടുന്ന മറ്റൊരാളെ ഞാൻ കണ്ടിട്ടില്ല. ആ വർഷം ഹോസ്റ്റൽഡേയിൽ ഞങ്ങളുടെ ഹോസ്റ്റലിലെ മത്സരത്തിൽ അരവിന്ദാക്ഷൻ സാർ ഒരു സോളോ മനോഹരമായി പാടി. 'ദോസ്തി' യിലെ 'ചാഹുംഗമേംതുജെ' എന്ന ഗാനം. അതിനുശേഷം ഒരു ഖവാലി ഗാനം അവതരിപ്പിക്കാനുദ്ദേശിച്ച് സാർ ഹോസ്റ്റലിലെ ഒരുവിധം പാടാറുള്ള ആറു പേർക്കുമായി പ്രാക്ടീസ് നടത്തി ദിവസങ്ങളോളം. മത്സര ദിവസം അതിലൊരാൾക്ക് എന്തോ കാരണത്താൽ നാട്ടിൽ പോകേണ്ടി വന്നു. ഞാൻ പ്രാക്ടീസ് ചെയ്യുമ്പോൾ സ്ഥിരം കാണിയായിരുന്നു. പലപ്പോഴും പാട്ടിന്റെ ഭംഗി ആസ്വദിച്ച് തലകുലുക്കാറുണ്ടായിരുന്നു. അതുകൊണ്ടാവാം സാർ എന്നോടു പറഞ്ഞു. ആറാമനായി കൂടണമെന്ന്. "അയ്യോ, എനിക്ക് പാട്ടിന്റെ വരികൾ മുഴുവനുമറിയില്ല" എന്ന എന്റെ പ്രതികരണത്തിലൊന്നും സാർ കുലുങ്ങിയില്ല. വരി ഓർമ്മയില്ലാത്തിടത്ത് വെറുതെ ചുണ്ടനക്കി കൈയ്യടിച്ചാൽ മതി. അങ്ങിനെ ഞാനുംകൂടി കോറസിൽ റാഫിയും മന്നാഡെയും മറ്റും പാടിയ "ഇഷ്ക് ഇഷ്ക് ഹെ" എന്ന പാട്ട്.

അങ്ങിനെ ആദ്യമായും അവസാനമായും ഞാൻ ഒരു പാട്ടിനോടനുബന്ധിച്ച് സ്റ്റേജിൽ കയറി. കോറസിനു സമ്മാനം കിട്ടിയില്ലെങ്കിലും സാറിന്റെ പാട്ടിനു പ്രത്യേകമായി സമ്മാനം കിട്ടി. ഇതോടനുബന്ധിച്ച് മറ്റൊരു അനുഭവം. ഹോസ്റ്റൽഡേ ആഘോഷത്തിൽ ഒരു നാടകമവതരിപ്പിച്ചിരുന്നു. കെ.ടി. മുഹമ്മദിന്റെ 'കറവറ്റ പശു' നാടകത്തിൽ ഒരു ശോകഗാനമായാലോ എന്നു ഡയറക്ടർക്ക് ഒരു സംശയം. അദ്ദേഹം ഒരു ചെറിയ സാഹിത്യകാരനായിരുന്നു. കാസിം വാടാനപ്പള്ളി. ഫറൂക്ക് ഹൈസ്കൂളിൽ അദ്ധ്യാപകനായിരുന്നു. ഞങ്ങൾ സാറിന്റെ പാട്ട് കേൾപ്പിച്ചു. ഇയാൾക്ക് വേണ്ടി ഞാനെഴുതുമെന്ന് സാർ. വേണ്ട ട്യൂണിനൊത്തു ഒരു പാട്ടു പാടൂ എന്നു അരവിന്ദാക്ഷനോട്. ഉടൻ റാഫിയുടെ "സോബാർജനം' എന്ന ഗാനം അദ്ദേഹം പാടി. ഒരു മണിക്കൂറിനുള്ളിൽ അവിടെവെച്ച് സാർ എഴുതി. "മിഴിനീരിനിത്തൂവുക നീ" എന്നു തുടങ്ങുന്ന ഗാനം. ഈ പാട്ട് അരവിന്ദാക്ഷൻ എന്ന അദ്ധ്യാപക വിദ്യാർത്ഥി നാടകത്തിൽ പാടിത്തീർന്നതോടെ കൈയ്യടിയുടെ ബഹളമായിരുന്നു സദസ്സിൽ. അതുകൂടി കൊണ്ടാവാം എനിക്ക് റാഫിയുടെ പാട്ടുകളിൽ "സോബാർജനം" എന്ന ഗാനം കേൾക്കുമ്പോൾ ഒരു പ്രത്യേകാനുഭൂതി.

ഞാൻ റാഫി പാടിയിട്ടുള്ള ഒരു ഹിന്ദി ചിത്രം കണ്ടത് 1961 ലാണെന്ന് മുമ്പ് സൂചിപ്പിച്ചിട്ടുണ്ടല്ലോ. 'സസുരാൽ' എന്ന ചിത്രത്തിലെ "തേരി പ്യാരി പ്യാരി' അന്നത്തെ ഹിറ്റുകളിലൊന്നായിരുന്നു. സത്യം

പറയട്ടെ റാഫി ഇതിനുമുമ്പ് പാടിയിട്ടുള്ള പ്രശസ്തഗാനങ്ങളധികവും പിന്നീടാണ് കേട്ടിട്ടുള്ളത്. "ഭഗവാൻ", 'ചൗദ് വീംൻകാചാന്ദ്', 'മധുബൻ മേരാധിക' "ടുട്ടേഹുവാഖാബോംസേ" മുതലായ പാട്ടുകൾ. ഓരോ അഭിനേതാവിനുവേണ്ടി പാടുമ്പോഴും അവർക്കനുയോജ്യമായ തരത്തിൽ ശബ്ദവൈവിധ്യം വരുത്തുന്നതിൽ റാഫിയ്ക്ക് ഒരു പ്രത്യേക കഴിവുണ്ടായിരുന്നു. താൻ പാടുന്ന പാട്ട് ഷമ്മി കപൂറിനുവേണ്ടിയാണെങ്കിൽ റിക്കാർഡിങ്ങ് വേളയിൽ റാഫിയുടെ ശരീരഭാഷപോലും മാറിപ്പോകുമായിരുന്നത്രെ. ഷമ്മിക്ക് വേണ്ടി പാടുമ്പോൾ റാഫിയ്ക്ക് ഒരു പ്രത്യേക ഉച്ചാരണശൈലി ഉണ്ടായിരുന്നല്ലോ. തനിക്ക് വേണ്ടി റാഫിയല്ലാതെ ആരും പിന്നണി പാടേണ്ട എന്നു ഷമ്മി കപൂറിനു നിർബന്ധമുണ്ടായിരുന്നുപോലും. 'ജംഗ്‌ലി', 'ഏൻ ഈവനിങ്ങ് ഇൻ പാരീസ്,' 'കാശ്മീർ കികലി', 'രാജ്കുമാർ', 'പ്രൊഫസ്സർ' എന്നീ ചിത്രങ്ങളിലെ റാഫി ഗാനങ്ങൾ പ്രത്യേക ഹരംപിടിപ്പിക്കുമായിരുന്നു ശ്രോതാക്കൾക്ക്. ഉച്ചസ്ഥായിയിലും താണസ്ഥായിയിലും റാഫിയെപ്പോലെ പാടാൻ മറ്റാർക്കും കഴിഞ്ഞിട്ടില്ലെന്നു തോന്നുന്നു. പ്രണയഗാനങ്ങൾ പാടുമ്പോൾ ഉച്ചാരണത്തിൽ ഒരു പ്രത്യേകത കൈവരുത്തും റാഫി. പ്രത്യക്ഷോദാഹരണമായി കിട്ടാൻ പറ്റുന്ന ഒരു പാട്ടുണ്ടല്ലോ 'സംഗം' എന്ന സിനിമയിൽ "യേമേരാ പ്രേംപത്ര്പഠ്കർ" എന്ന ഗാനം എത്ര മധുരോദാരമാണ്!

പഴയ ഹിന്ദി ചലച്ചിത്രഗാനങ്ങളുടെ സുവർണ ദശയായി ഞാൻ കണക്കാക്കുന്നത് 1950നുശേഷം റാഫി, ലത, മുകേഷ്, മന്നാഡെ, ആശാ ബോൺസ്‌ലെ, മഹേന്ദ്രകപൂർ, കിഷോർകുമാർ, ഗീതാ ദത്ത്, സുമന്ത് കല്ല്യാൺപൂർ, തലത്ത് മെഹമൂദ് എന്നിവർ വിലസിയിരുന്ന 30 വർഷങ്ങളെയാണ്. എന്നാൽ ഇതിനുമുൻപ് സൈഗൾ, പങ്കജ് മല്ലിക്, നൂർജഹാൻ, സുരയ്യ, മുബാറക്ക് ബീഗം എന്നിവരും ശ്രദ്ധിക്കപ്പെടേണ്ടവർതന്നെ. അതേപോലെ 1980നുശേഷം പാടിത്തിളങ്ങിയ കുമാർസാനു, അൽകാ യാഗ്നിക്, ഉദിത് നാരായണൻ, കവിതാ കൃഷ്ണമൂർത്തി, ശ്രേയാ ഘോഷാൽ എന്നിവരുടേയും സംഭാവനകൾ മറന്നുകൊണ്ടല്ല ഇതെഴുതുന്നത്. ഈ സുവർണകാലത്ത് ഏറ്റവും തിളങ്ങിനിന്നത് റാഫിയും ലതയും തന്നെ. അതിനുശേഷമാണ് ഹിന്ദി ചലച്ചിത്രഗാനങ്ങളുടെ ദിശ തിരിഞ്ഞുമാറിയത്. എങ്ങിനെയാണിത് സംഭവിച്ചത് എന്നു ചിന്തിക്കുമ്പോൾ എനിക്ക് തോന്നിയിട്ടുള്ള ഒരു കാര്യം ചൂണ്ടിക്കാട്ടട്ടെ. ഇതാണ് ശരിയെന്നുറപ്പിച്ചു പറയാൻ ഞാനാളല്ല. എന്നോ എങ്ങിനെയോ പാശ്ചാത്യസംഗീതത്തിന്റെ ചുവട്പിടിച്ച് ഗാനങ്ങൾ ചിട്ടപ്പെടുത്താനുള്ള ത്വര പൊടുന്നനെ കൂടിവന്നു. പക്ഷേ, അവയിൽ പലതും പാശ്ചാത്യസംഗീതത്തിന്റെ യഥാർത്ഥ

സൗന്ദര്യം ആവാഹിച്ചെടുത്തതായിരുന്നുവോ? കുറച്ച് ഒച്ചയും ബഹളവും കൂട്ടിയിണക്കി ആകെ ഒരാനച്ചന്തം. ഇതിനു മുൻകൈയെടുത്തത് ആർ.ഡി. ബർമനായിരുന്നു. അതിലൊട്ട് അപാകതയുമില്ല. കാരണം അദ്ദേഹം ഒരു ജീനിയസ്സായിരുന്നു. അതുകൊണ്ട് അദ്ദേഹത്തിന്റെ ഗാനങ്ങളധികവും അടിസ്ഥാനപരമായി സംഗീതത്തിന്റെ ഉദാത്തമേഖലയിലേയ്ക്ക് കടന്നുചെന്നു. അദ്ദേഹത്തിന്റെ ഗാനങ്ങളധികവും ഹൃദ്യങ്ങളായിരുന്നു. പക്ഷേ, ഈ കടന്നുകയറ്റത്തെ മറികടക്കാമെന്ന ധാരണയിൽ ചിലർ ഈ അനുകരണഭ്രമത്തിൽ കുടുങ്ങി ചിട്ടപ്പെടുത്തിയ ഗാനങ്ങളധികവും അരോചകമായിട്ടാണ് എനിക്ക് തോന്നിയിട്ടുള്ളത്. ഇതിൽ ഏറ്റവും പ്രധാനി ലക്ഷ്മികാന്ത് പ്യാരിലാൽ ജോഡിയായിരുന്നു. ആർ.ഡി. ബർമൻ ചെയ്തത് റാഫിക്ക് പറ്റിയ പാട്ടുകൾ അദ്ദേഹത്തെ കൊണ്ടുപാടിച്ചു കുറെ ഹിറ്റുകൾ സൃഷ്ടിച്ചെടുത്തു. തന്റെ ട്യൂണിനു കൂടുതൽ യോജിക്കുന്നത് കിഷോർ കുമാറിനാണെന്നു മനസ്സിലാക്കിയ ആർ.ഡി. പല ഗാനങ്ങളും അദ്ദേഹത്തെ ഉപയോഗിച്ച് ഹിറ്റുകളാക്കി. അക്കാലത്താണ് ഹിന്ദി ചലച്ചിത്രഗാനങ്ങളുടെ മാധുര്യം വലിയതോതിൽ ചോർന്നുപോയതാണെന്നെന്റെ അഭിപ്രായം. പ്രതിഭാധനരായ സംഗീത സംവിധായകർ ഉൾവലിഞ്ഞു. നൗഷാദും, മദൻ മോഹനും, എസ്.ഡി. ബർമനും മറ്റും രംഗത്തുനിന്നും പതിയെ വിടവാങ്ങി. രവി കൂടുതൽ മലയാളത്തിൽ ശ്രദ്ധ കേന്ദ്രീകരിച്ചു. സലിൽ ചൗധരിയാണെങ്കിൽ മലയാളത്തിൽ മാത്രമല്ല വിവിധ ഭാഷകളിലും നേട്ടങ്ങൾ കൈവരിച്ചു. ഏതായാലും റാഫിക്ക് സമൻ റാഫി മാത്രം. അതിനിടയ്ക്ക് റാഫിയും ലതയും പിണങ്ങി ഒന്നിച്ച് പാടാതെ വർഷങ്ങൾ കടന്നുപോയി. അവരുടെ പിണക്കം മൂലം അനശ്വരമാകേണ്ടിയിരുന്ന പല യുഗ്മഗാനങ്ങളും നമുക്ക് നഷ്ടപ്പെടുകയും ചെയ്തു. ഇതെല്ലാം ചലച്ചിത്രലോകത്ത് പലപ്പോഴും പല രീതിയിൽ സംഭവിച്ചിട്ടുള്ളതാണല്ലോ. എനിക്കേറ്റവും ഇഷ്ടമുള്ള കുറെ റാഫി ഗാനങ്ങളുടെ പട്ടികയിതാ.

	ഗാനം	ചിത്രം	സംഗീതം
1	ഓ, ദുനിയാകിരഖ്വാലെ	ബൈജുബാവര	നൗഷാദ്
2	മൻതട്പത്	,, ,,	,, ,,
3	യേ മേരാ പേംപത്ര്	സംഗം	ശങ്കർ ജയ്കിഷൻ
4	ബഹാരോം ഫൂൽ	സൂരജ്	,,

5	ചൗദ് വിൻ കാചാന്ദ്	ചൗദ് വിൻ കാചാന്ദ്	രവി
6	സിന്ദഗിഭർ		
	നഹിഭൂലേഗാ	ബർസാത്ത് കിരാത്ത്	റോഷൻ
7	ചാഹുംഗമേതുജേ	ദോസ്തി	ലക്ഷ്മികാന്ത് പ്യാരിലാൽ
8	ഓമേരേഷാഹഗുബാ	ലവ്ഇൻ ടോക്കിയോ	ശങ്കർ ജയ്കിഷൻ
9	ഖൊയാഖൊയാചാന്ദ്	കാലാബസാർ	എസ്.ഡി. ബർമൻ
10	സോബാർ ജനം	ഉസ്താദോംകി	
		ഉസ്താദ്	രവി
11	തേരിപ്യാരിപ്യാരി	സസുരാൽ	ശങ്കർ ജയ്കിഷൻ
12	തേരി ആംഖോം		
	കേസിവ	ചിരാഗ്	മദൻമോഹൻ
13	ടൂടേഹുവാഖാ		
	ബോംനേ	മധുമതി	സലിൽചൗധരി
14	സുഹാനിരാത്	ദുലാരി	നൗഷാദ്
15	തുംകംസിൻ ഹോ	ആയി മിലൻ കിബേല	ശങ്കർ ജയ്കിഷൻ
16	ലേഗയിദിൽ	ലവ്ഇൻ ടോക്കിയോ	,, ,,
17	മെഗാഊം		
	തുംസോജാ	ഓ ബ്രഹ്മചാരി	,, ,,
18	മധുപൻ മെരാധിക	കോഹിനൂർ	നൗഷാദ്
19	മേരേ മെഹബൂബ്	മേരേ മെഹബൂബ്	,, ,,
20	തേരേമേരേസപ്നേ	ഗൈഡ്	എസ്.ഡി. ബർമൻ
21	ജോബാത്ത് തുജ്കൊ	താജ്മഹൽ	റോഷൻ
22	യാദ്നജായെ	ദിൽ ഏക്മന്ദിർ	ശങ്കർ ജയ്കിഷൻ
23	യെചാന്ദ്സാറോഷൻ	കാശ്മീർ കി കലി	ഒ.പി. നയ്യാർ
24	ബാർ ബാർദേഖോ	ചൈനാ ടൗൺ	രവി
25	ചാഹെമുജെകൊയി	ജങ്ക്ളി	ശങ്കർ ജയ്കിഷൻ
26	സിന്ദഗികിസാത്ത്	ഹംദോനോ	ജയ്ദവ്
27	ചൽകെതേരി ആംഖോം	ആർസു	ശങ്കർ ജയ്കിഷൻ
28	ദിൽകാബവൻ	തേരേഘർ കാസാമ്നേ	എസ്.ഡി. ബർമൻ
29	അബ്തുമാരെ ഹവാലെ	ഹക്കീക്കത്ത്	മദൻ മോഹൻ
30	തുംജെഠമിൽഗയാഹെ	ഹബ്തേസകം	മദൻമോഹൻ
31	വോജബ്യാദ്ആയെ	പാറസ്മണി	ലക്ഷ്മികാന്ത്പ്യാരിലാൽ
32	ബദൻമേസിതാരെ	പ്രിൻസ്	ശങ്കർ ജയ്കിഷൻ

33	തുഗംഗാകി	ബൈജുബാവര	നൗഷാദ്
34	ഛൂലെ നദോ	കാജൽ	രവി
35	ആജ്കിരാത്ത്	രാം ഔർശ്യാം	നൗഷാദ്
36	ഹം ഹെരാജ്കുമാർ	രാജ്കുമാർ	ശങ്കർ ജയ്കിഷൻ
37	അകേലേ അകേലേ	ഏൻ ഈവനിംഗ്ഇൻ പാരിസ്	,, ,,
38	ആയേഹേ ബഹാർ	രാം ഔർശ്യാം	നൗഷാദ്
39	ആജാതുജ്കൊ പുകാരേ മേരെപ്യാർ	നീൽകമൽ	രവി
40	മുജെദുനിയെവാലെ	ലീഡർ	നൗഷാദ്
41	മെസിന്ദഗി	ബൽസാത്ത്	ശങ്കർ ജയ്കിഷൻ
42	ഓദൂർകി മുസാഫിർ	ഉഡൻ കട്ടോലി	നൗഷാദ്
43	കഹാൻ ജാരഹിഹേ	സീമ	ശങ്കർ ജയ്കിഷൻ
44	തൂഹിന്ദു ബനേഗ നമുസൽമാൻ	ദൂൽ കാഫൂൽ	എൻ. ദത്ത

3. ഗാനഗന്ധർവൻ യേശുദാസ്

നമ്മൾ മലയാളികളെ സംബന്ധിച്ചേടത്തോളം ഒരൊറ്റ ഗാനഗന്ധർവ നേയുള്ളൂ. ഒരൊറ്റ അനുഗൃഹീത ഗായകൻ. വിശേഷണം കൽപിച്ചു കൂട്ടി ആവർത്തിച്ചതാണ്. വാണിമാതാവോ അതോ സാക്ഷാൽ പ്രപഞ്ച ചൈത ന്യമായ ദൈവമാണോ അദ്ദേഹത്തിന്റെ ജിഹ്വയിലും കണ്ഠത്തിലും. ലതയും റാഫിയും കഴിഞ്ഞ് ഞാനിങ്ങ് നേരെ മലയാളത്തിലേയ്ക്ക് കടന്നുവന്നതെന്നാണെന്നോ! ഞാനീ അദ്ധ്യായങ്ങൾ എഴുതുന്നത് എനി ക്കിഷ്ടപ്പെട്ട പാട്ടുകാരെ ഇഷ്ടത്തിന്റെ അടിസ്ഥാനത്തിൽ ഏതാണ്ട് ക്രമീ കരിച്ച മട്ടിലാണ്. ലതയും റാഫിയും കഴിഞ്ഞാൽ എന്റെ ഇഷ്ടഗായ കൻ യേശുദാസ് തന്നെ. ഒരുപക്ഷേ, എനിക്കിഷ്ടപ്പെട്ട പുരുഷഗായക ശബ്ദം യേശുദാസിന്റേത് തന്നെയല്ലേ എന്നും ഞാൻ ചിന്തിച്ചുപോകാ റുണ്ട്. ലതയുടേതെന്നപോലെ ദിവസേന യേശുദാസിന്റെ ഒരു ഗാനമെ ങ്കിലും കേൾക്കാൻ എനിക്ക് കൊതിയാണ്. എന്റെ അഭിപ്രായത്തിൽ കേരളത്തിൽ കഴിഞ്ഞ അമ്പത് വർഷത്തിൽ പണ്ഡിതപാമര ഭേദമന്യേ ആളുകളെ ഏറ്റവും സ്വാധീനിച്ച വ്യക്തി യേശുദാസ് ആവാനാണ്

സാദ്ധ്യത. 1962നു ശേഷം മലയാളത്തിലേക്ക് കടന്നുവന്നിട്ടുള്ള എല്ലാ സംഗീതസംവിധായകന്മാരുടെയും സ്വപ്നമായിരുന്നു യേശുദാസിനെ കൊണ്ട് പാടിക്കുക എന്നത്. അദ്ദേഹത്തിന്റെ ഗാനാലാപത്തിൽ ഒരുപാട്ട് ഹിറ്റാകാൻ വേണ്ട എല്ലാ ചേരുവകളും പാകത്തിനു ചേർന്നിരുന്നു. മറ്റേത് ഗായകരേക്കാളും അതിലേറ്റവും മുഖ്യം ഉച്ചാരണത്തിലുള്ള അസാധാരണ പ്രാഗൽഭ്യം തന്നെയായിരുന്നു. ദാസിന്റെ കാലത്ത് തന്നെ ഗാനരംഗത്ത് പ്രത്യേക പദവി കൈയടക്കാൻ കഴിഞ്ഞിട്ടുള്ള ജയചന്ദ്രൻ, ബ്രഹ്മാനന്ദൻ, ശ്രീകുമാർ, വേണുഗോപാൽ എന്നിവർക്കൊന്നും ഈ സിദ്ധി പൂർണമായും കൈവന്നിട്ടില്ലെന്നുവേണം പറയുവാൻ. ജയചന്ദ്രനും ബ്രഹ്മാനന്ദനും നല്ല ഗായകന്മാർതന്നെ. പക്ഷേ, റിക്കാർഡിങ്ങിനു വേണ്ട ശബ്ദസൗകുമാര്യം യേശുദാസിനെപ്പോലെ അവർക്കില്ലാതെ പോയതാവാം അവർക്ക് അദ്ദേഹത്തെ കടത്തിവെട്ടാൻ കഴിയാതെപോയത്. അതിലുപരി സംഗീതത്തെ ഒരു തപസ്യയായി കൊണ്ടുനടക്കാൻ വർഷങ്ങളോളം അദ്ദേഹത്തിനു സാധിച്ചു. പ്രായം എൺപതിലെത്തിയിട്ടും ഇപ്പോഴും അതിനു വലിയ മാറ്റമൊന്നും വന്നിട്ടില്ല. അതുകൊണ്ടാണ് നമുക്ക് പല ഗായകരുണ്ടായിരുന്നെങ്കിലും ഒരൊറ്റ അനുഗൃഹീതഗായകനേ ഉണ്ടായിരുന്നുള്ളൂ. എന്നു പറയുന്നത്. അത് കെ.ജെ. യേശുദാസ് മാത്രം.

എന്റെ ഓർമയിൽ തെളിഞ്ഞുവരുന്ന ദാസിന്റെ ഗാനം 1961ൽ പുറത്തിറങ്ങിയ 'ഭാര്യ' എന്ന ചിത്രത്തിലെ 'ദയാപരനായ കർത്താവേ' എന്ന വിഷാദഛവി നിറഞ്ഞുനിൽക്കുന്ന പാട്ടാണ്. അപ്പോഴേ ആ ശബ്ദഗാംഭീര്യം ശ്രദ്ധയിൽപെട്ടിരുന്നു. ഇതേ ചിത്രത്തിലുള്ള 'പഞ്ചാരപ്പാലുമിട്ടായി' എന്ന ഗാനത്തിലും മധുരം നിറഞ്ഞൊഴുകിയിരുന്നു. ഞാനീ വരികൾ എഴുതിക്കൊണ്ടിരിക്കുമ്പോൾ 'ചക്കരപ്പന്തൽ' എന്ന പരിപാടിയിൽ യേശുദാസിന്റെ 'ചക്രവർത്തിനി' എന്ന ഗാനം കേട്ടുകൊണ്ടിരിക്കുന്നു. ദേവരാജന്റെ സംഗീതത്തിൽ വയലാറിന്റെ സുന്ദരമായ വരികൾ ആ ചുണ്ടുകളിൽക്കൂടി പകർന്നുകിട്ടുമ്പോഴുള്ള അനുഭൂതിയെപ്പറ്റി പ്രത്യേകം പറയേണ്ടതില്ലല്ലോ. യേശുദാസിന്റെ ഏറ്റവും നല്ല പാട്ടുകൾ തിരഞ്ഞെടുക്കാൻ ആവശ്യപ്പെട്ടാൽ നമുക്ക് പലതരത്തിലുള്ള ലിസ്റ്റായിരിക്കും കിട്ടുക. ബഹുജനം പലവിധമെന്നല്ലേ ചൊല്ല്. പക്ഷേ, എന്റെ ഒരു തോന്നൽ (അത് വെറും തോന്നലാവാതിരിക്കട്ടെ) ഏതാണ്ട് എല്ലാവരുടെയും ലിസ്റ്റിൽ ഈ ഗാനമുണ്ടായിരിക്കുമെന്നാണ്. ഈ ഗാനം പാടുന്നതിനു മുൻപുതന്നെ അദ്ദേഹം പാടിയിട്ടുള്ള മണിമുത്തുകളേറെ. ഭാർഗവീനിലയത്തിലെ 'താമസമെന്തേ', 'അന്വേഷിച്ചു കണ്ടെത്തിയില്ല' എന്ന ചിത്രത്തിലെ 'ഇന്നലെ മയങ്ങുമ്പോൾ' ഖദീജയിലെ 'സുറുമയെഴുതിയ മിഴികളേ', അനാർക്കലിയിലെ 'നദികളിൽ സുന്ദരി', പരീക്ഷയിലെ

'പ്രാണസഖീ ഞാൻ', 'ഒരു പുഷ്പം മാത്രമെൻ' എന്നീ ഗാനങ്ങളെല്ലാം ഇറങ്ങിക്കഴിഞ്ഞിരുന്നു. എല്ലാം ബാബുരാജിന്റെ പാട്ടുകൾ. ദേവരാജന്റെ സംഗീതസംവിധാനത്തിൽതന്നെ. "കാറ്റടിച്ചു", 'സ്വർണചാമരം വീശി', 'ഇടയകന്യകേ', 'ആയിരം പാദസ്വരങ്ങൾ', "ശംഖുപുഷ്പം കണ്ണെഴുതുമ്പോൾ", 'സ്വർണ്ണത്താമരയിതളിലുറങ്ങും' "നാദബ്രഹ്മത്തിൻ" എന്നീവൻ ഹിറ്റുകളും, ദക്ഷിണാമൂർത്തിയുടെ കീഴിൽ "ഉത്തരാസ്വയംവരം", 'ഹൃദയസരസ്സിലെ' 'സ്വപ്നങ്ങൾ സ്വപ്നങ്ങൾ' തുടങ്ങിയവയും രാഘവൻ മാസ്റ്ററുടെ കീഴിൽ 'പാർവ്വണേന്ദുവിൻ' 'മഞ്ജുഭാഷിണി' തുടങ്ങിയ ഗാനങ്ങളും ഇറങ്ങിക്കഴിഞ്ഞിരുന്നു. ജോബ്മാസ്റ്ററുടെ 'അല്ലിയാമ്പലും' അർജ്ജുനൻ മാസ്റ്ററുടെ 'പാടാത്ത വീണയും പാടും' മുതലായ ഗാനങ്ങളും ശ്രോതാക്കളെ ഹരംപിടിപ്പിച്ചിരുന്നു. വീണ്ടുമാലോചിക്കുമ്പോൾ അതുക്കും മേലെയായുള്ള ചില ഗാനങ്ങളും അദ്ദേഹത്തിനു പാടാൻ കഴിഞ്ഞിട്ടുണ്ടല്ലോ. 'മാണിക്യവീണയുമായെൻ' 'വാർതിങ്കൾ തോണിയേറി' (ഒ.എൻ.വിയുടെ രചനകൾ), ചിദംബരനാഥിന്റെ കീഴിൽ 'കരയുന്നോ പുഴ ചിരിക്കുന്നോ', 'സുറുമ നല്ല സുറുമ', ആർ.കെ. ശേഖറിന്റെ സംവിധാനത്തിൽ 'ചൊട്ടമുതൽ ചുടലവരെ' എന്നീ ഗാനങ്ങൾ ഇഷ്ടപ്പെടാത്തവർ ഉണ്ടാവാൻ വഴിയില്ല.

ശബ്ദശാസ്ത്ര വിദഗ്ധയായ രാജശ്രീ മേനോൻ 'ചക്കരപ്പന്തൽ' എന്ന പരിപാടിയിൽ കാലവുമായി ബന്ധിപ്പിച്ച് യേശുദാസിന്റെ വിവിധതരത്തിലുള്ള ഗാനാലാപനരീതിയെ വിശദമായി പരിശോധിച്ച് ചില നിരീക്ഷണങ്ങളിലെത്തിയിട്ടുണ്ട്. ക്ലോസ്ഡ് വോയ്സിൽ (താണസ്ഥായിയിൽ എന്നതാവാം ഇതിന്റെ പൊരുൾ) ദാസ്സാർ പാടിയ ആദ്യത്തെ ഗാനം 'ആദ്യത്തെ കൺമണി ആണായിരിക്കണം' എന്ന യുഗ്മഗാനത്തിലെ വരികളത്രെ. 'ആദ്യത്തെ കണ്മണി പെണ്ണായിരിക്കണം' എന്ന വരികളത്രേ. അതിനുശേഷം അവർ എടുത്തുകാട്ടുന്ന ഉദാഹരണം പ്രത്യേകാനുഭൂതി പ്രദാനം ചെയ്യുന്ന 'താമസമെന്തേ വരുവാൻ' എന്ന ഗാനത്തെ പുകഴ്ത്തുന്നു. ഉച്ചസ്ഥായിയിൽ (ഓപ്പൺ വോയ്സ്) അതായത് തുറന്നുപാടുമ്പോൾ അദ്ദേഹത്തിന്റെ ഒരു നല്ല ഗാനമായി എടുത്തുകാട്ടിയത് 'കാക്കതമ്പുരാട്ടി കറുത്ത മണവാട്ടി' എന്ന ഗാനമാണ്. അതോടൊപ്പം 'ഇന്നലെ മയങ്ങുമ്പോൾ' എന്ന ഗാനവും. ശബ്ദം മയപ്പെടുത്തി പാടുമ്പോഴുള്ള പ്രത്യേകസുഖത്തിന് 'പൗർണമിചന്ദ്രിക തൊട്ടുവിളിച്ചു' എന്ന ഗാനത്തിലെ ഹമ്മിങ്ങ് നല്ല ഉദാഹരണമാണെന്ന് അവർ സമർത്ഥിച്ചുകാട്ടിയിട്ടുണ്ട്. ആദ്യകാലഗായകനിൽ നിന്നും വിഭിന്നനായ ഒരു യേശുദാസിനെയാണ് 'പ്രമദവനം' എന്ന ഗാനത്തിനുശേഷം നമുക്ക് കാണാനാവുക എന്ന നിരീക്ഷണവും അവർ നടത്തിയിട്ടുണ്ട്. താൻ ഏതാണ്ട് പാട്ട് അവസാനിപ്പിച്ചാലോ എന്ന തോന്നലുണ്ടായപ്പോഴാണ് 'പ്രമദവനം' എന്ന പാട്ട്

പാടാനായതെന്നും, ഇതുപാടാൻ അവസരം കിട്ടിയപ്പോൾ തനിക്കൊരു പ്രത്യേക ഊർജം കൈവന്നതായും ദാസ് ഏതോ ഒരു പരിപാടിയിൽ പറഞ്ഞതായി ഞാൻ ഓർക്കുന്നു. എന്റെ അഭിപ്രായത്തിൽ ഇതിനു മുമ്പും ഇതിനുശേഷവും കത്തിനിന്നിരുന്ന ഗായകൻ തന്നെയാണ് യേശുദാസ്. പക്ഷേ, ഒരു സംശയവും കൂടാതെ ഞാൻ പറയും ആ പഴയ ദാസിനെയാണ് എനിക്ക് കൂടുതൽ ഇഷ്ടമെന്ന്. പലപ്പോഴായി ഗാനമേളകളും ക്ലാസിക്കൽ കച്ചേരികളും കേൾക്കാൻ ഭാഗ്യമുണ്ടായിട്ടുണ്ട്. ആ പഴയ സ്വരമാണ് എനിക്ക് കൂടുതലിഷ്ടം. 'മാണിക്യവീണ', 'മഞ്ജുഭാഷിണി', 'താമസമെന്തേ വരുവാൻ', മുതലായ പാട്ടുകളിലെ സ്വരമാധുരി എത്ര ഉദാത്തം. യേശുദാസിന്റെ ഗാനാലാപത്തെ ഒരു പ്രത്യേക തലത്തിലേക്കെത്തിച്ചത് രവീന്ദ്രൻമാസ്റ്റർ തന്നെയാണെന്നതിൽ എല്ലാവരും യോജിക്കാനാണ് സാദ്ധ്യത. 'ഹരിമുരളീരവം', 'സുഖമോ ദേവി', 'ഏഴു സ്വരങ്ങളും', 'ഗംഗേ', 'രാമകഥാ' എന്നീ ഗാനങ്ങളെല്ലാം മുത്തുകൾതന്നെ. പക്ഷേ, ഇക്കൂട്ടത്തിൽ എന്നെ ഏറ്റവും ആകർഷിച്ചത് "ഒറ്റക്കമ്പിനാദം മാത്രം മൂളും" എന്ന പാട്ടാണ്. ഇതിനെല്ലാം ശേഷവും യേശുദാസിന്റെ കൈയൊപ്പുകൊണ്ട് ശ്രദ്ധിക്കപ്പെട്ട ഗാനങ്ങളും ഉണ്ടായിരുന്നില്ലേ? പെട്ടെന്നോർമ്മ വരുന്നത് എം. ജയചന്ദ്രന്റെ സംവിധാനത്തിൽ അദ്ദേഹം പാടിയ 'ഓ സൈനബാ' എന്ന ഗാനമാണ്. അത്രയും മധുരമനോഹരമായി ഒരു പ്രേമവിവശന്റെ കൊഞ്ചലോടെ പാട്ടിൽക്കൂടി സംബോധന നടത്താൻ മറ്റേതെങ്കിലും ഗായകനു കഴിയുമോ മലയാളത്തിൽ!

ഭക്തിഗാനങ്ങൾ ആലപിക്കുമ്പോൾ അത് സിനിമാപാട്ടായാൽ പോലും ഒരു പ്രത്യേകതലത്തിലേക്ക് എത്തിക്കാനുള്ള അദ്ദേഹത്തിന്റെ കഴിവ് അപാരം തന്നെയാണ്. ചെമ്പരത്തി എന്ന സിനിമയിലെ "ശരണമയ്യപ്പാ" എന്ന ഗാനം നൂറുകണക്കിന് അയ്യപ്പ ഭക്തിഗാനങ്ങൾ പാടിയിട്ടുള്ള ദാസ് ഗാനങ്ങളിൽനിന്നെല്ലാം വ്യത്യസ്തമായ ഒരു ഭാവതലത്തിൽ എത്തിനിൽക്കുന്നു. 'ഹരിവരാസനം' ആലാപനത്തിന്റെ ഭംഗി വാക്കുകൾക്കതീതം. ഞാൻ രണ്ടാമതായി ശബരിമലയിൽ പോയപ്പോൾ ഹരിവരാസനം ഉറക്ക്പാട്ടായി അവിടെ സ്ഥിരപ്പെടുത്തിയിരുന്നു. അപ്പോഴേയ്ക്കും മൊബൈൽ ഫോൺ പ്രചരണത്തിലായിരുന്നു. എനിക്കുമുണ്ടായിരുന്നു ഒരെണ്ണം. ഈ ഭക്തിഗാനസുധ കേട്ട ഉടനെ ഇത് മൊബൈലിൽ കൂടി ഞാൻ എന്റെ മകൾ സുസ്മിതയെ കേൾപ്പിച്ച കാര്യവും ഓർക്കുന്നു. ദാസിന്റെ ഗാനമേള സ്ഥിരമായി തുടങ്ങുന്നത് 'മണവാട്ടി' എന്ന ചിത്രത്തിലെ "ഇടയകന്യകേ പോവുക" എന്ന ഗാനത്തോടെയാണല്ലോ. ഹിന്ദു മുസ്ലിം ക്രിസ്തീയ ഭക്തിഗാനങ്ങൾ മാത്രമല്ല ഏതാണ്ട് നാസ്തികത്വം തുറന്നോതുന്ന പാട്ടുകൾ പാടുമ്പോഴും യേശുദാസിന്റെ വ്യക്തിത്വം അതിൽ മുഴച്ചുകാണാം. ഒരുപക്ഷേ, സിനി

മാലോകത്തിലെ ഏറ്റവും ഭാവസാന്ദ്രമായ മുസ്‌ലിം ഭക്തിഗാനം പാടി മനോഹരമാക്കിയിട്ടുള്ളതും ഈ ഗാനഗന്ധർവൻ തന്നെ. 'ആയിരം കാതം അകലെയാണെങ്കിലും മായാതെ മക്കാ മനസ്സിൽ നിൽപൂ' എന്ന ഗാനം എത്ര ചേതോഹരമാണ്. "റസൂലേ നിൻ വരവാലേ" എന്ന ഗാനം യേശുദാസ് തന്നെ സംഗീതസംവിധാനം നടത്തി പാടി ഹിറ്റാക്കിയതാണല്ലോ. ഇതിൽ നിന്നെല്ലാം വിഭിന്നമായ "മനുഷ്യൻ മതങ്ങളെ സൃഷ്ടിച്ചു" എന്ന ഗാനം അതേപോലെ ആലപിക്കാൻ യേശുദാസിനു മാത്രമേ സാധിക്കൂ എന്നു തോന്നിപ്പോകും. ഗായകനും ഗാനരചനയ്ക്കും ദേശീയ അവാർഡ് കിട്ടിയ ഈ ഗാനത്തിനു സംഗീതസംവിധാനത്തിനു മാത്രം എന്തേ അവാർഡ് കിട്ടാതെപോയത്! ബാബുരാജിന്റെയും, സ്വാമിയുടെയും, രാഘവന്റെയും, ചിദംബരനാഥിന്റെയും എം.ബി. ശ്രീനിവാസന്റെയും എല്ലാം കീഴിൽ വളരെയധികം മുത്തുകൾ യേശുദാസ് നൽകിയിട്ടുണ്ടെങ്കിലും വയലാർ – ദേവരാജൻ – ദാസ് കോമ്പിനേഷനിലാണ് വളരെയധികം ഹൃദ്യമായ ഗാനങ്ങൾ നമുക്ക് കിട്ടിയിട്ടുള്ളത്. അതേപോലെ വളരെയധികം ഗായകന്മാർ ഉണ്ടായിരുന്നിട്ടും യേശുദാസിന്റെ വിവിധ ഗായികമാരുമായിട്ടുള്ള യുഗ്മഗാനങ്ങൾക്ക് ഒരു പ്രത്യേക ചാരുതതന്നെയുണ്ടെന്നു പറയേണ്ടതില്ലല്ലോ. യേശുദാസിന്റെ ശബ്ദവൈവിധ്യത്തെ ആധാരമാക്കി രാജശ്രീമേനോൻ അവതരിപ്പിച്ച പരിപാടിയിൽ അവർ എടുത്തുപറഞ്ഞ മറ്റു ഗാനങ്ങൾ ഇവയായിരുന്നു. 1) ഒറ്റക്കമ്പിനാദം 2) ചക്രവർത്തിനി 3) ആരോ വിരൽ മീട്ടി 4) മധുരപ്പതിനേഴുകാരി 5) രൂപവതി രുചിരാംഗി 6) സാഗരമേ ശാന്തമാകു 7) സുന്ദരി നിൻ തുമ്പു കെട്ടിയ 8) ഏഴുനിറങ്ങളും 9) പഴംതമിഴ് പാട്ട് 10) തിരയും തീരവും 11) ഒരുകിളിപാട്ട് മൂളവെ 12) താമരപ്പൂങ്കാവനത്തിൻ 13) ഇന്നലെ നിലാമഴയിൽ. ഇതിലെ ശബ്ദവിന്യാസത്തിന്റെ പ്രത്യേകതയെക്കുറിച്ചൊന്നും ഒരു അഭിപ്രായം പറയാൻ എനിക്കാവില്ല. ഒന്നുമാത്രം പറയാം. ഇതിലെ പല ഗാനങ്ങളും എന്റെ ഇഷ്ടഗാനങ്ങളിൽപെടുന്നവയാണ്. ഇതോടനുബന്ധിച്ച് മറ്റൊരു കാര്യം ഏതാണ്ട് ഇടക്കാലത്ത് 'മധുരപ്പതിനേഴുകാരി' എന്ന ഗാനം ദാസിനെക്കൊണ്ട് പാടിപ്പിച്ച രാഘവൻമാസ്റ്റർക്ക് അദ്ദേഹത്തിന്റെ ഏതാണ്ട് അവസാനകാലത്ത് ഒരു മധുരഗാനംകൂടി പാടിപ്പിക്കാൻ കഴിഞ്ഞതല്ലോ. അതാണ് 'താമരപ്പൂങ്കാവനത്തിൽ' എന്ന ഗാനം. ഏതായാലും 'ജാതിഭേദം മതദ്വേഷം' എന്ന ഗുരുദേവന്റെ ശ്ലോകം പാടിപ്പിച്ച് ഗണപതി ചാർത്തിയ എം.ബി. ശ്രീനിവാസന്റെ ഭാഗ്യത്തെപ്പറ്റി എന്തുപറയാൻ! കോഴിക്കോട്ടെ തളി സാമൂതിരി ഹൈസ്കൂൾ ഗ്രൗണ്ടിൽ നടന്ന ഒരു ഗാനമേളയിൽ ഇവർ രണ്ടുപേരുമുണ്ടായിരുന്നു. തന്നെ ഈ രംഗത്തേയ്ക്ക് കൊണ്ടുവന്ന കാര്യം ദാസ് ഗാനമേളയുടെ ആമുഖത്തിൽ എടുത്തുപറഞ്ഞു. ഉടനെ മൈക്ക് വാങ്ങി എം.ബി.എസ്. തിരിച്ചടിച്ചു. "രത്നം ഏതു ചളി

യിൽ കിടന്നാലും അത് പുറത്ത് വന്നു പ്രകാശം ചൊരിയും. അത് പ്രകൃതി നിയമമാണ്" ഒരു കാര്യം സൂചിപ്പിച്ചുകൊണ്ട് ഈ നിരീക്ഷണം നിർത്തട്ടെ. ഒരു ഭക്തിഗാനത്തിൽ യേശുദാസ് പാടിയ വരികൾ ഓർമിപ്പിച്ചുകൊണ്ട്. "ആയിരം നാവുള്ളൊരനന്തതേ നിനക്കാവുമോ ഭഗവാനെ വാഴ്ത്താൻ" അതിന്റെ ചുവട് പിടിച്ച് ഞാൻ പറയട്ടെ. നൂറു നാവ് കൊണ്ടു പറഞ്ഞാലും ഈ ഗാനഗന്ധർവന്റെ പാട്ടുകൾ വിലയിരുത്താനാവുമോ? ഏതായാലും ഇവിടെ അല്പം ഔചിത്യബോധം മാറ്റിവെച്ച് യേശുദാസിന്റെ എനിക്കിഷ്ടപ്പെട്ടിട്ടുള്ള ഗാനങ്ങൾ ഞാനിവിടെ കുറിച്ചിടട്ടെ.

	ഗാനം	ചിത്രം	രചന	സംഗീതം
1	താമസമെന്തേ	ഭാർഗവീനിലയം	പി. ഭാസ്കരൻ	ബാബുരാജ്
2	ചക്രവർത്തിനി	ചെമ്പരത്തി	വയലാർ	ദേവരാജൻ
3	ഹൃദയസരസ്സിലെ	പാടുന്നപുഴ	ശ്രീകുമാരൻ തമ്പി	ദക്ഷിണാ മൂർത്തി
4	ശ്യാമസുന്ദര പുഷ്പമേ	യുദ്ധകാണ്ഡം	ഒ.എൻ.വി.	കെ. രാഘവൻ
5	പാടാത്ത വീണയും	റസ്റ്റ് ഹൗസ്	ശ്രീകുമാരൻ തമ്പി	അർജുനൻ
6	ഒറ്റക്കമ്പിനാദം	തേനും വയമ്പും	ബിച്ചു തിരുമല	രവീന്ദ്രൻ
7	മന്ദമന്ദം നിദ്രവന്നെൻ	ചെകുത്താന്റെ കോട്ട	പി. ഭാസ്കരൻ	ചിദംബരനാഥ്
8	ചൊട്ടമുതൽ ചുടലവരെ	പഴശ്ശിരാജ	വയലാർ	ആർകെ. ശേഖർ
9	മഴവില്ലിന്നജ്ഞാത വാസം	കാറ്റ് വിതച്ചവൻ	പൂവച്ചൽ ഖാദർ	പീറ്റർ റൂബിൻസ്
10	സാഗരമേശാന്തമാക	മദനോത്സവം	ഒ.എൻ.വി.	സലിൽ ചൗധരി
11	മാനസനിളയിൽ	ധ്വനി	യൂസഫലി കേച്ചേരി	നൗഷാദ്
12	ഇന്നലെമയങ്ങുമ്പോൾ	അന്വേഷിച്ചു കണ്ടെത്തിയില്ല	പി. ഭാസ്കരൻ	ബാബുരാജ്
13	ആയിരം പാദസരങ്ങൾ	നദി	വയലാർ	ദേവരാജൻ
14	ഓ മൃദുലേ	ഞാൻ ഏകനാണ്	സത്യൻ അന്തിക്കാട്	എം.ജി. രാധാ കൃഷ്ണൻ
15	പ്രാണസഖീ	പരീക്ഷ	പി. ഭാസ്കരൻ	ബാബുരാജ്
16	ഒരു പുഷ്പം മാത്രമെൻ	,, ,,	,, ,,	,, ,,
17	സന്യാസിനി	രാജഹംസം	വയലാർ	ദേവരാജൻ

18	അല്ലിയാമ്പൽക്കടവിൽ	റോസി	പി. ഭാസ്കരൻ	ജോബ്
19	മഞ്ജുഭാഷിണി	കൊടുങ്ങല്ലൂരമ്മ	വയലാർ	കെ. രാഘവൻ
20	ഉത്തരാസ്വയംവരം	ഡെയ്ഞ്ചർ ബിസ്ക്കറ്റ്	ശ്രീകുമാരൻ തമ്പി	ദക്ഷിണാ മൂർത്തി
21	അജ്ഞാതസഖി	ഒള്ളത് മതി	വയലാർ	എൽ.പി.ആർ. വർമ്മ
22	വാകപ്പൂമരം ചൂടും	അനുഭവം	ബിച്ചുതിരുമല	എ.ടി. ഉമ്മർ
23	ദേവീ നിൻ ചിരിയിൽ	രാജപരമ്പര	അപ്പൻ തച്ചേത്ത്	,, ,, ,,
24	അഗാധനീലിമയിൽ	കാത്തിരുന്ന നിക്കാഹ്	വയലാർ	ദേവരാജൻ
25	നദികളിൽ സുന്ദരി	അനാർക്കലി	വയലാർ	ബാബുരാജ്
26	മദംപൊട്ടിച്ചിരിക്കുന്ന	ചിത്രമേള	ശ്രീകുമാരൻതമ്പി	ദേവരാജൻ
27	മാണിക്യവീണയു മായെൻ	കാട്ടുപൂക്കൾ	ഒ.എൻ.വി	ദേവരാജൻ
28	പ്രമദവനം	ഹിസ് ഹൈനസ് അബ്ദുള്ള	കൈതപ്രം	രവീന്ദ്രൻ
29	നഗരം നഗരം	നഗരമേ നന്ദി	പി. ഭാസ്കരൻ	കെ. രാഘവൻ
30	മനുഷ്യൻ മതങ്ങളെ	അച്ഛനും ബാപ്പയും	വയലാർ	ദേവരാജൻ
31	കല്പാന്ത കാലത്തോളം	എന്റെ ഗ്രാമം	ശ്രീമൂലനഗരം വിജയൻ	വിദ്യാധരൻ
32	അമ്പലമില്ലാതെ	പാദമുദ്ര	കുടപ്പനക്കുന്ന് ഹരി	,, ,,
33	നീ മധു പകരൂ	മൂടൽമഞ്ഞ്	പി. ഭാസ്കരൻ	ഉഷാഖന്ന
34	എന്റെ കടിഞ്ഞൂൽ പ്രണയകഥയിലെ	ഉൾക്കടൽ	ഒ.എൻ.വി.	എം. ബി. ശ്രീനിവാസൻ
35	ഏഴുസ്വരങ്ങളും	ചിരിയോചിരി	ബിച്ചുതിരുമല	രവീന്ദ്രൻ
36	പാരിജാതം തിരുമിഴി	തോക്കുകൾ കഥപറയുന്നു	വയലാർ	ദേവരാജൻ
37	ഇന്ദ്രവല്ലരി പൂചൂടി	ഗന്ധർവക്ഷേത്രം	,, ,,	,, ,,
38	സ്വർഗനന്ദിനി	ലങ്കാദഹനം	ശ്രീകുമാരൻതമ്പി	എം.എസ്. വിശ്വനാഥൻ
39	വാതിൽപ്പഴുതിലൂടെ	ഇടനാഴിയിൽ ഒരു കാലൊച്ച	ഒ.എൻ.വി.	ദക്ഷിണാമൂർത്തി
40	കാറ്റടിച്ചു	തുലാഭാരം	വയലാർ	ദേവരാജൻ
41	സുറുമയെഴുതിയ	ഖദീജ	യൂസഫലി കേച്ചേരി	ബാബുരാജ്

42	സ്വർഗ്ഗപുത്രി	നിഴലാട്ടം	വയലാർ	ദേവരാജൻ
43	സന്ധ്യമയങ്ങും നേരം	മയിലാടുംകുന്ന്	,, ,,	,, ,,
44	സംഗമം സംഗമം	ത്രിവേണി	,, ,,	,, ,,
45	കരയുന്നോ പുഴ	മുറപ്പെണ്ണ്	പി. ഭാസ്കരൻ	ചിദംബരനാഥ്
46	വീണപൂവേ	ജീവിക്കാൻ മറന്നു പോയ സ്ത്രീ	വയലാർ	എം.എസ്.വിശ്വ നാഥൻ
47	ശ്രീപദം വിടർന്ന	ഏതോ ഒരു സ്വപ്നം	ശ്രീകുമാരൻ തമ്പി	സലീൽ ചൗധരി
48	മെല്ലെമെല്ലെ മുഖപടം	മിന്നാമിനുങ്ങിന്റെ നുറുങ്ങുവെട്ടം	ഒ.എൻ.വി.	ജോൺസൺ
49	ഒരു നറുപുഷ്പമായ്	മേഘമൽഹാർ	ഒ.എൻ.വി.	രമേശ് നാരായണൻ
50	ഓ സൈനബാ	അമൃതം	കൈതപ്രം	എം. ജയചന്ദ്രൻ
51	ഹരിമുരളീരവം	ആറാംതമ്പുരാൻ	ഗിരീഷ് പുത്തഞ്ചേരി	രവീന്ദ്രൻ
52	തങ്കത്താളികയിൽ	ഗായത്രി	വയലാർ	ദേവരാജൻ
53	നാദബ്രഹ്മത്തിൻ	കാട്ടുകുരങ്ങ്	പി. ഭാസ്കരൻ	ദേവരാജൻ
54	ബന്ധുവാര് ശത്രുവാര്	ബന്ധുക്കൾ ശത്രുക്കൾ	ശ്രീകുമാരൻ തമ്പി	ശ്രീകുമാരൻ തമ്പി
55	ദേവീ	ഞാൻ ഗന്ധർവൻ	കൈതപ്രം	ജോൺസൺ
56	ശംഖുപുഷ്പം കണ്ണെഴുതുമ്പോൾ	ശകുന്തള	വയലാർ	ദേവരാജൻ
57	സ്വർണ്ണത്താമരയിതളി ലുറങ്ങും	,, ,,	,, ,,	,, ,,
58	സുമംഗലി നീ	വിവാഹിത	,, ,,	,, ,,
59	ജീവിതമെന്നൊരു തൂക്കുപാലം	നിറകുടം	ബിച്ചുതിരുമല	ജയവിജയൻമാർ
60	കിളി ചിലച്ചു	സമസ്യ	ഒ.എൻ.വി.	കെ.പി. ഉദയഭാനു
61	പൊന്നുഷസ്സിന്റെ	ജനുവരി ഒരോർമ്മ	ഷിബു ചക്രവർത്തി	ഔസേപ്പച്ചൻ
62	ഓ പ്രിയേ	അനിയത്തി പ്രാവ്	രമേശൻ നായർ	,, ,,
63	ചിത്രശിലാപാളികൾ	ബ്രഹ്മചാരി	വയലാർ	ദക്ഷിണാമൂർത്തി
64	പാർവ്വണേന്ദുവിൻ	തുറക്കാത്ത വാതിൽ	പി. ഭാസ്കരൻ	കെ. രാഘവൻ

65	ആയിരം കാതം	ഹർഷബാഷ്പം	ഖാൻസാഹിബ്	എം.കെ. അർജ്ജുനൻ
66	സുഖമോ ദേവി	സുഖമോ ദേവി	ഒ.എൻ.വി	രവീന്ദ്രൻ
67	കസ്തൂരി മണക്കുന്നല്ലോ	പിക്നിക്	ശ്രീകുമാരൻ തമ്പി	എം.കെ.അർജുനൻ
68	നിന്റെ മിഴികൾ നീല മിഴികൾ	സ്നേഹദീപമേ മിഴി തുറക്കൂ	പി. ഭാസ്കരൻ	പുകഴേന്തി
69	ശ്രാന്തമംബരം	അഭയം	ജി. ശങ്കരക്കുറുപ്പ്	ദക്ഷിണാമൂർത്തി
70	മിഴിയോരം	മഞ്ഞിൽ വിരിഞ്ഞപൂക്കൾ	ബിച്ചു തിരുമല	ജെറിഅമൽദേവ്
71	ചന്ദനലേപസുഗന്ധം	ഒരു വടക്കൻ വീരഗാഥ	കെ. ജയകുമാർ	ബോംബെ രവി
72	സാഗരങ്ങളേ	പഞ്ചാഗ്നി	ഒ.എൻ.വി.	,, ,,
73	പനിനീർമഴ പൂമഴ	ഭൂമിദേവി പുഷ്പിണിയായ്	വയലാർ	ദേവരാജൻ
74	ശരറാന്തൽ തിരി	കായലും കയറും	പൂവച്ചൽ ഖാദർ	കെ.വി. മഹാദേവൻ
75	യമുനേ നീ ഒഴുകൂ	തുലാവർഷം	വയലാർ	സലിൽ ചൗധരി
76	ഒരുരാത്രി കൂടി വിടവാങ്ങവേ	സമ്മർ ഇൻ ബത്‌ലഹേം	ഗിരീഷ് പുത്തഞ്ചേരി	വിദ്യാസാഗർ
77	എന്റെ മൺവീണയിൽ	നേരം പുലരുമ്പോൾ	ഒ.എൻ.വി.	ജോൺസൺ
78	നന്ദി ആരോട് ഞാൻ ചൊല്ലേണ്ടൂ	അഹം	കോന്നിയൂർ ഭാസ്	രവീന്ദ്രൻ
79	രാമകഥാ ഗാനലയം	ഭരതം	കൈതപ്രം	രവീന്ദ്രൻ
80	ചിരിയോ ചിരി	കടുവയെ പിടിച്ച കിടുവ	ശ്രീകുമാരൻ തമ്പി	ദക്ഷിണാമൂർത്തി
81	സുമുഹൂർത്തമായി	കമലദളം	കൈതപ്രം	രവീന്ദ്രൻ
82	വികാരനൗകയുമായി	അമരം	,, ,,	,, ,,
83	അഴകേ	,, ,,	,, ,,	,, ,,
84	ഹൃദയത്തിൻ രോമാഞ്ചം	ഉത്തരായനം	.ജി. കുമാരപ്പിള്ള	കെ.രാഘവൻ
85	നക്ഷത്രദീപങ്ങൾ തിളങ്ങി	നിറകുടം	ബിച്ചുതിരുമല	ജയവിജയന്മാർ
86	ശ്രീരാഗമോ	പവിത്രം	കൈതപ്രം	ശരത്
87	പ്രണതോസ്മി	സിന്ദൂരരേഖ	,, ,,	,, ,,
88	സാമ്യമകന്നൊരു ദ്യാനമേ	ദേവി	വയലാർ	ദേവരാജൻ

89	അള്ളാവിൻ കാരുണ്യ	യത്തിം	പി. ഭാസ്കരൻ	ബാബുരാജ്
90	കല്പനതൻ അളകാപുരി	സ്റ്റേഷൻ മാസ്റ്റർ	പി. ഭാസ്കരൻ	ചിദംബരനാഥ്
91	ഏതോ നിദ്രതൻ	അയാൾ കഥ യെഴുതുകയാണ്	കൈതപ്രം	രവീന്ദ്രൻ
92	ഇന്നുമെന്റെ കണ്ണുനീരിൽ	യുവജനോത്സവം	ശ്രീകുമാരൻ തമ്പി	രവീന്ദ്രൻ
93	വേഴാമ്പൽ കേഴും	ഓളങ്ങൾ	ഒ.എൻ.വി.	ഇളയരാജ
94	സുന്ദരി നിൻ തുമ്പ്	ശാലിനി എന്റെ കൂട്ടുകാരി	എം.ഡി. രാജേന്ദ്രൻ	ദേവരാജൻ
95	പഴംതമിൾപാട്ട്	മണിച്ചിത്രത്താഴ്	ബിച്ചുതിരുമല	എം.ജി.രാധാ കൃഷ്ണൻ
96	ഗുരുവായൂരമ്പല നടയിൽ	ഒതേനന്റെ മകൻ	വയലാർ	ദേവരാജൻ
97	നിത്യവിശുദ്ധയാം	നദി	വയലാർ	ദേവരാജൻ
98	കായാമ്പൂകണ്ണിൽ വിടരും	,,	,,	,, ,,
99	മല്ലികപ്പൂ	മധുചന്ദ്രലേഖ	ഗിരീഷ് പുത്തഞ്ചേരി	എം. ജയചന്ദ്രൻ
100	അമ്മമഴക്കാറ്	മാടമ്പി	,, ,,	,, ,,
101	ഒരുവട്ടം കൂടിയെൻ	ചില്ല്	ഒ.എൻ.വി.	എം.ബി. ശ്രീനിവാസൻ
102	പാടുവാനായ് വന്നു	എഴുതാപ്പുറങ്ങൾ	ഗിരീഷ് പുത്തഞ്ചേരി	ജോൺസൺ

യേശുദാസിന്റെ ഹിന്ദിഗാനങ്ങൾ

1970ൽ തന്നെ നമ്മളെല്ലാം പ്രതീക്ഷിച്ചതുപോലെ യേശുദാസ് ഹിന്ദി ചലച്ചിത്രരംഗത്തേയ്ക്ക് കടന്നുവന്നു. അതത്ര എളുപ്പമായിരുന്നില്ലെന്നും നമുക്കറിയാമായിരുന്നു. ബോളിവുഡിൽ പ്രഗത്ഭരായ പുരുഷഗായകരുടെ അതിപ്രസരമുണ്ടായിരുന്ന കാലഘട്ടം. തീർച്ചയായും സന്ദർഭമുണ്ടാക്കി യതു സലിൽചൗധരി തന്നെയായിരുന്നു. അപ്പോഴേയ്ക്കും ഇവിടെ 'ചെമ്മീൻ' റിലീസായിക്കഴിഞ്ഞിരുന്നുവല്ലോ. ഇതിലെ യേശുദാസിന്റെ ഗാനാലാപനശൈലി സ്വാഭാവികമായും സലീൽദായെ വശീകരിച്ചിട്ടു ണ്ടാവും. പക്ഷേ, സലിൽ ദാ പാടിച്ച ഹിന്ദി ചിത്രം പുറത്തുവന്നില്ല.

ഉഷാ ഖന്നയുടെ സംഗീതത്തിൽ യേശുദാസ് പാടിയ ഒരു ഹിന്ദി ചിത്രം പുറത്തിറങ്ങി. അതും വെളിച്ചം കണ്ടില്ല എന്നാണ് പറഞ്ഞു കേട്ടിട്ടുള്ളത്. പിന്നീട് ആദ്യമായി പുറത്തിറങ്ങിയ യേശുദാസിന്റെ പടവും ഉഷാഖന്നയാണ് സംഗീതസംവിധാനം നടത്തിയത്. ഇതിനുമുൻപ് ഉഷാ ഖന്നയും യേശുദാസിനെക്കൊണ്ട് മലയാളത്തിൽ പാടിച്ചിരുന്നല്ലോ. 'മൂടൽമഞ്ഞ്' എന്ന ചിത്രത്തിലെ 'നീ മധു പകരൂ' എന്ന ഗാനം ഹിറ്റായി മാറിയത് ചരിത്രം. സലിൽ ചൗധരിയുടെ 'ജാനേമൻ' എന്ന പാട്ടാണ് ദാസിന്റെ ആദ്യ ഹിന്ദി ഗാനമെന്ന് കരുതപ്പെടുന്നത്. ആശാബോൺസ് ലെയുമൊത്ത്.

ഞാൻ യേശുദാസിന്റെ ഹിന്ദിഗാനങ്ങൾ കൂടുതൽ ശ്രദ്ധിച്ചത് "ചിത്ചോർ" എന്ന ചിത്രത്തിൽ അദ്ദേഹം പാടിയ ഗാനങ്ങൾ പുറത്തു വന്നപ്പോഴായിരുന്നു. ഈ ചിത്രത്തിന്റെ സംഗീതസംവിധാനം നിർവഹി ച്ചത് അന്ധനായിരുന്ന രവീന്ദ്ര ജെയിൻ ആയിരുന്നല്ലോ. ഇദ്ദേഹവും യേശുദാസും കൂടി ഒരാത്മബന്ധം ഉണ്ടായിരുന്നത്രെ. അതുകൊണ്ടല്ലേ രവീന്ദ്ര ജെയിനിനോട് അഥവാ കാഴ്ചതിരിച്ചുകിട്ടിയാൽ ആരെ കാണാ നാണ് ആഗ്രഹം എന്നു ചോദിച്ച പത്രപ്രതിനിധിയോട് യേശുദാസിനെ എന്നു അദ്ദേഹം സംശയലേശമന്യേ ഉത്തരം നൽകിയത്. ചിത്ചോറിലെ രണ്ട് പാട്ടുകൾ നേരത്തെ കേട്ടതുകൊണ്ട് സിനിമ കോഴിക്കോട് (അപ്സര തിയേറ്ററിലാണെന്നു തോന്നുന്നു) റിലീസായപ്പോൾ ഉടനെ കണ്ടു. അതിൽ യേശുദാസ് പാടിയ സോളോകളും യുഗ്മഗാനങ്ങളും മനോഹ രങ്ങളായിരുന്നു. 'ഗോരിതേരാ' എന്ന ഗാനം നാഷനൽ അവാർഡിന്നർഹ മായി. പക്ഷേ, എനിക്ക് കൂടുതലിഷ്ടം ഹേമലതയുമൊത്ത് അദ്ദേഹം

പാടിയ "ജബ്ദീപ് ജലെ ആനാ" എന്ന ഗാനമാണ്. രവീന്ദ്ര ജെയിൻ മലയാളത്തിൽ സംഗീതസംവിധാനം നടത്തിയ 'സുജാത' എന്ന ചിത്രത്തിലെ 'കാളിദാസന്റെ കാവ്യഭാവനയെ' എന്ന ഗാനമാണ് ഇഷ്ടം. ഈ ചിത്രത്തിൽ തന്നെയാണ് ആശാബോൺസ്‌ലെ ആദ്യമായി മലയാളത്തിൽ പാടിയത്. 'സ്വയംവരശുഭദിന' എന്ന ഗാനം.

സലിൽ ചൗധരി, ഉഷാഖന്ന, രവീന്ദ്രജെയിൻ, രാജ്കമൽ, ബപ്പിലഹരി, രാജേഷ് റോഷൻ എന്നിവരെല്ലാം യേശുദാസിനെക്കൊണ്ട് മനോഹരഗാനങ്ങൾ പാടിപ്പിച്ചിട്ടുണ്ട്. രാജ്കമൽ 'സാവൻ കൊ ആനെ ദോ' എന്ന ചിത്രത്തിലെ പത്തു പാട്ടുകളിൽ ഏഴെണ്ണം യേശുദാസിനെക്കൊണ്ടാണ് പാടിച്ചിട്ടുള്ളത്. രവീന്ദ്രജെയിൻ വർഷങ്ങൾക്ക് മുമ്പ് 'താൻസെൻ' എന്ന ചിത്രത്തിൽ പതിമൂന്നു മിനിട്ടിലധികം ദൈർഘ്യമുള്ള അർദ്ധശാസ്ത്രീയ സംഗീതം തുളുമ്പിനിൽക്കുന്ന (അതോറിയൽ ക്ലാസിക്കലോ?) ഒരു ഗംഭീരഗാനം ദാസിനെക്കൊണ്ടു പാടിച്ചിരുന്നു. പക്ഷേ, സംഗീതസംവിധായകന്റെയോ ഗായകന്റെയോ അല്ല രണ്ടു പേരുടെയും നിർഭാഗ്യം കൊണ്ടോ ഈ ചിത്രം പുറത്തുവന്നില്ല. ഈ പടം റിലീസായിരുന്നെങ്കിൽ കുറെക്കൂടി സന്ദർഭങ്ങൾ ഈ അനുഗൃഹീതഗായകനെ തേടിയെത്തുമായിരുന്നെന്ന് രവീന്ദ്രജെയിൻ അഭിപ്രായപ്പെട്ടതായി എവിടെയോ വായിച്ചിട്ടുണ്ട്. 'ഷഡ്ജ്നെ പായട്' എന്ന ഈ ഗാനം യൂട്യൂബിൽ ലഭ്യമാണ്. എന്റെ ഫോണിൽ അത് ഡൗൺലോഡ് ചെയ്തുവെച്ചിട്ടുണ്ട്. ഏതായാലും ദാസിന്റെ പ്രശസ്തമായ കുറെ ഹിന്ദിഗാനങ്ങളിതാ.

	ഗാനം	ചിത്രം	സംഗീതം
1	ഗോരിതേരാ	ചിത്പോർ	രവീന്ദ്ര ജെയിൻ
2	ജബ്ദീപ് ജലെ	,, ,,	,, ,,
3	തുജോ മേരെസൂർ	,, ,,	,, ,,
4	ആജ്സെ പഹലെ	,, ,,	,, ,,
5	ഷഡ്ജനെ പായട്	താൻസൻ	,, ,,
6	നിസഗമപനി	ആനന്ദ മഹൽ	സലിൽ ചൗധരി
7	ഓജാനോമൻ	ചോട്ടീബാത്ത്	,, ,,
8	കാകരും സജ്നി	സ്വാമി	രാജേഷ് റോഷൻ
9	ദിൽ കൊ ടുക്ടാ	ദാദ	ഉഷാഖന്ന
10	മധുബൻ ഖുശ്ബു	സാജൻ	
		ബിനാസുഹാഗൻ	ഉഷാഖന്ന

11	മാനാഹോതും	ടൂട്ടേഖിലോന	ബാപ്പിലഹരി
12	ധീരേ ധീരേ	ഹൈസിയത്ത്	,, ,,
13	കോയി ഗാത്താ	ആലാപ്	ജയ്ദേവ്
14	ചാന്ദ് അകേലാ	,, ,,	,, ,,
15	ചാന്ദ് ജൈസെ	സാവൻ കെ ആനെ ദോ	രാജ്കമൽ
16	സുറുമൈ	സദ്മ	ഇളയരാജ
17	ശ്യാമരംഗ് രംഗാരേ	അപ്നേപരായേ	ബാപ്പിലഹരി
18	തുംഇത് നിസുന്ദർഹൈ	ആനന്ദ്	രവീന്ദ്രജെയിൻ

യേശുദാസിന്റെ ചില തമിഴ് ഗാനങ്ങൾ

ഗായകൻ കൃഷ്ണചന്ദ്രൻ ഒരിക്കൽ യേശുദാസിന്റെ തമിഴ്ഗാനങ്ങളെ ആധാരമാക്കി 'ചക്കരപ്പന്തലി'ൽ 'അതിശയരാഗം' എന്ന തലക്കെട്ടോടെ ഒരു പരിപാടി അവതരിപ്പിച്ചിരുന്നു. അതിൽ പ്രധാനമായും ഇളയരാജയുടെ സംഗീതസംവിധാനത്തിലുള്ള പാട്ടുകളാണ് ഉദ്ധരിച്ചിട്ടുള്ളത്. പക്ഷേ, 'അതിശയരാഗം' എന്ന തലക്കെട്ട് എം.എസ്. വിശ്വനാഥനുമായി ബന്ധപ്പെട്ടുകിടക്കുന്നു. കൃഷ്ണചന്ദ്രൻ ഈ പരിപാടിയിൽ ഒരഭിപ്രായം പറഞ്ഞത് കൃത്യമായോർക്കുന്നു. ഇളയരാജ ചില പ്രത്യേക പാട്ടുകൾ യേശുദാസിനു മാത്രമായി മാറ്റിവെക്കുമായിരുന്നത്രെ. അദ്ദേഹം പാടിയാലേ താനുദ്ദേശിക്കുന്ന രീതിയിലാവുള്ളൂ എന്ന നിഗമനത്തോടെ. അതേപോലെ ചില പാട്ടുകൾ ഇളയരാജ ചിത്രയ്ക്ക് വേണ്ടി മാത്രം ട്യൂൺ ചെയ്തിട്ടുള്ളതാണെന്നും പറഞ്ഞുകേട്ടിട്ടുണ്ട്. യേശുദാസും ചിത്രയും ചേർന്നു പാടിയ "കല്ല്യാണ തേൻനിലാ" എന്ന ഗാനം കേൾക്കുമ്പോൾ ഇത് വളരെ ശരിയാണെന്നു എനിക്കെങ്കിലും ബോദ്ധ്യമായിട്ടുണ്ട്. ഏതായാലും ഇളയരാജയുടേയും മറ്റും സംഗീത സംവിധാനത്തിൽ ദാസ് പാടിയ കുറെ തമിഴ് പാട്ടുകളുടെ ലിസ്റ്റിതാ. ഇതെല്ലാം ആവർത്തിച്ചു കേൾക്കാൻ ഞാനിഷ്ടപ്പെടുന്നവയാണ്.

	ഗാനം	ചിത്രം	സംഗീതം
1	മരിമരിനിന്നെ	സിന്ധുഭൈരവി	ഇളയരാജ
2	പൂമാലൈവാങ്ങി വന്താൻ	,, ,,	,, ,,
3	കല്ല്യാണതേൻനിലാ (ചിത്രയുമൊത്ത്)	മൗനം സമ്മതം	,, ,,
4	പഴമുകിൽപ്പോലൈ	വർഷം 16	,, ,,
5	വെള്ളപ്പൂ (ജാനകിയുമൊത്ത്)	പുതുകവിതൈ	,, ,,
6	നീപാതി നാൻ പാതി	കേളടി കണ്മണി	,, ,,

7	അമ്മാ എൻ	മന്നൻ	,, ,,
8	നെഞ്ചേ നെഞ്ചേ	രക്ഷകൻ	എ.ആർ. റഹ്മാൻ
9	പച്ചക്കിളികൾ	ഇന്ത്യൻ	,, ,,
10	അതിശയരാഗം	അപൂർവഗാനങ്ങൾ	എം.എസ്. വിശ്വനാഥൻ
11	ഒൻറേകുലം	പല്ലാണ്ട് വാഴ്ക	കെ.വി. മഹാദേവൻ
12	രാജരാജചോഴൻ	റെട്ടായി വാൽക്കുരുവി	ഇളയരാജ
13	പൂവിഴി വാസലിൻ (ജാനകിയുമൊത്ത്)	ദീപം	,, ,,

അനുഗൃഹീതഗായകൻ

1. എട്ട് നാഷനൽ അവാർഡ് (ഇതുവരെയുള്ള റിക്കാർഡ്)
2. 16 സംസ്ഥാന അവാർഡ് (മലയാളം സോളോ)
3. 7 യുഗ്മഗാനങ്ങൾ (മലയാളം)

ഇദ്ദേഹം അനുഗൃഹീത ഗായകൻ അല്ലെങ്കിൽ അത് മറ്റാരാണ്?

പി. സുശീല

മലയാള ചലച്ചിത്രഗാനങ്ങളെ സംബന്ധിച്ച് സുശീലയാണോ ജാനകിയാണോ കൂടുതൽ മെച്ചപ്പെട്ട ഗായിക എന്നു പറയാൻ അൽപം ആലോചിക്കേണ്ടിവരും. മലയാള സിനിമാനടികളെ വിലയിരുത്തുമ്പോൾ പ്രസിദ്ധ ചിന്തകനും വാഗ്മിയുമായ എം.എൻ. കാരശ്ശേരി ഒരു ലേഖനത്തിൽ ഷീലയാണോ ശാരദയാണോ കൂടുതൽ നല്ല നടി എന്നു ചിന്തിക്കുമ്പോൾ പലപ്പോഴും മാറിമാറി ചിന്തിക്കാൻ തോന്നാറുണ്ട് എന്ന് എഴുതിയിട്ടുണ്ട്. ഏതാണ്ടിതേ പ്രശ്നമാണ് മേൽപറഞ്ഞ ഗായികമാരെ വിലയിരുത്തുമ്പോഴും ആർക്കും തോന്നാവുന്നത്. ഇപ്പോഴിതിലേക്ക് നമ്മുടെ സ്വന്തം ചിത്രയുമുണ്ടല്ലോ. എത്രയോ കാലം മലയാളത്തിന്റെ സ്ത്രീശബ്ദമായി മുഴങ്ങി കേട്ടിരുന്നത് രണ്ടു ആന്ധ്രക്കാരികളുടെ ശബ്ദമായിരുന്നുവല്ലോ. അതിലൊരു ഔചിത്യക്കുറവുമില്ല. സംഗീതത്തിനെന്ത് ഭാഷ? എന്ത് ദേശവിശേഷം? ഓരോ തരത്തിലും ഇവർ മൂന്നുപേരും പ്രഥമസ്ഥാനമർഹിക്കുന്നു എന്ന് നമുക്ക് തോന്നിപ്പോകും. അതിലൊട്ടു അപാകതയുമില്ല. പക്ഷേ, ഒരാസ്വാദന നിലവാരത്തിൽ വിലയിരുത്തുമ്പോൾ രണ്ടും അല്ലെങ്കിൽ മൂന്നും ഒരുപോലെ എന്നു പറയുന്നതിലർത്ഥമില്ലല്ലോ. അപ്പോൾ ഞാനങ്ങു തുറന്നുപറയുന്നു. എന്റെ ഇഷ്ടഗായിക (ലത കഴിഞ്ഞാൽ) സുശീല തന്നെയാണെന്ന്. തമിഴ്ഗാനങ്ങളെ കൂടി കണക്കിലെടുത്തുകൊണ്ടാണ് ഞാനിത് പറയുന്നത്. മറ്റൊരു നീതീകരണവുമുണ്ട് സുശീലയെ പ്രഥമസ്ഥാനത്ത് നിർത്താൻ. 1960ൽ ദക്ഷിണാമൂർത്തിയുടെ പ്രസിദ്ധമായ "പാട്ടുപാടിയുറക്കാം" എന്ന ഗാനം പാടി മലയാളത്തിലെത്തിയ സുശീലതന്നെയാണ് ജാനകിയേക്കാൾ സീനിയർ. ഇതിനെ കടത്തിവെട്ടാൻ മലയാളത്തിൽ മറ്റൊരു താരാട്ട്പാട്ട് ഉണ്ടാകേണ്ടതായിട്ടുണ്ട്. ഉച്ചാരണത്തിൽ മലയാളത്തിന്റെ തനിമ കൈവരിക്കാൻ ജാനകിയെപ്പോലെ സുശീലയ്ക്കു കഴിഞ്ഞിട്ടില്ല. പക്ഷേ, പലയിടത്തും ആ ഉച്ചാരണശൈലി കൂടി അവരുടെ പാട്ടുകൾക്ക് ചാരുതയേകിയിട്ടുണ്ട്. അലിഞ്ഞലിഞ്ഞ് പാടുക എന്നതാണവരുടെ മുഖമുദ്ര. പെട്ടെന്നാണോർമ വരുന്നത് 'ആദ്യകിരണങ്ങളി'ൽ അവർ പാടിയ 'പതിവായി പൗർണമിതോറും' എന്ന ഗാനമാണ്. ദക്ഷിണാമൂർത്തിയാണ് സുശീലയെ മലയാളത്തിലേക്ക് കൊണ്ടുവന്നതെങ്കിലും പിന്നീട് ദേവരാജൻ, ബാബുരാജ്, രാഘവൻ എന്നിവർ സുശീലയെക്കൊണ്ട് കുറെ മധുരഗാ

നങ്ങൾ പാടിച്ചിട്ടുണ്ടല്ലോ. രാഘവൻ മാസ്റ്റർ മരിക്കുന്നതിനു തലേവർഷം ദൂരദർശനിലെ ഒരഭിമുഖത്തിൽ തനിക്കേറ്റവും ഇഷ്ടപ്പെട്ട ഗായിക സുശീലയാണെന്നു പറഞ്ഞത് നേരിട്ടു കേട്ടിട്ടുണ്ട്. ദേവരാജൻ മാസ്റ്ററും ഇത് തുറന്നു സമ്മതിച്ചിട്ടുണ്ട്. എന്തിനേറെ പ്രസിദ്ധ ഹിന്ദിഗാനങ്ങൾ നെയ്തെടുത്ത നൗഷാദ് ദക്ഷിണേന്ത്യയിലെ വാനമ്പാടി എന്നാണ് സുശീലയെ വിശേഷിപ്പിച്ചിട്ടുള്ളത്. അതുകൊണ്ടാണല്ലോ 'ധ്വനി' എന്ന ചിത്രത്തിൽ അദ്ദേഹം 'ജാനകി ജാനെ' എന്ന ഗാനം അവരെക്കൊണ്ട് പാടിച്ച് സംതൃപ്തിയടഞ്ഞത്.

'സീത' എന്ന ചിത്രത്തിൽ 'പാട്ടുപാടി' എന്ന ഗാനം കൂടാതെ 'വീണേ പാടുക പ്രിയതരമായ്' എന്ന ഗാനം കൂടി പാടിച്ചിട്ടുണ്ട് സ്വാമി. ചിലപ്പോൾ തോന്നും ഇതല്ലേ കൂടുതൽ മനോഹരമെന്ന്. എന്തുകൊണ്ടോ അക്കാലത്തൊന്നും ഈ ഗാനം റേഡിയോവിൽ കൂടി കേട്ടതായി ഓർക്കുന്നില്ല. അതുകൊണ്ട് അത് ജനങ്ങളിലെത്തിയില്ല എന്നതാണ് കാര്യം. ഇപ്പോൾ പഴയ ഗാനങ്ങളുടെ 98%ശതമാനമെങ്കിലും ഗൂഗിളിൽ നിന്നു കേൾക്കാൻ പറ്റുമല്ലോ. പക്ഷേ, ഗൂഗിളിൽനിന്നു പാട്ടുകേൾക്കുക എന്നത് എല്ലാവർക്കും സാദ്ധ്യമല്ലല്ലോ. പഴയഗാനങ്ങൾ പല വകുപ്പുകളിലായി സിഡികളിലായി വാങ്ങിയിട്ടുണ്ടല്ലോ. അതിലൊന്നും സുശീലയുടെ ഈ മനോഹരഗാനം ചേർത്തുകണ്ടിട്ടില്ല.

സുശീലയ്ക്ക് മറ്റൊരു ഭാഗ്യം കിട്ടിയിട്ടുണ്ട്. വളരെക്കാലം ദേവരാജന്റെ ഇഷ്ടഗായികയായിരുന്നല്ലോ സുശീല. മാധുരി കടന്നുവരുന്നതിനുമുൻപ്. ആലാപനത്തിന്റെ കാര്യത്തിൽ സുശീല എവിടെ? മാധുരി എവിടെ? സുശീല പാടിയതിനേക്കാൾ മാധുരി കൂടുതൽ പാട്ടുകൾ പാടിയിട്ടുണ്ടല്ലോ, ദേവരാജൻ മാസ്റ്ററുടെ കീഴിൽ. എന്നിട്ടും മാസ്റ്റർ ഒരഭിമുഖത്തിൽ പറയുന്നത് നേരിട്ട് കേൾക്കാനിടയായിട്ടുണ്ട്, തന്റെ മനോഹരഗാനങ്ങൾ കൂടുതൽ മനോഹരമായി പാടിയിട്ടുള്ളത് സുശീലതന്നെയാണെന്ന്. ദേവരാജന്റെ കൂടുതൽ നല്ല ഗാനങ്ങൾ പാടാൻ കഴിഞ്ഞു എന്നത് സുശീലയുടെ ഭാഗ്യം. വയലാറിന്റെ മനോഹരമായ രചനകൾ കൂടുതൽ പാടാൻ കഴിഞ്ഞത് സുശീലയ്ക്കാണ്. മാസ്റ്ററുടെ കീഴിൽ. കുറച്ച് ഗാനങ്ങളേ മാസ്റ്റർ ജാനകിയെക്കൊണ്ട് പാടിച്ചിട്ടുള്ളൂ. അക്കാലത്ത് ദേവരാജന്റെ പാട്ടുകൾ അധികവും പാടിയിട്ടുള്ളത് സുശീലതന്നെ. 'ഭാര്യ'യിലെ 'ഓമനക്കയ്യിൽ' 'മുൾക്കിരീടമിതെന്തിന്' തുടങ്ങിയ ഗാനങ്ങളിൽ തുടങ്ങിയ ബന്ധം എത്ര മുത്തുകളാണ് നമുക്ക് നൽകിയിട്ടുള്ളത്. മലയാളത്തിലെ നടികളിൽ അക്കാലത്ത് പ്രമുഖരായ ഷീലയുടെയും ജയഭാരതിയുടെയും അധിക പിന്നണിഗാനങ്ങളും പാടിയത് സുശീലയായിരുന്നു. ഇതിലെ പ്രധാനറോൾ ദേവരാജന്റേതായിരുന്നു. ഷീലയ്ക്ക്

വേണ്ടി ട്യൂണിട്ട 'ഏഴ് സുന്ദരരാത്രികൾ' 'കറുത്ത ചക്രവാള മതിലുകൾ', 'ശ്രാവണചന്ദ്രിക', 'പൂന്തേനരുവി' എന്നീ ഗാനങ്ങൾ മുൻപന്തിയിൽ നിൽക്കുന്നവതന്നെ. ഒരുപക്ഷേ, അധികമാരും ശ്രദ്ധിക്കാതെപോയ പാദസരത്തിലെ 'മോഹവീണതൻ' ശ്രവണസുഖത്തിൽ എത്രയോ മുന്നിലാണ്. ജയഭാരതിക്കുവേണ്ടി ഈ ഗായിക പാടിയ 'അറിയുന്നീല ഭവാൻ' 'സൂര്യകാന്തകൽപടവിൽ' തുടങ്ങിയ ഗാനങ്ങൾ മനോഹരങ്ങളിൽ മനോഹരങ്ങളാണല്ലോ. സോളോയെപ്പോലെതന്നെ പഴയ മലയാള യുഗ്മഗാനങ്ങളിൽ മുൻപന്തിയിൽ നില്ക്കുന്ന പലതും പാടുന്നതിൽ ജാനകിയെപ്പോലെ സുശീലയ്ക്കും കിട്ടി ഭാഗ്യം. പെട്ടെന്നോർമ്മ വരുന്നത് 'ഉണ്ണിയാർച്ച'യിലെ 'അന്നു നിന്നെ കണ്ടതിൽപിന്നെ' 'ഭാർഗവീനില'യത്തിലെ 'അറബിക്കടലൊരു മണവാളൻ' 'കുപ്പിവളയിലെ' 'കണ്മണീ നീയെൻ' 'ശകുന്തള'യിലെ 'മാലിനി നദിയിൽ' 'സ്കൂൾ മാസ്റ്ററി'ലെ 'ഇനിയെന്റെ ഇണക്കിളി', 'നിത്യകന്യക'യിലെ 'എന്തെന്തു മോഹങ്ങളായിരുന്നു' എന്നിവയാണ്. ദക്ഷിണാമൂർത്തിയുടെ കീഴിൽ 'അഭയം' എന്ന ചിത്രത്തിൽ രണ്ട് സുന്ദരഗാനങ്ങൾ പാടിയിട്ടുണ്ട് സുശീല. ഒന്ന് സുഗതകുമാരിയുടെ പ്രസിദ്ധമായ 'പാവം മാനവഹൃദയം'. അതോടൊപ്പം പി. ഭാസ്കരന്റെ സുന്ദര രചനയായ "രാവ് പോയതറിയാതെ" എന്ന ഗാനവും. വടക്കൻപാട്ടുകളിലെ കഥകൾ ചലച്ചിത്രമാക്കിയപ്പോൾ പല ഗാനങ്ങളും കിട്ടിയത് സുശീലയ്ക്കുതന്നെ. ഇതിൽ രണ്ടെണ്ണം എടുത്തു പറയേണ്ടവയാണ്. 'കണ്ണപ്പനുണ്ണി'യിലെ 'മാനത്തെ മഴമുകിൽ മാലകളെ', 'ഒതേനന്റെ മകനിലെ' 'കദളീവനങ്ങൾക്കരികിലല്ലോ' എന്നിവയും മധുരം കിനിയുന്ന ഗാനങ്ങളാണല്ലോ. തീർച്ചയായും ബാബുരാജ് തന്റെ ഗാനങ്ങൾ കൂടുതൽ പാടിച്ചിട്ടുള്ളത് ജാനകിയെക്കൊണ്ടാണ്. അടുത്ത കാലം വരെ ബാബുരാജ് സുശീലയെക്കൊണ്ട് അധികഗാനങ്ങൾ പാടിച്ചിട്ടില്ല എന്ന തോന്നലുണ്ടായിരുന്നു. ഗൂഗിളിൽ നിന്ന് മനസ്സിലായി ഒരു പാട് ഗാനങ്ങൾ സുശീലയെക്കൊണ്ട് പാടിച്ചിട്ടുണ്ട് ബാബുരാജെന്ന്.

തീർച്ചയായും മലയാളത്തിലേക്കാൾ തമിഴിലായിരുന്നു ഈ ഗായിക കലക്കിയിരുന്നത്. എം.എസ്. വിശ്വനാഥന്റെ എഴുപത്തഞ്ച് ശതമാനത്തിലധികം സോളോ ഗാനങ്ങൾ തമിഴിൽ പാടിയിട്ടുള്ളത് പി. സുശീലയാണ്. അതേപോലെ എം.എസ്.വിയുടെ കീഴിൽ സൗന്ദരരാജനുമൊത്ത് എത്രയെത്ര മനോഹരഗാനങ്ങൾ പാടിയിട്ടുണ്ട് സുശീല. ഏതായാലും എനിക്കേറ്റവും ഇഷ്ടപ്പെട്ട സുശീലയുടെ കുറെ മലയാളഗാനങ്ങളുടെ ലിസ്റ്റിതാ.

	ഗാനം	ചിത്രം	രചന	സംഗീതം
1	പാട്ടുപാടിയുറക്കാം	സീത	അഭയദേവ്	ദക്ഷിണാ മൂർത്തി
2	വീണേ പാടുക	,,	,,	,, ,,
3	പതിവായി പൗർണമി	ആദ്യ കിരണങ്ങൾ	പി. ഭാസ്കരൻ	കെ. രാഘവൻ
4	കണ്ണ് തുറക്കാത്ത	അഗ്നിപുത്രി	വയലാർ	ബാബുരാജ്
5	സൂര്യകാന്ത കൽപടവിൽ	പുനർജന്മം	വയലാർ	ദേവരാജൻ
6	കറുത്ത ചക്രവാള	അശ്വമേധം	,, ,,	,, ,,
7	ഏഴരവെളുപ്പിനു	തിലോത്തമ	,, ,,	,, ,,
8	അറിയുന്നീല ഭവാൻ	കാട്ടുകുരങ്ങ്	പി. ഭാസ്കരൻ	,, ,,
9	മാറോടണച്ചു	,, ,,	,, ,,	,, ,,
10	എന്റെ വളയിട്ട	സുബൈദ	,, ,,	ബാബുരാജ്
11	രാവ്പോയത റിയാതെ	അഭയം	പി. ഭാസ്കരൻ	ദക്ഷിണാമൂർത്തി
12	പാവം മാനവഹൃദയം	,, ,,	സുഗതകുമാരി	,, ,,
13	മോഹവീണതൻ	പാദസ്വരം	ജി. ഗോപാല കൃഷ്ണൻ	ദേവരാജൻ
14	ശ്രാവണചന്ദ്രിക	ഒരു പെണ്ണിന്റെ കഥ	വയലാർ	ദേവരാജൻ
15	തുറന്നിട്ട ജാലകങ്ങൾ	ദത്തുപുത്രൻ	,, ,,	,, ,,
16	പാതിരാതണുപ്പ്	ഭൂമീദേവി പുഷ്പിണിയായ്	,, ,,	,, ,,
17	മാനത്തെ മഴമുകിൽ	കണ്ണപ്പനുണ്ണി	പി. ഭാസ്കരൻ	കെ. രാഘവൻ
18	കദളീവനങ്ങൾ	ഒതേനന്റെ മകൻ	വയലാർ	ദേവരാജൻ
19	ഹിമവാഹിനി	നാടൻപെണ്ണ്	വയലാർ	ദേവരാജൻ
20	അജ്ഞാതഗായകാ	ഹോട്ടൽ ഹൈറേഞ്ച്	,, ,,	,, ,,
21	കാറ്റിൽ ഇളം കാറ്റിൽ	ഓടയിൽനിന്ന്	,, ,,	,, ,,
22	അഷ്ടമിരോഹിണി	ഓമനക്കുട്ടൻ	,, ,,	,, ,,
23	കനകപ്രതീക്ഷതൻ	മിടുമിടുക്കി	ശ്രീകുമാരൻ തമ്പി	ബാബുരാജ്
24	മുത്തശ്ശിക്കഥ പറഞ്ഞു	മണവാട്ടി	വയലാർ	ദേവരാജൻ

25	പ്രിയതമാ	ശകുന്തള	,, ,,	,, ,,
26	ഓമനക്കയ്യിൽ	ഭാര്യ	,, ,,	,, ,,
27	എന്തിനീ ചിലങ്കകൾ	കരുണ	ഒ.എൻ.വി.	ദേവരാജൻ
28	നക്ഷത്ര കിന്നരന്മാർ	പുഷ്പാഞ്ജലി	ശ്രീകുമാരൻ തമ്പി	എം.കെ. അർജുനൻ
29	ജാനകീ ജാനെ	ധ്വനി	യൂസഫലി കേച്ചേരി	നൗഷാദ്
30	പൂന്തേനരുവി	ഒരു പെണ്ണിന്റെ കഥ	വയലാർ	ദേവരാജൻ
31	കനവിൽ വന്നെൻ	പ്രിയതമ	ശ്രീകുമാരൻ തമ്പി	ബ്രദർ ലക്ഷ്മണൻ
32	മല്ലീസായകാ	സൂര്യവംശം	വയലാർ	എംകെ. അർജ്ജുനൻ
33	പ്രണയഗാനം പാടുവാൻ	അനാർക്കലി	വയലാർ	ബാബുരാജ്
34	പ്രേമകവിതകളെ	അവൾ	വയലാർ	ദേവരാജൻ
35	ചെത്തിമന്ദാരം	അടിമകൾ	,, ,,	,, ,,
36	ഏഴ് സുന്ദരരാത്രികൾ	അശ്വമേധം	,, ,,	,, ,,
37	കാദംബരിപുഷ്പ	ചുക്ക്	,, ,,	,, ,,
38	ദൈവപുത്രനു	അരനാഴികനേരം	,, ,,	,, ,,
39	ദ്വാരകേ	ഹലോ ഡാർലിംഗ്	വയലാർ	എംകെ. അർജ്ജുനൻ
40	ഗംഗയാറൊഴുകുന്ന	കാട്ടുതുളസി	വയലാർ	ബാബുരാജ്
41	കല്ല്യാണസൗഗന്ധിക	വാഴ്വേമായം	,, ,,	ദേവരാജൻ
42	നീലവർണ്ണക്കൺ	മണവാട്ടി	,, ,,	,, ,,
43	മന്മഥ പൗർണമി	പഞ്ചവൻകാട്	,, ,,	,, ,,
44	സീതപക്ഷി	ഒരു സുന്ദരിയുടെ കഥ	,, ,,	,, ,,
45	നവമീ മഹാനവമി	,, ,,	,, ,,	,, ,,
46	മുല്ലപ്പൂബാണത്താൽ	അനാഥ	പി. ഭാസ്കരൻ	ബാബുരാജ്
47	തുളസീദേവി	ഭീകരനിമിഷങ്ങൾ	,, ,,	,, ,,
48	പഞ്ചതന്ത്രം കഥയിലെ	നദി	വയലാർ	ദേവരാജൻ
49	ശുക്രാചാര്യരുടെ	ആദ്യത്തെ കഥ	വയലാർ	എംകെ. അർജുനൻ
50	ചന്ദ്രകലാധരനു	തീർത്ഥയാത്ര	പി. ഭാസ്കരൻ	എ.ടി. ഉമ്മർ
51	ഉരുകുകയാണൊരു ഹൃദയം	പാലാട്ട് കോമൻ	വയലാർ	ബാബുരാജ്
52	ഏതു കടലിലോ	കടലമ്മ	വയലാർ	ദേവരാജൻ

എസ്. ജാനകി

ഹിന്ദിയിലും തമിഴിലും മലയാളത്തിലുമായി ചലച്ചിത്രങ്ങളിൽ നിരവധി അർദ്ധശാസ്ത്രീയസംഗീതങ്ങളുണ്ട്. "മധുബൻ മേരാധിക" മുതലായ റാഫി ഗാനങ്ങൾ. "ഝനക് ധനക്"പോലെയുള്ള മന്നാഡെയുടെ ഗാനങ്ങൾ. യേശുദാസിന്റെ ഇത്തരം നിരവധി ഗാനങ്ങൾ മലയാളത്തിലും ഹിന്ദിയിലുമുണ്ടല്ലോ. 'ഭക്തിമയം ശിവശക്തിമയം', 'അനുരാഗമേ,', 'സത്യം ശിവം സുന്ദരം', 'നാദബ്രഹ്മത്തിൻ തുടങ്ങിയ എത്രയോ പാട്ടുകൾ 'ശങ്കരാഭരണം' എന്ന സിനിമയിൽ കെ.വി. മഹാദേവന്റെ സംഗീതസംവിധാനത്തിൽ എസ്.പി. ബാലസുബ്രഹ്മണ്യം മുതൽ പേരുടെ ഗാനങ്ങളെല്ലാം പ്രശസ്തമായി മാറിയതും ചരിത്രം. വർഷമേതാണെന്നോർമ്മയില്ല. എവിടെ നിന്നാണാദ്യം കേട്ടതെന്നോർക്കുന്നില്ല. പക്ഷേ, ഞാൻ ഹൃദയത്തോട് ചേർത്തുപിടിക്കുന്ന ഒരു സെമി ക്ലാസിക്കൽ ഗാനമുണ്ട് തമിഴിൽ. 'കൊഞ്ചുംശിലങ്കെ' എന്ന ചിത്രത്തിലെ ആറോളം മിനുട്ട് ദൈർഘ്യമുള്ള 'ശിങ്കാരവേലനെ' എന്ന ഗാനം പാടിയത് എസ്. ജാനകിയാണെന്നു മനസ്സിലാക്കിയതും പിന്നീട്. ഈ ഗാനത്തിന്റെ തുടക്കം എന്റെ മൊബൈലിൽ കുറെക്കാലം റിങ്ടോണായി ഇട്ടിരുന്നു. ഒരു പുതിയ നാദം. ഒരു പുതിയ ഭാവം! പിന്നീടല്ലേ യാതൊരു കളങ്കവുമില്ലാത്ത കുയിൽ നാദത്തിന്റെ ഉടമയുടെ കഴിവിന്റെ ആഴം മനസ്സിലായത്.

മലയാളത്തിൽ എത്രയെത്ര അനശ്വരഗാനങ്ങൾ ആ കണ്ഠത്തിൽ നിന്നും ഒഴുകിയെത്തി. പി. ഭാസ്കരന്റെ സാർത്ഥകമായ വരികൾ പാടി അന്ന് ജീവിതത്തിലേക്ക് ആവാഹിച്ചെടുക്കാൻ കഴിഞ്ഞ അനുഗൃഹീത ഗായിക. 'താമരക്കുമ്പിളല്ലോ മമഹൃദയം, അതിൽ താതാ നിൻ സംഗീത മധുപകരൂ' എന്നു പാടി അതിലുമപ്പുറം സ്വരമാധുരി സമ്മാനമായി കിട്ടിയ മലയാളത്തിന്റെ ഭാഗ്യം. 'മൂടുപടം' എന്ന സിനിമയിൽ പി. ഭാസ്കരന്റെ വരികൾക്ക് അവാച്യമായ മധുരാനുഭൂതി പകർന്നുതന്ന് ബാബുരാജ് ഈണമിട്ട ജാനകി പാടിയ 'തളിരിട്ട കിനാക്കൾ' എന്ന ഗാനം എത്ര കേട്ടാലും മതിവരാറില്ല. മലയാള ചലച്ചിത്രലോകത്ത് പ്രസിദ്ധമായ ഒരു കൂട്ടുകെട്ട് തുടങ്ങുകയായിരുന്നു അതോടെ.

പി. ഭാസ്കരൻ/ബാബുരാജ്/ജാനകി കോമ്പിനേഷൻ. 'ഒരു കൊച്ചു സ്വപ്നത്തിൻ', 'താമരക്കുമ്പിളല്ലോ', 'അഞ്ജനക്കണ്ണെഴുതി', 'അവിടുന്നെൻ ഗാനം കേൾക്കാൻ', 'ആരാധികയുടെ പൂജാകുസുമം', 'മുട്ടി

വിളിക്കുന്നു വാതിലിൻ മധുമാസം', 'വാസന്തപഞ്ചമി നാളിൽ,' 'സൂര്യ കാന്തി' മുതലായവ മൂളിനടക്കാത്ത സാധാരണ ഗാനാസ്വാദകരുണ്ടാ വില്ല. ദക്ഷിണാമൂർത്തിയുടെ കീഴിലും ജാനകി തകർത്തുപാടി. രാഘ വൻമാസ്റ്ററും എം.ബി. ശ്രീനിവാസനും ഒക്കെ ധാരാളം പാട്ടുകൾ അവരെക്കൊണ്ട് പാടിച്ചു. ദേവരാജൻ മാഷാണ് ജാനകിയെക്കൊണ്ട് കുറച്ച് പാട്ടുകൾ മാത്രം പാടിപ്പിച്ചത്. അതിന്റെ കാരണം ആർക്കറിയാം?

'ശിങ്കാരവേലനേ' എന്ന ഗാനത്തെപ്പറ്റി സൂചിപ്പിച്ചല്ലോ? അതു പോലെ നടന്നുപോകുമ്പോൾ റേഡിയോവിൽ കേട്ടാൽ അല്പനേരത്തെ ക്കെങ്കിലും നിന്നു ശ്രദ്ധിക്കാൻ തോന്നുന്ന ഒരു പാട്ടുണ്ട് ജാനകിയുടേ തായിട്ട്. എന്റെ നടത്തം മുടക്കുന്ന ആ പാട്ട് ഏതാണെന്നോ! 'മഞ്ഞിൽ വിരിഞ്ഞ പൂവ്' എന്ന ചിത്രത്തിൽ അവർ പാടിയ "മഞ്ഞണിക്കൊമ്പിൽ" എന്ന ഗാനം ഇതിലെ 'ഇണയെവിടെ തുണയെവിടെ' എന്ന ഭാഗം അത്ര ഭാവസാന്ദ്രതയോടെ പാടാൻ ജാനകിക്ക് മാത്രമേ ആവൂ എന്നു തോന്നാ റുണ്ട്. മറ്റു ഗായികമാർക്ക് തികച്ചും കൈവരാത്ത ഒരു പ്രത്യേക സിദ്ധി യുണ്ട് ജാനകിയുടെ ഗാനാലാപനത്തിന്. ഏത് ലവലിലേയ്ക്കും അത് അനായാസം കടന്നു ചെല്ലും. ഒരു കൊച്ചുകുട്ടിയുടെ സ്വരത്തിൽ പാടി ഫലിപ്പിക്കാൻ ഒരു പ്രത്യേക കഴിവുണ്ട് ഈ ഗായികയ്ക്ക്.

രാഘവൻമാഷ് ജാനകിയെക്കൊണ്ട് പാടിച്ച പാട്ടുകളിൽ "ഉണരു ണരൂ ഉണരുണരൂ ഉണ്ണിപ്പൂവേ" 'ഭദ്രദീപം കരിന്തിരി കത്തി', "മഞ്ഞണി പ്പൂനിലാവ്" എന്നിവ മനോഹരങ്ങളാണല്ലോ. പിന്നീട് വന്ന സംഗീതസം വിധായകരെല്ലാം ജാനകിയെക്കൊണ്ട് സുന്ദരമായ കുറെ ഗാനങ്ങൾ പാടി പ്പിച്ചിട്ടുണ്ടല്ലോ. ജാനകിയുടെ ഗാനങ്ങളിൽ എനിക്കിഷ്ടപ്പെട്ടവ:

	ഗാനം	ചിത്രം	രചന	സംഗീതം
1	തളിരിട്ട കിനാക്കൾ	മൂടുപടം	പി. ഭാസ്കരൻ	ബാബുരാജ്
2	സൂര്യകാന്തി	കാട്ടുതുളസി	വയലാർ	,, ,,
3	അഞ്ജനക്കണ്ണെഴുതി	തച്ചോളി ഒതേനൻ	പി. ഭാസ്കരൻ	
			,, ,,	
4	വാസന്തപഞ്ചമി	ഭാർഗവീനിലയം	,, ,,	,, ,,
5	ഒരു കൊച്ചുസ്വപ്നത്തിൻ	തറവാട്ടമ്മ	,, ,,	,, ,,
6	അവിടുന്നെൻ ഗാനം	പരീക്ഷ	,, ,,	,, ,,
7	എൻ പ്രാണനായകനെ	,, ,,	,, ,,	,, ,,
8	താമരക്കുമ്പിളല്ലോ	അന്വേഷിച്ചു കണ്ടെത്തിയില്ല	,, ,,	,, ,,
9.	ഇരു കണ്ണീർ ത്തുള്ളികൾ	ഇരുട്ടിന്റെ ആത്മാവ്	,, ,,	,, ,,

10	ഈറനുടുത്തുകൊണ്ടംബരം	,, ,,	,, ,,	,, ,,
11	ആരാധികയുടെ പൂജാകുസുമം	മനസ്വിനി	,, ,,	,, ,,
12	മുട്ടിവിളിക്കുന്നു വാതിലിൽ	,, ,,	,, ,,	,, ,,
13	കവിളത്തെ കണ്ണീർകണ്ട്	അന്വേഷിച്ചു കണ്ടെത്തിയില്ല	,, ,,	,, ,,
14	താനെ തിരിഞ്ഞും മറിഞ്ഞും	അമ്പലപ്രാവ്	,, ,,	,, ,,
15	പൊട്ടിത്തകർന്ന	ഭാർഗവീനിലയം	,, ,,	,, ,,
16	മഞ്ഞണിപ്പൂനിലാവ്	നഗരമേ നന്ദി	,, ,,	കെ. രാഘവൻ
17	ഭദ്രദീപം കരിന്തിരി	കൊടുങ്ങല്ലൂരമ്മ	വയലാർ	,, ,,
18	ചിരിയ്ക്കുമ്പോൾ കൂടെ	കടൽ	ശ്രീകുമാരൻ തമ്പി	എം.ബി. ശ്രീനിവാസൻ
19	സന്ധ്യേ കണ്ണീരിതെന്തേ	മദനോത്സവം	ഒ.എൻ.വി.	സലിൽ ചൗധരി
20	ശാരികേ എൻ	സ്വപ്നം	,, ,,	,, ,,
21	കേശാദിപാദം	പകൽക്കിനാവ്	പി. ഭാസ്കരൻ	ചിദംബരനാഥ്
22	സ്വർണമുകിലേ	ഇത് ഞങ്ങളുടെ കഥ	,, ,,	ജോൺസൺ
23	വരുമല്ലോ രാവിൽ	കണ്ണൂർ ഡീലക്സ്	ശ്രീകുമാരൻ തമ്പി	ദക്ഷിണാമൂർത്തി
24	ഇന്നലെ നീയൊരു	സ്ത്രീ	,, ,,	,, ,,
25	പുലയനാർ മണിയമ്മ	പ്രസാദം	പി. ഭാസ്കരൻ	ദക്ഷിണാമൂർത്തി
26	ഉത്രട്ടാതിയിൽ	കാക്കത്തമ്പുരാട്ടി	,, ,,	കെ. രാഘവൻ
27	ഗോപുരമുകളിൽ	വിത്തുകൾ	,, ,,	പുകഴേന്തി
28	വീണപൂവേ	ജീവിക്കാൻ മറന്നുപോയസ്ത്രീ	വയലാർ	എം.എസ്. വിശ്വനാഥൻ
29	രാവിൽ രാഗനിലാവിൽ	മഴനിലാവ്	പൂവ്വച്ചൽ ഖാദർ	രവീന്ദ്രൻ
30	കിലുകിലും	നീലപ്പൊന്മാൻ	വയലാർ	സലിൽ ചൗധരി
31	നിശീഥിനി	യക്ഷഗാനം	,, ,,	എം.എസ്. വിശ്വനാഥൻ
32	വിവാഹനാളിൽ	ഇടവഴിയിലെ പൂച്ച മിണ്ടാപ്പൂച്ച	യൂസഫലി കേച്ചേരി	എം.ബി. ശ്രീനിവാസൻ
33	വിശ്വമഹാക്ഷേത്ര സന്നിധിയിൽ	,, ,,	,, ,,	,, ,,
34	മഞ്ഞണിക്കൊമ്പിൽ	മഞ്ഞിൽവിരിഞ്ഞ പൂക്കൾ	ബിച്ചു തിരുമല	ജെറി അമൽദേവ്

35	നീലജലാശയത്തിൽ	അംഗീകാരം	,, ,,	എ.ടി. ഉമ്മർ
36	ആ നിമിഷത്തിന്റെ	ചന്ദ്രകാന്തം	ശ്രീകുമാരൻ തമ്പി	എം.എസ്. വിശ്വനാഥൻ
37	ഹൃദയമേ	ഹൃദയം സാക്ഷി	,, ,,	,, ,,
38	കാളിന്ദി തടത്തിലെ	ഭദ്രദീപം	വയലാർ	ബാബുരാജ്
39	രാഗേന്ദുകിരണങ്ങൾ	അവളുടെ രാവുകൾ	ബിച്ചുതിരുമല	എ .ടി. ഉമ്മർ
40	ലോകം മുഴുവൻ	സ്നേഹദീപമേ മിഴി തുറക്കൂ	പി. ഭാസ്കരൻ	എം.ബി. ശ്രീനിവാസൻ
41	കൊന്നപ്പൂവേ	അമ്മയെ കാണാൻ	,, ,,	കെ. രാഘവൻ
42	നിദ്രതൻ നീരാഴി	പകൽക്കിനാവ്	,, ,,	ചിദംബരനാഥ്
43	നീരദലതാഗൃഹം	അഭയം	ജി. ശങ്കരക്കുറുപ്പ്	ദക്ഷിണാമൂർത്തി
44	വളർന്നു വളർന്നു	കണ്ണും കരളും	വയലാർ	എം.ബി. ശ്രീനിവാസൻ
45	കുമുദിനി പ്രിയതമ	ജഗദ്ഗുരു ആദിശങ്കരൻ	പി. ഭാസ്കരൻ	ദക്ഷിണാമൂർത്തി
46	മാനത്തിൻ മുറ്റത്ത്	കറുത്ത പൗർണമി	,, ,,	എം.കെ. അർജ്ജുനൻ
47	മൈനാകം കടലിൽ	തൃഷ്ണ	ബിച്ചുതിരുമല	ശ്യാം
48	മുകിലേ	മൂടൽമഞ്ഞ്	പി. ഭാസ്കരൻ	ഉഷാ ഖന്ന
49	മാനസമണി വീണയിൽ	മൂടൽമഞ്ഞ്	പി. ഭാസ്കരൻ	ഉഷാ ഖന്ന
50	ആടാനുമറിയാം	പ്രിയ	യൂസഫലി കേച്ചേരി	ബാബുരാജ്
51	കാണാക്കുയിലേ	സ്വപ്നം	ഒ.എൻ.വി.	സലിൽ ചൗധരി
52	തേനും വയമ്പും	തേനും വയമ്പും	ബിച്ചുതിരുമല	രവീന്ദ്രൻ
53	എന്നിട്ടും നീയെന്നെ	നസീമ	പി. ഭാസ്കരൻ	ജോൺസൺ
54	വീണേ വീണേ	ആലോലം	കാവാലം നാരായണ പണിക്കർ	ഇളയരാജ

രണ്ട് ഗാനമേളകൾ

സുശീലയുടെയും ജാനകിയുടെയും ഗാനാലാപനത്തെ വിലയിരുത്തുമ്പോൾ കോഴിക്കോട് സാമൂതിരി ഹൈസ്കൂളിൽ (തളി) 1970കളിൽ നടന്ന രണ്ടു ഗാനമേളകളെ ഓർത്തുപോവുകയാണ്. ആദ്യത്തേത് 1970 കളിൽ തമിഴ് ചലച്ചിത്രലോകത്ത് പ്രശസ്തനായ സംഗീതസംവിധായകൻ എം.എസ്. വിശ്വനാഥന്റെ ഗാനമേള ട്രൂപ്പിന്റേതായിരുന്നു. എം.എസ്.വി ആദ്യം രാമമൂർത്തിയോടൊപ്പമാണ് സംഗീതസംവിധാനം നടത്തിയിരുന്നതെങ്കിലും ഈ സമയമാകുമ്പോഴേയ്ക്കും അവർ വേർപിരിഞ്ഞെന്നു തോന്നുന്നു. അക്കാലത്ത് തമിഴിൽ പ്രധാനമായുള്ള സംഗീതസംവിധായകർ എം.എസ്.വിയും, കെ.വി. മഹാദേവനുമായിരുന്നു. ഏറ്റവും തിരക്കുള്ളത് എം.എസ്.വിയ്ക്ക് തന്നെ. ഇദ്ദേഹം വളരെ വൈകിയാണ് മലയാളത്തിലെത്തുന്നത്. ജന്മംകൊണ്ട് അദ്ദേഹം മലയാളിയായിരുന്നെങ്കിലും. എങ്ങിനെയോ ഒരിരുപത്തഞ്ച് രൂപ ടിക്കറ്റ് സമ്പാദിച്ചു. അന്നു ഞങ്ങൾക്ക് ശമ്പളം വളരെ കുറവായിരുന്നു. ഞാനാദ്യമായാണ് ഇത്രയും വലിയ ഒരു ഓർക്കസ്ട്ര നേരിട്ടുകാണുന്നത്. സ്റ്റേജ് നിറയെ സംഗീതോപകരണങ്ങൾ. ഇത്രയും വലിയ ഒരു സ്റ്റേജ് ഞാൻ പിന്നീട് കണ്ടിട്ടില്ല. കലാനിലയത്തിന്റെ സ്റ്റേജിനും ഈ വലിപ്പം വരില്ലെന്നാണ് തോന്നിയത്. കലാനിലയം നാടകങ്ങൾ നിരവധി തവണ കണ്ടിട്ടുണ്ടെങ്കിലും അതും വർഷങ്ങൾക്ക് മുൻപായതുകൊണ്ട് എന്റെ തോന്നൽ ശരിയായിക്കൊള്ളണമെന്നില്ല. സ്റ്റേജിൽ നിറയെ വാദ്യോപകരണങ്ങൾ. ഗായികാഗായകന്മാർക്ക് നിൽക്കാൻ മാത്രം മൈക്കിന്റെ പിന്നിൽ ഒരൽപം സ്ഥലം ഒഴിഞ്ഞുകിടക്കുന്നു. അതൊഴിച്ച് സ്റ്റേജിൽ സൂചി കുത്താൻ ഇടമില്ല എന്നൊന്നും പറയുന്നില്ല. പക്ഷേ, സ്റ്റൂൾ പോലും ഇടാൻ ഒഴിവില്ലായിരുന്നു. അരഡസനോളം വയലിനിസ്റ്റുകൾ, മൂന്നു തബല സെറ്റുകൾ, മദ്ദളമുണ്ട്. ക്ലാരനറ്റ് ഉണ്ട്. ഫ്ളൂട്ടുമായി രണ്ടുപേർ. നാഗസ്വരവാദ്യക്കാരുണ്ട്. ഏറ്റവും പിന്നിലായി വലിയ വലിയ ഉപകരണങ്ങൾ കൈയിലേന്തി നിൽക്കുന്നവർ. അതിന്റെയൊന്നും പേർ അന്നും ഇന്നും എനിക്കറിയില്ല. ഒരു ടേബിളിനു മുന്നിൽ പിയാനോയുമായി ഒരാൾ. നടുവിൽ ഒരു വലിയ ടേബിളിൽ ഒരു വലിയ ഹാർമോണിയം. അതിന്റെ പിന്നിൽ ഒരു കസേരയിൽ എം.എസ്.വി സാറും. ഗാനമേളയിൽ പങ്കെടുക്കുന്നവരോ, സൗന്ദരരാജൻ, സുശീല, പി.ബി. ശ്രീനിവാസ്, എൽ.ആർ. ഈശ്വരി

തുടങ്ങിയ ഗായക പ്രതിഭകൾ. നാല് മണിക്കൂറോളം നീണ്ടുനിന്ന പരിപാടി. കുറെക്കഴിഞ്ഞപ്പോൾ സദസ്സിൽ നിന്നാവശ്യമുയരുന്നു. മലയാളം പാട്ട് വേണം. താനിതുവരെ മലയാളഗാനങ്ങൾക്ക് ട്യൂൺ നൽകിയിട്ടില്ലെന്നു വിശ്വനാഥൻ സാർ. അതുകൊണ്ട് മലയാളഗാനങ്ങൾ അവതരിപ്പിക്കാൻ വിഷമമുണ്ടെന്നും അദ്ദേഹത്തിന്റെ മറുപടി. മലയാളി കൂടിയായ സംഗീതസംവിധായകന്റെ ഉത്തരത്തിൽ തൃപ്തിവരാതെ സദസ്സ് ആവശ്യം ആവർത്തിച്ചു. അപ്പോൾ സുശീല ഇടപെട്ടു. താൻ ഒരു പാട്ട് പാടാമെന്നവർ. കാര്യമായ വാദ്യോപകരണങ്ങളില്ലാതെ അവർ പാടി. ഒരു വയലിനിസ്റ്റിന്റെ ശ്രുതിയുടെ പിൻബലത്തിൽ ശകുന്തള എന്ന സിനിമയിലെ 'പ്രിയതമാ' എന്ന പ്രസിദ്ധഗാനം. ആളുകൾക്ക് സമാധാനമായി. കയ്യടിയുടെ ബഹളം. പിന്നീട് കയ്യടി കൂടുതൽ കിട്ടിയത് എൽ.ആർ. ഈശ്വരിയ്ക്ക്. അന്നത്തെ തമിഴിലെ ഒരു ഹിറ്റ് പാട്ടായിരുന്ന 'ഇലന്തപ്പഴം' പാടിയപ്പോൾ. സൗന്ദരരാജനും കലക്കി. പി.ബി. ശ്രീനിവാസിന്റെ നേതൃത്വത്തിൽ 'വേലവേണം വിശ്വനാഥാ'യും പാടിയപ്പോൾ കാണികൾക്ക് വയറ് നിറഞ്ഞപോലെ. പക്ഷേ, എന്നെ കൂടുതൽ ആകർഷിച്ചത് പി. സുശീലയുടെ സോളോകളും (അത്തെയടി, ലവ് ബേർഡ്സ്, മുതലായവ) സൗന്ദരരാജനുമായി ചേർന്നുപാടിയ യുഗ്മഗാനങ്ങളുമായിരുന്നു. ശരിക്കും അന്നാണ് തമിഴ് ചലച്ചിത്രഗാനങ്ങളുടെ മധുരിമ കൂടുതൽ മനസ്സിലാക്കിയത്. ചുരുക്കമിതാണ് എം.എസ്.വിയുടെ ഇഷ്ടഗായികയായിരുന്നു സുശീല. മലയാളത്തിൽ ദേവരാജന്റെയും. അതുകൊണ്ടാണ് സുശീല ദക്ഷിണേന്ത്യയിലെ ഏറ്റവും തിരക്കുള്ള ഗായികയായി മാറിയത് ഏറെക്കാലത്തോളം. തമിഴിൽ എം.എസ്.വി. ജാനകിയെ ക്കൊണ്ട് കുറച്ച് പാട്ടുകളേ പാടിച്ചിട്ടുള്ളൂവെന്നു തോന്നുന്നു. പക്ഷേ, മലയാളത്തിൽ സംഗീത സംവിധായകനായി കടന്നുവന്നപ്പോൾ സാർ കൂടുതൽ പാടിച്ചിട്ടുള്ളത് ജാനകിയെക്കൊണ്ടുതന്നെയാണെന്നും പറയാം.

രണ്ടാമത്തെ ഗാനമേള ഞാൻ കേട്ടത് ജാനകിയുടെ ഒരു മുഴുനീള ഗാനമേളയായിരുന്നു അക്കാലത്ത് കോഴിക്കോട് രണ്ട് പ്രശസ്ത ഗാനമേള ട്രൂപ്പുകളുണ്ടായിരുന്നു. ബ്രദേഴ്സ് മ്യൂസിക്ക് ക്ലബ്ബും ഹട്ടൺസ് ഓർക്കസ്ട്രയും. രണ്ടും നല്ല ക്ലബ്ബുകളായിരുന്നു. ഒരൽപം മുന്നിൽ ബ്രദേഴ്സ് ആയിരുന്നുവെന്നും പറയാം. ബ്രദേഴ്സിന്റെ 25-ാം വാർഷികത്തോടനുബന്ധിച്ചായിരുന്നു ജാനകിയുടെ ഈ ഗാനമേള. ഇതോടനുബന്ധിച്ച് യേശുദാസിന്റെ ഒരു മുഴുനീളഗാനമേളയുണ്ടായിരുന്നു മറ്റൊരുദിവസം. യേശുദാസിന്റെ ഗാനമേള രണ്ടുതരത്തിലുള്ളതും (ക്ലാസിക്കലും സിനിമാഗീതങ്ങളടങ്ങിയ ഗാനമേളയും) ഒന്നിലധികം തവണയായി കോഴിക്കോട് നിന്ന് കേട്ടിട്ടുണ്ട്. ജാനകിയുടെ ഗാനമേള മൂന്നു മണിക്കൂർ നീണ്ടുനിന്നു. ഇടയ്ക്ക് അരമണിക്കൂർ ഇന്റർവെൽ. അപ്പോൾ

കോഴിക്കോട്ടെ ഗായികാഗായകന്മാർ പാടും. ഈ ഗാനമേളയിൽ എന്നെ പ്രത്യേകം ആകർഷിച്ചത് ജാനകിയുടെ സ്റ്റേജിലുള്ള നിൽപ്പായിരുന്നു. കാര്യമായ ഒരു ചലനവുമില്ലാതെ മുഖത്തും അതിയായ ഒരു വികാരവും കാണിക്കാതെ ആ പാട്ടുകൾ ഒഴുകിവരുന്ന കാര്യം നാം പ്രത്യേകം ശ്രദ്ധിച്ചുപോകും. സന്തോഷം തുളുമ്പുന്ന പാട്ടായാലും ശോകഗാനമായാലും ദേശഭക്തി തുളുമ്പുന്ന ഗാനമായാലും പ്രണയ ഗാനമായാലും ഒരു ഭാവ ഭേദവും കാണാറില്ല ആ മുഖത്ത്. പക്ഷേ, ആ കണ്ഠനാളത്തിൽ നിന്നും ഒഴുകിവരുമ്പോൾ എല്ലാ വികാരപ്രകടനവും നമുക്ക് തോന്നുകയും ചെയ്യും. ഈ രണ്ട് ഗാനമേളകൾ കേട്ടതിനുശേഷം എനിക്ക് തോന്നിയിട്ടുണ്ട്. മലയാളികൾ എത്ര ഭാഗ്യവാന്മാരാണെന്ന്. ആസ്വാദ്ധക്കാരികളായ രണ്ടു ഗായികമാർ. മലയാളത്തിലെ വരികളുടെ അർത്ഥഗാംഭീര്യം മുഴുവൻ സ്വാംശീകരിച്ച് കൊണ്ടുപാടാൻ എത്രയോ വർഷമവർക്ക് കഴിഞ്ഞു. ഇതേസമയത്ത് നമ്മുടെ ഗാനഗന്ധർവ്വന്റെയും ഭാവഗായകന്റെയും കൂട്ടത്തിൽ ഇവർ പാടിയ യുഗ്മഗാനങ്ങളും എത്ര ഗംഭീരം. ഇതുതന്നെയായിരുന്നല്ലോ മലയാള ചലച്ചിത്രഗാനങ്ങളുടെ വസന്തകാലം.

മുകേഷ്

കോളേജ് പഠനകാലത്ത് ഒരുതവണ മാത്രമേ ഞാൻ ആ പാട്ട് കേട്ടിരുന്നുള്ളൂ. പിന്നീട് മലബാർ ക്രിസ്ത്യൻ കോളേജിൽ 1970ൽ നടന്ന വജ്രജൂബിലിയാഘോഷത്തിനിടെ അന്നു എന്റെ ഡിപ്പാർട്ട്മെന്റിൽ തന്നെയുള്ള അദ്ധ്യാപകൻ ബാലകൃഷ്ണ കർത്താ ഒരു പാട്ട് പാടി സ്റ്റേജിൽ.

'ആംസുഭരിഹെ യെ ജീവൻ കിരാഹെ

കൊയിഉൻസെ കഹ്ദൊ ഹമേ ഭൂൽ ജായേ' എന്ന വിഷാദഛവികലർന്ന ഗാനം മനോഹരമായി പാടിയിരുന്നു അദ്ദേഹം. അന്നാണ് മുകേഷിന്റെ ഈ ഗാനം ഞാനടുത്തറിഞ്ഞത്. അതിലെ 'ഹമെഭുൽജായെ' എന്ന ഭാഗം ഗായകൻ മധുരമായി പാടി. അതോടെയാണ് ഞാൻ കൂടുതൽ കൂടുതൽ മുകേഷിന്റെ ഗാനങ്ങൾ ശ്രദ്ധിച്ചുതുടങ്ങിയത്. അതിനുമുമ്പേ അദ്ദേഹത്തിന്റെ പല പാട്ടുകളും കേട്ടാസ്വദിച്ചിട്ടുണ്ട് എന്നത് മറ്റൊരു കാര്യം. ആസ്വദിക്കലും ശ്രദ്ധാപൂർവം കേൾക്കലും തമ്മിൽ വ്യത്യാസമുണ്ടല്ലോ. വിഷാദഗാനങ്ങളിൽ ഒരു പ്രത്യേക സിഗ്നേച്ചർ മാർക്കുണ്ടായിരുന്നു മുകേഷിന്. അക്കൂട്ടത്തിൽപെടുന്ന ഒരു മുത്താണല്ലോ മേൽ സൂചിപ്പിച്ച ഗാനം.

ആദ്യമായി ഒരു മുകേഷ് ഗാനം ആസ്വദിക്കാൻ ചലച്ചിത്ര ദർശനത്തിൽകൂടി സാദ്ധ്യമായത് ആമുഖത്തിൽ സൂചിപ്പിച്ചതുപോലെ ഞാനാദ്യമായി കണ്ട ഹിന്ദി ചിത്രം 'ജിസ് ദേശ്മെ ഗംഗാ ബഹത്തിഹെ' എന്ന സിനിമയിൽ കൂടിയാണ്. രാജ്കപൂറിന്റെ ചിത്രം. അദ്ദേഹം നിർമ്മിച്ച് സംവിധാനം ചെയ്ത കുറെ ചിത്രങ്ങൾ ഇതിനുമുമ്പ് തന്നെ റിലീസായിരുന്നു. (R.K.ഫിലിംസ് എന്ന ബാനറിൽ). ചിത്രങ്ങളെക്കാൾ കൂടുതൽ ഹിറ്റായിരുന്നത് അവയിലെ സുന്ദരമായ ഗാനങ്ങളായിരുന്നുവെന്നു പറഞ്ഞുകേട്ടിട്ടുണ്ട്. പക്ഷേ, റേഡിയോ ഇല്ലായിരുന്ന ഞങ്ങളുടെ ഗ്രാമത്തിൽ ഈ ഗാനങ്ങൾ എങ്ങിനെ കേൾക്കാനാണ്! ഏതായാലും 'ജിസ് ദേശ് മെ' എനിക്കിഷ്ടമായി. മുഴുവൻ സംഭാഷണങ്ങളൊന്നും മനസ്സിലായിട്ടില്ല എന്നത് സത്യം. സിനിമ തുടങ്ങുമ്പോൾ രാജ്കപൂർ അഭിനയിച്ച് പാടുന്ന മുകേഷിന്റെ ഗാനം തന്നെ ഗംഭീരം. 'മേരാ നാം രാജ' എന്ന ഗാനം, മുകേഷ് തനിച്ചും മുകേഷും ലതയും കൂടിയുള്ള യുഗ്മഗാനങ്ങൾ. ഇതെല്ലാം അഭിനയിക്കുന്നത് രാജ്കപൂർ, പത്മിനി,

പ്രാൺ എന്നിവർ. ശാലീനസൗന്ദര്യത്താൽ അനുഗൃഹീതയായ നമ്മുടെ പത്മിനി. കേരളത്തിന്റെ അഭിനയത്രയത്തിലെ പ്രധാനി. (മറ്റു രണ്ടുപേർ ലളിതയും രാഗിണിയും). പ്രാണാണെങ്കിൽ ഇന്ത്യൻ ചലച്ചിത്രരംഗം കണ്ട ഏറ്റവും വലിയ വില്ലൻ. രാജ്കപൂറാണെങ്കിൽ സന്തോഷ സല്ലാപ രംഗങ്ങൾ ഹൃദ്യമായി അവതരിപ്പിക്കുന്നതിൽ മിടുക്കൻ. ചിത്രം, ബ്ലാക്ക് ആന്റ് വൈറ്റാണെങ്കിലും ഹിറ്റായി മാറി. ഇതിലെ 'ഹംഭിഹെതുംഭീഹൊ' എന്ന ഗാനവും ഓർമയിലെത്തുന്നു. 'ബേഗാനിശാദിമെ' എന്ന ലതയുടെ ഗാനവും മനോഹരം. പക്ഷേ, എന്നെ കൂടുതൽ ആകർഷിച്ചത് മുകേഷിന്റെ "അബ് ലൗട്ട് ചലെ" എന്ന ഗാനമായിരുന്നു. ഒരൽപം വിഷാദഛവി കലർന്ന ഈ ഗാനം മനസ്സിനെ മറ്റൊരു തലത്തിലേക്ക് നയിക്കാൻ കഴിവുള്ളതായിരുന്നു. ഈ പാട്ടിൽ ഒരു വരി ലതയും പാടുന്നുണ്ട് മനോഹരമായി. "ആജാരെ" എന്നു തുടങ്ങുന്ന വരി.

പിന്നീടാണ് അതിനുമുമ്പിറങ്ങിയ രാജ്കപൂറിന്റെ പ്രശസ്ത ചിത്രങ്ങളിലെ (അനാഡി, ശ്രീ 420, ചലിയ, ചോരി ചോരി മുതലായവ) ഗാനങ്ങൾ കേൾക്കാൻ കഴിഞ്ഞത്. മുകേഷിന്റെ, ലതയുടെ, മന്നാഡെയുടെ ഹിറ്റ് പാട്ടുകൾ. മറ്റൊന്നുകൂടി മനസ്സിലാക്കിയിരുന്നു. ഈ ചിത്രങ്ങളിലെ പാട്ടുകൾ റഷ്യയിൽ ഒരു പ്രത്യേക ചലനമുണ്ടാക്കിയിരുന്നെന്ന് രാജ് കപൂർ അവിടെ പ്രശസ്തനായി മാറി. ഇതെല്ലാം കേട്ട് കേട്ട് എന്റെ മനസ്സിലേക്ക് ഒരു അസ്സൽ വിഷാദഗായകന്റെ ചിത്രം ലബ്ധപ്രതിഷ്ഠ നേടി. അതായിരുന്നു മുകേഷ്. ഇതിനുശേഷമാണ് മുകേഷിന്റെ ഞാനേറ്റവും ഇഷ്ടപ്പെടുന്ന മറ്റൊരു ഗാനം കേൾക്കാനിടയായത്. "ശാരംഗാ തേരി യാദ്മെ" എന്ന ഗാനം. പിന്നീടാണ് സൈഗൾഗാനത്തിന്റെ ശൈലിയിൽ (ഏതാണ്ട് ഒരു ഫോട്ടോസ്റ്റാറ്റ് പതിപ്പുപോലെയുള്ള) "ദിൽ ജൽതാഹെ" എന്ന ഗാനം കേട്ടത്. എവിടെയോ വായിച്ചിട്ടുണ്ട്. ആദ്യകാലത്ത് മുകേഷ് സൈഗളിനെ അന്ധമായി അനുകരിക്കാൻ ശ്രമിച്ചിരുന്നുവെന്ന്. ചിലരുപദേശിച്ചത്രെ. അന്ധമായ അനുകരണം ഒഴിവാക്കണമെന്ന്. ആദ്യപാട്ട് റിക്കാർഡ് ചെയ്യാൻ പോകുന്നതിനുമുൻപ് സൈഗളിനെ എല്ലാ അർത്ഥത്തിലും അനുകരിക്കാൻ മുകേഷ് സുരപാനം നടത്തിയിരുന്നുപോലും. ഇതിനെ സംഗീതസംവിധായകൻ തടഞ്ഞുപോലും.

'ജിസ്ദേശ്മെ'ക്ക് ശേഷം ഞാൻ ഒരു രാജ്കപൂർ ചിത്രം കാണുന്നത് 1964 ഡിസംബറിലാണ്. അത് ഒരൊന്നൊന്നര ചിത്രമായിരുന്നു. രണ്ടു ഇടവേളകളുള്ള മധുരമനോഹര കളർചിത്രം. 'സംഗം'. സ്ക്രീനിൽ രാജ്കപൂർ, പുരുഷ സൗന്ദര്യത്തിന്റെ അസ്സൽ സാമ്പിളായ രാജേന്ദ്ര കുമാർ. ഒരുപക്ഷേ, ഹിന്ദിചലച്ചിത്രനായികമാരിൽ ഏറ്റവും സുന്ദരിയും അതിലുമുപരി ക്ലാസിക്ക് നൃത്തത്തിൽ അദ്വിതീയയുമായിരുന്ന ദക്ഷി

ണേന്ത്യക്കാരിയായ സാക്ഷാൽ വൈജയന്തിമാല നായിക. മൂവരുടേയും അതിഗംഭീരമായ അഭിനയം. ഫോട്ടോഗ്രാഫി ഉഗ്രൻ. ഒരു ത്രികോണ പ്രേമകഥയായിരുന്നെങ്കിലും അതിലും വലിയ ഒരു ഡൈമൻഷൻ ആ പടത്തിനുണ്ടായിരുന്നു. ഒരു റിയൽ ബോക്സ് ഓഫീസ് ഹിറ്റ്. ഞാൻ ചൂണ്ടിക്കാട്ടിയ കാരണങ്ങളെല്ലാം പടം ഹിറ്റാവാൻ സഹായിച്ചിട്ടുണ്ട് ഒരു പരിധിവരെ. പക്ഷേ, 'സംഗ'ത്തിന്റെ ജീവൻ അതിലെ മനോഹരഗാന ങ്ങളായിരുന്നു. ശങ്കർ ജയ്കിഷന്റെ ഒരു ക്ലാസിക്കൽ ഹിറ്റ്. എന്നെ സംബ ന്ധിച്ചിടത്തോളം റാഫിയുടെയും മുകേഷിന്റെയും ഏറ്റവും നല്ല പാട്ടുക ളിലൊന്നായ ഓരോ പാട്ടുണ്ട് ഈ ചിത്രത്തിൽ. റാഫിയുടെ 'യെ മേരാ പ്രേംപത്ര് പഠ്കർ' മുകേഷിന്റെ 'ദോസ്ത് ദോസ്ത് നാരഹാ' ഇതു കൂടാതെ മുകേഷിന്റെ രണ്ടു സോളോ ഗാനങ്ങൾ. ബിനാക്കാ ഗീത്മാല യിൽ അക്കാലത്ത് ഈ ഗാനങ്ങളെല്ലാം ആഴ്ചകളോളം സ്ഥലംപിടിച്ചി ട്ടുണ്ട്. റേഡിയോ സിലോണിൽ ബുധനാഴ്ച രാത്രി 8 മണി മുതൽ 9 മണി വരെ പ്രക്ഷേപണം ചെയ്തിരുന്ന ഈ പരിപാടിയുടെ മുഖമുദ്രയായി രുന്നു ഹിന്ദിഗാനങ്ങളുടെ പ്രക്ഷേപണം. ഇന്നീ പരിപാടി ഇല്ലെന്നാണ് തോന്നുന്നത്. ഞാൻ സൂചിപ്പിച്ച മുകേഷിന്റെ രണ്ടു സോളോകൾ ഇവ യായിരുന്നു. (1) മേരീ മൻകി ഗംഗാ (2) ഓ മെഹബൂബാ. ഇവ കൂടാതെ മുകേഷും ലതയും മഹേന്ദ്രകപൂറും ചേർന്നു പാടിയ " ഹർദിൽ ജൊ" കൂടാതെ മുകേഷും ലതയും പാടിയ "ഓ മേരേ സനം" എന്ന യുഗ്മ ഗാനം എല്ലാം മുത്തുകൾ. സാധാരണയായി ലത അധികം പാടിയിട്ടി ല്ലാത്ത മാദകവശ്യത കലർന്ന 'മെ ക്യാ കരൂം മുജെ ബുഡ്ഡാമിൽ ഗയാ' എന്ന ഗാനവും ആളുകൾക്കിഷ്ടമായിരുന്നു. ഇപ്പോൾ ഈ ഗാനങ്ങ ളെല്ലാം ഞാൻ കംപ്യൂട്ടറിൽ ഡൗൺലോഡ് ചെയ്തുവെച്ചിട്ടുണ്ട്. മാത്ര മല്ല, ഹിന്ദി പാട്ട് ഇഷ്ടമുള്ള ആളുകൾക്ക് ഹിന്ദിയിലെ സൂപ്പർ ഹിറ്റു കൾ സി.ഡിയിലാക്കി കൊടുത്തിട്ടുമുണ്ട്. ഒന്നുരണ്ടു പേർക്കല്ല കുറെയ ധികം പേർക്ക്... ഒരു കാലഘട്ടത്തിൽ എന്റെ ഏറ്റവും പ്രിയപ്പെട്ട ഗായ കൻ മുകേഷാണെന്ന് കരുതിപ്പോയിട്ടുമുണ്ട്. പോകെപോകെ അത് റാഫി ആയി മാറുകയായിരുന്നു. എന്നാലും ഇപ്പോഴും മുകേഷ് ഗാനങ്ങൾ കേൾക്കുമ്പോൾ ഒരു പ്രത്യേക ഫീലിങ്ങ്.

മുകേഷുമായി ബന്ധപ്പെട്ട മറ്റൊരോർമ കൂടി അയവിറക്കാനായി തോന്നുന്നു. ഞങ്ങളുടെ കോളേജിൽ ഇക്കണോമിക്സ് ഡിപ്പാർട്ട്മെന്റിൽ പ്രേംനാഥ് എന്ന ഒരദ്ധ്യാപകനുണ്ടായിരുന്നു. പ്രേംനാഥ് ക്രിസ്ത്യൻ കോളേജിലെ ഒരു പൂർവ വിദ്യാർത്ഥിയായിരുന്നു. ഞാൻ അവിടെ ജോലി യിൽ പ്രവേശിക്കുന്നതിനുമുൻപ്, ഗുരുവായൂരപ്പൻ കോളേജിൽ നിന്നും ബിരുദാനന്തര ബിരുദം സമ്പാദിച്ച് അദ്ദേഹം ക്രിസ്ത്യൻകോളേജിൽ തന്നെ അദ്ധ്യാപകനായി ചേർന്നു. ഇദ്ദേഹം മുകേഷിന്റെ പാട്ടുകൾ വളരെ

ഭംഗിയിൽ പാടുമായിരുന്നു. ഞാൻ നേരത്തെ സൂചിപ്പിച്ച ബ്രദേഴ്സ് മ്യൂസിക്ക് ക്ലബ്ബിൽ മുകേഷിന്റെ ഗാനങ്ങൾ സ്ഥിരമായി പാടാറുള്ള ആളായിരുന്നു പ്രേംനാഥ്. ബ്രദേഴ്സ് മ്യൂസിക് ക്ലബ്ബിന്റെ ഇരുപത്തിഅഞ്ചാം വാർഷികത്തിൽ ഒരു ദിവസം അതിലെ സ്ഥിരംപാട്ടുകാരുടെ ഗാനമേളയായിരുന്നു. മുകേഷിന്റെ പാട്ടുകൾ പാടിയത് പ്രേംനാഥ് തന്നെ. രണ്ടു മൂന്നെണ്ണം 'ശാരംഗാതേരിയാദ്‌മെ' പാടിയത് കൃത്യമായി ഓർക്കുന്നു. അക്കാലത്ത് ബ്രദേഴ്സിൽ ഓരോ ഗായകരുടേയും പാട്ട് പാടാൻ പ്രത്യേകം പ്രത്യേകം ആളുകളുണ്ടായിരുന്നു. കുറെക്കാലം യേശുദാസിന്റെ പാട്ടുകൾ പ്രധാനമായും പാടിയത് രാജഗോപാലൻ എന്ന യുവാവായിരുന്നു. ഹേമന്ത് കുമാറിന്റെ പാട്ടുകൾ ആലപിച്ചിരുന്നത് ജയരാജൻ. പി.ബി. ശ്രീനിവാസിന്റെ തമിഴ്പാട്ടുകൾ പാടിയത് ഒരു അബ്ദുൾഖാദർ. ഇത് ഞാൻ പ്രത്യേകമായി ചൂണ്ടിക്കാട്ടിയത് ഇവരെല്ലാം 1968–69ൽ ക്രിസ്ത്യൻ കോളേജിൽ അവസാനവർഷ ബി.എസ്സി കെമിസ്ട്രിക്ക് പഠിച്ചവരായിരുന്നു. ഇവർക്ക് ഇൻ ഓർഗാനിക്ക് കെമിസ്ട്രി പഠിപ്പിച്ചത് ഞാനായിരുന്നു. പിന്നീട് ഞാൻ ഫിസിക്കൽ കെമിസ്ട്രിയാണ് പഠിപ്പിച്ചത്. വർഷങ്ങളോളം (എന്റെ ഇഷ്ട വിഷയം). രണ്ടുവർഷം കഴിഞ്ഞപ്പോൾ രാജഗോപാലന്റെ സഹോദരി മാലിനി അവസാനവർഷ ബി.എസ്സിയിലെത്തിയപ്പോൾ എന്റെ വിദ്യാർത്ഥിനി ആയിരുന്നു. ഇവർ ബ്രദേഴ്സിന് ജാനകിയുടെ പാട്ടുകൾ പാടാറുണ്ടായിരുന്നു അക്കാലത്ത്. ഇവരെയൊന്നും പിന്നീട് ഒരിക്കൽപോലും കണ്ടിട്ടില്ല. ഹട്ടൺ ഓർക്കസ്ട്രയിലും ക്രിസ്ത്യൻ കോളേജ് വിദ്യാർത്ഥിനികളുണ്ടായിരുന്നു. സ്ഥിരംപാട്ടുകാരികളായ മഞ്ജുള മാത്യുവും, മോഹന റോസ്‌ലിയും.

പ്രേംനാഥ് ഞാൻ പിരിയുന്നതിനുമുൻപ് സർവീസിൽനിന്ന് വിരമിച്ചു. യാത്രയയപ്പ് ചടങ്ങിൽവെച്ച് ഞാനദ്ദേഹത്തോട് നാലുഗാനങ്ങളിലേതെങ്കിലും ഒന്നു പാടാൻ ആവശ്യപ്പെട്ടു. അദ്ദേഹം പാടിയത് "ആംസൂഭരിഹെ" തന്നെ. അധികവർഷങ്ങൾ കഴിയുന്നതിനുമുൻപ് 'കൊയി ഉൻസെകഹ്ദേ ഹമേഭൂൽജായെ' എന്ന മട്ടിൽ ഭൂലോകം വിട്ടുപോയതും ഇപ്പോൾ ഓർമയിലെത്തുന്നു.

മുകേഷിന്റെ ലതയും ആശയുമായുള്ള യുഗ്മഗാനങ്ങൾ പലതും ഹിറ്റുകളായിരുന്നു. റാഫിയോടൊപ്പം ചേർന്നുപാടിയ "രാമയ്യാ വസ്താവയ്യ"യും പ്രസിദ്ധമായി. മുകേഷിന്റെ എനിക്കിഷ്ടപ്പെട്ട ഗാനങ്ങളിതാ.

	ഗാനം	ചിത്രം	സംഗീതം
1	സാരംഗാ തേരിയാദ്	സാരംഗാ	സർദാർ മാലിക്
2	ആലൗട്ട്കി ആ	റാണി രൂപവതി	എസ്.എൻ. ത്രിപാഠി
3	ആസും ഭരിഹെ	പർവരിഷ്	ദത്താറാം
4	ദിൽ ജൽതാഹേ	പെഹലിനസർ	അനിൽ ബിശ്വാസ്
5	ആഅബ്ലൗടേചലേ	ജിസ്ദേശ്മെ ഗംഗാബഹതിഹെ	ശങ്കർ ജയ്കിഷൻ
6	ആയേഗാഫിർ	ദേവർ	രോഷൻ
7	ആവാരാഹും	ആവാര	ശങ്കർ ജയ്കിഷൻ
8	ചന്ദൻസാ ബദൻ	സരസ്വതി ചന്ദ്ര	കല്ല്യാൺജി ആനന്ദ്ജി
9	ചാന്ദ്സി മെഹബൂബ്	ഹിമാലയ്കി ഗോദ്മെ	,, ,,
10	ദോസ്ത് ദോസ്ത് നാരഹാ	സംഗം	ശങ്കർ ജയ്കിഷൻ
11	കൊയി ദൂർ ജബ്	ആനന്ദ്	സലിൽ ചൗധരി
12	സുഹാനാസഫർ	മധുമതി	,, ,,
13	മേനേ തേരേലിയേ	ആനന്ദ്	,, ,,
14	കഭീകഭീ മേരേ	കഭീകഭീ	ഖയ്യാം
15	മേരാജുത്താ	ശ്രീ 420	ശങ്കർ ജയ്കിഷൻ
16	ജിസ്ഗലി	കട്ടിപതംഗ്	ആർ.ഡി. ബർമൻ
17	ചലിയ മേരാനാം	ചലിയ	കല്ല്യാൺജി ആനന്ദ്ജി
18	കഹിബാർ	രജനിഗന്ധ	സലിൽ ചൗധരി
19	ദുനിയാബനാ നെവാലെ	തിസ്രികസം	ശങ്കർ ജയ്കിഷൻ
20	സബ്കുഛ്	അനാഡി	,, ,,
21	ഓ മെഹബൂബ	സംഗം	,, ,,
22	മേരാനാം രാജു	ജിഡ്ദേശ് മേഗംഗാ	,, ,,
23	തേരിയാദ് ദിൽ	ഹരിയാലി ഔർ റാസ്താ	,, ,,
24	ജീനാ യഹാം	മേരാനാം ജോക്കർ	,, ,,
25	ദിൽകി നസർസെ	ചോരിചോരി	,, ,,

മന്നാഡെ

മന്നാഡെയെന്നു കേൾക്കുമ്പോൾ ഭൂരിപക്ഷം മലയാളികളും ഓർക്കുക ചെമ്മീനിലെ 'മാനസമൈനേ' എന്ന പ്രശസ്ത ഗാനമായിരിക്കും. പക്ഷേ, ഇത് പാടുന്നതിനു എത്രയോ മുൻപ് കുറെയധികം പ്രശസ്ത ഹിന്ദി സിനിമാഗാനങ്ങൾ മന്നാഡെ പാടിക്കഴിഞ്ഞിരുന്നു. ബംഗാളിയിലും സിനിമാഗാനങ്ങളും ലളിതഗാനങ്ങളുമായി കുറെയേറെ ഗാനങ്ങൾ. അർദ്ധ ശാസ്ത്രീയ സംഗീതത്തിലാണ് അദ്ദേഹം തിളങ്ങിയിട്ടുള്ളത്. അതിനാൽ ചെമ്മീനിലെ ഗംഭീരമായ ഗാനം കേൾക്കുമ്പോൾ എന്നെപ്പോലെയുള്ള വർക്ക് അതിശയം തോന്നിക്കാണില്ല എന്നത് മറ്റൊരു കാര്യം. അർദ്ധ ശാസ്ത്രീയ സംഗീതച്ചുവയുള്ള കുറെയധികം ഗാനങ്ങൾ മന്നാഡെയുടെ തൊപ്പിയിൽ വർണ്ണപ്പകിട്ടാർന്ന തൂവലുകളായി ഉണ്ട്. (മന്നാഡെ സ്ക്രീനിൽ പ്രത്യക്ഷപ്പെടാറ് ഒരു വൂളൻ തൊപ്പി വെച്ചാണ് പലപ്പോഴും) ഈ ഗാനങ്ങളിലെനിക്കേറ്റവും ഇഷ്ടപ്പെട്ട ഗാനം 'മേരെ ഹുസൂർ' എന്ന ചിത്രത്തിലെ "ഝനക് ഝനക്" എന്ന ഗാനമാണ്. "സുർനാ സജേ" പോലെയുള്ള ഒരുപാട് ഗാനങ്ങൾ വേറെയുമുണ്ട്. 'ഝനക് ഝനക്' എന്ന ഗാനം 'മേരേ ഹുസൂർ' എന്ന ചിത്രത്തിനു മുതൽക്കൂട്ടായിരുന്നു. ആ സീനിൽ അഭിനയിക്കുന്ന രാജ്കുമാർ എന്ന പ്രശസ്ത നടന്റെ ഇരുത്തം വന്ന അഭിനയത്തിന്റെ മികവ്കൊണ്ട് കൂടിയാണ് ഇവ പ്രശസ്തമായത്. ഇതോടനുബന്ധിച്ച് പറയട്ടെ ഹിന്ദി ചലച്ചിത്രരംഗത്തെ എനിക്കേറ്റവും ഇഷ്ടപ്പെട്ട നടനായിരുന്നു രാജ്കുമാർ. നടി 'ട്രാജഡി ക്യൂൻ' എന്ന വിശേഷണം ശരിക്ക് അർഹിക്കുന്ന മീനാകുമാരിയും. 'മാനസമൈനേ' എന്ന ഗാനത്തോടനുബന്ധിച്ച് ഒരു കാര്യം ഓർമയിലെത്തുന്നു. പഴമക്കാരനായ എന്റെ അച്ഛൻ അരിക്കുളത്തെ കാർത്തിക ടാക്കീസിൽ (ഇത് ഇന്നില്ല) അമ്മയുമൊത്ത് ചെമ്മീൻ കണ്ടുവന്നു എന്റെ ഒത്താശയോടെ. സിനിമ കഴിഞ്ഞു മടങ്ങിവന്നപ്പോൾ ഞാൻ അച്ഛനോട് സിനിമ ഇഷ്ടപ്പെട്ടില്ലേ എന്നു ചോദിച്ചപ്പോൾ മറുപടി പറഞ്ഞതെന്താണെന്നോ? അതിൽ 'മാനസമൈനേ' എന്ന പാട്ടല്ലാതെ വേറെ എന്താ ഇത്ര പുകഴ്ത്താൻ! അത്കേട്ട് ഞാൻ അദ്ഭുതപ്പെട്ടുപോയി. അതുവരെ മന്നാഡെയുടെ ഒരൊറ്റ പാട്ടും അച്ഛൻ കേട്ടിട്ടുണ്ടാവാൻ വഴിയില്ല. എന്നിട്ടും ഈ ഗാനം അച്ഛനെ ഹഠാദാകർഷിച്ചതിന്റെ പൊരുൾ എന്തായിരിക്കണം? ഇന്നത് ചോദിച്ച് മനസ്സിലാക്കാൻ സാധിക്കില്ലല്ലോ. യേശുദാസിന്റെ പാട്ടുകൾ

അച്ഛനു വളരെ ഇഷ്ടമായിരുന്നു. ചെമ്മീനിലെ സുന്ദരമായ ഛായാഗ്രഹണമോ കൊട്ടാരക്കര, സത്യൻ, ഷീല മുതലായവരുടെ അഭിനയനൈപുണ്യമോ ഒന്നും ശ്രദ്ധയിൽപെടാതെ മന്നാഡെയെ മാത്രം മനസ്സിലേറ്റി വന്ന അച്ഛന്റെ പ്രതികരണം ഇന്നും എന്നെ അദ്ഭുതപ്പെടുത്തുന്നു. ഈ ഗാനം ചിട്ടപ്പെടുത്തിയ സലിൽ ചൗധരിയും മന്നാഡെയും ബംഗാളികളാണെന്നും ഗായകന്റെ ഭാര്യ ഒരു മലയാളി ആണെന്നും മറ്റും മനസ്സിലാക്കാതെയുള്ള ശുദ്ധമായ സംഗീതാസ്വാദനം. ഒന്നേതായാലും തീർച്ച. ഈ ഗാനം ചെമ്മീനിലില്ലായിരുന്നെങ്കിൽ അതിന്റെ മാറ്റ് കുറെ കുറഞ്ഞുപോയേനെ. അതിനു നാം കടപ്പെട്ടിരിക്കുന്നത് മന്നാഡെയുടെ ഭാര്യ സുലോചന മാഡത്തോടാണ്. ഉച്ചാരണശുദ്ധിയെപ്പറ്റി സംശയാലുവായ മന്നാഡെയെ ധൈര്യം പകർത്തി പാടിക്കാൻ ഇവർകൂടി ശ്രമിച്ചിട്ടുണ്ടത്രെ. മധു ഒരഭിമുഖത്തിൻ പറഞ്ഞത് ശ്രദ്ധിക്കാനിടയായി. 'മാനസമൈനേ' എന്ന ഗാനത്തിൽ ഉച്ചാരണവൈകല്യമുണ്ടായിരുന്നിട്ടും വളരെക്കാലത്തോളം വൺ, ടു, ത്രീ എന്ന മട്ടിൽ റേറ്റിങ്ങിൽ നിലനിന്നെന്നാണ് ഈ ഗാനത്തിനുവേണ്ടി ചുണ്ടനക്കിയ മധു (പരീക്കുട്ടി)വിന്റെ അഭിപ്രായം.

അർദ്ധശാസ്ത്രീയ സംഗീതത്തിലധിഷ്ഠിതമായ ഗാനങ്ങളിൽ റൊമാന്റിക് ആയിട്ടുള്ളതും വിഷാദാത്മകവുമായ ഗാനങ്ങളുമെല്ലാം മന്നാഡെയക്ക് വഴങ്ങിയിരുന്നു. 'ആജാസനം' തുടങ്ങിയ യുഗ്മഗാനങ്ങളിൽ മന്നാഡെയുടെ റൊമാന്റിക് മൂഡ് ആകർഷണീയമത്രെ. 'ഉപ്കാർ' എന്ന പടത്തിൽ പ്രാണിനുവേണ്ടി പാടിയ 'കസ്മെ വാദെ' എന്ന വിഷാദഛവിയുള്ള തത്വചിന്താപ്രധാനമായ ഗാനം മന്നാഡെയുടെ പാട്ടുകളിൽ മുൻപന്തിയിൽ തന്നെ. എല്ലാവരോടും ഒത്തുചേർന്നു പോകുന്ന പ്രകൃതക്കാരനായിരുന്നത്രെ മന്നാഡെ. അതുകൊണ്ടല്ലേ മുഹമ്മദ് റാഫിയോടൊപ്പം പാടി മനോഹരമാക്കാൻ അദ്ദേഹത്തിനു കഴിഞ്ഞത്. ക്ലാസിക്കൽ പഠിച്ചിട്ടില്ലാത്ത കിഷോർകുമാറിനോടൊപ്പം പാടി മനോഹരമാക്കാൻ അദ്ദേഹത്തിനു കഴിഞ്ഞിട്ടുണ്ട്. കൂടുതൽ അഭിനന്ദിക്കേണ്ടത് ഇക്കാര്യത്തിൽ കിഷോറിനെയാണെന്നുമറിയാം. "മേരി ആവാസ്സുനോ" എന്ന ദൂരദർശനിലെ സംഗീതപരിപാടിയിലെ ഒരു വിധികർത്താവായിരുന്നല്ലോ മന്നാഡെ. കൂട്ടത്തിൽ ആശാഭോൺസ്‌ലെയും (അതോ ആശാ ബർമ്മനോ) ഉണ്ടായിരുന്നു. അന്ന് ഫൈനലിൽ ഒന്നാം സമ്മാനം നേടിയ പ്രദീപ് സോമസുന്ദരം പാടിയ ഒരു പാട്ട് മന്നാഡെയുടേതായിരുന്നു. ഏതായാലും ഞാനിഷ്ടപ്പെടുന്ന ഹിന്ദി പാട്ടുകളിൽ ആദ്യപത്തിലില്ലെങ്കിൽ തീർച്ചയായും ആദ്യപതിനഞ്ചിൽ വരുന്ന ഗാനമാണ് 'ഝനക് ഝനക്' എന്ന ഗാനം. മന്നാഡെയുടെ പ്രസിദ്ധമായ കുറെ ഗാനങ്ങളുടെ ലിസ്റ്റിതാ.

	ഗാനം	ചിത്രം	സംഗീതം
1	ഝനക്ക് ഝനക്ക് മേരേ	മേരേഹുസൂർ	ശങ്കർ ജയ്കിഷൻ
2	പൂഛോനകൈസേ	മേരി സൂറത്ത്	
		നേവി ആംവോം	എസ്.ഡി. ബർമൻ
3	സിന്ദഗി കൈസി	ആനന്ദ്	സലിൽ ചൗധരി
4	കസ്മെ വാദെ	ഉപ്കാർ	കല്ല്യാൺജി ആനന്ദ്ജി
5.	തുപ്യാർ കി സാഗർ	സീമ	ശങ്കർ ജയ്കിഷൻ
6	ആരേ പ്യാരെ വദൻ	കാബൂളിവാല	സലിൽ ചൗധരി
7	തുംബിൻ ജീവൻ	ബാവാർച്ചി	മദൻ മോഹൻ
8	ചലത് മുസാഫിർ	തീസ്രികസം	ശങ്കർ ജയ്കിഷൻ
9	എബായ്	മേരാനാം ജോക്കർ	,, ,,
10	കോൻ ആയാ മേരേ	ദേഖ്കജിരോയേ	മദൻമോഹൻ
11	ആയ്മേരി സൊഹ്റജബി	വക്ത്	രവി
12	ഛം ഛം ബാജെ	ഝനക് ഝനക് പായലിയാ	ശങ്കർ ജയ്കിഷൻ
13	ലാഗെചുനരി	ദിൽഹിതൊഹെ	റോഷൻ

പി. ജയചന്ദ്രൻ

ഗാനഗന്ധർവൻ കത്തിനിന്നിരുന്ന കാലത്ത് പിന്നണി ഗായകനെന്ന നിലയ്ക്ക് സ്വന്തം സിംഹാസനം പതിച്ചുകിട്ടിയ ഗായകനാണല്ലോ ജയചന്ദ്രൻ. ഭാവഗായകനെന്നാണ് അദ്ദേഹത്തെ പൊതുവെ വിശേഷിപ്പിക്കാറുള്ളത്. പ്രത്യേകമായി ഒരു ഉച്ചാരണശൈലിയുമുണ്ടദ്ദേഹത്തിന്. സത്യം പറഞ്ഞാൽ ഇത് ചിലപ്പോൾ അതിര് കടന്നിട്ടില്ലേ എന്നൊരു സംശയം. പ്രത്യേകിച്ചും ആദ്യകാലങ്ങളിൽ ഗാനാലാപനത്തിൽ ഭാവപ്രകടനപരമായി അക്ഷരത്തെ കടിച്ചുപിടിക്കുന്ന രീതി എന്തോ എനിക്കത്ര ഇഷ്ടമല്ല. സംഗീതം ശാസ്ത്രീയമായി പഠിച്ചിട്ടില്ലാത്ത ആളാണ് അദ്ദേഹമെന്നാണ് കേട്ടിരിക്കുന്നത്. അങ്ങിനെയെങ്കിൽ ജന്മനാ സിദ്ധിച്ച ആ ഗാനാലാപനസിദ്ധി അഭിനന്ദനാർഹംതന്നെയാണ്. വീണ്ടും അദ്ദേഹത്തെ യേശുദാസുമായി താരതമ്യം ചെയ്യട്ടെ. രണ്ടുതരത്തിലുള്ള ഗാനാലാപന ശൈലി - രണ്ടിലും ശ്രവണസുഖമുണ്ടുതാനും. പക്ഷേ, ഗാനഗന്ധർവന്റെ ലവലിലേയ്ക്ക് ഉയരാൻ ജയചന്ദ്രനു കഴിഞ്ഞിട്ടുണ്ടോ എന്നു ഒരു സംശയം. അദ്ദേഹത്തിന്റെ 'ഹർഷ ബാഷ്പം തൂകി', 'കരിമുകിൽ ക്കാട്ടിലെ' എന്നീ ഗാനങ്ങളിലടക്കം. ഇത് വെറും ഒരു വ്യക്തിപരമായ അഭിപ്രായമാണ്. കാരണം യേശുദാസിനേക്കാൾ നല്ല ഗായകൻ ജയചന്ദ്രനാണെന്ന അഭിപ്രായമുള്ള ചിലരെങ്കിലുമുണ്ടെന്നു നേരിട്ടറിയാം. ആദ്യമായി 'കുഞ്ഞാലിമരയ്ക്കാർ' എന്ന ചിത്രത്തിൽ പാടിയിട്ടുണ്ടെങ്കിലും നാം കേട്ടുതുടങ്ങിയത് 'മഞ്ഞലയിൽ മുങ്ങിത്തോർത്തി' എന്ന ഗാനമാണല്ലോ. 'കളിത്തോഴൻ' എന്ന ചിത്രത്തിലെ ഈ ഗാനത്തിനൊപ്പം 'താരുണ്യം തന്നുടെ' എന്ന ഗാനവും കേട്ടപ്പോൾ (സംഗീതസംവിധാനം - ദേവരാജൻ) തോന്നിയിരുന്നു ഒരു പുതിയ ഗായകന്റെ പുറപ്പാടാണെന്ന്. ഞാൻ ഒന്നാം വർഷ ബിരുദാനന്തര ബിരുദത്തിനു പഠിക്കുമ്പോൾ ഹോസ്റ്റലിലെ റേഡിയോവിൽ കൂടിയാണ് ഈ രണ്ടുഗാനങ്ങളും കേട്ടിട്ടുള്ളത്. അധികം താമസിയാതെ 'കള്ളിച്ചെല്ലമ്മ' എന്ന ചിത്രത്തിൽ രാഘവൻ മാഷിന്റെ സംഗീത സംവിധാനത്തിൽ 'കരിമുകിൽക്കാട്ടിലെ' എന്ന ഗാനത്തോടെ ജയചന്ദ്രൻ ഗായകനെന്ന നിലയ്ക്ക് ചിരപ്രതിഷ്ഠ നേടി. ഏതാണ്ട് ഇതേ കാലഘട്ടത്തിൽ ബാബുരാജിന്റെ കീഴിൽ 'അനുരാഗ ഗാനം പോലെ' എന്ന ഗാനം കൂടി പാടിയതോടെ ജയചന്ദ്രൻ പ്രശസ്തി നേടിയതും ചരിത്രം. അതും കഴിഞ്ഞാണ് അദ്ദേഹത്തിന്റെ എനിക്കേറ്റവും ഇഷ്ടപ്പെട്ട ഗാനം 'ഹർഷബാഷ്പം തൂകി' ദക്ഷിണാമൂർത്തി സ്വാമി

യുടെ കീഴിൽ പാടിത്തകർത്തത്. ജയചന്ദ്രന് ഗായകനെന്ന നിലയിൽ ബൂസ്റ്റ് കൊടുക്കാൻ സഹായിച്ചത് എം.എസ്. വിശ്വനാഥനായിരുന്നു. 'ലങ്കാദഹനത്തിൽ തുടങ്ങിയ ആ ബന്ധം വളരെ ഹാർദ്ദമായി നീങ്ങിയിരുന്നു ഏറെക്കാലം. കുറച്ചുകാലം എം.എസ്.വിയും യേശുദാസും പിണക്കത്തിലായിരുന്നെന്നു പറഞ്ഞുകേട്ടിട്ടുണ്ട്. ഈ പിണക്കം തീർക്കാൻ മുൻകൈയെടുത്തത് ശ്രീകുമാരൻതമ്പിയാണെന്നു അദ്ദേഹം തന്നെ പറഞ്ഞുകേട്ടിട്ടുണ്ട്. പിണക്കത്തിന്റെ ഈ കാലത്താണ് 'പണിതീരാത്ത വീട്' റിലീസായത്. ഇതിലാണ് ജയചന്ദ്രന്റെ മറ്റൊരു ഹിറ്റ്ഗാനം നമുക്ക് കിട്ടിയത്. "സുപ്രഭാതം" എന്നു തുടങ്ങുന്ന ഗാനം. മാത്രമല്ല ദാസുമായുണ്ടായ പിണക്കം കൊണ്ടാവാം ഈ ചിത്രത്തിലെ വയലാറിന്റെ ഗംഭീരോദാത്തമായ വരികൾ എം.എസ്. വിശ്വനാഥൻ തന്നെ പാടിയത്. 'കണ്ണുനീർത്തുള്ളിയെ' എന്ന ഗാനം. ഇതിൽ വൈഷമ്യം തോന്നിയിരുന്നുപോൽ വയലാറിനും. പക്ഷേ, വിശ്വനാഥന്റെ ആലാപനത്തിനു ഒരു പ്രത്യേക ശ്രവണസുഖം പ്രദാനം ചെയ്യാൻ കഴിഞ്ഞെന്നാണ് തോന്നുന്നത്. യേശുദാസിനോടൊപ്പം പുരുഷയുഗ്മഗാനങ്ങളും പാടിയിട്ടുണ്ട് ജയചന്ദ്രൻ. ഇവർ തമ്മിൽ ഒരു പ്രത്യേക സ്നേഹബന്ധം പുലർത്തിപ്പോന്നിട്ടുണ്ട്, ഇതേവരെ. ഒരു സ്കൂൾ കലോത്സവം സ്റ്റേജിൽ ദാസ് പാടിയും അതിനു വാദ്യോപകരണം (മദ്ദളമാണെന്നു തോന്നുന്നു) വായിച്ചും തുടങ്ങിയ ബന്ധം.

യേശുദാസിനെപ്പോലെത്തന്നെ വിവിധ ഗായികമാരുമായി സുന്ദരമായ ഒരുപാട് യുഗ്മഗാനങ്ങൾ പാടിയിട്ടുണ്ട് ജയചന്ദ്രൻ. അതിലൊരു പാട്ടിന്റെ ശ്രവണസുഖത്തെപ്പറ്റി ജയചന്ദ്രൻ തന്നെ പറഞ്ഞിട്ടുണ്ട്. 'വാഴ്‌വേ മായം' എന്ന ചിത്രത്തിലെ 'സീതാ ദേവി സ്വയംവരം ചെയ്തൊരു' എന്ന ഗാനം അദ്ദേഹത്തിനു വളരെ ഇഷ്ടമാണെന്ന്. ജാനകിയൊത്തു പാടിയ 'റസ്റ്റ് ഹൗസി'ലെ 'യദുകുല രതിദേവനെവിടെ' എന്ന ഗാനവും മനോഹരംതന്നെ. അതേപോലെ 'അസുരവിത്ത്' എന്ന ചിത്രത്തിൽ 'ഞാനിതാ തിരിച്ചെത്തി' എന്ന ജയചന്ദ്രൻ ഗാനവും ഒരു പ്രത്യേക ഗാനാലാപനശൈലിയിലാണ്. ആമുഖത്തിൽ സൂചിപ്പിച്ചതുപോലെ സ്റ്റേജ് ഷോയിൽ അദ്ദേഹം കൂടുതൽ ശോഭിക്കാറുണ്ട്. ഇത് രണ്ടുമൂന്നു പ്രാവശ്യം ആസ്വദിക്കാൻ എനിക്ക് കഴിഞ്ഞിട്ടുണ്ട്. ദൂരദർശനിലും മറ്റുമുള്ള അഭിമുഖങ്ങളിൽ അദ്ദേഹം കസറാറുണ്ട്. സംഗീതസംവിധായകരെപ്പറ്റി ഏതെങ്കിലും ഒരു ചോദ്യം ചോദിച്ചാൽ ആൾ സടകുടഞ്ഞെഴുന്നേൽക്കും. ഈ സംഗീത സംവിധായകന്റെ ഒരുപാട് ഗാനങ്ങളുടെ ആദ്യവരികൾ അദ്ദേഹം പാടിക്കേൾപ്പിക്കും. ഗായികമാർ പാടിയ പാട്ടുകൾകൂടി. ഇത്തരമൊരു അഭിമുഖത്തിൽ തനിക്കേറ്റവും ഇഷ്ടപ്പെട്ട സംഗീതസംവിധായകൻ എം.എസ്. വിശ്വനാഥനാണെന്നു തുറന്നടിച്ചിട്ടുണ്ട്. ദേവ

രാജനെപ്പറ്റി, ബാബുരാജിനെപ്പറ്റി എല്ലാം അദ്ദേഹം പുകഴ്ത്തിപ്പറയും. ഉടനെ തിരിയും ദക്ഷിണാമൂർത്തിയിലേക്ക്. രാഘവൻ മാഷെയും ഉദ്ധരിക്കും. അതാണദ്ദേഹത്തിന്റെ രീതി. എം,ബി. ശ്രീനിവാസന്റെ സംഗീത സംവിധാനത്തിൽ ജയചന്ദ്രൻ പാടിയ 'രാഗം ശ്രീരാഗം' എന്ന ഗാനം അർദ്ധശാസ്ത്രീയ സംഗീതചലച്ചിത്രഗാനങ്ങളിൽ മുന്നിൽതന്നെയാണല്ലോ. യേശുദാസ് തന്റെ പല ഗാനങ്ങൾക്കൊപ്പം അഭിനയിച്ചിട്ടുണ്ടല്ലോ. പ്രത്യേകിച്ചും 'സുറുമ നല്ല സുറുമ' എന്ന ഗാനം എത്ര രസകരമായാണ് അദ്ദേഹം അവതരിപ്പിച്ചിട്ടുള്ളത്. ജയചന്ദ്രൻ ഒരൊറ്റ സിനിമയിലേ അഭിനയിച്ചിട്ടുള്ളൂ. സ്വന്തം പാട്ട് സീനിലല്ല അദ്ദേഹം പ്രത്യക്ഷപ്പെട്ടിട്ടുള്ളത്. 'നഖക്ഷതങ്ങൾ' എന്ന ചിത്രത്തിൽ ഒരു നമ്പൂതിരിയുടെ വേഷത്തിൽ അദ്ദേഹം കലക്കിയിട്ടുണ്ടുതാനും. ജയചന്ദ്രന്റെ എനിക്കിഷ്ടപ്പെട്ട കുറെ ഗാനങ്ങളിതാ.

	ഗാനം	ചിത്രം	രചന	സംഗീതം
1	ഹർഷബാഷ്പം തൂകി	മുത്തശ്ശി	പി. ഭാസ്കരൻ	ദക്ഷിണാ മൂർത്തി
2	മഞ്ഞലയിൽ	കളിത്തോഴൻ	,, ,,	ദേവരാജൻ
3	സുപ്രഭാതം	പണി തീരാത്ത വീട്	വയലാർ	എം.എസ്.വിശ്വ നാഥൻ
4	അനുരാഗഗാനം	ഉദ്യോഗസ്ഥ	യൂസഫലി കേച്ചേരി	ബാബുരാജ്
5	കരിമുകിൽക്കാട്ടിലെ	കള്ളിച്ചെല്ലമ്മ	പി. ഭാസ്കരൻ	കെ. രാഘവൻ
6	ഉപാസന ഉപാസന	തൊട്ടാവാടി	വയലാർ	എൽ.പി.ആർ. വർമ്മ
7	ചന്ദനത്തിൽ കടഞ്ഞെടുത്ത	ശാസ്ത്രം ജയിച്ചു മനുഷ്യൻ തോറ്റു	ശ്രീകുമാരൻ തമ്പി	ദക്ഷിണാമൂർത്തി
8	ഇന്ദുമുഖി	അടിമകൾ	വയലാർ	ദേവരാജൻ
9	ഹൃദയേശ്വരി	പഞ്ചാമൃതം	ശ്രീകുമാരൻ തമ്പി	ദേവരാജൻ
10	കാവ്യപുസ്തകമല്ലോ	അശ്വതി	പി. ഭാസ്കരൻ	ദക്ഷിണാമൂർത്തി
11	ഏകാന്തപഥികൻ	ഉമ്മാച്ചു	,, ,,	കെ.രാഘവൻ
12	പൂവും പ്രസാദവും	തോക്കുകൾ കഥ പറയുന്നു	വയലാർ	ദേവരാജൻ
13	ഇനിയും പുഴയൊഴുകും	അഗ്നിപുത്രി	വയലാർ	ബാബുരാജ്
14	മധുചന്ദ്രികയുടെ	അനാഛാദനം	വയലാർ	ദേവരാജൻ
15	മലയാള ഭാഷതൻ	പ്രേതങ്ങളുടെ താഴ്‌വര	ശ്രീകുമാരൻ തമ്പി	ദക്ഷിണാമൂർത്തി

16	സന്ധ്യയ്ക്കെന്തിനു	മായ	,, ,,	,, ,,
17	മരുഭൂമിയിൽ മലർ	ഭാര്യമാർ സൂക്ഷിക്കുക	,, ,,	,, ,,
18	മുത്തുകിലുങ്ങി	അജ്ഞാതവാസം	,, ,,	എം.കെ.അർജ്ജുനൻ
19	നന്ത്യാർ വട്ടപൂ	പൂന്തേനരുവി	,, ,,	,, ,,
20	സ്വർണഗോപുര	ദിവ്യദർശനം	,, ,,	എം.എസ്. വിശ്വനാഥൻ
21	തിരുവാഭരണം	ലങ്കാദഹനം	,, ,,	,, ,,
22	രാഗം ശ്രീരാഗം	ബന്ധനം	ഒ.എൻ.വി.	എം.ബി. ശ്രീനിവാസൻ
23	താരുണ്യം തന്നുടെ	കളിത്തോഴൻ	പി. ഭാസ്കരൻ	ദേവരാജൻ

പി. ലീല

തന്റെ ഗാനാലാപനം കൊണ്ട് തലമുറകളെത്തന്നെ പ്രഭാതത്തിൽ തട്ടിയുണർത്താൻ ഭാഗ്യം സിദ്ധിച്ച രണ്ടു ഗായികമാർ ഉണ്ടല്ലോ നമുക്ക്. അതിൽ പ്രഥമസ്ഥാനം സാക്ഷാൽ ശ്രീമതി സുബ്ബലക്ഷ്മിക്കുതന്നെ. അനുഗൃഹീത ശാസ്ത്രീയ സംഗീതഗായിക. പല ക്ഷേത്രങ്ങളും പ്രഭാതത്തെ സ്വാഗതം ചെയ്യുന്നത് ഈ ഗായികയുടെ പ്രസിദ്ധമായ "കൗസല്ല്യാ സുപ്രജാ രാമാ"എന്ന കീർത്തനത്തോടെയാണല്ലോ. കേരളീയരെ സംബന്ധിച്ച് ഇക്കൂട്ടത്തിലെ രണ്ടാം ഗായിക പി. ലീല തന്നെ. ഗുരുവായൂരിലെ വാകച്ചാർത്തിന്നകമ്പടിയായി കിലോമീറ്ററുകളോളം ആ ശബ്ദം ഭക്തരെ ആവേശം കൊള്ളിക്കുന്നു. നാരായണീയത്തിലെയും ജ്ഞാനപ്പാനയിലെയും അർത്ഥഗർഭമായ വരികൾ പാടിതകർത്ത പി. ലീലയുടെ ജന്മസുകൃതം തന്നെയല്ലേ ഇത്. സെമിക്ലാസിക്കൽ ശൈലിയിലുള്ള സിനിമഗാനങ്ങളിലാണ് പി. ലീല കൂടുതൽ തിളങ്ങിയിട്ടുള്ളതെങ്കിലും മാപ്പിളപ്പാട്ടുകളും വളരെ അനായാസമായി പാടിത്തകർത്തിട്ടുണ്ടവർ. "പ്രിയമാനസാ" (ചിത്രം, ചിലമ്പൊലി) എന്ന അർദ്ധശാസ്ത്രീയ സംഗീതത്തിലധിഷ്ഠിതമായ ഗാനം മുതൽ "ഇന്നെന്റെ കരളിലെ" എന്ന 'കുട്ടിക്കുപ്പായ'ത്തിലുള്ള മാപ്പിളപ്പാട്ട് ശൈലിയിലുള്ള ഗാനംവരെ അവരുടെ സംഭാവനകളാണല്ലോ. ആദ്യകാലങ്ങളിൽ ദേവരാജനും ബാബുരാജും ദക്ഷിണാമൂർത്തിയും രാഘവൻമാഷും അവരെക്കൊണ്ടു പാടിച്ചിട്ടുണ്ടല്ലോ. യുഗ്മഗാനങ്ങളിലാണെങ്കിൽ അവർ കമുകറ, ഉദയഭാനു, യേശുദാസ്, ജയചന്ദ്രൻ എന്നിവരോടൊപ്പം ചേർന്ന് എത്രയോ ഗാനങ്ങൾ പാടി. ഏതുതരം ഗാനമായാലും അതിനോട് നൂറുശതമാനം നീതിപുലർത്താൻ അവർ ശ്രമിച്ചിരുന്നു. ദുഃഖഗാനങ്ങൾ അവരുടെ കണ്ഠത്തിൽ കൂടി ഒഴുകിവരുമ്പോൾ ദുഃഖം സന്തോഷമായി മാറുന്നുവെന്നു എനിക്കെങ്കിലും തോന്നിയിട്ടുണ്ട്. സ്വരശുദ്ധി തെളിഞ്ഞുനിൽക്കുന്ന ലീലയുടെ എന്റെ ഇഷ്ടഗാനങ്ങളിൽ ചിലതിതാ.

	ഗാനം	ചിത്രം	രചന	സംഗീതം
1	പ്രിയമാനസാ	ചിലമ്പൊലി	പി. ഭാസ്കരൻ	ദക്ഷിണാമൂർത്തി
2	ഉജ്ജയിനിയിലെ	കടൽപ്പാലം	വയലാർ	ദേവരാജൻ
3	ഇന്നെന്റെ കരളിലെ	കുട്ടിക്കുപ്പായം	പി. ഭാസ്കരൻ	ബാബുരാജ്
4	കന്നിനിലാവത്ത്	തച്ചോളി ഒതേനൻ	,, ,,	,, ,,
5	കല്ല്യാണരാത്രിയിൽ	കുട്ടിക്കുപ്പായം	,, ,,	,, ,,
6	പ്രാണന്റെ പ്രാണനിൽ	അമ്മയെകാണാൻ	,, ,,	കെ. രാഘവൻ
7	ഭഗവാനൊരു കുറവനായി	വാഴ്വേമായം	വയലാർ	ദേവരാജൻ
8	വിരലൊന്നു മുട്ടിയാൽ	ഡോക്ടർ	പി. ഭാസ്കരൻ	,, ,,
9	സംപൂതമീപ്രേമ	രമണൻ	ചങ്ങമ്പുഴ	കെ. രാഘവൻ
10	കണ്മണീ കരയല്ലേ	ക്രിസ്തുമസ്രാത്രി	പി. ഭാസ്കരൻ	ബ്രദർ ലക്ഷ്മണൻ
11	മുത്തോലക്കുടയുമായ്	തച്ചോളി ഒതേനൻ	പി. ഭാസ്കരൻ	ബാബുരാജ്
12	കളിമണ്ണു മെനഞ്ഞു	കണ്ണും കരളും	വയലാർ	എം. ബി. ശ്രീനിവാസൻ
13	അമ്പലക്കുളങ്ങരെ	ഓടയിൽനിന്നു	വയലാർ	ദേവരാജൻ
14	എന്നിട്ടും വന്നില്ലല്ലോ	കണ്ടംബെച്ച കോട്ട്	പി. ഭാസ്കരൻ	ബാബുരാജ്
15	കഥപറയാമെൻ	ഉമ്മ	,, ,,	,, ,,
16	സ്നേഹത്തിൻ കാനന	ലൈലാമജ്നു	,, ,,	,, ,,
17	ഇതുമാത്രം ഇതു മാത്രം ഓർമ്മ വേണം	നിണമണിഞ്ഞ കാൽപ്പാടുകൾ	,, ,,	,, ,,
18	കല്ലേ കനിവില്ലേ	രാരിച്ചൻ എന്ന പൗരൻ	പി. ഭാസ്കരൻ	കെ. രാഘവൻ
19	കദളീവനത്തിൻ	കണ്ണും കരളും	വയലാർ	എം.ബി. ശ്രീനി വാസൻ
20	ഓമനക്കണ്ണാ	വിയർപ്പിന്റെ വില	അഭയദേവ്	ദക്ഷിണാമൂർത്തി

ചിത്ര

ഒരിക്കൽ റേഡിയോയിൽ ഒരു ഗാനം കേട്ടു. കൊള്ളാമല്ലോ എന്നു തോന്നി. പക്ഷേ, അതാരാണ് പാടിയതെന്നും ഏതു ചിത്രത്തിലാണെന്നും സംഗീതസംവിധായകനാരെന്നും മനസ്സിലായില്ല. പാട്ട് തുടങ്ങിക്കഴിഞ്ഞതിനുശേഷമാണ് കേട്ടത്. പല്ലവി ആവർത്തിച്ചപ്പോൾ പാട്ടിന്റെ തുടക്കം മനസ്സിലായി. "രജനീ പറയൂ" എന്ന മനോഹരഗാനം. അധികനാൾ കഴിയുന്നതിനു മുൻപ് തന്നെ ഈ ഗാനം വീണ്ടും കോഴിക്കോട് ആകാശവാണി നിലയത്തിൽനിന്നും പ്രക്ഷേപണം ചെയ്തു. പാട്ടിന്റെ ഉടമയേയും മറ്റു കാര്യങ്ങളും മനസ്സിലാക്കാൻ പറ്റി. ഒരു പുതിയ ഗായികയാണ്. പേര് കെ.എസ്. ചിത്ര. ചിത്രം 'ഞാൻ ഏകനാണ്'. സംഗീതസംവിധാനം എം.ജി. രാധാകൃഷ്ണൻ.

പിന്നീടാണ് സിനിമ കണ്ടത്. ഇതാ നമുക്ക് നമ്മുടേതെന്നു പറയാവുന്ന ഒരു പിന്നണിഗായിക. മുൻകാലങ്ങളിൽ ശാന്ത. പി. നായരും അതിലുപരി പി. ലീലയും ഉണ്ടായിരുന്നു. ജാനമ്മ ഡേവിഡ് 'നീലക്കുയിലി'ലെ രണ്ട് പ്രസിദ്ധമായ ഗാനങ്ങളാലപിച്ച് അപ്രത്യക്ഷമായി എന്നാണ് തോന്നുന്നത്. പക്ഷേ, ചിത്ര വന്നപ്പോൾ വന്നു കണ്ടു കീഴടക്കി എന്ന മട്ടിലായി കാര്യങ്ങൾ. ചിത്ര വന്നതിനുശേഷവും സുശീല., ജാനകി, വാണി ജയറാം, മാധുരി എന്നിവർ രംഗത്തുണ്ടായിരുന്നു. പക്ഷേ, പോകെ പോകെ ചിത്ര കീഴടക്കിക്കളഞ്ഞു, മലയാള സിനിമകളിലെ പെൺ ഗാനങ്ങൾ. ഏതാണ്ടിതേ കാലത്ത് സുജാതകൂടി സിനിമയിലെത്തിയപ്പോൾ ഈ മണ്ഡലം ഇവർ കൈയ്യടക്കിക്കളഞ്ഞു കുറെക്കാലത്തോളം. ഇടയ്ക്കെല്ലാം ഇവരെ കടത്തിവെട്ടി മലയാളിയല്ലാത്ത ശ്രേയഘോഷാൽ വന്നു വിലസി. പതുക്കെപതുക്കെ മലയാളസിനിമകളിൽ ജ്യോത്സ്ന, മഞ്ജരി, ഗായത്രി, സിതാര കൃഷ്ണകുമാർ, മൃദുല വാര്യർ, ശ്വേത മോഹൻ തുടങ്ങിയവരും കുറെ നല്ല പാട്ടുകൾ പാടി. എന്നിട്ടും ഇവർ രണ്ടുപേരും പിടിച്ചുനിന്നു. പ്രത്യേകിച്ചും ചിത്ര.

ചിത്രയെ പിന്നണിഗാനരംഗത്തേക്ക് കൊണ്ടുവന്നത് രാധാകൃഷ്ണൻ സാറാണെങ്കിലും അവരെ പ്രശസ്തിയിലേക്കെത്തിച്ചത് ജെറി അമൽദേവ്, രവീന്ദ്രൻ, ഇളയരാജ, ജോൺസൺ, ഔസേപ്പച്ചൻ, എം. ജയചന്ദ്രൻ, മോഹൻ സിതാര എന്നിവരായിരുന്നു. ബോംബെ രവി

യുടെയും പങ്ക് നിസ്സാരമല്ല. മലയാളത്തിൽ ചിത്ര പാടി ആദ്യ നാഷണൽ അവാർഡ് ലഭിച്ച ഗാനം 'മഞ്ഞൾ പ്രസാദവും' എന്ന ഗാനം ഇദ്ദേഹത്തിന്റെ സംഗീതസംവിധാനത്തിലായിരുന്നല്ലോ. തമിഴിലെ ആദ്യ നാഷണൽ അവാർഡ് നേടിയത് ഇളയരാജയുടെ സംഗീതത്തിൽ. രവിയുടെ കീഴിൽ 'വൈശാലി' എന്ന ചിത്രത്തിലെ "ഇന്ദുപുഷ്പം ചൂടി" എന്ന ഗാനം ചിത്രയുടെ മധുരമനോഹരഗാനങ്ങളിൽ ഒന്നാണല്ലോ. ജെറിയുടെ 'ആയിരം കണ്ണുമായി' രവീന്ദ്രന്റെ 'കാർമുകിൽ വർണന്റെ', 'മൗലിയിൽ മയിൽപ്പീലി', ജോൺസന്റെ 'രാജഹംസമേ' ഔസേപ്പച്ചന്റെ 'പുടമുറിക്കല്യാണം' തുടങ്ങിയ പാട്ടുകൾ ചിത്രയെ മലയാളികളുടെ ഇഷ്ടഗായികയാക്കി മാറ്റിയില്ലെങ്കിലല്ലേ അദ്ഭുതപ്പെടാനുള്ളൂ. ഇവയെല്ലാം എന്റെ പ്രിയപ്പെട്ട ഗാനങ്ങളാണെങ്കിലും, 'രാജഹംസമേ' ഞാൻ പ്രത്യേകം മനസ്സിൽ താലോലിക്കുന്നു. ഹിന്ദിയിലും തമിഴിലും മാത്രമല്ല പല ഇന്ത്യൻ ഭാഷകളിലും അവർ പാടിയ പാട്ടുകളധികവും ഹിറ്റുകളാണ് എന്നാണ് പറഞ്ഞു കേട്ടിട്ടുള്ളത്. രവീന്ദ്രൻ മാസ്റ്റർ ഒരഭിമുഖസംഭാഷണത്തിൽ പറഞ്ഞത് നേരിട്ടു കേട്ടിട്ടുണ്ട്. അദ്ദേഹം പറയുകയായിരുന്നു. "ഇപ്പോൾ മലയാളത്തിൽ ഏതുതരം പാട്ടുകളും പാടാൻ രണ്ടാളുകൾ മാത്രമേ ഉള്ളൂ. അത് ദാസേട്ടനും ചിത്രയുമാണ്." ചിത്ര സ്റ്റേജിൽ പാടുന്നത് കാണാൻ ബഹുരസമാണ്. അവരുടെ മുഖത്ത് പ്രത്യക്ഷപ്പെടുന്ന ആ പുഞ്ചിരി ഒന്നു വേറെത്തന്നെയാണ്. ചിത്ര പാടാൻ തുടങ്ങുമ്പോൾ അവരുടെ ശരീരഭാഷ ആകെ മാറിപ്പോകാറുണ്ട്. ആ ഭാവം കണ്ടാലറിയാം സംഗീതം ഹൃദയത്തിൽ സൂക്ഷിക്കുന്ന ഒരാളാണ് ചിത്രയെന്ന്. ദേശീയതലത്തിലും സംസ്ഥാനതലത്തിലും അവർ വാരിക്കൂട്ടിയ അവാർഡുകൾ അമ്പരപ്പിക്കുന്നതാണ്. ഇനിയും വർഷങ്ങളോളം അവർക്ക് ഈ സംഗീതസപര്യ തുടരാനാവട്ടെ. ഒരുകാര്യത്തിൽ എനിക്ക് ദുഃഖമുണ്ട്. മലയാളത്തിലെ ഗായക പ്രതിഭകളേറെപേരെയും നേരിട്ട് കാണാൻ എനിക്ക് കഴിഞ്ഞിട്ടുണ്ട്. യേശുദാസ്, ജയചന്ദ്രൻ, ജാനകി, സുശീല, എൽ.ആർ ഈശ്വരി, മാധുരി, കമുകറ, ഉദയഭാനു മുതൽ പേർ. ഇതുവരെ ചിത്രയേയും സുജാതയേയും നേരിൽ കാണാൻ സാധിച്ചിട്ടില്ല.

ചിത്ര വിവിധ ഭാഷകളിലെ ഗാനങ്ങൾക്കായി ആറ് ദേശീയ അവാർഡുകൾ നേടിയിട്ടുണ്ട്. ഇത് ഒരു റിക്കാർഡ് ആണ് ഇതുവരെ (ഗായികമാരുടെ കാര്യത്തിൽ) ദക്ഷിണേന്ത്യയിലെ നാല് ഭാഷകളിലായി മുപ്പത്തി ഒന്നു സംസ്ഥാന അവാർഡുകൾ. വെറുതെയാണോ 'ദക്ഷിണേന്ത്യയിലെ വാനമ്പാടി' എന്നു അവരെ വിശേഷിപ്പിക്കുന്നത്. ഇതു കൂടാതെ 'ചിന്നക്കുയിൽ' എന്ന വിശേഷണവും ചേർത്ത് അവരെ വിളിക്കാറുണ്ട്. ഇനിയും ഇനിയും ഉയരങ്ങളിലേക്ക് അവർക്ക് പറക്കാൻ കഴിയും. ചിത്രയുടെ എനിക്കിഷ്ടപ്പെട്ട കുറെ ഗാനങ്ങളിതാ.

	ഗാനം	ചിത്രം	രചന	സംഗീതം
1	രജനീ പറയൂ	ഞാൻ ഏകനാണ്	സത്യൻ അന്തിക്കാട്	എം.ജി. രാധാ കൃഷ്ണൻ
2	രാജഹംസമേ	ചമയം	കൈതപ്രം	ജോൺസൺ
3	ഇന്ദുപുഷ്പം ചൂടി	വൈശാലി	ഒ.എൻ.വി.	ബോംബെ രവി
4	കാർമുകിൽ വർണന്റെ	നന്ദനം	ഗിരീഷ് പുത്തഞ്ചേരി	രവീന്ദ്രൻ
5	മൗലിയിൽ മയിൽപീലി	,,	,, ,,	,, ,,
6	ചെമ്പരത്തിപൂവേ	ശ്യാമ	ഷിബു ചക്രവർത്തി	രഘുകുമാർ
7	പുടമുറി കല്യാണം	ചിലമ്പ്	ഭരതൻ	ഔസേപ്പച്ചൻ
8	ആയിരം കണ്ണുമായ്	നോക്കെത്താ ദൂരത്ത് കണ്ണും നട്ട്	ബിച്ചുതിരുമല	ജെറിഅമൽ ദേവ്
9	തങ്കത്തോണി	മഴവിൽക്കാവടി	ഗിരീഷ് പുത്തഞ്ചേരി	ജോൺസൺ
10	മാലേയം മാറോടണഞ്ഞു	തച്ചോളി വർഗീസ് ചേകവർ	ശരത്	,, ,,
11	ആളൊരുങ്ങി അരങ്ങൊരുങ്ങി	എന്റെ മാമാട്ടി ക്കുട്ടിയമ്മക്ക്	ബിച്ചു തിരുമല	ജെറി അമൽ ദേവ്
12	ആരാത്രി മാഞ്ഞുപോയ്	പഞ്ചാഗ്നി	ഒ.എൻ.വി.	ബോംബെരവി
13	മഞ്ഞൾപ്രസാദവും	നഖക്ഷതങ്ങൾ	,, ,,	,, ,,
14	ചീരപ്പൂവുകൾ	ധനം	പി.കെ. ഗോപി	രവീന്ദ്രൻ
15	ഈ പുഴയും	മയൂഖം	മാങ്കൊമ്പ്	,, ,,
16	എന്തിനായ്	മിഴിരണ്ടിലും	ശരത്‌വയലാർ	,, ,,
17	കളഭംതരാം	വടക്കുംനാഥൻ	ഗിരീഷ് പുത്തഞ്ചേരി	,, ,,
18	ഏതോ വാർമുകിലിൻ	പൂക്കാലം വരവായി	കൈതപ്രം	ഔസേപ്പച്ചൻ
19	കൃഷ്ണാ നീ ബേഗന	രാധാമാധവം	ഒ.എൻ.വി.	ഇളയരാജ
20	കുടജാദ്രിയിൽ	നീലക്കടമ്പ്	കെ. ജയകുമാർ	രവീന്ദ്രൻ
21	മൗനസരോവരം	സവിധം	കൈതപ്രം	ജോൺസൺ
22	പാടീ തൊടിയിലേതോ	ആറാംതമ്പുരാൻ	ഗിരീഷ് പുത്തഞ്ചേരി	രവീന്ദ്രൻ
23	പാർവ്വണേന്ദുമുഖി	പരിണയം	യൂസഫലി കേച്ചേരി	ബോംബെ രവി

24	അറിവിൻ നിലാവേ	രാജശില്പി	ഒ.എൻ.വി.	രവീന്ദ്രൻ
25	അമ്പിളിക്കല	,,	,,	,, ,,
26	വരുവാനില്ലാരും	മണിച്ചിത്രത്താഴ്	മധുമുട്ടം	എം.ജി.രാധാകൃഷ്ണൻ
27	നീലാഞ്ജനപൂവിൻ	പൈതൃകം	കൈതപ്രം	എസ്.പി. വെങ്കിടേഷ്
28	പഞ്ചവർണ്ണപൈങ്കിളി	സല്ലാപം	കൈതപ്രം	ജോൺസൺ
29	പിന്നെയും പിന്നെയും	കൃഷ്ണ ഗുഡിയിൽ ഒരു പ്രണയകാലത്ത്	ഗിരീഷ് പുത്തഞ്ചേരി	വിദ്യാസാഗർ
30	പൊന്നാര്യൻപാടം	രക്തസാക്ഷികൾ സിന്ദാബാദ്	ഗിരീഷ് പുത്തഞ്ചേരി	എം.ജി. രാധാകൃഷ്ണൻ
31	അംഗുലീസ്പർശം	കാംബോജി	വിനോദ് മങ്കര	എം. ജയചന്ദ്രൻ
32	മയങ്ങിപ്പോയി	നോട്ടം	കൈതപ്രം	,, ,,
33	നടവാതിൽ	കാംബോജി	ഒ.എൻ.വി.	എം. ജയചന്ദ്രൻ

മാധുരി

മലയാളത്തിലെ പ്രശസ്ത സംഗീതസംവിധായകൻ ദേവരാജൻ മാസ്റ്റർ അദ്ദേഹത്തിന്റെ ഇഷ്ടഗായിക സുശീലയേക്കാൾ കൂടുതൽ പാടിച്ചിട്ടുണ്ട് മാധുരിയെക്കൊണ്ട്. സുശീലയാണ് തന്റെ ഇഷ്ടഗായികയെന്നു അദ്ദേഹം ഒരഭിമുഖത്തിൽ പറഞ്ഞത് നേരിട്ടു കേട്ടിട്ടുണ്ട് ദുരദർശനിൽ. എന്നിട്ടും എന്തേ ഇങ്ങിനെ സംഭവിക്കാൻ. അതിൽ പല അടിയൊഴുക്കുകളുമുണ്ടാവാം. ഈ ഗായികയെക്കൊണ്ട് എന്തേ കൂടുതൽ പാടിക്കുന്നതെന്ന് ചോദിച്ച ശ്രീകുമാരൻതമ്പിയുമായി അദ്ദേഹം പിണങ്ങിയിട്ടുണ്ടെന്ന് തമ്പിയും ഒരു പരിപാടിയിൽ പറഞ്ഞത് നേരിട്ടു കേട്ടിട്ടുണ്ട്. രണ്ടാളും ദേഷ്യത്തിന്റെയും പിണക്കത്തിന്റെയും പേരിൽ പിന്നോട്ടല്ലല്ലോ!

മാധുരി ഈ രംഗത്തേക്ക് കടന്നുവന്ന സമയത്ത് അവരുടെ ആലാപനശൈലി ഹൃദ്യമായി തോന്നിയിരുന്നില്ല. ഏതായാലും സുശീലയുടെ, ജാനകിയുടെ, ചിത്രയുടെയൊന്നും ലവലിലേയ്ക്ക് എത്താൻ മാധുരിക്ക് കഴിഞ്ഞിട്ടുണ്ടോ എന്നു ഞാൻ സംശയിക്കുന്നു. അവർ നല്ല കുറെ പാട്ടുകൾ പാടിയിട്ടുണ്ട്. പക്ഷേ, ചില പാട്ടുകളിൽ അവരുടെ ഉച്ച സ്ഥായിയിലുള്ള ആലാപനം എനിക്കിഷ്ടപ്പെടാൻ കഴിഞ്ഞിട്ടില്ല. ഏറ്റവും നല്ല ഉദാഹരണം അവർ ആദ്യമായി പാടിയ 'ശരശയ്യ' എന്ന ചിത്രത്തിലെ പാട്ടുകളാണ്. ഞാൻ നേരിട്ട് സംസാരിച്ചിട്ടുള്ള മലയാളപിന്നണി ഗായിക ഒന്നു മാത്രമേയുള്ളൂ. അത് മാധുരിയാണ്. അത് ഞങ്ങളുടെ നാട്ടിലെ ഒരു കലാസമിതിയുമായി ബന്ധപ്പെട്ട ഒരു ചടങ്ങിലായിരുന്നു. വളരെ നന്നായി സംസാരിക്കാനവർക്കറിയാം. വളരെ വിനയാന്വിതയുമാണ്. സുശീലയെപ്പറ്റി അവർക്ക് പ്രത്യേക മതിപ്പാണ്. പ്രത്യേകിച്ചും സുശീല ആലപിച്ച തമിഴ്ഗാനങ്ങളെ അവർ മുക്തകണ്ഠം പ്രശംസിക്കുകയുണ്ടായി. അന്നു അവരുടെ കൂട്ടത്തിൽ കോഴിക്കോട്ടുകാരൻ സുനിൽകുമാർ എന്ന ഗായകനുമുണ്ടായിരുന്നു. അദ്ദേഹമാണല്ലോ മാധുരിയെ വീണ്ടും ഗാനമേളയിലേക്കെത്തിച്ചത്. അവരുടെ ഹിറ്റ് പാട്ടുകളായി പലരും ഉദ്ധരിക്കാറുള്ള 'പ്രിയസഖി ഗംഗേ', 'തമ്പ്രാൻ തൊടുത്തത്', 'കസ്തൂരിതൈലമിട്ട്' എന്നീ ഗാനങ്ങളേക്കാൾ എനിക്കിഷ്ടപ്പെട്ട 'അനസൂയേ പ്രിയംവദേ' എന്ന ഗാനം പാടണമെന്ന് ഞാൻ ആവശ്യപ്പെട്ടപ്പോൾ അവരത് പാടിയ കാര്യവും കൃതജ്ഞതയോടോർക്കുന്നു. മാധുരിയെ ഒരിരുത്തം വന്ന ഗായികയായി എനിക്ക് തോന്നിയിട്ടുള്ളത് അവരുടെ

രണ്ടു ഗാനങ്ങൾ കേട്ടതോടെയാണ്. ഒന്ന് 'ഗുരുവായൂർ കേശവനി'ലെ 'ഇന്നെനിക്ക് പൊട്ടുകുത്താൻ' എന്ന ഗാനം. ഈ ചിത്രം കണ്ട് കുറെ ആഴ്ചകളോളം ശ്രദ്ധിച്ചിട്ടും ഈ ഗാനം റേഡിയോയിൽ കേൾക്കാൻ സാധിച്ചില്ല. അതിൽ വിഷമവും തോന്നിയിരുന്നു. അപ്പോഴാണ് ഞങ്ങളുടെ കോളേജിൽ അടുത്തുള്ള കുറെ കോളേജുകളെ സംഘടിപ്പിച്ച് ഒരു മിനി കലാമേള നടത്തിയത്. ഇതിൽ ഗാനമേളയും, മിമിക്രിയും മോണോ ആക്ടും മാത്രമേ ഉണ്ടായിരുന്നുള്ളൂ. പെൺകുട്ടികളുടെ ഗാനാലാപനമത്സരത്തിൽ ആദ്യമായി ഗുരുവായൂരപ്പൻ കോളേജിലെ ഒരു പെൺകുട്ടിയാണ് സ്റ്റേജിലെത്തിയത്. അപ്പോൾ എനിക്ക് തോന്നി ഇവൾ 'ഇന്നെനിക്ക് പൊട്ടുകുത്താൻ' എന്ന പാട്ട് പാടിയിരുന്നെങ്കിൽ എന്ന്. അദ്ഭുതമെന്നു പറയട്ടെ ആ കുട്ടി ഈ ഗാനം നന്നായിത്തന്നെ പാടി. അന്നു ആകെ ഏഴ് മത്സരാർത്ഥികളിൽ ഏഴുപേരിൽ അഞ്ച് പേരും ഈ പാട്ട് തന്നെയാണ് പാടിയത്. എനിക്ക് 'ക്ഷ' പിടിച്ചു എന്നു പറയേണ്ടതില്ലല്ലോ. അന്നു ഒന്നാം സമ്മാനം കിട്ടിയത് ആദ്യം പാടിയ കുട്ടിക്കായിരുന്നുവെന്ന് ഇന്നും ഓർക്കുന്നു.

മാധുരിയുടെ രണ്ടാമത്തെ ഹിറ്റ് ഗാനം 'ഏണിപ്പടി'കളിലെ 'പ്രാണനാഥനെനിക്ക് നൽകിയ' എന്ന ഗാനമാണ്. ഇരയിമ്മൻ തമ്പിയുടെ വരികളിലെ സംഭോഗശൃംഗാരത്തിന്റെ എല്ലാ വികാര പ്രകടനവും ഈ പാട്ടിലുണ്ട് ഹൃദ്യമായി. ഈ പാട്ട് എങ്ങിനെ പാടണമെന്നു മാധുരി ചോദിച്ചപ്പോൾ രാത്രിയിൽ ഭർത്താവുമൊത്തുള്ള സമാഗമം മനസ്സിൽ ആവാഹിച്ചെടുത്തു പാടിക്കൊള്ളൂ എന്നു മാസ്റ്റർ ഗായികയോട് പറഞ്ഞത്രെ. ഈ കാര്യം മാധുരി തന്നെ ദൂരദർശനിലെ ഒരഭിമുഖത്തിൽ തുറന്നുപറഞ്ഞതും ഓർക്കുന്നു. കുമാരസംഭവത്തിലെ 'ഇന്ദുകലാമൗലി' എന്ന മാധുരിയുടെ ഗാനവും എനിക്ക് വളരെ ഇഷ്ടമാണ്. ഏതായാലും ഈ ഗായികയെ വളരെ ശ്രദ്ധാപൂർവം ഗാനമേളകളിലെത്തിച്ച് വീണ്ടും ശ്രോതാക്കൾക്ക് ആ ഗാനാലാപനം നേരിട്ടു കേൾക്കാൻ അവസരം സൃഷ്ടിച്ചു കൊടുക്കുന്ന സുനിൽകുമാറിനും അഭിനന്ദനങ്ങൾ. മാധുരിയുടെ എനിക്കിഷ്ടപ്പെട്ട കുറെ ഗാനങ്ങളിതാ.

	ഗാനം	ചിത്രം	രചന	സംഗീതം
1	പ്രാണനാഥനെനിക്ക്	ഏണിപ്പടികൾ	ഇരയിമ്മൻ തമ്പി	ദേവരാജൻ
2	ഇന്നെനിക്ക് പൊട്ടു കുത്താൻ	ഗുരുവായൂർ കേശവൻ	പി. ഭാസ്കരൻ	ദേവരാജൻ
3	പ്രിയസഖി ഗംഗേ	കുമാരസംഭവം	വയലാർ	ദേവരാജൻ
4	ഇന്ദുകലാമൗലി	,, ,,	,, ,,	,, ,,
5	അനസൂയേ പ്രിയംവദേ	മഴക്കാറ്	,, ,,	,, ,,
6	കസ്തൂരിതൈലമിട്ട്	കടൽപ്പാലം	,, ,,	,, ,,
7	കാറ്റുംപോയ്	വാഴ്‌വേമായം	,, ,,	,, ,,
8	കല്യാണി കളവാണി	അനുഭവങ്ങൾ പാളിച്ചകൾ	,, ,,	,, ,,
9	ഏഴരപ്പൊന്നാന	അക്കരപ്പച്ച	,, ,,	,, ,,
10	തൃക്കാക്കരപൂ	ലൈൻബസ്സ്	,, ,,	,, ,,
11	വല്ലഭൻ പ്രാണവല്ലഭൻ	കരിനിഴൽ	,, ,,	,, ,,
12	ചക്രവർത്തിനി	ചെമ്പരത്തി	വയലാർ	ദേവരാജൻ
13	കുണുക്കിട്ട കോഴി	,, ,,	,, ,,	,, ,,
14	മദനപഞ്ചമി	,, ,,	,, ,,	,, ,,
15	താളത്തിൽ താളത്തിൽ	ചെണ്ട	പി. ഭാസ്കരൻ	,, ,,
16	പഞ്ചമിതിരുനാൾ	,, ,,	ഭരണിക്കാവ് ശിവകുമാർ	,, ,,
17	സുപ്രഭാതമായി	പ്രേതങ്ങളുടെ താഴ്‌വര	ശ്രീകുമാരൻ തമ്പി	,, ,,
18	കേട്ടില്ലേ കോട്ടയത്തൊരു	മാന്യശ്രീ വിശ്വാമിത്രൻ	പി. ഭാസ്കരൻ	ശ്യാം
19	പാലാഴി കടഞ്ഞെടുത്തൊരു	സ്വാമി അയ്യപ്പൻ	വയലാർ	ദേവരാജൻ
20	തമ്പ്രാൻ തൊടുത്തത്	സിന്ദൂരച്ചെപ്പ്	യൂസഫലി കേച്ചേരി	ദേവരാജൻ

ആശാ ബോൺസ്‌ലെ

ഹിന്ദി ചലച്ചിത്രങ്ങളിലെ ഗായികമാരുടെ കാര്യത്തിൽ ലബ്ധ പ്രതിഷ്ഠ നേടിയിട്ടുള്ള ആളാണല്ലോ ലതാമങ്കേഷ്കർ. അവരുടെ അസാമാന്യപ്രതിഭയിൽ ആർക്കും വിഭിന്നാഭിപ്രായമുണ്ടാകാൻ ഇടയില്ല. പക്ഷേ, ചുരുക്കം ചിലരെങ്കിലും ഹിന്ദിയിലെ ഏറ്റവും നല്ല ഗായികയെന്ന വിശേഷണം ആശയ്ക്ക് കൊടുത്തേക്കാം. നേരിട്ടുള്ള ഒരനുഭവം എനിക്കുണ്ടായിട്ടുണ്ട്. ഒരിക്കൽ സന്ദർഭവശാൽ എന്റെ സഹപ്രവർത്തകനായിരുന്ന ഒരധ്യാപകനും അദ്ദേഹത്തിന്റെ ഭാര്യയുമായി ഒരു കാർ യാത്ര നടത്തേണ്ടിവന്നു കുറെ ദൂരത്തേക്ക്. കാർ അവരുടെതാണ് കേട്ടോ. എനിക്ക് കാർ പോയിട്ട് സൈക്കിൾ സവാരിതന്നെ വശമില്ല. അതിന്റെ കഷ്ടപ്പാട് അനുഭവിച്ചുകൊണ്ടിരിക്കുകയാണ്. സുഹൃത്തിന്റെ ഭാര്യ മറ്റൊരു കോളേജിലെ ഹിന്ദി അധ്യാപികയായിരുന്നു. സംഭാഷണത്തിനിടെ ഞാൻ ലതയെ പുകഴ്ത്തി സംസാരിച്ചു. നിങ്ങൾക്ക് ഞാൻ ലതയുടെ കുറെ നല്ല പാട്ടുകൾ സി.ഡിയിലാക്കി തരാമെന്നും പറഞ്ഞു. അപ്പോൾ ടീച്ചർ പറഞ്ഞു. തനിക്ക് ലതയുടെ പാട്ടിനേക്കാൾ ഇഷ്ടം ആശയുടെ പാട്ടാണെന്ന്. ഏതായാലും ഞാൻ വാക്ക് പാലിച്ചു. ഒരിക്കൽ സൗകര്യം കിട്ടിയപ്പോൾ സി.ഡി ദമ്പതികൾക്ക് സമ്മാനിച്ചു. അവരത് കേട്ടാസ്വദിച്ചോ എന്നും ടീച്ചറുടെ അഭിപ്രായം മാറിയോ എന്നൊന്നും പിന്നീടന്വേഷിക്കാൻ പറ്റിയില്ല. ലതയ്ക്ക് മുമ്പ് ഇവിടെ നൂർജഹാൻ, സുരയ്യ മുതലായ പേരുകേട്ട ഗായികമാരുണ്ടായിരുന്നു. പക്ഷേ, ലത ഇവിടുത്തെ സിംഹാസനം കയ്യടക്കിയതിൽപിന്നെ അവരോടു മത്സരിക്കാൻ ഏതാണ്ടെങ്കിലും കഴിവുള്ളത് അവരുടെ സഹോദരി ആശാ ബോൺസ്‌ലെക്കായിരുന്നു. ഗീതാദത്തിനെ മറന്നുകൊണ്ടല്ല ഇത് പറയുന്നത്. ഏതായാലും ലതയുടെ ആലാപനത്തിലുള്ള എന്തോ ഒന്ന് ആശയ്ക്ക് നേടാൻ കഴിഞ്ഞിട്ടില്ല എന്നു തോന്നാറുണ്ട് മെലഡിയുടെ കാര്യത്തിൽ. അതെന്താണെന്നു വളരെ വ്യക്തമായി പറയാനും എനിക്കാവില്ല. ഹിന്ദി ഗാനങ്ങളുടെ സംഗീത സംവിധാനത്തിൽ മറ്റാർക്കും അവകാശപ്പെടാനാകാത്ത ഒരു പ്രത്യേകസ്ഥാനം നേടിയെടുത്ത ആർ.ഡി. ബർമൻ തന്റെ ലതയോടുള്ള മതിപ്പ് പലപ്പോഴും പ്രകടിപ്പിച്ചിട്ടുണ്ടല്ലോ. അവരെക്കൊണ്ടു പലപ്പോഴും പാടിച്ചിട്ടുണ്ടല്ലോ. ആശയെ പിന്നീട് ജീവിതസഖിയാക്കിയിട്ടും വളരെ നല്ല പാട്ടുകൾ ലതയെക്കൊണ്ടാണല്ലോ പാടിച്ചിട്ടുള്ളത്. ഇതിൽ ആശ പരസ്യമായി വിയോജിപ്പ് പ്രകടിപ്പിച്ചിട്ടുണ്ടെന്നു എവിടെയോ വായിച്ചിട്ടുണ്ട്. ആശയുടെ ഗാനാലാപനത്തെപ്പറ്റി ചിന്തിക്കുമ്പോൾ

എനിക്ക് തോന്നിയ ഒരു കാര്യമെന്താണെന്നോ? ലതയുടെ ഗാനാലാപനത്തിൽ ഉഷാ ഉതുപ്പ് കടന്നുവരുന്ന ഒരു വിശേഷപ്രക്രിയ. ആശ പാടിക്കഴിഞ്ഞ് വർഷങ്ങൾ കഴിഞ്ഞതിനുശേഷമാണ് ഉഷാഉതുപ്പ് കടന്നുവന്നത് എന്നറിയാം. ഒന്നു തീർച്ച. ലതയുടെ മനോഹരഗാനങ്ങൾ അതേപോലെ ഏതാണ്ട് ആശയ്ക്ക് പാടാൻ കഴിഞ്ഞേക്കും. പക്ഷേ, 'വക്ത്' എന്ന ചിത്രത്തിലെ ആശ പാടിയ 'ആഗേബി' എന്ന ഗാനം അതേപോലെ പാടാൻ ലതയ്ക്ക് കഴിയുമെന്നു തോന്നുന്നില്ല. ആശയുടെ പാട്ടുകളിലെ വികാരാംശ പ്രകടനം അസൂയാർഹമാണ്. മദാലസയായ യുവതിയുടേയും പ്രേമമൂർച്ഛയിലുള്ള രതിരസബോധം പ്രകടിപ്പിക്കുന്നതുമായ ആ ശബ്ദത്തിന്റെയും ആരാധകരായി മാറിപ്പോകും ശ്രോതാക്കൾ. ഒ.പി. നയ്യാർ ലതയുമായി പിണങ്ങിയപ്പോൾ (നേരെ മറിച്ചാവാം സത്യം) ആ പിണക്കം അനുഗൃഹീതമായിത്തീർന്നത് അനിയത്തിക്കായിരുന്നു. അതുകൊണ്ടല്ലേ 'കാശ്മീർ കി കലി' എന്ന സിനിമയിലെ ഗാനങ്ങളെപ്പോലെയുള്ള പല മനോഹരഗാനങ്ങളും ആശയ്ക്ക് പാടാൻ കഴിഞ്ഞത്. ആശയുടെ എനിക്കിഷ്ടപ്പെട്ട ചില ഗാനങ്ങളിതാ.

	ഗാനം	ചിത്രം	സംഗീതം
1	ആഗേബി	വക്ത്	രവി
2	ദംമാരോദം	ഹരേരാമ	
		ഹരേ കൃഷ്ണ	ആർ.ഡി. ബർമൻ
3	രാധാകിപുരൈ	അമർ	നൗഷാദ്
4	അബ്ജോമിലോ	കാരവൻ	ആർ.ഡി. ബർമൻ
5	ഓപഞ്ചിപ്യാർ	ബന്ധിനി	എസ്.ഡി. ബർമൻ
6	ബാഗ്മെൻ കലി	ചാന്ദ് ഔർ സൂരജ്	സലിൽ ചൗധരി
7	ആയിയെ മെഹർബാ	ടവർ ബ്രിഡ്ജ്	ഒ.പി. നയ്യാർ
8	മേരേ പ്യാർ ഷാലിമാർ	ഷാലിമാർ	ആർ.ഡി. ബർമൻ
9	സറ്റ്നാവിമുംജൈ	സൗദാഗർ	രവീന്ദ്രജെയിൻ
10	ആ ആജാതികാഹും	ലാൽപത്തർ	ശങ്കർ ജയ്കിഷൻ
11	രാത്ത് ആകേലെ	ജുവൽ തീഫ്	എസ്.ഡി. ബർമൻ
12	കത്രകത്ര	ഇജാസത്ത്	ആർ.ഡി. ബർമൻ
13	ദിൽ ലഗാകർ	കാലാപാനി	എസ്.ഡി. ബർമൻ

സുജാത

ഹിന്ദി മേഖലയിൽ ആശയെപ്പറ്റി പറഞ്ഞുവന്നപ്പോൾ അവരോട് താരതമ്യപ്പെടുത്താൻ മലയാളത്തിൽ ഏത് ഗായികയുണ്ട് എന്നാലോചിച്ചപ്പോൾ ഒരൊറ്റ പേരിലാണ് മനസ്സ് ചെന്നെത്തിയത്. സുജാത മോഹൻ. ആശാബോൺസ്‌ലയോളം വരില്ലെങ്കിലും വികാരപരമായി പാടാൻ സുജാതയ്ക്ക് ഒരു പ്രത്യേക കഴിവുണ്ട്. ഇതിനു മുൻപ് അത്തരം പാട്ടുകൾ പാടാൻ എൽ.ആർ. ഈശ്വരിയ്ക്കേ കഴിഞ്ഞിട്ടുള്ളൂ. ചിത്ര തലകുത്തി വാഴുമ്പോഴും മലയാളത്തിലെ എല്ലാ സംഗിതസംവിധായകരും സുജാതയെക്കൊണ്ട് പാടിച്ചിട്ടുണ്ട്. രവീന്ദ്രൻമാഷ് പോലും. ജോൺസണും ഔസേപ്പച്ചനും എം. ജയചന്ദ്രനും രമേഷ് നാരായണനുമെല്ലാം സുജാതയുടെ സ്വരമാധുരി ഉപയോഗപ്പെടുത്തിയിട്ടുണ്ട്. ചില പ്രത്യേകഗാനങ്ങളുടെ ആലാപനത്തിൽ വിദ്യാസാഗറും മറ്റു നവാഗതസംവിധായകരും സുജാതയെന്ന ഗായികയുടെ കഴിവിനെ അംഗീകരിച്ചിട്ടുണ്ട്. തമിഴിൽ എ.ആർ. റഹ്മാനും സുജാതയ്ക്ക് ഗാനങ്ങൾ നൽകാൻ മടി കാണിച്ചിട്ടില്ല. ഗാനഗന്ധർവനോടൊപ്പം കുട്ടിയായിരിക്കുമ്പോൾ പാടാൻ കഴിഞ്ഞില്ല എന്ന കാരണത്താൽ കരഞ്ഞു പ്രതിഷേധിച്ച സുജാത പിന്നീട് യുഗ്മഗാനങ്ങളിൽ പലപ്പോഴും അദ്ദേഹത്തിന്റെ സഹഗായികയായി. മാത്രമോ മറ്റാർക്കും കിട്ടാത്ത ഒരു സൗഭാഗ്യം ഈ ഗായികക്ക് കിട്ടിയിട്ടുണ്ടല്ലോ. യേശുദാസിന്റെ മകൻ വിജയ് യേശുദാസിനോടൊപ്പം സഹഗായികയായി ശ്വേതാമോഹൻ പാടി. ചെറുപ്പത്തിലേ രണ്ടുപേർക്കും കൂടി ആ പാട്ടിന് അവാർഡ് വാങ്ങിക്കുന്നത് കാണാനുണ്ടായ ഭാഗ്യം കൈവന്നില്ലേ ഈ ഗായികയ്ക്ക്. റിയാലിറ്റി ഷോകളിൽ ഗായകരെ പ്രോത്സാഹിപ്പിക്കുന്നതിൽ ഇവർ ഒരു ലുബ്ധും കാട്ടാറില്ല..

എനിക്ക് ഇഷ്ടപ്പെട്ട കുറെ സുജാതഗാനങ്ങളിതാ.

	ഗാനം	ചിത്രം	രചന	സംഗീതം
1	പ്രണയമണിത്തൂവൽ	അഴകിയ രാവണൻ	കൈതപ്രം	വിദ്യാസാഗർ
2	പേരറിയാം	സൂത്രധാരൻ	എസ്. രമേശൻ നായർ	രവീന്ദ്രൻ
3	മണിക്കുയിലേ	വാൽക്കണ്ണാടി	,, ,,	എം. ജയചന്ദ്രൻ
4	കരിമിഴിക്കുരുവിയെ	മീശമാധവൻ	ഗിരീഷ് പുത്തഞ്ചേരി	വിദ്യാസാഗർ
5	ആരും ആരും കാണാതെ	നന്ദനം	ഗിരീഷ് പുത്തഞ്ചേരി	രവീന്ദ്രൻ
6	മഴയുള്ള രാത്രിയിൽ	കഥ	,, ,,	ഔസേപ്പച്ചൻ
7	കണ്ണെഴുതി പൊട്ടു തൊട്ടു	ടൂറിസ്റ്റ് ബംഗ്ലാവ്	ഒ.എൻ.വി.	എം.കെ. അർജുനൻ
8	അരവിന്ദനയനാ	കൈയെത്തും ദുരത്ത്	എസ്. രമേശൻ നായർ	ഔസേപ്പച്ചൻ
9	വാസന്തരാവിൽ	സദയം	കൈതപ്രം	ജോൺസൺ
10	ചില്ലുജാലകം	രുദ്രാക്ഷം	രഞ്ജിത് പണിക്കർ	ശരത്
11	എങ്ങിനെ ഞാൻ	ദേശാടനം	കൈതപ്രം	കൈതപ്രം
12	മഴവിൽച്ചിറകേറി	സൗരയൂഥം	എസ്. രമേശൻ നായർ	എം. ജയചന്ദ്രൻ
13	സ്വർഗ്ഗം തേടി	ദയ	ഒൻ.എൻ.വി.	വിശാൽ ഭരദ്വാജ്
14	വരമഞ്ഞളാടിയ	പ്രണയവർണ്ണങ്ങൾ	സച്ചിദാനന്ദൻ പുഴങ്കര	വിദ്യാസാഗർ
15	മിഴിയറിയാതെ	നിറം	ബിച്ചുതിരുമല	വിദ്യാസാഗർ
16	ഒരു സിംഹമലയും കാട്ടിൽ	തെങ്കാശിപ്പട്ടണം	കൈതപ്രം	സുരേഷ് പീറ്റേഴ്സ്

കമുകറ പുരുഷോത്തമൻ

കമുകറയും ഉദയഭാനുവും എ.എം. രാജയുമെല്ലാം യേശുദാസി നേക്കാൾ സീനിയറായിട്ടുള്ളവരാണെന്നറിയും. പക്ഷേ, ഇവരെയെല്ലാം പരിഗണിക്കാൻ ഇപ്പോഴേ കഴിഞ്ഞുള്ളൂ. കമുകറയെപ്പറ്റി പറയുമ്പോൾ പകരം വെക്കാനില്ലാത്ത ശബ്ദത്തിന്റെ ഉടമയാണെന്നു പറയേണ്ടിവരും. ആത്മീയതയുടെ ഗന്ധം നിറഞ്ഞുനിൽക്കുന്നതും ദാർശനികതയുടെ പരി വേഷം മുഴച്ചുനില്ക്കുന്നതുമായ ഗാനങ്ങൾ ആ കണ്ഠത്തിൽനിന്നൊഴുകി വരുമ്പോൾ എന്തൊരു ശ്രവണസുഖം. 'ആത്മവിദ്യാലയമേ' എന്ന ഗാനവും 'ഈശ്വര ചിന്തയിതൊന്നേ' എന്ന ഭക്തിഗാനവും മനസ്സിൽ മൂളിനോ ക്കാത്ത ഗാനാസ്വാദകർ കുറവായിരിക്കും തീർച്ച. യുഗ്മഗാനങ്ങളിലും തനതായ വ്യക്തിത്വം അദ്ദേഹം കാത്തുസൂക്ഷിച്ചിട്ടുണ്ടല്ലോ. യേശു ദാസുമായി ഒത്തുചേർന്നു പാടിയ "പഞ്ചവർണ്ണതത്തപോലെ" എന്ന ഗാനം സൂപ്പർഹിറ്റായിരുന്നല്ലോ. 'ഭാർഗ്ഗവീ നിലയ'ത്തിൽ കമുകറ പാടിയ 'ഏകാന്തതയുടെ അപാരതീരം' എന്റെ ഇഷ്ടഗാനങ്ങളിൽ മുന്നിൽ തന്നെ സ്ഥാനം പിടിച്ചിട്ടുണ്ട്. 'ഹോട്ടൽ ഹൈറേഞ്ചി'ൽ കമുകറ പാടിയ 'ഗംഗാ യമുനാ സംഗമ സമതലഭൂമി' എന്ന ദേശഭക്തിഗാനവും മനോഹര മാണ്. എല്ലാവർഷവും ഇന്ത്യൻ സ്വാതന്ത്ര്യദിനത്തിലും റിപ്പബ്ലിക് ദിന ത്തിലും ആകാശവാണി നിലയങ്ങൾ (കേരളത്തിലെ) ഈ ഗാനം പ്രക്ഷേ പണം ചെയ്യാറുണ്ടല്ലോ. കമുകറയുടെ എനിക്കിഷ്ടപ്പെട്ട കുറെ ഗാന ങ്ങളിതാ.

	ഗാനം	ചിത്രം	രചന	സംഗീതം
1	ഏകാന്തതയുടെ	ഭാർഗവീനിലയം	പി. ഭാസ്കരൻ	ബാബുരാജ്
2	ആത്മവിദ്യാലയമേ	ഹരിശ്ചന്ദ്ര	തിരുനയനാർ കുറിച്ചി	ബ്രദർ ലക്ഷ്മണൻ
3	ഈശ്വരചിന്ത	ഭക്തകുചേല	„ „	„ „
4	നാളെ നാളെ	„ „	„ „	„ „
5	പനിനീർ മലരി നൊരിതൾ	ജ്ഞാനസുന്ദരി	അഭയദേവ്	ദക്ഷിണാ മൂർത്തി
6	ഒന്നും മിണ്ടാത്ത തെന്താണ്	„ „	„ „	„ „
7	മറ്റൊരു സീതയെ	തറവാട്ടമ്മ	പി. ഭാസ്കരൻ	ബാബുരാജ്
8	ഗംഗായമുനാ	ഹോട്ടൽ ഹൈറേഞ്ച്	വയലാർ	ദേവരാജൻ
9	ശരവണപ്പൊയ്കയിൽ	കുമാരസംഭവം	„ „	„ „
10	മധുരിക്കും ഓർമകളേ	ലേഡി ഡോക്ടർ	പി. ഭാസ്കരൻ	ദക്ഷിണാ മൂർത്തി

തലത്ത് മെഹമൂദ്

ഹൈസ്കൂൾ പഠനകാലത്ത് ഞാൻ ഹിന്ദി ചലച്ചിത്രഗാനങ്ങൾ കേട്ടിട്ടില്ലെന്നു മുമ്പെ സൂചിപ്പിച്ചിരുന്നല്ലോ. ഹിന്ദി ചലച്ചിത്രങ്ങളും കണ്ടിരുന്നില്ല. അന്നു പത്തിൽ പഠിക്കുമ്പോൾ (എസ്.എസ്.എൽ.സി. പതിനൊന്നാം ക്ലാസിൽ) ഒരു പുതിയ ടീച്ചർ (സുലോചന എന്നാണ് പേർ എന്നാണോർമ്മ). മൂന്നു മാസം സോഷ്യൽ സ്റ്റഡീസ് പഠിപ്പിച്ചിരുന്നു. ഏതു സന്ദർഭത്തിലാണെന്നു ഇപ്പോൾ ഓർക്കുന്നില്ല. അവർ ഞങ്ങളോട് ഒരു കാര്യം സൂചിപ്പിച്ചു. നിങ്ങൾക്ക് സൗകര്യം കിട്ടുകയാണെങ്കിൽ ആയിടെയിറങ്ങിയ 'സുജാത' എന്ന ഹിന്ദി ചിത്രം കാണണമെന്ന്. എന്തോ ഇതെന്റെ മനസ്സിൽ ആഴത്തിൽ പതിഞ്ഞിരുന്നു. പിന്നീട് വർഷങ്ങൾക്ക് ശേഷം എം.എസ്സിയ്ക്ക് പഠിക്കുമ്പോഴായിരുന്നു 'സുജാത' കണ്ടത്. ചില തിയേറ്ററുകളിൽ ഫില്ലറുകളായി പഴയ ചിത്രങ്ങൾ കാണിക്കാറുണ്ടല്ലോ. സുനിൽദത്തും ശാലീന സൗന്ദര്യത്തിന്റെ അസ്സൽ സ്ത്രീരൂപമായ നൂതനുംകൂടി അഭിനയിച്ച ബിമൽ റോയിയുടെ സാമാന്യം മികച്ച ഒരു ചിത്രം. നായകൻ അഭിജാതകുടുംബത്തിൽപെട്ട ധനികൻ. നായിക താണ ജാതിയിൽപ്പെട്ട (ഇത് ഒരു സങ്കല്പം മാത്രം!) വനിത. തീർച്ചയായും ഇത്തരം ബന്ധങ്ങളെ പ്രോത്സാഹിപ്പിക്കുന്ന പുരോഗമനേച്ഛ വരച്ചുകാട്ടുന്ന ചിത്രമെന്ന നിലയ്ക്ക് ഇത് പ്രാധാന്യമർഹിക്കുന്നു എന്നു തോന്നിയിട്ടാവാം അന്നു ടീച്ചർ ഈ ചിത്രം കാണാൻ ശ്രമിക്കണമെന്നു പറഞ്ഞിട്ടുണ്ടാവുക. ഏതായാലും ഈ ചിത്രത്തിൽ നായകൻ നായികയുമായി ഫോണിൽ കൂടി ബന്ധപ്പെടുന്നത് മനോഹരമായ ഒരു ഗാനത്തിലൂടെയാണ്. 'ജൽതെ ഹെജിസ് കേലിയേ' എന്ന തലത് മെഹമൂദിന്റെ പ്രശസ്തമായ ഗാനം. ഇതിൽ യാഥാർത്ഥ്യബോധമില്ലാത്ത ഒരംശമില്ലേ എന്നു സംശയിച്ചുപോകും. പല്ലവി കഴിഞ്ഞ് അനുപല്ലവിയും ചരണവും കഴിയുമ്പോഴേക്ക് നായകന്റെ കീശ വല്ലാതെ കാലിയാവില്ലേ എന്നു സംശയിച്ചുപോകും. 1960 കാലഘട്ടത്തിലാണെന്നോർക്കണം. പക്ഷേ, പാട്ട് മനോഹരമാണ്. അതിനിടക്ക് ഹോസ്റ്റൽ റേഡിയോവിൽ കൂടി തലത്തിന്റെ ഗാനങ്ങൾ കേട്ടിട്ടുണ്ടാവാം. പക്ഷേ, ഒരു ഗായകനെന്ന നിലയ്ക്ക് ഞാൻ തലത്തിനെ കൂടുതൽ ശ്രദ്ധിച്ചു തുടങ്ങിയത് ഇതിനുശേഷമാണ്. സത്യം പറഞ്ഞാൽ ഗസൽ ശൈലി എന്താണെന്നൊന്നും എനിക്ക് ഒരു ബോധവുമുണ്ടായിരുന്നില്ല. പക്ഷേ, പിന്നീട് ഈ ഗായകന്റെ പാട്ടുകൾ ശ്രദ്ധിക്കാൻ

തുടങ്ങിയപ്പോൾ ഒരു പ്രത്യേകാനുഭൂതി തോന്നിയിട്ടുണ്ട്. കൂടാതെ തലത്തിനെപ്പറ്റി ചില പ്രസിദ്ധീകരണങ്ങളിലും വായിച്ചറിഞ്ഞിട്ടുണ്ട്. തലത്തിന്റെ മിക്ക ഗാനങ്ങളും നമ്മുടെ മനസ്സിൽ സന്തോഷത്തിന്റെയോ വിഷാദത്തിന്റെയോ ഒരു തൂവൽസ്പർശം പ്രദാനം ചെയ്യുന്നതായി തോന്നിയിട്ടുമുണ്ട്.

'ജൽതെ ഹെജിസ് കേലിയേ' പാടാൻ എസ്.ഡി. ബർമൻ റാഫിയോടാണാദ്യം ആവശ്യപ്പെട്ടതുപോലും. റാഫി പറഞ്ഞത്രെ ഇത് കൂടുതൽ പാടിഫലിപ്പിക്കാൻ പറ്റുക തലത്തിനായിരിക്കുമെന്ന്. അങ്ങിനെ ഒരു മനോഹരഗാനം പാടാൻ അവസരം കിട്ടി തലത്തിന്. ഈ പാട്ടിന്റെ അതേ ട്യൂണിൽ മലയാളത്തിൽ ഒരു സിനിമാഗാനമുണ്ട്. 'ക്രിസ്തുമസ് രാത്രി' എന്ന ചിത്രത്തിൽ പി. ലീല പാടിയ 'കണ്മണീ കരയല്ലേ' എന്ന ഗാനം ചിലരെങ്കിലും കേട്ടിരിക്കും. ബ്രദർ ലക്ഷ്മണന്റെ സംഗീത സംവിധാനത്തിൽ ലതയോടൊപ്പം കുറെ മനോഹരമായ യുഗ്മഗാനങ്ങൾ പാടിയിട്ടുണ്ട് തലത്ത് മെഹമൂദ്. മലയാളത്തിലും തലത്തിന്റെ ഒരു നല്ല ഗാനമുണ്ട്. 'ദ്വീപ്' എന്ന ചിത്രത്തിൽ ബാബുരാജിന്റെ സംഗീതസംവിധാനത്തിൽ പാടിയ 'കടലെ നീലക്കടലെ' എന്ന ഗാനം ശ്രവണസുഖം തരുന്നതാണ്. തലത്തിന്റെ പാട്ടുകൾ കൂടുതലായി ഇഷ്ടപ്പെടുന്ന മൂന്നു സഹപ്രവർത്തകരെങ്കിലും എനിക്കുണ്ടായിട്ടുണ്ട്. ഒന്ന് എന്റെ ഡിപ്പാർട്ട്മെന്റിലുണ്ടായിരുന്ന കെ. വേണുഗോപാലൻ. രണ്ടാമത്തെയാൾ കെമിസ്ട്രിയിൽ തന്നെയുണ്ടായിരുന്ന പരേതനായ ഹരിദാസ് മേനോൻ. മൂന്നാമത്തെയാൾ തലത്തെന്നു കേട്ടാൽ വളരെ വാചാലനാകും അദ്ദേഹം. ഒരിക്കൽ ഞങ്ങളുടെ പ്രിൻസിപ്പാൾ കൂടിയായിരുന്നു. ക്രിസ്റ്റകുമാർ നിക്കോലസ്. തലത്തിന്റെ എനിക്കിഷ്ടപ്പെട്ട ചില ഗാനങ്ങളിതാ.

	ഗാനം	ചിത്രം	സംഗീതം
1	ജൽത്തെ ഹെജിസ്കേലിയേ	സുജാത	എസ്.ഡി. ബർമൻ
2	ഹിംസെ ആയാ സംദായാ	ദേഖ്കണീരനോയെ	മദൻ മോഹൻ
3	ഫിർവോഹി ശാം	ജഹ്നാര	,, ,,
4	ജായെതൊജായെ	ടാക്സിഡ്രൈവർ	എസ്.ഡി. ബർമൻ
5	യെഹവാ യെരാത്	സംഗ്ദിൻ	സജ്ജാദ് ഹുസയിൻ
6	തസ്വീർ ബനാനാ	ബാരധാരി	നൗഷാദ്

ജി. വേണുഗോപാൽ

ജി. വേണുഗോപാലിനു ഒരു വിശേഷണം കൊടുക്കാൻ തോന്നിപ്പോകുന്നു. അത് അദ്ദേഹത്തിന്റെ വ്യക്തിത്വം ഹനിച്ചുകളയുകയില്ല എന്ന തോന്നലോടെ. മലയാളത്തിലെ തലത്ത് മെഹമൂദ് എന്നാണ് ആ വിശേഷണം. ഇത് കേട്ടാൽ വേണുവിനു വിഷമം തോന്നില്ലെന്നാണ് എന്റെ വിശ്വാസം. മലയാള ചലച്ചിത്രഗാനരംഗത്ത് ഒരു പ്രത്യേക സിംഹാസനമുണ്ടല്ലോ രവീന്ദ്രൻ മാസ്റ്റർക്ക്. അദ്ദേഹം വേണുവിനെക്കൊണ്ട് ഒരൊറ്റ പാട്ട് മാത്രമേ പാടിച്ചിട്ടുള്ളൂ എന്നാണെന്റെ അറിവ്. അതും അതുവരെ ഗാനരചനാ രംഗത്ത് കടന്നുവന്നിട്ടില്ലാത്ത ഏഴാച്ചേരി രാമചന്ദ്രന്റെ വരികൾക്ക് മാഷിന്റെ ഉദാത്തമായ ഒരു ട്യൂൺ നൽകികൊണ്ട്. ഈ ഒരൊറ്റ ഗാനം മതി മലയാളികൾക്ക് വേണുഗോപാലിനെ മറക്കാതിരിക്കാൻ. മലയാളത്തിൽ എനിക്കിഷ്ടപ്പെട്ട ആദ്യ ഇരുപത് ഗാനങ്ങളിൽ ഇതും ഇടം നേടും, തീർച്ച. ഒരിക്കൽ ദൂരദർശനിലെ ഒരഭിമുഖത്തിൽ വേണുഗോപാൽ സാന്ദർഭികമായി പറഞ്ഞ കാര്യമോർക്കുന്നു. "ബാബുരാജ് ഇപ്പോൾ ജീവിച്ചിരുന്നെങ്കിൽ തനിക്ക് കുറെ പാട്ടുകൾ പാടാൻ അവസരം തരുമെന്നാണെന്റെ വിശ്വാസം." ഏതായാലും സിനിമാലോകത്തുള്ള ക്ലിക്കുകൾ കൊണ്ടാണ് ഈ ഗായകന് പലപ്പോഴും അവസരം ലഭിക്കാതെ പോയത് എന്ന ശ്രുതിയുണ്ട്. ഏതായാലും കിട്ടിയ പാട്ടുകളിലധികവും മധുരമായി പാടാൻ അദ്ദേഹത്തിനു കഴിഞ്ഞിട്ടുണ്ടെന്നു തോന്നുന്നു. അദ്ദേഹത്തിന്റെ എനിക്കിഷ്ടപ്പെട്ട ഏതാനും ഗാനങ്ങളിതാ.

	ഗാനം	ചിത്രം	രചന	സംഗീതം
1	ചന്ദനമണിവാതിൽ	മരിയ്ക്കുന്നില്ല ഞാൻ	ഏഴാച്ചേരി രാമചന്ദ്രൻ	രവീന്ദ്രൻ
2	പള്ളിത്തേരുണ്ടോ	മഴവിൽക്കാവടി	കൈതപ്രം	ജോൺസൺ
3	മൈനാകപ്പൊൻമുടി	,, ,,	,, ,,	,, ,,
4	ഉണരുമീ ഗാനം	മൂന്നാംപക്കം	ശ്രീകുമാരൻ തമ്പി	ഇളയരാജ
5	ആകാശഗോപുരം	കളിക്കളം	കൈതപ്രം	ജോൺസൺ
6	താനേ പൂവിട്ട മോഹം	സസ്നേഹം	പി.കെ. ഗോപി	,, ,,
7	ഏതോ വാർമുകിലിൻ	പൂക്കാലം വരവായി	കൈതപ്രം	ഔസേപ്പച്ചൻ
8	കനകമുന്തിരിതൻ	പുനരധിവാസം	ഗിരീഷ് പുത്തഞ്ചേരി	വീരമണി
9	കാണാനഴകുള്ള മാണിക്യ	ഊഴം	സന്തോഷ് വർമ	ജോൺസൺ
10	കറുത്ത വാവിന്റെ	നരേന്ദ്രൻ മകൻ ജയകാന്തൻ വക	മുല്ലനേഴി	,, ,,
11	കൈനിറയെ വെണ്ണ	ബാബകല്യാണി	വയലാർ ശരത്	അലക്സ് പോൾ
12	എന്തിനിത്ര വൈകി നീ	പകൽ	ഗിരീഷ് പുത്തഞ്ചേരി	എം.ജി. രാധാകൃഷ്ണൻ
13	വസന്തത്തിൻ	വർത്തമാനകാലം	ശ്രീകുമാരൻ തമ്പി	ജോൺസൺ
14	കോടിയുടുത്തു	ആലഞ്ചേരി തമ്പ്രാക്കൾ	ഗിരീഷ് പുത്തഞ്ചേരി	പെരുമ്പാവൂർ ജി. രവീന്ദ്രനാഥ്
15	തങ്കച്ചേങ്ങില	ഈ പുഴയും കടന്ന്	,, ,,	ജോൺസൺ
16	കുഴലൂതും പൂന്തെന്നലേ	ഭ്രമരം	അനിൽ പനച്ചൂരാൻ	മോഹൻ സിത്താര

കിഷോർകുമാർ

റാഫി, ലത, മുകേഷ്, മന്നാഡെ എന്നിവരോടൊപ്പം ഞാനീ പുസ്തകത്തിൽ കിഷോർകുമാറിനെ ചേർക്കാതെ അവസാന ഭാഗത്തേയ്ക്ക് തിരഞ്ഞെടുത്തതിൽ പലർക്കും വിയോജിപ്പുണ്ടാകും. മാത്രമല്ല, റാഫിയേക്കാൾ കേമനായ പാട്ടുകാരൻ കിഷോറാണെന്നു അഭിപ്രായമുള്ള ധാരാളം പേരെ എനിക്ക് നേരിട്ടറിയാം. ഗാനവിശകലനം നടത്താറുള്ള രവിമേനോനുമായി ഞാനീക്കാര്യം ഒരിക്കൽ ഫോണിൽ കൂടി നേരിട്ടു സംസാരിച്ചിട്ടുമുണ്ട്. ഹിന്ദി ചലച്ചിത്രഗാനങ്ങളുടെ മേന്മ പരിശോധിക്കാവുന്ന ഇൻഡക്സ് കാർഡെന്നു കരുതുന്ന ഫിലിം ഫെയർ അവാർഡിന്റെ കാര്യത്തിൽ റാഫിയേക്കാൾ മുന്നിലാണ് കിഷോർ. ഏറ്റവും കൂടുതൽ നോമിനേഷനും അവാർഡും കിട്ടിയ വ്യക്തിയാണ് കിഷോർകുമാർ എന്നതുമറിയാം. നാഷണൽ അവാർഡിന്റെ കാര്യത്തിലും സ്ഥിതി തഥൈവ. ലതാമങ്കേഷ്ക്കറിനും ഈ കുറവുണ്ടെന്നു കണക്കുകൾ പറയുന്നു. പക്ഷേ, ഒന്നാലോചിക്കേണ്ടിയിരിക്കുന്നു ഇവിടെ. ഈ രണ്ടു തരം അവാർഡുകളും, ഏർപ്പെടുത്തുന്നതിനു മുൻപ് തന്നെ ലതയും റാഫിയും അവരുടെ ക്ലാസിക്ക് ഗാനങ്ങളധികവും പാടിക്കഴിഞ്ഞിരിക്കുന്നു. അതേപോലെ ആർ.ഡി. ബർമൻ സംഗീതസംവിധാനത്തിലേക്ക് കടന്നുവന്നപ്പോൾ റിക്കാർഡിങ്ങിന്റെ കാര്യത്തിലും കിഷോർ വളരെ മുന്നിലായിരുന്നു. മാത്രമോ, കിഷോർ മാത്രം തനിക്ക് പിന്നണി പാടിയാൽ മതി എന്ന് ഒരു ഘട്ടത്തിൽ രാജേഷ് ഖന്ന നിർബന്ധം പിടിച്ചതും ഇതിനു കാരണമായി. വർഷങ്ങളോളം ഇദ്ദേഹമായിരുന്നല്ലോ നായകസ്ഥാനത്തിനു മുമ്പൻ. സഞ്ജീവ് കുമാറിനെപ്പോലുള്ള, അമിതാഭ്ബച്ചനെപ്പോലെയുള്ള പ്രഗത്ഭർ രംഗത്തുണ്ടായിരുന്നപ്പോളാണിതെല്ലാം സംഭവിച്ചത്. കിഷോറിന്റെ അടിപൊളിപ്പാട്ടുകൾ പ്രത്യേകിച്ചും ഗാനമേളകളിൽ അവതരിപ്പിക്കപ്പെടുമ്പോൾ യുവാക്കളുടെ കൈയ്യടിയുടെ ബഹളവും നേരിട്ടു കണ്ടിട്ടുണ്ട്. കിഷോറിന്റെ ചില പാട്ടുകൾ അതീവഹൃദ്യമായി തോന്നിയിട്ടുണ്ടെങ്കിലും എന്തോ എനിക്ക് അദ്ദേഹത്തിന്റെ ഗാനാലാപനശൈലിയോട് അത്ര ആഭിമുഖ്യമില്ല. അതിൽ അദ്ഭുതമില്ലതാനും. ചില ഗായകരുടെ ശബ്ദധാരയുടെ ഫ്രിക്വൻസി നമ്മുടെ ആസ്വാദനനിലവാരവുമായി പൊരുത്തപ്പെട്ടുപോയില്ലെന്നുവരും. അതുകൊണ്ടാവാം എന്റെ പ്രിയപ്പെട്ട ഗായകരിൽ കിഷോർ മുൻനിരയിലില്ലാത്തത്. കിഷോ

റിന്റെ ആരാധകർ ക്ഷമിക്കുക. പ്രത്യേകിച്ചും ശ്രീനിവാസൻ എന്ന പിന്നണിഗായകൻ. പല വേദികളിലും ഏറ്റവും കഴിവുള്ള പിന്നണിഗായകൻ കിഷോർകുമാറാണെന്ന് അദ്ദേഹം വികാരവിവശനായി പറയാറുള്ളത് ഒന്നിലധികം തവണ കേട്ടിട്ടുണ്ട് ചില റിയാലിറ്റിഷോകളിൽ. അതുപോകട്ടെ കിഷോറിന്റെ ഞാൻ കേൾക്കാൻ കൊതിക്കുന്ന ചില ഗാനങ്ങളിവിടെ ചേർക്കുന്നു. മറ്റൊരു രസകരമായ കാര്യം. കിഷോറിന്റെ എനിക്കേറ്റവും ഇഷ്ടപ്പെട്ട ഗാനം അദ്ദേഹം തന്നെ സംഗീതസംവിധാനം നടത്തി സ്വയം പാടിയിട്ടുള്ള "കൊയിഹംദം ന രഹാ" എന്ന ഗാനമാണ്. മറ്റു പല ഹിന്ദിഗായകരെപ്പോലെ കിഷോറും ഒരു പാട്ടെങ്കിലും മലയാളത്തിൽ പാടിയിട്ടുണ്ട്. 'അയോദ്ധ്യ' എന്ന ചിത്രത്തിലെ ആ ഗാനം ("എബിസിഡി ചേട്ടൻ കേഡി" എന്ന് തുടങ്ങുന്നത്) സാമാന്യം ബോറായിട്ടുണ്ട്.

	ഗാനം	ചിത്രം	സംഗീതം
1	കൊയിഹ ദംനരഹാ	ജുംരു	കിഷോർകുമാർ
2	മേരേ സപ്നോ കി	ആരാധന	ആർ.ഡി. ബർമൻ
3	ചിങ്കാരിക്കോയിഭട്കേ	അമർ പ്രേം	,, ,,
4	യെക്യാ ഹു വാ	,, ,,	,, ,,
5	ഹമേതും സെപ്യാർ	കുദ്രത്ത്	,, ,,
6	രൂപ് തേരാ മസ്താനാ	ആരാധന	,, ,,
7	ദിൽ ക്യാകരെ	കൂലി	രാജേഷ് റോഷൻ
8	സിന്ദഗി ഏക്സഫർ	ആപ്കീ കസം	ശങ്കർ ജയ്കിഷൻ
9	മീത്ത് നാ മീലാരെ	അഭിമാൻ	എസ്.ഡി. ബർമൻ
10	മേരാ ജീവൻ കൊറാ കാഗസ്	കൊറാ കാഗസ്	കല്ല്യാൺജി ആനന്ദ്ജി

എം.ജി. ശ്രീകുമാർ

കിഷോർകുമാർ കഴിഞ്ഞ് ഉടനെത്തന്നെ എം.ജി. ശ്രീകുമാറിനെ അവതരിപ്പിച്ചതിൽ ഒരു സാദൃശ്യമുണ്ട്. ഇദ്ദേഹത്തിന്റെ കുറച്ച് പാട്ടുകൾ എനിക്കിഷ്ടമാണെങ്കിലും ശ്രീകുമാറിന്റെ ആലാപനശൈലിയോട് എനിക്ക് വലിയ മതിപ്പില്ല. കുറെകൂടി കൃത്യമായി പറഞ്ഞാൽ അദ്ദേഹം പാടിയിറങ്ങിയിട്ടുള്ള റിക്കാർഡിങ്ങിൽ പലതിലും എന്തോ ഒരാപകത തോന്നിയിട്ടുണ്ട് പലപ്പോഴും. ഇതേപാട്ട് അദ്ദേഹം സ്റ്റേജിലും ദൂരദർശനിലുമെല്ലാം പാടിക്കേൾക്കുമ്പോൾ എനിക്ക് കൂടുതൽ ആസ്വാദ്യമായി തോന്നാറുണ്ട്. മാത്രമല്ല, സംഗീതത്തെപ്പറ്റി വളരെ അവഗാഹമുള്ള ആളാണല്ലോ അദ്ദേഹം. പല റിയാലിറ്റിഷോകളിലും വിധികർത്താവിന്റെ റോളിൽ പ്രത്യക്ഷപ്പെട്ടത് പലതവണ കണ്ടതിന്റെ പിൻബലത്തിലാണിത് പറയുന്നത്. അതേപോലെ അദ്ദേഹത്തിന്റെ മാത്രമല്ല മറ്റു പല പാട്ടുകാരുടെയും പാട്ടുകളുടെ റിക്കാർഡിങ്ങിലുണ്ടായ അനുഭവങ്ങളെ സരസമായി വിസ്തരിക്കാനും അദ്ദേഹം ശ്രദ്ധകാട്ടാറുണ്ട്. ഇതിൽ അദ്ഭുതപ്പെടാനില്ലല്ലോ. അത്തരം ഒരു കുടുംബപശ്ചാത്തലത്തിൽ നിന്നാണല്ലോ അദ്ദേഹം ഒരു ഗായകനായി മാറിയതും. എം.ജി. രാധാകൃഷ്ണനും ഓമനക്കുട്ടി ടീച്ചറുമെല്ലാം വളർന്നുവന്ന കുടുംബം. മലബാർ ഗോപാലൻ നായരുടെ സന്തതികൾ. എന്നിട്ടും എന്തേ അദ്ദേഹത്തിന്റെ പാട്ടുകൾ കൂടുതലായി ആസ്വദിക്കാൻ എനിക്ക് പറ്റാത്തത്. അദ്ദേഹത്തിന്റെ ഗാനാലാപത്തിന്റെ ഫ്രിക്വൻസിയും എന്റെ ആസ്വാദനപ്രക്രിയയും ഒന്നിച്ചുപോകാറില്ലെന്നു മാത്രം പല പാട്ടുകളിലും. എം.ജി. രാധാകൃഷ്ണൻ ചില പാട്ടുകൾ സിനിമയിൽ പാടിയിട്ടുണ്ടല്ലോ വളരെ കൂടുതലില്ലെങ്കിലും. പക്ഷേ, ആ പാട്ടുകളധികവും എനിക്കിഷ്ടമാണ്. ആ ശബ്ദഗാംഭീര്യം എനിക്കാസ്വദിക്കാൻ കഴിയുന്നു. മലയാളസിനിമയിലെ ഏറ്റവും പ്രഗൽഭനായ ഗായകൻ എം.ജി. ശ്രീകുമാറാണെന്നു ആരെങ്കിലും അഭിപ്രായപ്പെട്ടാൽ അതിലും എനിക്ക് പരിഭവവുമില്ല. അതവരുടെ ഇഷ്ടം. ഞാൻ ആമുഖത്തിൽ സൂചിപ്പിച്ചതുപോലെ ഞാനീ പുസ്തകത്തിൽ എടുത്തു പറയുന്ന കാര്യങ്ങൾ എന്റെ ആസ്വാദന നിലയുമായി ബന്ധപ്പെട്ടുകിടക്കുന്നു. അതിൽ പല പാട്ടുകളും മറ്റു പലർക്കും അത്ര ഇഷ്ടപ്പെടാത്തവയായിരിക്കും. ബഹുജനം പലവിധത്തിലാണല്ലോ. അതോടൊന്നിച്ച് മറ്റൊരഭിപ്രായംകൂടി ഇവിടെ രേഖപ്പെടുത്തട്ടെ. ഒരു നിർമാതാവും സംവിധാ

യകനുമായിട്ടുള്ള വ്യക്തിയും ഒരു മുഖ്യനടനും ഒരു ശരാശരി പാട്ടുകാരനുമായ ഒരു കൂട്ടുകെട്ടിന്റെ പിൻബലത്തിൽ കുറെയധികം താണ നിലവാരത്തിലുള്ള പാട്ടുകൾ ശ്രദ്ധിക്കാൻ നാം വിധിക്കപ്പെട്ടിരിക്കുന്നു. അതുകൊണ്ടുതന്നെ സാധാരണ നിലവാരം പുലർത്താത്ത ചില പാട്ടുകൾക്കെങ്കിലും അവാർഡ് കിട്ടാനും (ദേശീയ നിലവാരത്തിൽതന്നെ) ഇടയാക്കുന്നു. ഉദാഹരണങ്ങളൊന്നും ഉദ്ധരിക്കുന്നില്ല. മറ്റൊരഭിപ്രായംകൂടി. അദ്ദേഹത്തിന്റെ 'നാദരൂപിണി' എന്ന ഗാനത്തിനു നാഷണൽ അവാർഡിന്നപ്പുറം വല്ലതുമുണ്ടെങ്കിലും അതും ലഭിച്ചാൽ സന്തോഷം. അതേപോലെ 'കണ്ടു ഞാൻ മിഴികളിൽ' എന്ന ഗാനം എന്റെ ഏറ്റവും ഇഷ്ടപ്പെട്ട ഇരുപത് ഗാനങ്ങളിൽ കടന്നുകൂടും. ഏതായാലും എനിക്കിഷ്ടപ്പെട്ട ശ്രീകുമാറിന്റെ കുറെ പാട്ടുകളിതാ.

	ഗാനം	ചിത്രം	രചന	സംഗീതം
1	കണ്ടു ഞാൻ മിഴികളിൽ	അഭിമന്യു	കൈതപ്രം	രവീന്ദ്രൻ
2	നാദരൂപിണി	ഹിസ് ഹൈനസ് അബ്ദുള്ള	,,	,,
3	കൂത്തമ്പലത്തിൽവെച്ചോ	അപ്പു	ശ്രീകുമാരൻ തമ്പി	ടി. സുന്ദരരാജൻ
4	കിലുകിൽ പമ്പരം	കിലുക്കം	ബിച്ചുതിരുമല	എസ്.പി. വെങ്കിടേഷ്
5	കള്ളിപ്പൂങ്കുയിലേ	തേന്മാവിൻ കൊമ്പത്ത്	ഗിരീഷ് പുത്തഞ്ചേരി	ബേണി ഇഗ്നേഷ്യസ്
6	നഗുമോ	ചിത്രം	ത്യാഗരാജ കൃതി	കണ്ണൂർ രാജൻ
7	മേഘരാഗം	കാക്കക്കുയിൽ	ഗിരീഷ് പുത്തഞ്ചേരി	ദീപക് ചാറ്റർജി
8	ചിന്നമ്മാ അടി	ഒപ്പം	മധുവാസുദേവൻ	4 മ്യൂസിക്ക്സ്
9	മിണ്ടാത്തതെന്തേ	വിഷ്ണുലോകം	കൈതപ്രം	രവീന്ദ്രൻ
10	നീലാഞ്ജനമിഴികൾ	രാധാമാധവം	ഒ.എൻ.വി.	വിദ്യാസാഗർ
11	പഴനിമല	നരസിംഹം	ഗിരീഷ് പുത്തഞ്ചേരി	എം.ജി.രാധാകൃഷ്ണൻ
12	ഒരിക്കൽ നീ ചിരിച്ചാൽ	അപ്പു	ശ്രീകുമാരൻ തമ്പി	സുന്ദരരാജൻ

കെ.പി. ഉദയഭാനു

"അനുരാഗനാടകത്തിൽ അന്ത്യമാംരംഗം തീർന്നു" എന്ന ഒരൊറ്റ ഗാനം മതി ഉദയഭാനുവിന്റെ ആലാപനശൈലി വിലയിരുത്തുവാൻ. ബ്രഹ്മാനന്ദനെപ്പോലെ, അനുകരിക്കാൻ കഴിയാത്ത ഉദയഭാനുവിനെ ഏറ്റവും ഉപയോഗപ്പെടുത്തിയിട്ടുള്ളത് ബാബുരാജും രാഘവൻമാഷുമായിരുന്നു. ഉദയഭാനുവിനു ആദ്യത്തെ അവസരം കൊടുക്കാൻ ശ്രമിച്ച ബാബുരാജിന് അത് പറ്റിയില്ലെന്ന സംഭവം പ്രസിദ്ധമാണല്ലോ.

ഉമ്മയിലെ 'പാലാണു തേനാണെൻ' എന്ന ഗാനം പാടിക്കാൻ ബാബുരാജ് ചെന്നെയിലെത്തിച്ചെങ്കിലും സിനിമാനിർമാതാവും സംവിധായകനും ഈ ഗാനം എ.എം. രാജയെക്കൊണ്ടു പാടിക്കണമെന്നു നിർബന്ധം പിടിച്ചപ്പോൾ ബാബുരാജ് വഴങ്ങിക്കൊടുത്തുപോലും. എനിക്ക് തോന്നുന്നത് ഈ പ്രണയഗാനം രാജ പാടിയപോലെ ഉദയഭാനുവിനു പാടാൻ കഴിയുമായിരുന്നില്ല എന്നാണ്. ഉദയഭാനുവിനെക്കൊണ്ട് ആദ്യം സിനിമയിൽ പാടിക്കാനായത് രാഘവൻമാസ്റ്റർക്കാണ്. ഉദയഭാനു അന്നു കോഴിക്കോട് ആകാശവാണിയിലായിരുന്നു. അതുകൊണ്ട് ഈ രണ്ടു സംഗീതസംവിധായകന്മാരുമായി പരിചയപ്പെടുവാനിടയായി. രാഘവൻമാഷ് പാടിച്ച ആദ്യഗാനം 'നായര് പിടിച്ച പുലിവാൽ' എന്ന സിനിമയിലെ 'എന്തിനിത്ര പഞ്ചസാര പുഞ്ചിരിപ്പാലിൽ' എന്ന ഗാനമായിരുന്നു. ഈ പാട്ടും രാജയെക്കൊണ്ടു പാടിക്കണമെന്ന് നിർമാതാവ് ശാഠ്യം പിടിച്ചത്രെ. എന്നാൽ താൻ സംഗീതസംവിധാനം ചെയ്യില്ല എന്നു രാഘവൻമാസ്റ്റർ ശാഠ്യം പിടിച്ചുപോലും. അത് നന്നായി. എനിക്ക് വീണ്ടും തോന്നുന്നു ഉദയഭാനു പാടിയ ടോണിൽ ഇത് രാജയ്ക്ക് പാടാൻ കഴിയുമായിരുന്നില്ല എന്നാണ്. ബാബുരാജ് പിന്നീട് ചെയ്ത ലൈലാമജ്നുവിൽ കുറെ നല്ല പാട്ടുകൾ ഉദയഭാനുവിനെക്കൊണ്ടു പാടിച്ച് ചരിത്രം സൃഷ്ടിച്ചതും ഓർക്കുമല്ലോ. ഈ ചിത്രത്തിൽ പി. ലീലയോടൊത്ത് രണ്ടു മനോഹരഗാനങ്ങൾ പാടി ഉദയഭാനു. "താരമേ താരമേ" എന്ന ഗാനവും, "പ്രേമമധുമാസ വനത്തിലെ" എന്ന ഗാനവും കേൾക്കുമ്പോൾ ഏതാണ് കൂടുതൽ മെച്ചം എന്ന് സംശയിച്ചുപോകും. എനിക്ക് കൂടുതലിഷ്ടം "പ്രേമമധുമാസവനത്തിലെ" തന്നെയാണ്. പക്ഷേ, അതിലെ ഉദയഭാനുവിന്റെ ഒരു സോളോ ഗാനമുണ്ടല്ലോ. ഹൃദയഹാരിയായ ഒരു ശോക

ഗാനം. "ചുടുകണ്ണീരാലെൻ". പക്ഷേ, അദ്ദേഹത്തിന്റെ മാസ്റ്റർപീസ് ഞാൻ സൂചിപ്പിച്ച "അനുരാഗനാടകം" തന്നെ. രാഘവൻ മാസ്റ്റർക്ക് ഉദയഭാനുവിനു മറ്റൊരു സൗഭാഗ്യം നൽകാനായി. പ്രസിദ്ധകവി ചങ്ങമ്പുഴയുടെ 'രമണൻ' സിനിമയാക്കിയപ്പോൾ. ശരാശരി നിലവാരം പുലർത്താത്ത ഒരു രീതിയിലാണ് ഈ ചിത്രം പുറത്തുവന്നത്. പക്ഷേ, ചങ്ങമ്പുഴക്കവിതയുടെ എല്ലാ മാസ്മരികതയും ആവാഹിച്ചെടുക്കാൻ രാഘവൻമാസ്റ്റർക്കായി. ഈ ഗായകൻ പാടിയ മൂന്നു ഗാനങ്ങളുണ്ടല്ലോ ഈ ചലച്ചിത്രത്തിൽ. ഏറ്റവും പ്രധാനമായത് "വെള്ളിനക്ഷത്രമേ" എന്ന ശോകഗാനംതന്നെ. "ചപലവ്യാമോഹങ്ങളാനയിക്കും" മോശമല്ല. മലയാളത്തിലെ യുഗ്മഗാനങ്ങളിൽ മുന്നിൽനിൽക്കുന്ന "കാനനഛായയിൽ" ലീലയോടൊത്തു പാടി ഉദയഭാനു ചരിത്രം സൃഷ്ടിച്ചു. പിന്നീട് 'ഓൾഡ് ഈസ് ഗോൾഡ്' എന്ന ഗാനമേള പരിപാടിയിൽ മലയാളത്തിലെ പല പിന്നണി ഗായികമാരോടൊത്തു പാടിയും അദ്ദേഹം ചരിത്രം സൃഷ്ടിച്ചു. (റിമീ ടോമിവരെ) ഉദയഭാനുവിന്റെ സംഗീതസംവിധാനത്തിൽ മലയാളത്തിൽ ഒരു മനോഹരഗാനം പിറവിയെടുത്തിട്ടുണ്ട്. 'സമസ്യ' എന്ന ചിത്രത്തിൽ യേശുദാസിനെക്കൊണ്ടു പാടിച്ച 'കിളി ചിലച്ചു' എന്ന ഗാനം. ഉദയഭാനുവിന്റെ പാട്ടിനെപ്പറ്റി രവിമേനോൻ പറഞ്ഞിട്ടുള്ളത് അനുകരിക്കാനാവാത്ത വിഷാദമാധുര്യത്തിൽ നിരാശാകാമുകശബ്ദം മുഴച്ചു നിൽക്കുന്നവയാണെന്നാണ്. എനിക്കിഷ്ടപ്പെട്ട ഈ ഗായകന്റെ കുറെ ഗാനങ്ങളിതാ.

	ഗാനം	ചിത്രം	രചന	സംഗീതം
1	അനുരാഗനാടകത്തിൻ	നിണമണിഞ്ഞ കാൽപ്പാടുകൾ	പി. ഭാസ്കരൻ	ബാബുരാജ്
2	വെള്ളിനക്ഷത്രമേ	രമണൻ	ചങ്ങമ്പുഴ	കെ. രാഘവൻ
3.	ചപലവ്യാമോഹങ്ങൾ	,, ,,	,, ,,	,, ,,
4	പെണ്ണായിപ്പിറന്നെങ്കിൽ	അമ്മയെകാണാൻ	പി. ഭാസ്കരൻ	,, ,,
5	ചുടുകണ്ണീരാലെൻ	ലൈലാമജ്നു	,, ,,	ബാബുരാജ്
6	പൊൻവളയില്ലെങ്കിലും	കുട്ടിക്കുപ്പായം	,, ,,	,, ,,
7	എവിടെ നിന്നോ	കളഞ്ഞുകിട്ടിയ തങ്കം	വയലാർ	ദേവരാജൻ

	പ്രസിദ്ധ യുഗ്മഗാനങ്ങൾ			
1	കാനനഛായയിൽ	രമണൻ	ചങ്ങമ്പുഴ	കെ. രാഘവൻ
2	താരമേ താരമേ	ലൈലാമജ്നു	പി. ഭാസ്കരൻ	ബാബുരാജ്
3	ഉടലുകളറിയാതുയിരുകൾ	തറവാട്ടമ്മ	പി. ഭാസ്കരൻ	ബാബുരാജ്
4	പാവക്കുട്ടി	കടത്തുകാരൻ	വയലാർ	,, ,,
5	വെളുത്ത പെണ്ണേ	നായര് പിടിച്ച പുലിവാൽ	പി. ഭാസ്കരൻ	കെ. രാഘവൻ
6	താമരത്തുമ്പീ വാ	പുതിയ ആകാശം പുതിയ ഭൂമി	,, ,,	എം.ബി.ശ്രീനിവാസൻ
7	വളകിലുക്കം	മായാവി	,, ,,	ബാബുരാജ്
8	ഈ ജീവിതമെന്നൊരു	,,	,, ,,	,, ,,

കോഴിക്കോട് അബ്ദുൾ ഖാദർ

മലയാളത്തിലെ സൈഗൾ എന്ന അപരനാമത്താൽ അറിയപ്പെടുന്ന അബ്ദുൾ ഖാദർ ഒരൊറ്റ ഗാനംകൊണ്ട് തന്നെ അനശ്വരനായി മാറിയിരുന്നു. 'നീലക്കുയിൽ' എന്ന ചിത്രത്തിൽ അദ്ദേഹം പാടിയ 'എങ്ങിനെ നീ മറക്കും കുയിലേ' എന്ന ഗാനത്തോടെ. അതിനുമുമ്പേ 'നവലോകം' എന്ന ചിത്രത്തിൽ ദക്ഷിണാമൂർത്തിയുടെ കീഴിൽ 'തങ്കക്കിനാക്കൾ തൻഹൃദയേ വീശും' എന്ന പാട്ട് അദ്ദേഹത്തിനു പ്രസിദ്ധി നൽകിയിരുന്നു. ബാബുരാജിന്റെ സംഗീതത്തിൽ അദ്ദേഹം പാടിയ "ഞാൻ പാടാനോർത്തോരു മധുരിതഗാനം" മലയാളത്തിലെ ലളിതഗാനങ്ങളിൽ ഒന്നാംസ്ഥാനത്ത് നിൽക്കുന്നുവെന്നാണ് എനിക്ക് തോന്നിയിട്ടുള്ളത്. ഞാനീ ഗാനം ആദ്യമായി കേൾക്കുന്നത് ഖാദറിന്റെ കീഴിൽ ശിക്ഷണം ലഭിച്ച ഒരു വിദ്യാർത്ഥിനി കോളേജ് വാർഷികത്തിനു സ്റ്റേജിൽ പാടിക്കേട്ടപ്പോഴാണ്. പിന്നീട് ഗൂഗിളിൽ തേടിയപ്പോഴാണ് ഗാനത്തിന്റെ വിശദവിവരങ്ങൾ കിട്ടിയത്. ഒരുനിധിയായി കിട്ടിയ ഈ ഗാനം എന്റെ ഗാനശേഖരത്തിൽ സൂക്ഷിച്ചത് ഞാൻ ഇടയ്ക്കിടക്ക് കേൾക്കാറുണ്ട്.

	ഗാനം	ചിത്രം	രചന	സംഗീതം
1	എങ്ങിനെ നീമറക്കും	നീലക്കുയിൽ	പി. ഭാസ്കരൻ	കെ. രാഘവൻ
2	തങ്കക്കിനാക്കൾതൻ	നവലോകം	പി. ഭാസ്കരൻ	ദക്ഷിണാമൂർത്തി
3	പരിതാപമിതേ	" "	" "	" "
4	ഹേ, കളിയോടമേ	തിരമാല	പി. ഭാസ്കരൻ	വിമൽകുമാർ
5	നക്ഷത്രപൂക്കളായി	മാണിക്യകൊട്ടാരം	കണിയാപുരം രാമചന്ദ്രൻ	ബാബുരാജ്
6	പച്ചപ്പനംതത്തേ	നമ്മളൊന്നു (നാടകം)	പൊൻകുന്നം ദാമോദരൻ	ബാബുരാജ്
7	ഞാൻ പാടാനോർത്തൊരു	ലളിതഗാനം		ബാബുരാജ്
8	താരകേ ഇരുളിൽ മായരുതേ	തിരമാല	പി. ഭാസ്കരൻ	വിമൽകുമാർ

ബ്രഹ്മാനന്ദൻ

യേശുദാസ് സിനിമാപിന്നണിരംഗത്ത് മുടിചൂടാമന്നനായിരുന്ന കാലത്ത് ആദ്യം ജയചന്ദ്രനും പിന്നീട് ഒരു വ്യത്യസ്ത ശൈലിയുമായി ബ്രഹ്മാനന്ദനും കടന്നുവന്നു. ജയചന്ദ്രനോളം എന്തോ ഇദ്ദേഹത്തിനു പിടിച്ചുനിൽക്കാൻ കഴിഞ്ഞിട്ടില്ല. പക്ഷേ, ബ്രഹ്മാനന്ദനു പകരം വെക്കാൻ ബ്രഹ്മാനന്ദൻ മാത്രം. അത്രയ്ക്ക് വ്യത്യസ്തമായ ഒരു ഗാനാലാപന ശൈലിയുടെ ഉടമസ്ഥനായിരുന്നു ഈ ഗായകൻ. രാഘവൻമാഷിന്റെ സംഗീതസംവിധാനത്തിൽ 'കള്ളിച്ചെല്ലമ്മ' എന്ന ചിത്രത്തിൽ 'മാനത്തെ കായലിൽ' എന്ന സുന്ദരമായ ഗാനമാലപിച്ചുകൊണ്ടായിരുന്നു ഈ ഗായകന്റെ അരങ്ങേറ്റം. ഇതേ ചിത്രത്തിലാണ് ജയചന്ദ്രൻ പിന്നണി ഗായകസ്ഥാനം ദൃഢപ്പെടുത്തിയത്. രാഘവൻ മാഷിനെ കൂടാതെ ബ്രഹ്മാനന്ദനു നല്ല അവസരങ്ങൾ നൽകിയത് ദക്ഷിണാമൂർത്തി സ്വാമിയാണ്. അദ്ദേഹത്തിന്റെ തൊപ്പിയിലെ വർണോജ്ജ്വലമായ തൂവലേതാണെന്നു ചോദിച്ചാൽ നിസ്സംശയം പറയാം അത് 'ശാസ്ത്രം ജയിച്ചു മനുഷ്യൻ തോറ്റു' എന്ന ചിത്രത്തിലെ 'താരകരൂപിണി' എന്ന ഗാനമാണെന്ന്. മലയാള സിനിമകളിലെ ഏറ്റവും ഇഷ്ടപ്പെട്ട ഗാനങ്ങൾ തിരഞ്ഞെടുക്കുമ്പോൾ എന്റെ ലിസ്റ്റിൽ ഈ ഗാനം ആദ്യപത്തിൽതന്നെ സ്ഥാനം പിടിക്കും. കമുകറയുടെ 'ഏകാന്തതയുടെ' ജയചന്ദ്രന്റെ 'ഹർഷബാഷ്പം' എന്നീ ഗാനങ്ങൾ ഈ ലിസ്റ്റിലുണ്ടാവും. ചിലപ്പോൾ ഉദയഭാനുവിന്റെ 'അനുരാഗനാടകത്തിൽ' വേണുഗോപാലിന്റെ 'ചന്ദനമണിവാതിൽ ചാരിയും' ഇതിൽ പെട്ടേയ്ക്കും. ആദ്യഇരുപതിൽ പിന്നെയും ചില ഗായകരുടെ പാട്ട് സ്ഥാനം പിടിക്കും. പക്ഷേ, കൂടുതൽ യേശുദാസിന്റെ പാട്ടുകളായിരിക്കും നിർമ്മാല്യത്തിൽ ബ്രഹ്മാനന്ദൻ പാടിയ "ശ്രീ മഹാദേവൻ തന്റെ" എന്ന ഗാനവും ഒരു പ്രത്യേക ജനുസ്സിൽ പെടുന്നു. എന്തോ സിനിമാലോകത്തെ ചരടുവലികൾകൊണ്ടോ, അല്ലെങ്കിൽ ഗായകന്റെ തന്നെയുള്ള ഉപേക്ഷക്കുറവുകൊണ്ടോ ബ്രഹ്മാനന്ദനു അധിക കാലം പിടിച്ചുനിൽക്കാൻ പറ്റിയില്ല. പിന്നെ പെട്ടെന്നു മരണത്തിനു കീഴടങ്ങുകയും ചെയ്തല്ലോ. ഇതാ അദ്ദേഹത്തിന്റെ കുറെ പാട്ടുകൾ.

	ഗാനം	ചിത്രം	രചന	സംഗീതം
1	താരകരൂപിണി	ശാസ്ത്രം ജയിച്ചു മനുഷ്യൻ തോറ്റു	ശ്രീകുമാരൻ തമ്പി	ദക്ഷിണാമൂർത്തി
2	മാനത്തെ കായലിൽ	കള്ളിച്ചെല്ലമ്മ	പി. ഭാസ്കരൻ	കെ. രാഘവൻ
3	ശ്രീമഹാദേവൻ തന്റെ	നിർമാല്യം	ഇടശ്ശേരി	,, ,,
4	നീലനിശീഥിനി	സി.ഐ.ഡി. നസീർ	ശ്രീകുമാരൻ തമ്പി	എം.കെ. അർജ്ജുനൻ
5	താമരപ്പൂ നാണിച്ചു	ടാക്സികാർ	,, ,,	ആർ.കെ. ശേഖർ
6	ക്ഷേത്രമേതെന്നറിയാത്ത	പൂജക്കെടുക്കാത്ത പൂക്കൾ	പി. ഭാസ്കരൻ	കെ. രാഘവൻ
7	ദേവഗായകനെ	വിലയ്ക്ക് വാങ്ങിയ വീണ	ശ്രീകുമാരൻ തമ്പി	ദക്ഷിണാമൂർത്തി
8	കനകംമൂലം ദുഃഖം	ഇന്റർവ്യൂ	വയലാർ	ദേവരാജൻ
9	രതിദേവി എഴുന്നള്ളുന്നു	ഗുരുവായൂർ കേശവൻ	പി. ഭാസ്കരൻ	,, ,,
10	ചിരിക്കുമ്പോൾ നീയൊരു	ചന്ദ്രകാന്തം	ശ്രീകുമാരൻ തമ്പി	എം.എസ്.വിശ്വ നാഥൻ
11	പ്രിയമുള്ളവളേ	തെക്കൻകാറ്റ്	പി. ഭാസ്കരൻ	എ.ടി. ഉമ്മർ
12	പെരുത്തു മൊഞ്ചുള്ള	പതിനാലാം രാവ്	പി.ടി. അബ്ദു റഹിമാൻ	കെ.രാഘവൻ

എ.എം. രാജ; ജിക്കി

ഈ ഗായക ദമ്പതികളെ ഒന്നിച്ച് വിലയിരുത്തിക്കളയാം. ഭർത്താവിന്റെ അനുരാഗവിവശമായ സ്വരമാധുരി ഭാര്യയ്ക്ക് കിട്ടിയിട്ടുണ്ടോ എന്നു സംശയിച്ചുപോകാമെങ്കിലും. രാജയുടെ സ്വരമാധുരി ഏതാണ്ട് തലത്ത് മെഹമൂദിനോട് സമാനതയുള്ളതാണെന്നുപറയാം. തമിഴിലും മലയാളത്തിലുമായി ഒരുപക്ഷേ, തലത്തിനേക്കാൾ ഗാനങ്ങളാലപിച്ചിട്ടുള്ളത് രാജയായിരിക്കും. എ.എം. രാജ തമിഴിൽ സംഗീതസംവിധായകനായും പ്രവർത്തിച്ചിട്ടുണ്ട്. പല നല്ല ഗാനങ്ങളും ഇദ്ദേഹം സംവിധാനം നടത്തി സ്വയം പാടുകയും മറ്റുള്ളവരെക്കൊണ്ട് പാടിക്കുകയും ചെയ്തിട്ടുണ്ട്. കൂട്ടത്തിൽ ജിക്കിയെകൊണ്ടും. ഒരു കാലത്ത് മലയാളത്തിലെ നാട്ടുകാരായ ഗായകർക്ക് അവസരങ്ങൾ കൂടുതൽ കിട്ടാതെപോയത് രാജയുടെ ആലാപനസിദ്ധിമൂലമെന്നാണെന്നു പറഞ്ഞുകേട്ടിട്ടുണ്ട്. ഇതിന്റെയെല്ലാം ഉദാഹരണങ്ങൾ നേരത്തെ നൽകിയതുകൊണ്ട് ആവർത്തിക്കുന്നില്ല. യുഗ്മഗാനങ്ങളിലും ശോഭിക്കുവാൻ രാജയ്ക്ക് കഴിഞ്ഞിട്ടുണ്ട്. മലയാള സിനിമകളിലെ യുഗ്മഗാനങ്ങളിൽ വളരെ മുന്നിൽ നിൽക്കുന്ന 'അന്നു നിന്നെ കണ്ടതിൽ പിന്നെ' എന്ന യുഗ്മഗാനം എത്ര മധുരതരമായാണ് രാജയും സുശീലയും പാടിയിട്ടുള്ളത്. ദേവരാജനും ബാബുരാജും ദക്ഷിണാമൂർത്തിയുമെല്ലാം രാഘവൻ മാസ്റ്ററെപ്പോലെ രാജയെക്കൊണ്ട് പാടിച്ചിട്ടുണ്ടല്ലോ. മലയാളത്തിലെ മറ്റൊരു സുന്ദരമായ യുഗ്മഗാനം 'കുപ്പിവള'യിലെ 'കൺമണി നീയെൻ കരംപിടിച്ചാൽ' എന്ന ബാബുരാജിന്റെ ഗാനം രാജയും സുശീലയും പാടി മനോഹരമാക്കിയിട്ടുണ്ടല്ലോ. ജിക്കിയും രാജയുമൊന്നിച്ച് മലയാളത്തിൽ അധികം പാടിയിട്ടില്ലെന്ന് തോന്നുന്നു. ഈ ഗായികയെക്കൊണ്ട് ബാബുരാജ് പാടിച്ചിട്ടുള്ള രണ്ടു ഗാനങ്ങൾ ശ്രോതാക്കൾ സ്വീകരിച്ചു, ഇഷ്ടത്തോടെ. 'കദളിവാഴക്കയിലിരുന്ന്', 'മഞ്ചാടിക്കിളിമൈന' എന്നീ പാട്ടുകൾ. രാജയുടെ മലയാള സിനിമാഗാനങ്ങളിൽ എനിക്കേറ്റവും ഇഷ്ടപ്പെട്ട രണ്ടു ഗാനങ്ങളെപ്പറ്റി സൂചിപ്പിക്കട്ടെ, 'മണവാട്ടി' എന്ന ചിത്രത്തിലെ 'ദേവദാരു പൂത്തനാളിൽ' എന്ന ഗാനവും 'കുപ്പിവളയി'ലെ 'കാണാൻ പറ്റാത്ത കനകത്തിൻ മണിമുത്തേ' എന്ന ഗാനവും അതീവ ഹൃദ്യം തന്നെ.

(ഈ ഗായകന്റെ ചില ഗാനങ്ങൾ)

	ഗാനം	ചിത്രം	രചന	സംഗീതം
1	ദേവതാരു പൂത്ത	മണവാട്ടി	വയലാർ	ദേവരാജൻ
2	കാണാൻ പറ്റാത്ത	കുപ്പിവള	പി. ഭാസ്കരൻ	ബാബുരാജ്
3	പാലാണ് തേനാണ്	ഉമ്മ	,, ,,	,, ,,
4	ദൈവത്തിൻ പുത്രൻ	നീലിസാലി	,, ,,	കെ. രാഘവൻ
5	ചന്ദ്രികയിലലിയുന്നു	ഭാര്യമാർ സൂക്ഷിക്കുക	ശ്രീകുമാരൻതമ്പി	ദക്ഷിണാമൂർത്തി
6	മാനസേശ്വരി മാപ്പ്തരൂ	അടിമകൾ	വയലാർ	ദേവരാജൻ
7	താഴംപൂ മണമുള്ള	,, ,,	,, ,,	,, ,,
8	കാറ്ററിയില്ല	ജയിൽ	,, ,,	,, ,,
9	കാട്ടുചെമ്പകം പൂത്തു	വെളുത്ത കത്രീന	ശ്രീകുമാരൻ തമ്പി	,, ,,
		പ്രസിദ്ധ യുഗ്മഗാനങ്ങൾ		
1	അന്നു നിന്നെ കണ്ടതിൽ പിന്നെ (സുശീല)	ഉണ്ണിയാർച്ച	പി. ഭാസ്കരൻ	കെ. രാഘവൻ
2	പെരിയാറെ പെരിയാറെ	ഭാര്യ	വയലാർ	ദേവരാജൻ
3	കൺമണി നീയെൻ	കുപ്പിവള	പി. ഭാസ്കരൻ	ബാബുരാജ്
4	എൻ കണ്ണിന്റെ (പി. ലീല)	ഉമ്മ	പി. ഭാസ്കരൻ	,,

പി.ബി. ശ്രീനിവാസ്

ഒരുകാലത്ത് തമിഴ് ചലച്ചിത്രങ്ങളിൽ പ്രമുഖ പിന്നണി ഗായകനായി ശോഭിച്ചിരുന്നു പി.ബി. ശ്രീനിവാസ്. അക്കാലത്ത് അദ്ദേഹം മലയാളത്തിലും കുറെ ശ്രവണമധുരഗാനങ്ങൾ പാടിയിട്ടുണ്ട്. രാജയോടൊപ്പം തമിഴിൽ നിറഞ്ഞുനിന്നിരുന്നു ഈ ഗായകൻ. ടി.എം. സൗന്ദരരാജൻ തമിഴിലേക്ക് ഗായകനായി കടന്നുവന്നപ്പോഴാണ് ഇവർ രണ്ടു പേരുടെയും അവസരങ്ങൾ കുറഞ്ഞു വന്നതെന്നു തോന്നുന്നു. അക്കാലത്ത് പി.ബി. തമിഴിൽ പാടിയ "കാലങ്ങളിൽ അവൾ വസന്തം" ഒരു വൻ ഹിറ്റായിരുന്നു. മലയാളികളെ സംബന്ധിച്ചിടത്തോളം അദ്ദേഹം 'നിണമണിഞ്ഞ കാൽപ്പാടുകളി'ൽ പാടിയ 'മാമലകൾക്കപ്പുറത്ത്' എന്ന ഗാനം ഗൃഹാതുരത്വമുണർത്തുന്നുണ്ടല്ലോ. മലയാളത്തിൽ ഈ ഗായകനെ കൂടുതൽ ഉപയോഗപ്പെടുത്തിയിട്ടുള്ള ബാബുരാജിന്റേതാണ് ഈ സുന്ദര ഗാനം. ദേവരാജനും ഇദ്ദേഹത്തിനു നല്ല പാട്ടുകൾ നൽകിയിട്ടുണ്ട്. പെട്ടെന്നോർമ്മവരുന്നത് 'റബേക്ക' എന്ന ചിത്രത്തിലെ 'ബലിയല്ല എനിക്ക് വേണ്ടത്' എന്ന ഗാനമാണ്. 'ഉമ്മ'യിൽ ബാബുരാജിന്റെ സംവിധാനത്തിൽ പാടിയ 'തള്ളാനും കൊള്ളാനും', 'കണ്ണീരെന്തിനു വാനമ്പാടി' എന്നീ ഗാനങ്ങളും മനോഹരമാണ്. 'സീത' എന്ന ചിത്രത്തിൽ സ്വാമി നല്ല രണ്ടുപാട്ടുകൾ ഈ ഗായകനു നൽകിയിട്ടുണ്ട്. 'പൂച്ചക്കണ്ണി' എന്ന സിനിമയിൽ ഇദ്ദേഹം പാടിയ 'ഗീതേ ഹൃദയസഖീ' എന്ന ഗാനം ബാബുരാജ് സ്വയം പാടിയപ്പോൾ കൂടുതൽ ഹൃദ്യമായിതോന്നി. (ഗാനം മനോരമ മ്യൂസിക്ക് സി.ഡി.യിൽ) പി.ബി സാറിന്റെ ചില പാട്ടുകളിതാ.

	ഗാനം	ചിത്രം	രചന	സംഗീതം
1	മാമലകൾക്കപ്പുറത്ത്	നിണമണിഞ്ഞ കാൽപ്പാടുകൾ	പി. ഭാസ്കരൻ	ബാബുരാജ്
2	കണ്ണീരെന്തിനു വാനമ്പാടി	ഉമ്മ	,,	,,
3	തള്ളാനും കൊള്ളാനും	,,	,,	,,
4	ബലിയല്ല എനിക്ക്	റബേക്ക	വയലാർ	ദേവരാജൻ
5	ഗീതേഹൃദയസഖീ	പൂച്ചക്കണ്ണി	പി. ഭാസ്കരൻ	ബാബുരാജ്
6	പൂവണിയുകില്ലിനിയും	പോർട്ടർ കുഞ്ഞാലി	അഭയദേവ്	,,

വാണി ജയറാം

വാണി ജയറാം എന്റെ ഇഷ്ടഗായികയായി മാറിയത് ഒരൊറ്റ ഗാനം കേട്ടതോടെയാണ്. അത് ഒരു മലയാളഗാനമല്ല. ഹിന്ദിയിൽ അവർ ആദ്യമായി പാടിയ (എനിക്ക് വളരെ ഇഷ്ടപ്പെട്ട വസന്ത് ദേശായി എന്ന സംഗീത സംവിധായകന്റെ കീഴിൽ) 'ഗുഡ്ഡി' എന്ന ചിത്രത്തിലെ "ബോലീരെ പപ്പിഹരാ" എന്ന ഗാനം കേട്ടതോടെയാണ്. ഇവർ ഹിന്ദിയിൽ തകർക്കുമെന്നു അന്നേ തോന്നിയിരുന്നു. തമിഴ്നാട്ടിലെ വെല്ലൂരിൽ ജനിച്ച ഇവർ പ്രശസ്തി നേടിയത് മേൽപറഞ്ഞ ഹിന്ദി ഗാനാലാപനത്തോടെയാണ്. പക്ഷേ, അവർ പിന്നീട് ശോഭിച്ചത് തമിഴിലും മലയാളത്തിലുമാണ്. മലയാളത്തിൽ അവർക്ക് തിളങ്ങാൻ കഴിഞ്ഞത് 'സ്വപ്നം' എന്ന സിനിമയിൽ സലിൽ ദായുടെ കീഴിൽ പാടിയ പാട്ടുകളോടെയാണ്. 'സൗരയൂഥത്തിൽ' എന്ന ഗാനം അന്നു മലയാളികൾ ഇഷ്ടത്തോടെ ഏറ്റുവാങ്ങി. അക്കാലത്ത് ലതയുടെയും ആശയുടേയും നിറഞ്ഞാടിയ സാന്നിദ്ധ്യത്തിൽ അങ്ങിനെ അങ്ങ് തിളങ്ങിനിൽക്കാൻ കഴിയാത്തതുകൊണ്ടാവാം അവർ കൂടുതൽ ദക്ഷിണേന്ത്യൻ സിനിമകളിൽ ശ്രദ്ധ കേന്ദ്രീകരിച്ചു. അതുകൊണ്ടെന്താ നമുക്ക് മലയാളികൾക്ക് കിട്ടിയില്ലേ കുറെ നല്ല ഗാനങ്ങൾ. പിന്നീട് മലയാളത്തിൽ ജോൺസന്റെ കീഴിൽ പാടിയ "നന്ദസുതാവരതവഹൃദയം" എന്ന ഗാനവും എനിക്ക് വളരെ ഇഷ്ടമായി തോന്നി. ജോൺസന്റെ തുടക്കമായിരുന്നു അക്കാലത്ത്. എന്നിട്ടും ആ പാട്ടിനെ ഇന്നും ഹൃദയത്തിന്റെ കോണിൽ സൂക്ഷിച്ചുവെച്ചിരിക്കുന്നു ഇത്രയും കാലം. അവർ പിന്നീട് മലയാളത്തിൽ പാടിയ എല്ലാ പാട്ടുകളും മനോഹരമായിരുന്നെന്നും ഞാൻ പറയുന്നില്ല. പല പല മുത്തുകളും പ്രത്യക്ഷപ്പെട്ടിട്ടുണ്ട് താനും. അവയിൽനിന്ന് ചിലത് ലിസ്റ്റിൽ ചൂണ്ടിക്കാണിക്കാം. എന്നെ അദ്ഭുതപ്പെടുത്തിയ മറ്റൊരു കാര്യമുണ്ട്. ഇവരുമായുള്ള അഭിമുഖം ഞാൻ രണ്ടുമൂന്നു തവണ കണ്ടിട്ടുണ്ട് ടി.വിയിൽ. പാട്ടുകളെപ്പറ്റിയുള്ള എല്ലാ വിശദാംശങ്ങളും അവർ വിവരിക്കും. ഒരുപാട്ട് പാടാൻ പറഞ്ഞാൽ ഏതാണ്ട് മുഴുവനും പാടി പിന്നീട് ഈ ഗാനവുമായി ഏതെങ്കിലും വിധത്തിൽ ബന്ധപ്പെട്ട രണ്ടുമൂന്നു ഗാനങ്ങൾ പാടും. അവരുടെ ഓർമശക്തിയെ അഭിനന്ദിച്ചേ മതിയാവൂ. എല്ലാ പാട്ടുകളുടെയും രചയിതാക്കളെപ്പറ്റിയും സംഗീത സംവിധായകരെപ്പറ്റിയും പുകഴ്ത്തി രണ്ടു വാക്കെങ്കിലും പറയും. ഏതായാലും സംഗീതത്തെ

പ്പറ്റി ഇത്ര വാചാലമായി സംസാരിക്കുന്ന മറ്റൊരു ഗായികയെ കണ്ടിട്ടില്ല. മറ്റൊരു സ്ക്രീനിൽ അവരുടെ ആലാപനം ചിത്രത്തിൽ പാടിയതിനേക്കാൾ മനോഹരമായി തോന്നാറുണ്ട്. ഏതായാലും ഒരു ഗായിക എന്ന നിലയ്ക്ക് മാത്രമല്ല ഒരു മാന്യവ്യക്തി എന്ന നിലയിലും എനിക്ക് അവരെ ഇഷ്ടമാണ്. വാണിയെ നാമെല്ലാം ഓർമിക്കുന്നത് അവരുടെ 'ശങ്കരാഭരണത്തിലെ' പാട്ടുകളെ കൂടി കണക്കിലെടുത്തായിരിക്കുമല്ലോ. കെ.വി. മഹാദേവന്റെ സംഗീതസംവിധാനത്തിൽ എസ്.പി. ബാലസുബ്രഹ്മണ്യവും, എസ്. ജാനകിയും, വാണി ജയറാമും കൂടി പാടി തകർത്തുകളഞ്ഞില്ലേ ആ ചിത്രത്തിൽ. അതിലെ ഓരോ പാട്ടും ഒന്നിനൊന്ന് മെച്ചമല്ലയോ. വാണിയുടെ എനിക്ക് ഇഷ്ടപ്പെട്ട കുറെ ഗാനങ്ങളിതാ.

	ഗാനം	ചിത്രം	രചന	സംഗീതം
1	നന്ദസുതാവരതവ	പാർവതി	എം.ഡി.രാജേന്ദ്രൻ	ജോൺസൺ
2	തിരുവോണപ്പുലരിതൻ	തിരുവോണം	ശ്രീകുമാരൻ തമ്പി	എം.കെ. അർജുനൻ
3	തിരയും തീരവും	അവൾ വിശ്വസ്ത യായിരുന്നു	കാനം ഇ.ജെ.	" "
4	ആഷാഢമാസം	യുദ്ധഭൂമി	മങ്കൊമ്പ് ഗോപാലകൃഷ്ണൻ	ആർ.കെ. ശേഖർ
5	സീമന്തരേഖയിൽ	ആശീർവാദം	ഭരണിക്കാവ് ശിവകുമാർ	എം.കെ. അർജ്ജുനൻ
6	സുരലോക ജലധാര	ഏഴാം കടലിന ക്കരെ	പി. ഭാസ്കരൻ	എം.എസ്. വിശ്വനാഥൻ
7	തേടി തേടി	സിന്ധു	ശ്രീകുമാരൻ തമ്പി	എം.കെ.അർജുനൻ
8	സപ്തസ്വരങ്ങളാടും	ശംഖുപുഷ്പം	ശ്രീകുമാരൻ തമ്പി	എം.കെ.അർജുനൻ
9	നാടൻപാട്ടിലെ	രാഗം	വയലാർ	സലിൽ ചൗധരി
10	സൗരയൂഥത്തിൽ	സ്വപ്നം	ഒ.എൻ.വി.	" "
11	ധും ധും ചിലങ്കേ	തോമശ്ലീഹ	വയലാർ	" "
12	നീമായല്ലേ	തടവറ	സത്യൻ അന്തിക്കാട്	എ.ടി. ഉമ്മർ
13	കടക്കണ്ണിലൊരു	കായലും കയറും	പൂവ്വച്ചൽ ഖാദർ	കെ.വി. മഹാ ദേവൻ
14	ചിത്രവർണപുഷ്പജാലം	അയലത്തെ സുന്ദരി	മങ്കൊമ്പ് ഗോപാലകൃഷ്ണൻ	ശങ്കർ ഗണേഷ്

മെഹബൂബ്

യേശുദാസ് രംഗത്തെത്തുന്നതുവരെ കൊച്ചിക്കാരുടെ ഇഷ്ടഗായകനായിരുന്നല്ലോ മെഹബൂബ്. ജന്മനാ സിദ്ധിയുള്ള മഹാഗായകനാണ് ഇദ്ദേഹമെന്നു ചില സംഗീതസംവിധായകർക്കഭിപ്രായമുണ്ട്. അത്തരമൊരഭിപ്രായം ദൂരദർശനിൽകൂടി കേട്ടിട്ടുമുണ്ട്. പ്രസിദ്ധ ഗസൽ ഗായകനായ ഉമ്പായി മെഹബൂബിനെ വാഴ്ത്തിപ്പറയുന്നതും നേരിട്ട് കേട്ടിട്ടുണ്ട്. മെഹബൂബിനു സിനിമയിൽ സന്ദർഭങ്ങൾ കുറഞ്ഞു പോയത് അദ്ദേഹത്തിന്റെ മനോഭാവംകൊണ്ടാണെന്നും പറഞ്ഞു കേട്ടിട്ടുണ്ട്. എത്ര വലിയ സംഗീതസംവിധായകർ ആവശ്യപ്പെട്ടാലും തനിക്ക് തോന്നിയെങ്കിൽ മാത്രമേ അദ്ദേഹം പാടാൻ സന്നദ്ധമാകുമെന്നും എവിടെയോ വായിച്ചിട്ടുണ്ട്. ഇദ്ദേഹം ആദ്യമായി സിനിമയിൽ പാടിയത് ദക്ഷിണാമൂർത്തിയുടെ കീഴിൽ 'ജീവിത നൗക' എന്ന ചിത്രത്തിലാണല്ലോ. 'സുഹാനിരാത്' എന്ന റാഫിയുടെ പാട്ടിന്റെ ഈണത്തിനൊപ്പിച്ച് സ്വാമി ചിട്ടപ്പെടുത്തിയ 'അകലേ' എന്ന ഗാനം അത്രയൊന്നും മനോഹരമാണെന്നും പറഞ്ഞുകൂടാ. മെഹബൂബിന്റെ ആദ്യഹിറ്റ് ഗാനം "മാനെന്നും വിളിക്കില്ല മയിലെന്നും വിളിക്കില്ല" എന്ന 'നീലക്കുയിലി'ലെ ഗാനം തന്നെ. പിന്നീട് രാഘവൻമാസ്റ്ററുടെ കീഴിൽ പല ഗാനങ്ങളും മനോഹരമായി പാടി മെഹബൂബ്. ഇദ്ദേഹത്തെ ഇടയ്ക്കിടക്ക് പ്രോത്സാഹിപ്പിക്കാൻ ബാബുരാജും ദേവരാജനും മറന്നില്ല. ഇവരെല്ലാം പ്രധാനമായും കോമഡിടച്ചുള്ള പാട്ടുകളാണ് ഈ ഗായകനു നൽകിയത്. 'നീലിസാലി'യിലെ' 'നയാപൈസയില്ല' എന്ന ഗാനം ഒരൽപം കോമഡിടച്ചുള്ളതെങ്കിലും അത് ഒരു സത്യത്തെ സാധൂകരിക്കുന്നുണ്ടല്ലോ. ബാബുരാജിന്റെ സംവിധാനത്തിൽ ഭായ് പാടിയ "കോഴിക്കോട്ടങ്ങാടിയിലെ" എന്ന ഗാനം രചനകൊണ്ടും ആലാപനഭംഗികൊണ്ടും ആർക്കും ആസ്വദിക്കാവുന്ന ഒരു ഗാനമത്രെ. ദേവരാജന്റെ കീഴിൽ 'വണ്ടീ വണ്ടീ പുകവണ്ടി' എന്ന ഗാനം തത്വശാസ്ത്രത്തിന്റെ ഗദ്ഗദം മുഴച്ചുനിൽക്കുന്ന ഒരു ഗാനമാണല്ലോ. 'ലൈലാമജ്നു' എന്ന ചിത്രത്തിൽ കെ.എസ്. ജോർജുമൊത്ത് ഭായ് പാടിയ 'കണ്ണിനകത്തൊരു കണ്ണുണ്ട്' എന്ന ഗാനം എനിക്ക് വളരെ ഇഷ്ടമാണ്. ഇതേ ചിത്രത്തിൽത്തന്നെ മെഹബൂബ് ജോർജും ഉദയഭാനുവുമൊത്തു പാടിയ "അന്നത്തിന്നും പഞ്ഞമില്ല" എന്ന ഖവാലി ടൈപ്പിലുള്ള ഗാനവും മികച്ചതുതന്നെ (സംഗീതം ബാബുരാജ്). മെഹബൂബിന്റെ എനിക്കിഷ്ടപ്പെട്ട ഗാനങ്ങളുടെ ലിസ്റ്റിതാ.

	ഗാനം	ചിത്രം	രചന	സംഗീതം
1	മാനെന്നും വിളിക്കില്ല	നീലക്കുയിൽ	പി. ഭാസ്കരൻ	കെ. രാഘവൻ
2	കണ്ടംബെച്ചൊരുകോട്ട്	കണ്ടംബെച്ചൊരു കോട്ട്	,, ,,	ബാബുരാജ്
3	സിന്ദാബാദ്	,,	,, ,,	,, ,,
4	എന്റെ പെണ്ണിനല്പം	ഭാഗ്യജാതകം	,, ,,	,, ,,
5	പണ്ടു പണ്ടു നിന്നെ	രാരിച്ചൻ എന്ന പയ്യൻ	,, ,,	കെ. രാഘവൻ
6	പെണ്ണിന്റെ കണ്ണിനകത്തൊരു	,, ,,	,, ,,	,, ,,
7	ചെന്താമരപ്പൂവേ	കണ്ണും കരളും	,, ,,	എം.ബി. ശ്രീനിവാസൻ
8	കണ്ണിനകത്തൊരു	ലൈലാമജ്നു	,, ,,	ബാബുരാജ്
9	അന്നത്തിനും പഞ്ഞമില്ല	,, ,,	,, ,,	,, ,,
10	അനുരാഗക്കോടതിയിൽ	ഭാഗ്യജാതകം	,, ,,	ബാബുരാജ്
11	കോഴിക്കോട്ടങ്ങാടീലെ	തങ്കക്കുടം	,, ,,	,, ,,
12	വണ്ടി പുകവണ്ടി	ഡോക്ടർ	വയലാർ	ദേവരാജൻ
13	നയാപൈസയില്ല	നീലിസാലി	പി. ഭാസ്കരൻ	കെ. രാഘവൻ
14	കണ്ടു രണ്ട് കണ്ണ്	ചുഴി	പി.എം. കാസിം	ബാബുരാജ്

എൽ. ആർ. ഈശ്വരി

എൽ.ആർ. ഈശ്വരി തമിഴിലാണ് പാടിത്തകർത്തത്. നേരത്തെ സൂചിപ്പിച്ചപോലെ പ്രണയവിവശത തുളുമ്പിനിൽക്കുന്ന പാട്ടുകൾ പാടാൻ അവർക്ക് ഒരു പ്രത്യേക കഴിവുണ്ടായിരുന്നു. ഹെലൻ നൃത്തത്തിനനുയോജ്യമായ മട്ട്. അവർ ഏതെങ്കിലും ഹിന്ദി പാട്ട് പാടിയിട്ടുണ്ടോ എന്നറിയില്ല. മലയാളത്തിൽ അവർ കുറെയധികം പാട്ടുകൾ പാടിയിട്ടുണ്ട്. അറുപതുകളിലും എഴുപതുകളിലുമായി മാപ്പിളപാട്ട് ശൈലിയിലുള്ള പാട്ടുകൾ പാടാൻ പ്രഗൽഭയായിരുന്നു അവർ. കുട്ടിക്കുപ്പായത്തിലെ "ഒരു കൊട്ട പൊന്നുണ്ടല്ലോ", സുബൈദയിലെ "ഒരു കുടുക്ക പ്പൊന്നുതരാം" എന്നതും മികച്ച ഉദാഹരണങ്ങൾ. പക്ഷേ, അവർ കൂടുതൽ തിളങ്ങിയത് ഖവാലിശൈലിയിലുള്ള കുട്ടിക്കുപ്പായത്തിലെ 'പുള്ളിമാനല്ല മയിലല്ല' എന്ന ഗാനത്തിലായിരുന്നു. ഇത് വീണ്ടും വീണ്ടും കേൾക്കാൻ എനിക്കിഷ്ടമാണ്. ബാബുരാജും ദക്ഷിണാമൂർത്തിയും ദേവരാജനുമെല്ലാം ഈശ്വരിയെക്കൊണ്ട് പാടിച്ചിട്ടുണ്ട്. പക്ഷെ സാധാരണ ശൈലിയിൽനിന്നും വ്യത്യസ്തമായി രണ്ടു മനോഹരഗാനങ്ങൾ ഒരേ സിനിമയിൽ ഈ ഗായികയെക്കൊണ്ട് പാടിച്ചിട്ടുള്ളത് രാഘവൻമാഷാണ്. 'അർച്ചന' എന്ന ചിത്രത്തിലെ ഈ രണ്ടു പാട്ടുകളും എനിക്ക് വളരെ ഇഷ്ടമാണ്. ആ രണ്ടു പാട്ടുകൾ ഈശ്വരിയുടെ എനിക്കിഷ്ടപ്പെട്ട പാട്ടുകളുടെ കൂട്ടത്തിൽ ആദ്യമായി ചേർക്കുന്നു.

	ഗാനം	ചിത്രം	രചന	സംഗീതം
1	എത്ര കണ്ടാലും കൊതി	അർച്ചന	വയലാർ	കെ. രാഘവൻ
2	ഓമനപ്പാട്ടുമായി	" "	" "	" "
3	പുള്ളിമാനല്ല മയിലല്ല	കുട്ടിക്കുപ്പായം	പി. ഭാസ്കരൻ	ബാബുരാജ്
4	ഒരു കൊട്ട പൊന്നുണ്ടല്ലോ	" "	" "	" "
5	ഒരു കുടുക്ക പൊന്നുതരാം	സുബൈദ	" "	" "
6	കാക്കക്കുയിലേ (യുഗ്മഗാനം)	ഭർത്താവ്	വയലാർ	ദക്ഷിണാമൂർത്തി

ശാന്താ പി. നായർ

രാഘവൻ മാസ്റ്റർ സംഗീതസംവിധാനം നിർവഹിച്ച 'രാരിച്ചൻ എന്ന പൗരൻ' എന്ന ചിത്രത്തിൽ ഒരു ഗാനമുണ്ടായിരുന്നു. "നാഴൂരി പ്പാല് കൊണ്ട് നാടാകെ കല്ല്യാണം" ഇത് പാടിയത് അന്നു കോഴിക്കോട് ആകാശവാണി നിലയത്തിലെ രണ്ടു ആർട്ടിസ്റ്റുകളായിരുന്നു. ശാന്താ പി. നായരും ഗായത്രീ ശ്രീകൃഷ്ണനനും. ഗായത്രി പിന്നീട് സിനിമാ പിന്നണിഗാനരംഗത്ത് ഉണ്ടായിരുന്നില്ലെന്നു തോന്നുന്നു. പക്ഷേ, ശാന്താ പി. നായർ ഇതിനുശേഷം കുറെക്കാലത്തോളം ഈ രംഗത്തുണ്ടായിരുന്നു. സുശീലയെക്കാളും ജാനകിയേക്കാളും സീനിയറായിരുന്നു മലയാള ത്തിൽ അവർ. എന്തുകൊണ്ടോ അവർക്ക് അർഹതപ്പെട്ട പരിഗണന കിട്ടി യിട്ടുണ്ടോ എന്ന് സംശയം. കോഴിക്കോട് തട്ടകമായിരുന്ന രാഘവൻ മാസ്റ്ററും ബാബുക്കയും അവർക്ക് കൂടുതൽ സന്ദർഭങ്ങൾ നൽകിയത് സ്വാഭാവികം. രാഘവൻമാസ്റ്ററുടെ പ്രസിദ്ധമായ നീലക്കുയിലിൽ ശാന്താ പി നായർ ഒരൊറ്റ ഗാനമേ പാടിയിട്ടുള്ളൂ. 'ഉണരുണരൂ ഉണ്ണിക്കണ്ണാ ശ്രീധരാ' എന്ന ഗാനം. ഇതിനോട് എനിക്ക് ഒരു പ്രത്യേക ആഭിമുഖ്യം ഉണ്ടാവുന്നത് സ്വാഭാവികം. 'മിന്നാമിനുങ്ങ്' എന്ന ബാബുരാജിന്റെ ആദ്യ ചിത്രത്തിൽ ഇവർ ഒന്നിലധികം പാട്ടുകൾ പാടിയിട്ടുണ്ട്.

	ഗാനം	ചിത്രം	രചന	സംഗീതം
1	തുമ്പീ തുമ്പീ വാവാ	കിടപ്പാടം	വയലാർ	കെ. രാഘവൻ
2	പൂമുറ്റത്തൊരു മുല്ല	രാരിച്ചൻ എന്ന പൗരൻ	പി. ഭാസ്കരൻ	,, ,,
3	എത്ര മനോഹരമാണ വിടുത്തെ	മുടിയനായ പുത്രൻ	ജി. ശങ്കരക്കുറുപ്പ്	ബാബുരാജ്
4	നാഴൂരിപ്പാലുകൊണ്ട് (ഗായത്രി ശ്രീകൃഷ്ണ നുമൊത്ത്)	രാരിച്ചൻ എന്ന പൗരൻ	പി. ഭാസ്കരൻ	കെ. രാഘവൻ
5	താമരക്കണ്ണനല്ലോ (പി. ലീലയുമൊത്ത്)	കൃഷ്ണകുചേല	പി. ഭാസ്കരൻ	കെ. രാഘവൻ
6	സംഗീതമീ ജീവിതം (കമുകറയുമൊത്ത്)	ജയിൽപ്പുള്ളി	തിരുനയനാർ കുറിച്ചി	ബ്രദർ ലക്ഷ്മണൻ
7	അറ്റൻഷൻ പെണ്ണേ (യേശുദാസുമൊത്ത്)	കാല്പാടുകൾ	പി. ഭാസ്കരൻ	എം.ബി ശ്രീനിവാസൻ
8	എന്തിനു പൊൻകതിർ	കൂടപ്പിറപ്പ്	വയലാർ	കെ.രാഘവൻ
9	കടവത്ത് തോണിയടു ത്തപ്പോൾ (ജാനകിയുമൊത്ത്)	മുറപ്പെണ്ണ്	പി. ഭാസ്കരൻ	ചിദംബരനാഥ്
10	ഉണരുണരൂ ഉണ്ണിക്കണ്ണാ ശ്രീധരാ	നീലക്കുയിൽ	പി. ഭാസ്കരൻ	കെ.രാഘവൻ
11	ഏകാന്തകാമുക	രമണൻ	ചങ്ങമ്പുഴ	കെ.രാഘവൻ
12	വത്തൻ വിളഞ്ഞിട്ടും (ജാനകിയുമൊത്ത്)	മൂടുപടം	യൂസഫലി കേച്ചേരി	ബാബുരാജ്
13	അപ്പം വേണം അടവേണം (പി. ലീലയുമൊത്ത്)	തച്ചോളിഒതേനൻ	പി. ഭാസ്കരൻ	ബാബുരാജ്

കെ.എസ്. ജോർജ്ജും കെ.പി.എ.സി സുലോചനയും

പൊതുവെ എനിക്ക് മലയാള നാടകഗാനങ്ങളധികവും ഇഷ്ടമാണ്. സിനിമാഗാനങ്ങളിൽനിന്നും പ്രസിദ്ധങ്ങളായ ലളിതഗാനങ്ങളിൽനിന്നും വ്യത്യസ്തമായ ആലാപനശൈലിയിലാണ് നാടകഗാനങ്ങളധികവും. നമ്മുടെ നാടകരംഗത്തിലെ പ്രശസ്തഗാനങ്ങൾക്ക് നാം പ്രധാനമായും കടപ്പെട്ടിരിക്കുന്നത് ദേവരാജനോടും ഒ.എൻ.വിയോടുമാണ്. വയലാറും ദേവരാജനും ഒന്നിച്ച് ഈ രംഗത്ത് പ്രവർത്തിച്ചിട്ടുണ്ടെങ്കിലും സിനിമയിലോളം ഇവരുടെ കൂട്ടായ ശ്രമമുണ്ടായിട്ടില്ല. എന്തായാലും ഈ രണ്ടു കൂട്ടുകെട്ടിൽനിന്നും നമുക്ക് കുറെയധികം നല്ല നാടകഗാനങ്ങൾ കിട്ടിയിട്ടുണ്ട്. പക്ഷേ, ഇവയുടെ വിജയത്തിനു കാരണമായ രണ്ടു ഗായകപ്രതിഭകൾ കെ.എസ്. ജോർജ്ജും സുലോചനയുമാണ്. ഇവർ രണ്ടുപേരും ചില കെ.പി.എ.സി നാടകങ്ങളിലെ അഭിനേതാക്കളായിരുന്നു താനും. ഇവരുടെ അഭിനയമികവ് ഏറ്റവും ഹൃദ്യമായി കാട്ടിത്തന്ന നാടകമായിരുന്നു അശ്വമേധം. ഇതിൽ കുഷ്ഠരോഗം ബാധിച്ചെങ്കിലും രോഗം മാറിവന്ന ഭാഗ്യവതി (എന്നാലും നിർഭാഗ്യവതി)യായി അഭിനയിച്ചത് സുലോചന. അങ്ങിനെയാണ് കെ.പി.എ.സി സുലോചന എന്ന വിശേഷണത്തിനും തികച്ചും അർഹയായ നടി. ഈ നാടകത്തിൽ വൃദ്ധനായ കുഷ്ഠരോഗിയായി അഭിനയിച്ചു തകർത്തു കെ.എസ്. ജോർജ്ജ്. ദേവരാജനെ കൂടാതെ ബാബുരാജും, എൽ.പി. ആർ.വർമയും, എം.കെ. അർജുനനുമെല്ലാം ഈ മണ്ഡലത്തിലും പ്രവർത്തിച്ചു വിജയം നേടിയവരാണ്. ജോർജിന്റെ 'മാരിവില്ലിൻ തേന്മലരെ'യും സുലോചനയുടെ 'മാമ്പൂക്കൾ പൊട്ടി വിരിഞ്ഞു' എന്ന ഗാനവും ഏതു സിനിമാഗാനത്തേക്കാളും ഞാൻ സ്നേഹിക്കുന്നു. ഇഷ്ടപ്പെടുന്നു എന്നതിനേക്കാൾ സ്നേഹിക്കുന്നു എന്നു പറയാനിഷ്ടപ്പെടുന്നു. യേശുദാസും സുശീലയും ജാനകിയും ഒന്നും പരിഭവിക്കരുതേ. യേശുദാസിന്റെ സ്വരമാധുരിയെ വെല്ലാൻ ആരുണ്ട് മലയാളത്തിൽ. പക്ഷേ, ജോർജിന്റെ സ്വരം കേൾക്കുമ്പോൾ ഞാൻ ഒരു അസാധാരണ ശ്രവണസുഖത്തിനടിമയായിപ്പോകുന്നു. നെഞ്ചോടു തട്ടി പാടാൻ കഴിവുള്ളവരല്ലേ സുലോചനയും. ഇവർ രണ്ടുപേരും ഒന്നിക്കുമ്പോൾ അലൗകികാനുഭൂതി കിട്ടുന്ന ഗാനത്തിന്റെ മകുടോദാഹരണമാണല്ലോ

അശ്വമേധത്തിലെ 'തലയ്ക്ക് മീതെ ശൂന്യാകാശം' എന്ന നാടകഗാനം. ഇതിൽ ജോർജ്ജ് പാടുന്ന ചരണത്തിലെ 'മരണം വാതിൽക്കലൊരു നാൾ മഞ്ചലുമായി വന്നുനിൽക്കുമ്പോൾ' എന്ന വയലാറിന്റെ വരികൾ എത്ര അർത്ഥവത്താണ്! ഇവർ രണ്ടുപേരും കോറസും കൂടി പാടിയ 'ബലികുടീരങ്ങളെ' എന്ന ഗാനം മലയാളത്തിലെ സമൂഹഗാനങ്ങളിൽ നമ്പർവൺ സ്ഥാനത്ത് നില്ക്കുന്നു എന്നുതന്നെ പറയാൻ തോന്നിപ്പോകുന്നു. ഏതായാലും ഈ ഗായികാഗായകന്മാരെ വിലയിരുത്തുമ്പോൾ മലയാളത്തിലെ എനിക്ക് ഇഷ്ടപ്പെട്ട കുറെ നാടകഗാനങ്ങളുടെ ലിസ്റ്റിതാ.

	ഗാനം	ചിത്രം	രചന	സംഗീതം
	ജോർജ്ജ്			
1	പാമ്പുകൾക്ക് മാളമുണ്ട്	അശ്വമേധം	വയലാർ	കെ. രാഘവൻ
2	മാരിവില്ലിൻ തേന്മലരെ	സർവ്വേക്കല്ല്	ഒ.എൻ.വി.	ദേവരാജൻ
3	ചില്ലിമുളം കാടുകളിൽ	മുടിയനായപുത്രൻ	,, ,,	ദേവരാജൻ
4	പഞ്ചാരപാട്ടുപാടും	സർവ്വേക്കല്ല്	,, ,,	,, ,,
	കെ.പി.എ.സി.സുലോചന			
5	അമ്പിളി അമ്മാവാ	മുടിയനായപുത്രൻ	ഒ.എൻ.വി.	ദേവരാജൻ
6	ചെപ്പുകിലുക്ക്ണ ചങ്ങാതി	,, ,,	,, ,,	,, ,,
7	മാമ്പൂക്കൾ പൊട്ടി വിടർന്നു	,, ,,	,, ,,	,, ,,
	യുഗ്മഗാനങ്ങൾ കെ.എസ്.ജോർജ് സുലോചന			
8	തലയ്ക്ക് മീതെ	അശ്വമേധം	വയലാർ	കെ. രാഘവൻ
9	ബലികുടീരങ്ങളേ	വിശറിക്ക്കാറ്റ്വേണ്ട	വയലാർ	ദേവരാജൻ

മറ്റു പ്രശസ്ത നാടകഗാനങ്ങൾ

1	ചക്കരപ്പന്തലിൽ	- ഗായിക -	എ.പി. കോമള
2	മധുരിയ്ക്കും ഓർമ്മകളെ	- ഗായകൻ -	ആന്റോ
3	എന്തിനു പാഴ്ശ്രുതി	- -	,,
4	പറന്നു പറന്ന്	- ഗായകൻ -	എൽ.പി.ആർ. വർമ്മ
5	തുഞ്ചൻപറമ്പിലെ	- ഗായകൻ -	ദേവരാജൻ
6	പൊന്നരിവാളമ്പിളിയിൽ	- ഗായകൻ -	ദേവരാജൻ

ഉണ്ണിമേനോൻ

മലയാള ചലച്ചിത്ര ഗാനങ്ങളിൽ എനിക്ക് ഏറ്റവും ഇഷ്ടപ്പെട്ട ഇരുപത് പാട്ടുകളിൽ ഉണ്ണിമേനോന്റെ ഒരു പാട്ടുണ്ടാകും. (ഈ ലിസ്റ്റ് അവസാനം). അത് ഉണ്ണിമേനോൻ സംഗീതസംവിധാനം ചെയ്ത് പാടിയ "ഒരു ചെമ്പനീർപ്പൂ" എന്നു തുടങ്ങുന്ന ഗാനംതന്നെ. ഈ ഗാനത്തിന്റെ ചിത്രീകരണദൃശ്യങ്ങളും എനിക്കിഷ്ടമാണ്. എന്തോ മലയാളത്തിലെ സംഗീതസംവിധായകർ അദ്ദേഹമർഹിക്കുന്ന പരിഗണന കൊടുത്തോ എന്ന സംശയം. തമിഴകത്തിന്റെ തട്ടകം ഈ ഗായകൻ തിരഞ്ഞെടുത്തത് ഇതിലെ പരിഭവം കൊണ്ടാകാം ഒരുകാലത്ത് ട്രാക്ക് പാടുക എന്ന സാഹസം മാത്രമേ ചെയ്യേണ്ടിവന്നുള്ളൂ അദ്ദേഹത്തിനു മലയാളത്തിൽ എന്നു തോന്നിപ്പോയിട്ടുണ്ട്. പല ക്ലിക്കുകളും ചരടുവലികളും നിറഞ്ഞു നിൽക്കുന്ന ഇടമാണല്ലോ സിനിമാലോകം. ഇതിന്റെ പിന്നിൽ ആരാണെന്നൊക്കെ നമുക്ക് ചുഴിഞ്ഞാലോചിക്കേണ്ട. ഏതായാലും ഈ അടുത്ത ഒന്നുരണ്ടുവർഷത്തിനുള്ളിൽ ഉണ്ണിമേനോനു കുറെ സന്ദർഭങ്ങൾ മലയാളസിനിമയിൽ കിട്ടിയിട്ടുണ്ടെന്നു തോന്നുന്നു. ഇദ്ദേഹം ടെലിവിഷനിലെല്ലാം പ്രത്യക്ഷപ്പെടുമ്പോൾ എന്തോ ഒരു പ്രത്യേക ഇഷ്ടം തോന്നാറുണ്ടെന്ന കാര്യവും മറച്ചുവെക്കുന്നില്ല. ഇദ്ദേഹത്തിന്റെ കേൾക്കാൻ കൊതിച്ചുപോകുന്ന കുറെ പാട്ടുകൾ ഇതാ.

	ഗാനം	ചിത്രം	രചന	സംഗീതം
1	ഒരു ചെമ്പനീർപ്പൂ	സ്ഥിതി	പ്രഭാവർമ	ഉണ്ണിമേനോൻ
2	മഴനീർത്തുള്ളികൾ	ബ്യൂട്ടിഫുൾ	അനൂപ് മേനോൻ	കൃതീഷ് വേഗ
3	പൂങ്കാറ്റേ പോയി	ശ്യാമ	ഷിബു ചക്രവർത്തി	രഘുകുമാർ
4	മാനത്തെ ഹൂറിപോലെ	ഈനാട്	യൂസഫലി കേച്ചേരി	ശ്യാം
5	വളകിലുക്കം (വാണിജയറാമുമൊത്ത്)	മുന്നേറ്റം	ശ്രീകുമാരൻ തമ്പി	ശ്യാം
6	ഓളങ്ങൾ താളം	കടത്ത്	ബിച്ചുതിരുമല	ശ്യാം
7	വിഷുസംക്രമം	പാഞ്ചജന്യം	മങ്കൊമ്പ് ഗോപാലകൃഷ്ണൻ	ശങ്കർ ഗണേഷ്
8	വിണ്ണിലെ ഗന്ധർവ	രാജാവിന്റെ മകൻ	ഷിബു ചക്രവർത്തി	എസ്പി. വെങ്കിടേഷ്

മഹേന്ദ്രകപൂർ

റാഫിയും മുകേഷും തലത്തും മന്നാഡെയും കിഷോർകുമാറും തിളങ്ങിനിന്ന കാലത്ത് ഹിന്ദി ചലച്ചിത്രഗാനരംഗത്ത് ഒരതിർത്തിവരെ ശോഭിക്കാൻ കഴിഞ്ഞിട്ടുണ്ട് മഹേന്ദ്രകപൂറിന്. ശാന്താറാമിന്റെ "നവ രംഗി"ൽ ആശയുമൊത്ത് മഹേന്ദ്രകപൂർ പാടിയ "ആത്താഹെ ചാന്ദ്മാ" എന്ന ഗാനം വളരെ പ്രസിദ്ധി നേടി. വസന്ത് ദേശായിയുടെ സംഗീത സംവിധാനത്തിൽ ഏതാണ്ടിതേകാലത്ത് ശാന്താറാമിന്റെ തന്നെ "സ്ത്രീ" എന്ന ചിത്രത്തിൽ ഈ ഗായകൻ പാടിയ "കോൻ ഹൊതും" എന്ന ഗാനവും ഹിറ്റായി മാറി. ശാകുന്തളത്തിന്റെ ചലച്ചിത്രാവിഷ്കാരമായി രുന്നു 'സ്ത്രീ'. ഈ ഗാനത്തോട് സമാനമായിത്തന്നെ മലയാളം ചിത്ര ത്തിൽ (ശകുന്തളയിൽ) വയലാർ മനോഹരമായി രചിച്ചിട്ടുള്ള "സ്വർണ്ണ ത്താമരയിതളിലുറങ്ങും" എന്ന ഗാനവും ആസ്വാദകർക്കിടയിൽ ഒരു പ്രത്യേകാനുഭൂതി പകർന്നതും ചരിത്രം. മറ്റു ഗായകരിൽനിന്നും വ്യത്യ സ്തനാകാനല്ല മഹേന്ദ്രകപൂർ ശ്രദ്ധിച്ചതെന്ന് പല ചിത്രസംഗീതാസ്വാ ദകർക്കഭിപ്രായമുണ്ട്. മുഹമ്മദ് റാഫിയെ അനുകരിച്ച് പാടാനായിരുന്നു ഇദ്ദേഹം ശ്രമിച്ചതത്രെ. ഇതിൽ ഏതാണ്ട് വാസ്തവമുണ്ടെന്നു ആർക്കും തോന്നും. അക്കൂട്ടത്തിൽ ഞാനും പെടുന്നു. ഒരു കാര്യത്തിൽ ചിലപ്പോ ഴെങ്കിലും മഹേന്ദ്രകപൂർ റാഫിയെ അൽപം കടത്തിവെട്ടിയിട്ടില്ലേ എന്നു തോന്നിപ്പോയിട്ടുണ്ട്. 'ഹമ്മിങ്ങി'ൽ ഹേനീലഗഗൻ കെ ചലെ' എന്ന ഗാന ത്തിന്റെ ഹമ്മിങ്ങ് ഒന്നു ശ്രദ്ധിക്കൂ. 'ഉപ്കാറി'ലെ 'മേരേ ദേശ്കി ധർതി' എന്ന ഗാനത്തിലും ഇത് പ്രകടമാണ്. മഹേന്ദ്രകപൂറും ധാരാളം യുഗ്മ ഗാനങ്ങൾ പാടിയിട്ടുണ്ട്. മുകേഷിനോടും ലതയോടുമൊപ്പം 'സംഗം' എന്ന ചിത്രത്തിൽ ഈ ഗായകൻ പാടിയ "ഹർദിൽ ജോ" എന്ന ഗാനവും ഉണ്ടായിട്ടുണ്ടല്ലോ. എനിക്കിഷ്ടപ്പെട്ട മഹേന്ദ്രകപൂർ ഗാനങ്ങളിതാ.

	ഗാനം	ചിത്രം	സംഗീതം
1	ചലോഇക് ബാർ	ഗുംമ്റാ	രവി
2	മേരേ ദേശ്കിധർതി	ഉപ്കാർ	കല്ല്യാൺജി ആനന്ദ്ജി
3	കോൻ ഹോതും	സ്ത്രീ	സി. രാമചന്ദ്ര
4	ഹേ നീല ഗഗൻകെചലെ	ഹംരാസ്	രവി

മലയാളത്തിലെ മറ്റു ഗായകർ

എന്റെ ഈ പഠനത്തിൽ ഒന്നല്ലെങ്കിൽ മറ്റൊരു കാര്യം കൊണ്ട് എനിക്കിഷ്ടപ്പെട്ട പല ഗായികാഗായകന്മാരെയും ഉൾപ്പെടുത്താൻ പറ്റിയിട്ടില്ല. എന്നാലും ചിലരുടെ പേരെങ്കിലും ഒന്നു സ്പർശിച്ചുപോകാമെന്നു കരുതുന്നു. പഴയകാല ഗായികയായി ബി. വസന്തയേയും ലതാരാജുവിനേയും, എ.പി. കോമളയുമൊന്നും ഇതിൽ ഉൾപ്പെടുത്തിയിട്ടില്ല. പുതിയ തലമുറയിലെ എനിക്കിഷ്ടപ്പെട്ട വിജയ് യേശുദാസ്, വിധു പ്രതാപ്, സുധീപ്, നജീം അർഷാദ്, ബിജു നാരായണൻ മുതൽ ഒരുപാടുപേരെ ഒഴിവാക്കിയിട്ടുണ്ട്. ഞാൻ ആമുഖത്തിൽ സൂചിപ്പിച്ചപോലെ പഴയകാല ഗാനങ്ങളെ ആധാരമാക്കിയാണല്ലോ ഈ നിരീക്ഷണപഠനം. ഗായികമാരും ഉണ്ട് കഴിവുള്ള ഒരുപാട് പേർ. ജ്യോത്സനയും, സിതാരാ കൃഷ്ണകുമാറും മഞ്ജരിയും ശ്വേതാ മോഹൻ, ഗായത്രി അശോകൻ എന്നിവരും കഴിവുള്ളവരാണ്. സ്റ്റേജിൽ തകർക്കുന്ന റിമി ടോമിയും ഹരംപകരുന്ന ഗായികയാണ്. പക്ഷേ, മലയാളത്തിലെ ഒരു ഗായികയുടെ ഏതാണ്ടെല്ലാ പാട്ടും എനിക്കിഷ്ടപ്പെട്ടതാണ്. പദങ്ങളുച്ചരിക്കുന്ന ആ ഗായികയെ മനസാ നമസ്കരിച്ചുപോകാറുണ്ട്. അത് ഒരു ഉത്തരേന്ത്യക്കാരി. ആളെ പിടികിട്ടിയല്ലോ. സാക്ഷാൽ ശ്രേയാഘോഷാൽ. അവർ മലയാളത്തിൽ പാടിയ ഓരോ പാട്ടിനുമുണ്ട് എന്തെങ്കിലും സവിശേഷത. പെട്ടെന്നോർമ്മവരുന്നത് രാഹുൽരാജിന്റെ സംഗീത സംവിധാനത്തിൽ പാടിയ 'കരിമുകിലിൻ' എന്ന ബേച്ച്ലർ പാർട്ടിയിലെ ഗാനം തന്നെ.

ഒരു ഗായകനും ഗായികയും

നേരത്തെ സൂചിപ്പിച്ച പുരുഷഗായകരിൽ ഒരാളുടെ പേർ അറിയാതെ വിട്ടുപോയതല്ല. കാരണം രണ്ടു റിയാലിറ്റി ഷോകളിൽ തുടർച്ചയായി വന്ന ഈ പുരുഷഗായകനേയും മലയാളിയല്ലാത്ത മറ്റൊരു ഗായികയേയും പ്രത്യേകം സ്പർശിച്ചുപോകാമെന്നു കരുതിയാണ് ഗായകൻ മധുബാല കൃഷ്ണനും ഗായിക അനുരാധാശ്രീറാമും. മലയാളഗാനങ്ങളെ മാത്രമല്ല മറ്റു ഭാഷാഗാനങ്ങളെപ്പറ്റിയും വിശദമായി പ്രതിപാദിക്കാൻ കഴിവുള്ളവരാണിരുവരും. പ്രത്യേകിച്ചും അനുവിന്. ഹിന്ദിയിലും തമിഴിലും (സ്വാഭാവികം) അവർ എടുത്തുപാടുന്ന ഗാനങ്ങളെത്ര മനോഹരം. അനുഗൃഹീതഗായികതന്നെ. അവരുടെ കഴിവിനൊത്തു അവർക്ക് അവസരം കിട്ടിയില്ലെന്നു തോന്നുന്നു. ഇത് തന്നെയാണ് മലയാളത്തിൽ മധു ബാലകൃഷ്ണന്റെയും സ്ഥിതി. സുന്ദരമായ ശബ്ദമാണദ്ദേഹത്തിന്. ഗാനങ്ങൾ ഏതു രാഗത്തിലധിഷ്ഠിതമായിട്ടുണ്ടെന്നെല്ലാം ഇവർക്ക് വലിയ അവഗാഹതയുണ്ട്. ഇവർ രണ്ടുപേരുടെയും വിധികർത്താക്കളെന്ന നിലയിലുള്ള നിരീക്ഷണം കേൾക്കുമ്പോൾ അകമേ ബഹുമാനിച്ചുപോകാറുണ്ട്. രണ്ടുപേർക്കും ശോഭനമായ ഭാവി ആശംസിക്കുന്നു ഒരു വെറും സംഗീതാസ്വാദകൻ.

എസ്.പി. ബാലസുബ്രഹ്മണ്യം

ഈ ഗായകനെ അവസാനമായി പരിഗണിച്ചതിന് ഒരു പ്രത്യേക കാരണമുണ്ട്. തുടക്കത്തിൽ ലതയേയും റാഫിയേയും യേശുദാസിനെയും അവതരിപ്പിച്ചു. അപ്പോൾ ഈ ഉദ്യമത്തിനു അവസാനം ഒരു കനപ്പെട്ട പാട്ടുകാരൻതന്നെ വേണമെന്നു നിർബന്ധമായിരുന്നു. അതുകൊണ്ടാണ് ഭാരതത്തിലെ മറ്റൊരനുഗൃഹീതഗായകനായ എസ്.പി. ബാലസുബ്രഹ്മണ്യത്തെ അവതരിപ്പിക്കുന്നത്. ക്ലാസിക്കൽ സംഗീതം അഭ്യസിച്ചിട്ടില്ലാത്ത ഒരു ഗായകനാണോ 'ശങ്കരാഭരണ'ത്തിൽ ഇത്ര സുന്ദരമായ അർദ്ധശാസ്ത്രീയ സംഗീതവും കച്ചേരികളുമെല്ലാം പാടിയിട്ടുള്ളത്. ഇതാണ് യഥാർത്ഥ ജന്മവാസന. സെമിക്ലാസിക്കൽ സ്റ്റൈലിൽ എസ്.പി. പാടിയ മറ്റൊരു ഗാനമുണ്ട്. എനിക്ക് വളരെവളരെ ഇഷ്ടമായിട്ട്. 'വന്താൾ മഹാലക്ഷ്മിയേ' എന്നു തുടങ്ങുന്ന ഒരു തമിഴ്ഗാനം. ഗാനത്തിന്റെ മദ്ധ്യത്തിൽ എത്ര അനായാസമായാണ് അദ്ദേഹം സ്വരങ്ങൾ പാടുന്നത്. ഈ പാട്ട് ശ്രദ്ധിച്ചിട്ടില്ലാത്തവർ ഇതൊന്നു കേട്ടുനോക്കുക. ഈ പാട്ടിൽ മറ്റൊരിടത്ത് അദ്ദേഹം 'ഹാ, ഹാ' എന്നു ഒരു ശബ്ദം പുറപ്പെടുവിക്കുന്നുണ്ട്. അതും മനോഹരം. ശങ്കരാഭരണത്തിൽ മാത്രമല്ല ക്ലാസിക്കൽ സംഗീതവുമായി ബന്ധപ്പെട്ട പല തമിഴ് ചലച്ചിത്രങ്ങളിലും അദ്ദേഹത്തിന്റെ ധാരാളം മനോഹരമായ പാട്ടുകൾ ഉണ്ട്. പ്രധാനമായും കെ.വി. മഹാദേവന്റെ കീഴിൽ. ഇളയരാജയുടെയും എ. ആർ. റഹ്മാന്റെയും കീഴിൽ എത്രയോ സുന്ദരഗാനങ്ങളും പാടിത്തകർത്തിട്ടുണ്ട്. ഹിന്ദിയിലും കലക്കി അദ്ദേഹം. ഒരു ജീനിയസ്സ് മറ്റൊരു ജീനിയസ്സുമായി ഒത്തുകൂടുമ്പോൾ അദ്ഭുതങ്ങൾ സംഭവിക്കുന്നതിന്റെ ഉദാഹരണങ്ങൾ. മലയാളത്തിൽ എസ്.പി.ബി പാടിയ ആദ്യഗാനം 'കടൽപ്പാലം' എന്ന ചിത്രത്തിലെ "ഈ കടലും മറുകടലും" ദേവരാജന്റെ സംഗീതസംവിധാനത്തിലായിരുന്നു. പഴയ പാട്ടുകാരായ എ.എം. രാജ, പി.ബി. ശ്രീനിവാസ് എന്നിവരെ നിഷ്പ്രഭരാക്കി ടി.എം. സൗന്ദരരാജൻ. ഭക്തിരസം തുളുമ്പുന്ന ഗാനങ്ങളിൽ ശീർകാഴി ഗോവിന്ദരാജൻ ഒരു പ്രസ്ഥാനം തന്നെയായിരുന്നു. എന്നാൽ, ഏതുതരം പാട്ടായാലും ആലാപനത്തിന്റെ കാര്യത്തിൽ വ്യത്യസ്തമായ ഒരു പന്ഥാവിൽക്കൂടി നടന്നുനീങ്ങിയ എസ്.പി.ബി. തമിഴിൽ മാത്രമല്ല ഹിന്ദി അടക്കമുള്ള മറ്റു ഭാഷാചിത്രങ്ങളിൽ തിളങ്ങിനിന്നു. ഏറെക്കാലത്തോളം. നമ്മുടെ ഗാനഗന്ധർവനും, എസ്.പി.ബിയും അടുത്ത സുഹൃത്തുക്കളായിരുന്നു. തമിഴിൽ

എസ്.പി.ബി, മലയാളത്തിൽ യേശുദാസ് ഇവർക്ക് പകരം വെക്കാൻ ഇനി ഒരു ഗായകയുഗ്മമുണ്ടാവുമോ ദക്ഷിണേന്ത്യയിൽ. ആർക്കറിയാം ഇവർ രണ്ടുപേരും പ്രതിഭാശാലികൾ. അതേപോലെ അനുഗൃഹീതരും. ഇളയ രാജയുടെ രണ്ടു പ്രിയപ്പെട്ട ഗായകർ. എസ്.പി.ബിയുടെ പ്രശസ്തമായ ചില ഗാനങ്ങളിതാ തമിഴിലും മലയാളത്തിലും ഹിന്ദിയിലുമായി.

	ഗാനം	ചിത്രം	രചന	സംഗീതം
1	മാണിക്യവീണാ	ശങ്കരാഭരണം	കാളിദാസകൃതി	കെ.വി. മഹാ ദേവൻ
2	രാഗം താനം പല്ലവി	,, ,,	വെട്ടൂർ രാമമൂർത്തി	,, ,,
3	ഓം കാരനാദാനു (ജാനകിയുമൊത്ത്)	,, ,,	,, ,,	,, ,,
4	ശങ്കരാനാദശരീരാ	,, ,,	,, ,,	,, ,,
5	ബ്രോചെവാ	,, ,,		,, ,,
	(വാണി ജയറാമുമൊത്ത്)		മൈസൂർ ദേവാ	,, ,,
6	ദൊരഗുണാ	,, ,,	വൈദ്യർ രാമ്മൂർത്തി	,, ,,

	പ്രധാന തമിഴ് ഗാനങ്ങൾ			
1	വന്താൾ മഹാലക്ഷ്മിയേ	ഉയർന്ത ഉള്ളം		ഇളയരാജ
2	കാതൽ റോജാവേ	റോജ		എ.ആർ. റഹ്മാൻ
3	കൊഞ്ചി കൊഞ്ചി	വീര		ഇളയരാജ
4	തങ്കത്താമര (ശുഭമയുമൊത്ത്)	മിൻസാരക്കനവ്		എ.ആർ.റഹ്മാൻ
5	മലരേ മൗനമാ (ജാനകിയുമൊത്ത്)	കർണ്ണൻ		വിദ്യാസാഗർ
6	അന്നിമഴയേ	രാജപ്പറൈവെ		ഇളയരാജ
	മലയാളം			
1	ഈ കടലും മറുകടലും	കടൽപ്പാലം	വയലാർ	ദേവരാജൻ
2	ഓർമകളിൽ	ശുദ്ധികലശം	ശ്രീകുമാരൻതമ്പി	ശ്യാം
3	തൂമഞ്ഞിൻ	ന്യൂദൽഹി	ഷിബു ചക്രവർത്തി	ശ്യാം
	ഹിന്ദി			
1	തേരേമേരേ ബീച്ച്മെ	ഏക്ദൂജേ കേലിയേ		ലക്ഷ്മികാന്ത് പ്യാരിലാൽ
2	ഹംബനേ (ലതയുമൊത്ത്)	” ”		” ”
3	ഹംതും ദോനോം	” ”		” ”
4	ബഹുത്ത്പ്യാർകർത്തേ	സാജൻ		നദീം ശ്രാവൺ

എനിക്ക് ഇഷ്ടപ്പെട്ട ചില യുഗ്മഗാനങ്ങൾ (മലയാളം)

	ഗാനം	ചിത്രം	രചന	സംഗീതം
1	അന്നു നിന്നെ (രാജ, സുശീല)	ഉണ്ണിയാർച്ച	പി. ഭാസ്കരൻ	കെ. രാഘവൻ
2	ചന്ദനപ്പല്ലക്കിൽ (രാജ, സുശീല)	പാലാട്ട് കോമൻ	വയലാർ	ബാബുരാജ്
3	സ്വപ്നങ്ങൾ സ്വപ്നങ്ങളെ (യേശുദാസ്, ലീല)	കാവ്യമേള	വയലാർ	ദക്ഷിണാമൂർത്തി
4	പെരിയാറെ (രാജ, സുശീല)	ഭാര്യ	വയലാർ	ദേവരാജൻ
5	അകലെ അകലെ (യേശുദാസ്, ജാനകി)	മിടുമിടുക്കി	ശ്രീകുമാരൻ തമ്പി	ബാബുരാജ്
6	അഷ്ടമുടിക്കായലിലെ (യേശുദാസ്, ലീല)	മണവാട്ടി	വയലാർ	ദേവരാജൻ
7	താമരത്തുമ്പീ വാ	പുതിയ ആകാശം	പി. ഭാസ്കരൻ	എം.ബി.ശ്രീനി വാസൻ
	(ഉദയഭാനു, ലീല)	പുതിയ ഭൂമി		
8	എന്തെന്തു മോഹ (ദാസ്, സുശീല)	നിത്യകന്യക	വയലാർ	ദേവരാജൻ
9	ഇനിയെന്റെ (ദാസ്, സുശീല)	സ്കൂൾ മാസ്റ്റർ	വയലാർ	ദേവരാജൻ
10	കാക്കക്കുയിലേ (ദാസ്, എൽ.ആർ. ഈശ്വരി)	ഭർത്താവ്	,, ,,	ദക്ഷിണാമൂർത്തി
11	മണിമുകിലേ (ജാനകി, സുകുമാരൻ)	കടത്തുകാരൻ	വയലാർ	ബാബുരാജ്
12	സ്വർണച്ചാമരം (ദാസ്, ലീല)	യക്ഷി	വയലാർ	ദേവരാജൻ
13	സീതാദേവി (ജയചന്ദ്രൻ സുശീല,	വാഴ്‌വേമായം	വയലാർ	ദേവരാജൻ
14	എന്തിനു വേറൊരു (ദാസ്, ചിത്ര)	മഴയെത്തുംമുമ്പ്	ഒ.എൻ.വി.	രവീന്ദ്രൻ

15	എഴുതിയതാരാണ് (ദാസ്, ജാനകി	ഉദ്യോഗസ്ഥ	യൂസഫലി കേച്ചേരി	ബാബുരാജ്
16	ആരോമൽ ഹംസമേ (ദാസ്, ചിത്ര)	ഗീതം	ബിച്ചു തിരുമല	രവീന്ദ്രൻ
17	കുങ്കുമപ്പൂവുകൾ (ദാസ്, ജാനകി)	കായംകുളം കൊച്ചുണ്ണി	പി. ഭാസ്കരൻ	ചിദംബരനാഥ്
18	പാലാഴിക്കടവിൽ (രാജ, സുശീല)	കടലമ്മ	വയലാർ	ദേവരാജൻ
19	അറബിക്കടലൊരു (ദാസ്, സുശീല)	ഭാർഗവീനിലയം	പി. ഭാസ്കരൻ	ബാബുരാജ്
20	കോടമഞ്ഞിൻ താഴ്വര (ദാസ്, ചിത്ര)	കൊച്ചുകൊച്ചു സന്തോഷങ്ങൾ	കൈതപ്രം	ഇളയരാജ
21	കല്പനയാകും യമുന (ദാസ്, പി. ലീല)	ഡോക്ടർ	പി. ഭാസ്കരൻ	ദേവരാജൻ
22	ചന്ദ്രികയിലലിയുന്നു (ദാസ്, പി. ലീല)	ഭാര്യമാർ സൂക്ഷിക്കുക	ശ്രീകുമാരൻതമ്പി	ദക്ഷിണാമൂർത്തി
23	പൊട്ടിച്ചിരിക്കുവാൻ (ഉത്തമൻ, ലീല)	കുട്ടിക്കുപ്പായം	പി. ഭാസ്കരൻ	ബാബുരാജ്
24	മാലിനി നദിയിൽ (ദാസ്, സുശീല)	ശകുന്തള	വയലാർ	ദേവരാജൻ
25	ആദ്യത്തെ കണ്മണി (ദാസ്, പി. ലീല)	ഭാഗ്യജാതകം	പി. ഭാസ്കരൻ	ബാബുരാജ്
26	കൈനിറയെ വള (ദാസ്, സുശീല)	കളഞ്ഞുകിട്ടിയ തങ്കം	വയലാർ	ദേവരാജൻ
27	കാനനഛായയിൽ (ഉദയഭാനു, ലീല)	രമണൻ	ചങ്ങമ്പുഴ	കെ. രാഘവൻ
28	കുരുത്തോലപ്പെരുന്നാളിനു (ദാസ്, സുശീല)	ഇണപ്രാവുകൾ	വയലാർ	ദക്ഷിണാമൂർത്തി
29	ശരദിന്ദുമലർ (ജയചന്ദ്രൻ, സെൽമ)	ഉൾക്കടൽ	ഒ.എൻ.വി.	എം.ബി. ശ്രീനിവാസൻ

30	മനസ്സ് മനസ്സിന്റെ (ദാസ്, സുശീല)	ചോറ്റാനിക്കര അമ്മ	ഭരണിക്കാവ് ശിവകുമാർ	ആർ.കെ.ശേഖർ
31	ഏഴിലം പാലപൂത്തു (ദാസ്, സുശീല)	കാട്	ശ്രീകുമാരൻതമ്പി	വേദ്പാൽ വർമ
32	കണ്മണി നീയെൻ (രാജ, സുശീല	കുപ്പിവള	പി. ഭാസ്കരൻ	ബാബുരാജ്
33	താമരത്തോണിയിൽ (ദാസ്, സുശീല)	കാട്ടുമല്ലിക	ശ്രീകുമാരൻതമ്പി	ബാബുരാജ്
34	പഞ്ചവർണതത്ത (ദാസ്, കമുകറ)	കറുത്തകൈ	പി. ഭാസ്കരൻ	ബാബുരാജ്
35	പൊന്നിൽ കുളിച്ചു (ദാസ്, ചിത്ര)	സല്ലാപം	കൈതപ്രം	ജോൺസൺ

എനിക്കേറ്റവും ഇഷ്ടപ്പെട്ട മലയാളഗാനങ്ങൾ

ഇവയിൽ മിക്ക പാട്ടുകളുടെയും വിശദവിവരങ്ങൾ ഇതിനുമുമ്പെ നൽകിയിട്ടുണ്ട്. അതുകൊണ്ട് പാട്ടും പാടിയ ആളിന്റെ പേര് മാത്രവും നൽകുന്നു.

	പാട്ട്	ഗായകൻ / ഗായിക
1.	താമസമെന്തേ വരുവാൻ	യേശുദാസ്
2	ഏകാന്തതയുടെ അപാരതീരം	കമുകറ
3	ചക്രവർത്തിനീ	യേശുദാസ്
4	ഹർഷബാഷ്പം തൂകി	ജയചന്ദ്രൻ
5	താരകരൂപിണി	ബ്രഹ്മാനന്ദൻ
6	കറുത്ത ചക്രവാള	പി. സുശീല
7	തളിരിട്ട കിനാക്കൾ	എസ്. ജാനകി
8	ദേവദാരു പൂത്ത	എ.എം. രാജ
9	പ്രിയമാനസാ	പി. ലീല
10	ചന്ദനമണിവാതിൽ	ജി. വേണുഗോപാൽ

11	മാണിക്യവീണയുമായെൻ	യേശുദാസ്
12	ശ്യാമസുന്ദരപുഷ്പമേ	,, ,,
13	ചൊട്ടമുതൽ ചുടലവരെ	,, ,,
14	ഇന്നലെ മയങ്ങുമ്പോൾ	,, ,,
15	രാജഹംസമേ	ചിത്ര
16	ഒറ്റക്കമ്പി നാദം	യേശുദാസ്
17	ഒരു ചെമ്പനീർപ്പൂ	ഉണ്ണിമേനോൻ
18	പ്രമദവനം	യേശുദാസ്
19	പാടാത്ത വീണയും	,, ,,
20	അല്ലിയാമ്പൽക്കടവിൽ	,, ,,
21	ആയിരം പാദസരങ്ങൾ	,, ,,
22	ഹൃദയസരസ്സിലെ	,, ,,
23	അനുരാഗനാടകത്തിൻ	ഉദയഭാനു
24	കണ്ടു ഞാൻ മിഴികളിൽ	എം.ജി. ശ്രീകുമാർ
25	സൂര്യകാന്തി	എസ്. ജാനകി
26	പതിവായി പൗർണമി	പി. സുശീല
27	വാകപ്പൂമരം ചൂടും	യേശുദാസ്
28	മാനസമൈനേ വരൂ	മന്നാഡെ
29	ഇന്നുമെന്റെ കണ്ണുനീരിൽ	യേശുദാസ്
30	പ്രാണനാഥനെനിക്ക്	മാധുരി
31	എങ്ങിനെ നീ മറക്കും	കോഴിക്കോട് അബ്ദുൾഖാദർ
32	എത്രകണ്ടാലും കൊതി	എൽ.ആർ. ഈശ്വരി
33	വാസന്തപഞ്ചമി നാളിൽ	എസ്. ജാനകി
34	സൂര്യകാന്തകൽപ്പടവിൽ	പി. സുശീല
35	ഓ മൃദുലേ	യേശുദാസ്
36	സന്യാസിനി	,, ,,
37	ഒരുവട്ടം കൂടിയെൻ	,, ,,
38	അമ്പലമില്ലാതെ	,, ,,
39	പാവം മാനവഹൃദയം	പി. സുശീല

40	കദളീവനങ്ങൾക്കരികിലല്ലോ	,, ,,
41	മാനത്തെ മഴമുകിൽ മാലകളെ	,, ,,
42	വിമൂകശോകസ്മൃതികളുണർത്തി	രാധാവിശ്വനാഥ്
43	ഇന്ദുപുഷ്പം ചൂടി	ചിത്ര
44	മെല്ലെ മെല്ലെ മുഖപടം	യേശുദാസ്
45	അനുരാഗഗാനംപോലെ	ജയചന്ദ്രൻ
46	അല്ലിയിളം പൂവോ	കൃഷ്ണചന്ദ്രൻ
47	നഗരം നഗരം	യേശുദാസ്
48	അഗാധനീലിമയിൽ	,, ,,
49	സാഗരമേ ശാന്തമാക	,, ,,
50	സാഗരങ്ങളെ	,, ,,

എനിക്കേറ്റവും ഇഷ്ടപ്പെട്ട 20 ഹിന്ദി സോളോ ഗാനങ്ങളും 10 യുഗ്മഗാനങ്ങളും

1	യെ സിന്ദഗി ഉസി കി ഹെ	ലതാ മങ്കേഷ്കർ
2	ദുനിയാകാരഖ്വാലെ	മുഹമ്മദ് റാഫി
3	ഓ സജ്നാ	ലത
4	ജനക് ജനക്	മന്നാഡെ
5	ശാരംഗാ തേരി യാദ്	മുകേഷ്
6	മർതട്പത് (ഹരിഓം)	റാഫി
7	ആപ്കി നസ്രോനേ	ലത
8	രസിക് ബാൽമാ	ലത
9	എ മാലിക്	ലത
10	ജൽത്തെ ഹെ	തലത്ത് മെഹമൂദ്
11	സോബാർ ജനം	റാഫി
12	കൊയിഹം ദം നരഹാ	കിഷോർകുമാർ
13	ആഗെബി ജാനെജാ	ആശാബോൺസ്ലെ
14	ചലോ ഇക്ബാർ	മഹേന്ദ്രകപൂർ

15	മധുബൻ മേരാധികാ	റാഫി
16	ജ്യോതി കലശ്ചലെ	ലത
17	ജാനെ വൊകൈസേ	ഹേമന്ത്കുമാർ
18	ഹമാരിയാദ് ആയേഗ	മുബാറക് ബീഗം
19	സുനോസജ്നാ	ലത
20	ചൗദ്വിൻകാചാന്ദ്	റാഫി

യുഗ്മഗാനങ്ങൾ

1	ദൊസിതാരോം	റാഫി / ലത
2	ആ നീലഗഗൻ	ഹേമന്ത്കുമാർ / ലത
3	നൈൻ സുനൈനെ	,, ,,
4	ജൊവാദാ കിയാ	റാഫി / ലത
5	ജബ്ദീപ് ജലേ	യേശുദാസ് / ഹേമലത
6	മാംഗ്കി സാത്ത്	റാഫി / ആശ
7	ഛോട് ഗയാ ബാലം	മുകേഷ് / ലത
8	ദിവാനാ ഹുവാ ബാദൽ	റാഫി / ആശ
9	കൊയി പത്രാർകി ദേവോ	റാഫി / ലത
10	ഓ നിഗാഹെ മസ്താന	കിഷോർ / ആശ

എനിക്കേറ്റവും ഇഷ്ടപ്പെട്ട ചില തമിഴ്ഗാനങ്ങൾ

1	വന്താൾ മഹാലക്ഷ്മിയേ	എസ്.പി. ബാലസുബ്രഹ്മണ്യം
2	മലരേ മൗനമാ	എസ്.പി.ബി & ജാനകി
3	അത്തെയടി മെത്തയടി	പി. സുശീല
4	തുള്ളാത മനവും തുള്ളും	,, ,,
5	ശിങ്കാര വേലനെ ദേവാ	എസ്. ജാനകി
6	കാലങ്ങളിൽ അവൾ വസന്തം	പി.ബി. ശ്രീനിവാസ്
7	കല്ല്യാണ തേൻനിലാ	ദാസ് / ചിത്ര
8	തെന്റൽ വന്നു	ദാസ്

9	അമ്മാ അമ്മാ	ദാസ്
10	ചിന്ന ചിന്ന ആശെ	മിൻമിനി
11	മല്ലിഗെ	വാണി ജയറാം
12	മാർകഴിതിങ്കളല്ലവാ	ജാനകി, ഉണ്ണികൃഷ്ണൻ
13	നാൻ ഒരു ചിന്ത്	ചിത്ര
14	കണ്ണോടു കാണ്മതെല്ലാം	നിത്യശ്രീ
15	പഴമുതിർച്ചോലയിലെ	പി. സുശീല
16	പാടറിയെ പഠിപ്പറിയെ	ചിത്ര
17	എങ്ക എനത് കവിതേ	ചിത്ര
18	തിരുപ്പുറം കുന്ദ്രത്തിൽ നീ ചിരിച്ചാൻ	ശൂരമംഗലം സിസ്റ്റേഴ്സ്
19	ഒരുനാൾ പോതുമാ	ബാലമുരളികൃഷ്ണ
20	പാട്ടും നാനൈ ഭാവവും നാനൈ	സൗന്ദരരാജൻ

ഭാഗം - 2

ഇഷ്ടപ്പെട്ട സംഗീത സംവിധായകരും പാട്ടുകളും

മലയാള ചലച്ചിത്രഗാനങ്ങൾക്ക് ഒരു സുവർണകാലമുണ്ടായിരുന്നു. സംഗീതസംവിധാനത്തിലും ഗാനരചനയിലും രണ്ട് സെറ്റ് പഞ്ചനക്ഷത്രങ്ങൾ തിളങ്ങിയ കാലം.

സംഗീതസംവിധാനത്തിലെ പഞ്ചനക്ഷത്രങ്ങളിലെ നാല് പേർ ദേവരാജൻ, ബാബുരാജ്, ദക്ഷിണാമൂർത്തി, കെ. രാഘവൻ എന്നിവർ. അഞ്ചാമനായി ചിദംബരനാഥിനെയോ എം.ബി. ശ്രീനിവാസനെയോ പ്രതിഷ്ഠിക്കാം. ചിദംബരനാഥിന്റെ സംഗീതസംവിധാനശൈലി ഏതാണ്ട് ബാബുരാജിന്റെയും രാഘവൻ മാസ്റ്ററുടെയും ശൈലിയോടടുത്തു നിൽക്കും. പക്ഷേ, മേൽപറഞ്ഞ നാല് പ്രതിഭകളിൽ നിന്നു തുലോം വ്യത്യസ്തമാണ്. എം.ബി. എസിന്റെ സംഗീത സംവിധാനശൈലി. ധിഷണാശാലിയായ സംഗീതസംവിധായകൻ എന്നദ്ദേഹത്തിനെ വിശേഷിപ്പിക്കാമെന്ന് കരുതുന്നു. അതുകൊണ്ട് പഞ്ചനക്ഷത്രങ്ങളിൽ അഞ്ചാമനായി ഞാൻ എം.ബി.എസിനെ കുടിയിരുത്തുന്നു.

ഇനി ഗാനരചയിതാക്കളായ പഞ്ചനക്ഷത്രങ്ങളാരെല്ലാം? ഇതിൽ സംശയത്തിനു വകയില്ലെന്നു തോന്നുന്നു. പി. ഭാസ്കരൻ, വയലാർ, ശ്രീകുമാരൻ തമ്പി, ഒ.എൻ.വി. കുറുപ്പ്, യൂസഫലി കേച്ചേരി ഇവരെല്ലാം ഒന്നിച്ചു ചേർന്ന് പ്രവർത്തിച്ച ആ കാലമല്ലേ മലയാള ചലച്ചിത്രഗാനങ്ങളുടെ വസന്തകാലം. അതെ എന്നാണെന്റെ ഉത്തരം. ഇതിനുശേഷം എണ്ണപ്പെട്ട സംഗീതസംവിധായകരോ ഗാനരചയിതാക്കളോ ഉണ്ടായിട്ടില്ല എന്നല്ല വിവക്ഷ. പക്ഷേ, ഇത്രപേർ ഒരുമിച്ച് ഇത്രവലിയ സ്വന്തം നൗകകൾ സംഗീത സാഗരത്തിലിറക്കിവിട്ട കാലം മലയാള ചലച്ചിത്ര ലോകത്തുണ്ടായിട്ടില്ല എന്നാണെന്റെ പക്ഷം. ഈ സംഗീത സംവിധായകർക്കും ഗാനരചയിതാക്കൾക്കും തമ്മിൽ തമ്മിൽ സ്നേഹവും ആദരവുമുണ്ടായിരുന്നു. ഈഗോയുടെ കല്ലുകടികൾ അധികമൊന്നും പുറത്തറിഞ്ഞിട്ടില്ല എന്നതാണ് സത്യം. ഒരുകാര്യം ഇതുമായി ബന്ധപ്പെട്ട് പറഞ്ഞുകൊള്ളട്ടെ; സ്വന്തം അനുഭവത്തിന്റെ വെളിച്ചത്തിൽ. നമ്മുടെ സാഹിത്യ

കാരൻമാർക്ക് വർഷംതോറും വയലാർ അവാർഡ് കൊടുക്കാറുണ്ടല്ലോ കുറെക്കാലമായിട്ട്. അത്തരം ഒരൊറ്റ വയലാർ അവാർഡ്ദാനച്ചടങ്ങിലേ ഈയുള്ളവനു പങ്കെടുക്കാൻ സാധിച്ചിട്ടുള്ളൂ. കൃത്യമായ വർഷം കൂടി ഓർക്കുന്നില്ല. അത് കോഴിക്കോട് ടാഗോർ സെന്റിനറി ഹാളിൽ വെച്ച് നടന്ന തകഴിയുടെ 'കയറി'നുള്ള വയലാർ അവാർഡ്ദാനച്ചടങ്ങായിരുന്നു. വയലാർ അനുസ്മരണഭാഷണം ആരാണ് നടത്തിയതെന്നൊന്നും ഓർമയില്ല. പക്ഷേ, രണ്ടു കാര്യങ്ങൾ ഇതിനോടനുബന്ധിച്ച് ഓർക്കുന്നു. ആദ്യത്തേത്, അവാർഡ് തുകയുടെ ചെക്ക് കൈപ്പറ്റിയ തകഴി ഉടനെ സ്വന്തം പ്രേയസിയെ ഏല്പിക്കുകയാണുണ്ടായത്. അദ്ദേഹത്തിന്റെ സ്വന്തം കാത്തയ്ക്ക്. തകഴിയുടെ മറുപടി പ്രസംഗം അത്രയൊന്നും കേമമായിരുന്നില്ല. സമ്മേളനം അവസാനിച്ചതിനുശേഷം ദേവരാജൻ മാസ്റ്ററുടെ നേതൃത്വത്തിൽ വയലാർ ഗാനസന്ധ്യ. ആദ്യമായി അവതരിപ്പിച്ച പാട്ടേതാണെന്നോ! 'അഗ്നിപുത്രി' എന്ന ചിത്രത്തിലെ വയലാർ എഴുതി ബാബുരാജ് സംഗീതം പകർന്ന 'കണ്ണുതുറക്കാത്ത ദൈവങ്ങളേ' എന്ന പാട്ട്. മലയാളത്തിലെ എനിക്കേറ്റവും ഇഷ്ടപ്പെട്ട നടികളിലൊരാളായ ഷീല ചുണ്ടനക്കി സിനിമയിൽ സുശീല പാടിയ ഗാനം. ഇവിടെ പാടിയത് സുശീലയല്ല മാധുരി ആയിരുന്നു. അകാലത്തിൽ വിട്ടുപോയ തന്റെ മാന്യസുഹൃത്ത് ബാബുരാജിന്റെ സ്മരണക്കായാണ് ആദ്യഗാനം തിരഞ്ഞെടുത്തതെന്ന് ദേവരാജൻ മാസ്റ്റർ. മലയാളത്തിൽ അനശ്വരങ്ങളായ നൂറ് നൂറ് ഗാനങ്ങൾ ചിട്ടപ്പെടുത്തിയ ദേവരാജൻ മാസ്റ്റർ ഒരഭിമുഖത്തിൽ പറഞ്ഞതായി എവിടെയോ വായിച്ചിട്ടുണ്ട്. അദ്ദേഹം പറഞ്ഞു: "ഇത്രയേറെ പാട്ടുകൾക്ക് സംഗീതസംവിധാനം നടത്തിയിട്ടും 'താമസമെന്തേ വരുവാൻ' എന്ന മട്ടിലുള്ള ഒരു പാട്ട് തനിക്കിതുവരെ സൃഷ്ടിക്കാൻ കഴിഞ്ഞില്ലല്ലോ എന്ന്." ബാബുരാജ് ജയചന്ദ്രനുമൊത്ത് ഒരു മിനി ഗാനമേള നടത്തിയതിൽ ആദ്യം അവതരിപ്പിച്ച പാട്ട് ദേവരാജന്റെ പ്രസിദ്ധമായ "കാറ്റടിച്ചു കൊടുംകാറ്റടിച്ചു" എന്ന ഗാനമായിരുന്നു. ഇത് ഒറിജിനലായി പാടിയത് യേശുദാസ് ആയിരുന്നല്ലോ. അന്നത് ജയചന്ദ്രൻ വളരെ ഭംഗിയായി പാടുകയും ചെയ്തു.

വയലാർ ഒരിക്കൽ ആകാശവാണിയിൽ തനിക്കിഷ്ടപ്പെട്ട ചലച്ചിത്രഗാനങ്ങൾ എന്ന പരിപാടിയിൽ അവതരിപ്പിച്ച ഗാനങ്ങൾ മറ്റുള്ളവരുടെ രചനകളായിരുന്നു. അവസാനം ഞാൻ എന്റെ ഒരുപാട്ടുകൂടി അവതരിപ്പിക്കാമെന്ന മുഖവുരയോടെ "ചക്രവർത്തിനി" എന്ന ഗാനമായിരുന്നു അവതരിപ്പിച്ചത്. അതാണ് സൗഹൃദത്തിന്റെ മുഖമുദ്ര. 'കുമാരസംഭവം' എന്ന ചിത്രത്തിൽ അദ്ദേഹമെഴുതിയ 'ഓംകാരം ഓംകാരം' എന്ന ഗാനത്തെ സ്പർശിച്ച വയലാർ പറഞ്ഞതെന്താണെന്നോ! പക്ഷേ, ആ സിനിമയിൽ എനിക്ക് കൂടുതൽ ഇഷ്ടപ്പെട്ടത് ഒ.എൻ.വിയുടെ "സത്യം ശിവം സുന്ദരം"

എന്ന പാട്ടാണെന്ന്. എന്നിട്ട് ഈ ഗാനം അദ്ദേഹം അവതരിപ്പിക്കുകയും ചെയ്തു. മാപ്പിളപ്പാട്ടുകൾ വേണ്ട സിനിമകളിൽ ഇത് അവതരിപ്പിക്കാൻ കൂടുതൽ നല്ലത് പി. ഭാസ്കരനായിരിക്കും എന്ന് ചില നിർമാതാക്കളോട് പറയുമായിരുന്നത്രെ. മറ്റൊരുദാഹരണം 'വിലയ്ക്ക് വാങ്ങിയ വീണ'യിൽ സംവിധായകനും കൂടിയായ പി. ഭാസ്കരൻ തന്നോടൊപ്പം ചില ഗാനങ്ങൾ ശ്രീകുമാരൻ തമ്പിയെക്കൊണ്ടെഴുതിച്ചിട്ടുണ്ട്. വയലാറും ഒ.എൻ.വിയും പി. ഭാസ്കരനുമെല്ലാം സമാനതയുള്ളവരായിരുന്നു. ഇടതുപക്ഷചായ്വ് തങ്ങളുടെ കലാസൃഷ്ടികളിൽ പലപ്പോഴും വ്യക്തമാക്കിയിട്ടുള്ളവരാണല്ലോ ഇവർ. 'വയലാർ ഗർജിക്കുന്നു' എന്ന കവിതയെഴുതിയത് പി. ഭാസ്കരൻ. 'ബലികുടീരങ്ങളെ' എന്ന ഗാനമെഴുതി വ്യക്തിത്വം സ്ഥാപിച്ചത് വയലാർ. "പൊന്നരിവാളമ്പിളിയിൽ കണ്ണെറിയുന്നോളെ" എന്ന സുന്ദരഗാനമെഴുതി ഒ.എൻ.വി. ശ്രീകുമാരൻ തമ്പിയാണല്ലോ എണ്ണത്തിൽ മുമ്പൻ. വണ്ണത്തിലും അദ്ദേഹം ആരുടെയും പിന്നിലല്ല. മതേതരകാഴ്ചപ്പാടിലും ഇവർക്കെല്ലാം വിശാലവീക്ഷണമുണ്ടായിരുന്നു. യൂസഫലി രചിച്ച ശ്രീകൃഷ്ണനുമായി ബന്ധപ്പെട്ട ഗാനങ്ങൾക്കെല്ലാം ഒരു പ്രത്യേകാനുഭൂതി ഉണ്ടായിരുന്നു. 'പ്രിയ' എന്ന ചിത്രത്തിൽ അദ്ദേഹമെഴുതിയ 'കണ്ണിനു കണ്ണായ കണ്ണാ' എന്ന ഗാനം ചിട്ടപ്പെടുത്തിയത് ബാബുരാജാണ്. എനിക്ക് തോന്നുന്നു ബൈബിളിനെ പശ്ചാത്തലമാക്കിക്കൊണ്ട് കൂടുതൽ മലയാളചലച്ചിത്രഗാനങ്ങളെഴുതിയത് വയലാറാണെന്ന്. 'ദൈവപുത്രനു വീഥിയൊരുക്കുവാൻ' എന്ന മനോഹരഗാനം ഓർമയിലോടിയെത്തും പലപ്പോഴും. മേൽപറഞ്ഞ സംഗീതസംവിധായകർക്കൊപ്പം പ്രവർത്തിച്ച ആർ.കെ. ശേഖറിനെയും ഇത്തരുണത്തിൽ ഓർത്തുപോവുന്നു. എനിക്കിഷ്ടപ്പെട്ട ഈ സംഗീതസംവിധായകരേയും ഗാനരചയിതാക്കളേയും പ്രണമിച്ചുകൊണ്ട് ഞാനീ പഠനം തുടരുന്നു. ഇവരിൽ ഇന്നു ജീവിച്ചിരിക്കുന്നത് ശ്രീകുമാരൻ തമ്പി മാത്രം.

ബാബുരാജ്

എന്തുകൊണ്ടാണ് മലയാളത്തിൽ എന്റെ ഏറ്റവും പ്രിയപ്പെട്ട സംഗീതസംവിധായകൻ ബാബുരാജ് ആയി മാറിയത് എന്നു വിലയിരുത്താൻ ശ്രമിക്കുന്നു. രണ്ടുപേരും കോഴിക്കോട് ജില്ലക്കാരായതുകൊണ്ടാണോ? ഒരു ചെറിയ പങ്ക് ഇതിനുണ്ടാകാം. അതല്ല, ഞാൻ മൂന്നോളം സ്റ്റേജുകളിൽ അദ്ദേഹം നടത്തിയ പ്രകടനം കണ്ടതിന്റെ പേരിലാണോ? അതും സ്വാധീനിച്ചുകാണും. ഹാർമോണിയത്തിൽ അദ്ദേഹത്തിന്റെ കൈവിരൽ സ്പർശനത്തിന്റെ മാന്ത്രികത കണ്ടിട്ടാണോ? അതിൽ അദ്ഭുതപ്പെട്ടുപോയിട്ടുണ്ട്. ഇതും ഒരു കാരണമല്ല. വിനയാന്വിതനായ അദ്ദേഹത്തിന്റെ പെരുമാറ്റത്തിലാകൃഷ്ടനാവാൻ വഴിയില്ല. അതങ്ങിനെ നേരിട്ടനുഭവിച്ചി

ട്ടുമില്ല. ഇതെല്ലാമൊഴിച്ച് ചിന്തിച്ചാലും കോഴിക്കോടൻ തെരുവീഥികളിലും മറ്റിടത്തുമായി നിത്യവൃത്തിക്കുവേണ്ടി വയറ്റത്തടിച്ചുപാടിയത് കണ്ട ഒരു പോലീസുകാരൻ കണ്ടെത്തി, അദ്ദേഹം ഒരുക്കികൂട്ടിയ പ്രോത്സാഹനങ്ങളുടെ തണലിൽ വളർന്ന് മെലഡിയുടെ സുൽത്താൻ എന്ന വിശേഷണത്തിനു തികച്ചും അനുയോജ്യമായ നിലയിൽ സംഗീതത്തെ ഹൃദയത്തിൽ സൂക്ഷിച്ചുനടന്ന ഒരു കലോപാസകൻ എന്ന നിലയിലാണ് ഞാൻ ബാബുരാജിനെ ആരാധിക്കുന്നത്. അദ്ദേഹത്തിന്റെ പാട്ടുകളധികവും ഇഷ്ടപ്പെടാൻ ഈ ഒരു കാഴ്ചപ്പാട് സ്വാധീനിച്ചിട്ടുണ്ടാവും തീർച്ച. സത്യം പറഞ്ഞാൽ എനിക്ക് ഇതിന്റെ തുടക്കത്തിൽ സൂചിപ്പിച്ച അഞ്ച് സംഗീത സംവിധായകരേയും ചിദംബരനാഥിനേയും വളരെ ഇഷ്ടമാണ്. ഇക്കൂട്ടത്തിൽ ഒരു പൊടി അധികം ബാബുരാജിന്റെ പാട്ടുകളാണെനിക്കിഷ്ടം. പിന്നീട് വന്ന പല പല സംഗീത സംവിധായകരേയും ഇഷ്ടപ്പെട്ടപ്പോൾ തന്നെ ഒരു പൊടി അധികം ഇഷ്ടപ്പെടുന്നവരാണ് രവീന്ദ്രനും ജോൺസണും മറ്റും. ശരത്തും രമേശ് നാരായണനുമെല്ലാം ഇക്കൂട്ടത്തിൽ വരും.

കുറെ വർഷങ്ങൾക്ക് മുൻപ് ബാബുരാജ് വിവിധ മെഹഫില്ലുകളുടെ പേരിൽ കോഴിക്കോട് പല കല്ല്യാണവീടുകളിലും ഹാർമോണിയത്തിന്റെയും തബലയുടേയും പശ്ചാത്തലത്തിൽ മാത്രം പാടിയ പാട്ടുകൾ അദ്ദേഹത്തിന്റെ ഒരു സുഹൃത്ത് റിക്കാർഡ് ചെയ്തു. പിന്നീട് അത് മനോരമ മ്യൂസിക്ക് ഇറക്കിയ കാസറ്റും സി.ഡിയുമെല്ലാമായി. ആ ഒരു സിഡി വാങ്ങി ഞാനെത്രയോ തവണ കേട്ടിട്ടുണ്ട്. ഇനിയും കേൾക്കുകയും ചെയ്യും. അതിൽ ചേർത്ത എല്ലാ പാട്ടുകളും ഒരേപോലെ ഹൃദ്യമാണെന്നൊന്നും ഞാൻ പറയുന്നില്ല. പക്ഷേ, അതിലെ ഭൂരിഭാഗം പാട്ടുകളും സംഗീതത്തിന്റെ ഏതോ ലോകത്തിലേക്ക് നമ്മെ നയിക്കുന്നു. ഈ പാട്ടുകളധികവും യേശുദാസും ജാനകിയും പാടി വളരെ മനോഹരമാക്കിയിട്ടുള്ളതുമാണ്. എന്നിട്ടും ഈ ഗായകന്റെ സ്വരത്തിൽ കേൾക്കുമ്പോൾ എന്തോ ഒരു പ്രത്യേക സുഖം. ഈ കാസറ്റിലെ ഗാനങ്ങൾ ശ്രദ്ധിച്ചിട്ടില്ലാത്തവർ അതൊന്നു ദയവായി കേട്ടുനോക്കുക. ഇതിന്റെ ഒരു ചെറിയ വിവരണം എന്റെ ഗൾഫ് യാത്രയോടനുബന്ധിച്ച് പ്രസിദ്ധീകരിച്ച ഒരു യാത്രാവിവരണത്തിൽ ഉൾപ്പെടുത്തിയതുകൊണ്ട് ഇവിടെ ആവർത്തിക്കുന്നില്ല. (ഗ്രന്ഥം - ഷാർജ മുതൽ മോസ്കോ വരെ - ഐ ബുക്സ്, കോഴിക്കോട്.) എന്നെ സംബന്ധിച്ച് മലയാളത്തിലെ ഏറ്റവും ഇഷ്ടപ്പെട്ട സംഗീത സംവിധായകൻ എന്നു നിരൂപിച്ചെടുക്കാൻ 'ഭാർഗവീനിലയ'ത്തിലെ ആ മൂന്നു പാട്ടുകൾ മാത്രം മതിയല്ലോ.

(1) താമസമെന്തേ വരുവാൻ

(2) ഏകാന്തതയുടെ അപാരതീരം

(3) വാസന്തപഞ്ചമിനാളിൽ

മ്യൂസിക്ക് തെറാപ്പിയുടെ മണ്ഡലത്തിൽ പ്രഭാഷണം നടത്താറുള്ള ഡോ: മെഹറുഫ്‌രാജ് ഒരു പ്രഭാഷണത്തിനിടയിൽ ഇങ്ങിനെ പറയുന്നത് നേരിട്ടു കേട്ടിട്ടുണ്ട്. അദ്ദേഹം പറയുന്നു: "മലയാളത്തിലെ മറ്റു സംഗീതസംവിധായകരെല്ലാം ബുദ്ധി ഉപയോഗിച്ച് സംഗീതം സൃഷ്ടിക്കുമ്പോൾ ബാബുരാജ് അത് ഹൃദയം കൊണ്ടു ചെയ്യുന്നു" എത്ര ഉദാത്തമായ നിരീക്ഷണം.

ബാബുരാജിന്റെ പ്രസിദ്ധി ഉയർന്നത് 'കുട്ടിക്കുപ്പായം' എന്ന സിനിമയുടെ അഭൂതപൂർവമായ ജനസമ്മതിയോടെയായിരുന്നു, പ്രത്യേകിച്ചും വടക്കെ മലബാറിൽ. കോഴിക്കോട് രാധാതിയേറ്ററിൽ 1964 അവസാനത്തോടെ റിലീസ് ചെയ്ത ഈ പടം ഞാൻ കണ്ടത് 1965 തുടക്കത്തിലായിരുന്നു. അന്നു 140 ദിവസങ്ങളോളം പ്രദർശനം നടത്തി റിക്കാർഡ് നേടാൻ ഈ പടത്തിനു സാധിച്ചു. ഈ റിക്കാർഡ് പിന്നെ തകർന്നത് കോഴിക്കോട് കോറണേഷൻ തിയേറ്ററിൽ 1966 അവസാനത്തോടെ റിലീസ് ചെയ്ത്, ഇന്നും മലയാളികളുടെ സ്വകാര്യ അഹങ്കാരമായി വർത്തിക്കുന്ന 'ചെമ്മീൻ' റിലീസായതോടെയാണെന്നു തോന്നുന്നു. കുട്ടിക്കുപ്പായത്തിന്റെ ജനസമ്മതിക്കുള്ള പ്രധാനകാരണം എന്നല്ല ഏകകാരണം ബാബുരാജിന്റെ പാട്ടുകൾതന്നെ. പി. ഭാസ്കരന്റെ ലാളിത്യഭംഗിയുള്ള ഗ്രാമീണസൗന്ദര്യം കിനിയുന്ന വരികൾക്ക് മധുരമനോഹരമായ സംഗീതം നൽകാൻ ബാബുരാജിനു കഴിഞ്ഞു. സിനിമ തുടങ്ങുമ്പോൾ ലീലയുടെ മധുരസ്വരത്തിൽ തുടങ്ങുന്ന 'കല്യാണരാത്രിയിൽ' എന്ന ഗാനം മുതൽ പ്രേക്ഷകരുടെ മനംമയക്കുന്ന ഒരുപാട് പാട്ടുകളുണ്ടായിരുന്നു ഇതിൽ. എൽ.ആർ. ഈശ്വരിയുടെ 'പുള്ളിമാനല്ല മയിലല്ല', 'ഒരു കൊട്ടപ്പൊന്നുണ്ടല്ലോ' എന്നിവ അന്നത്തെ ഹിറ്റുകളായി മാറി. എ.പി. കോമളയുടെ 'വെളുക്കുമ്പം കുളിക്കുവാൻ', പി. ലീലയുടെ 'ഇന്നെന്റെ കരളിലെ', ഉദയഭാനുവിന്റെ 'പൊൻവളയില്ലെങ്കിലും' ഉത്തമന്റെ 'വിരുന്നുവരും' എന്നീ ഗാനങ്ങൾ ശ്രോതാക്കളുടെ കർണപുടങ്ങളിൽ തേൻമഴ വീഴ്ത്തി. ലീലയും ഉത്തമനും പാടുന്ന 'പൊട്ടിച്ചിരിക്കുവാൻ മോഹമുണ്ടെങ്കിലും' എന്ന ഗാനം കരളലിയിക്കുന്നതായിരുന്നു. ഇതോടെ മുസ്‌ലിം കുടുംബങ്ങളുടെ പശ്ചാത്തലത്തിൽ ബാബുരാജ് സംഗീതസംവിധാനം നിർവഹിച്ച ഒരുപാട് ചിത്രങ്ങൾ പുറത്തുവന്നു. അതെല്ലാം ഏതാണ്ട് ബോക്സ് ഓഫീസ് ഹിറ്റുകളായി മാറി. ഇതിനുമുൻപ് തന്നെ 'ഉമ്മ'യും 'കണ്ടം ബെച്ച കോട്ടും' റിലീസായിരുന്നു. ഇതിലെയും പല ഗാനങ്ങളും നല്ലവയായിരുന്നു. ഏറ്റവും ഹിറ്റായത് ജിക്കി പാടിയ 'കദളിവാഴക്കയിലിരുന്ന്' എന്ന ഗാനമായിരുന്നു. ഇവരുടെ ഭർത്താവ് എ.എം. രാജ 'ഉമ്മ'യിൽതന്നെ പാടിയ 'പാലാണ് തേനാണ്' എന്ന പാട്ടും ഹിറ്റായി. 'കണ്ടംബെച്ച കോട്ടി'ലെ ലീല പാടിയ 'എന്നിട്ടും വന്നി

ല്ലല്ലോ' എന്ന ഗാനവും ഹൃദയഹാരിതന്നെ. തമാശമട്ടിൽ മെഹബൂബും മറ്റും പാടിയ 'കണ്ടം ബെച്ചൊരു കോട്ടാണ്' എന്ന ഗാനവും ആളുകൾ ഏറ്റുപാടി. 1962ൽ പുറത്തുവന്ന 'ലൈലാമജ്നു' എന്ന ചിത്രത്തിലെ ഏതാണ്ടെല്ലാ പാട്ടുകളും മനോഹരങ്ങളായിരുന്നു. ഈ ചിത്രത്തിലെ 'കൂട്ടിനിളംകിളി', 'സ്നേഹത്തിൻ കാനനച്ചോലയിൽ', 'പ്രേമമധുമാസ വനത്തിലെ', 'ചുടുകണ്ണീരാലെൻ', 'താരമേതാരമേ' എന്നീ ഗാനങ്ങൾ ഒന്നിനൊന്നു മെച്ചം. ഇതിലെ രണ്ടു കോറസുകൾ, 'അന്നത്തിനും പഞ്ഞമില്ല', 'കണ്ണിനകത്തൊരു കണ്ണുണ്ട്' എന്നിവയും ആരുടെയും മനം കുളിർപ്പിക്കും. 'സുബൈദ' എന്ന ചിത്രത്തിൽ സുശീല പാടിയ 'എന്റെ വളയിട്ട കൈപിടിച്ച്' ബാബുരാജ് തന്നെ പാടിയ 'പൊട്ടിത്തകർന്ന കിനാവിന്റെ' എന്നീ ഗാനങ്ങൾ ആളുകൾ ഇന്നും ഓർക്കുന്നു.

ഇതെല്ലാമാണെങ്കിലും ബാബുരാജിന്റെ സർഗ്ഗപ്രതിഭ കൂടുതൽ ശ്രദ്ധ ആകർഷിച്ചത് അദ്ദേഹം യേശുദാസിനെക്കൊണ്ടും ജാനകിയെക്കൊണ്ടും പാടിച്ച നിരവധി മെലഡിഗാനങ്ങളുടെ വരവോടെയായിരുന്നു. മുസ്‌ലിം കുടുംബകഥയായ 'ഖദീജ'യിൽ ദാസ് പാടിയ 'സുറുമയെഴുതിയ മിഴികളേ' എന്ന ഗാനം ഗായകന്റെയും സംഗീത സംവിധായകന്റെയും തൊപ്പികളിൽ വർണ്ണതൂവലുകൾ സമ്മാനിച്ചു. ഇതിന്റെ രചന യൂസഫലി കേച്ചേരി. ജാനകി പാടിയ ഹിറ്റുകളിൽ ഹിറ്റായൊരു ഗാനവും കേച്ചേരിയുടേതായിരുന്നു 'തളിരിട്ട കിനാക്കൾ' എന്ന ഗാനം. സത്യം പറഞ്ഞാൽ മലയാളചലച്ചിത്രങ്ങളിലെ സ്ത്രീശബ്ദത്തിൽ പുറത്തുവന്ന ഗാനങ്ങളിൽ എനിക്കേറ്റവും ഇഷ്ടപ്പെട്ട ഗാനമാണിത്. സാന്ദർഭികമായി മറ്റൊരുകാര്യം കൂടി. നേരത്തെ മനോരമ മ്യൂസിക്കിൽ ബാബുരാജ് പാടിയ പാട്ടുകളെ സൂചിപ്പിച്ചല്ലോ. ഇതിൽ പലതും സുന്ദരങ്ങളെന്നും സൂചിപ്പിച്ചു. 'പൂച്ചക്കണ്ണി' എന്ന ചിത്രത്തിൽ പി.ബി. ശ്രീനിവാസ് ഒരുവിധം പാടിയൊപ്പിച്ച "ഗീതേ ഹൃദയസഖീ" എന്ന ഗാനമാണ് ഈ ഗാനശേഖരത്തിൽ എനിക്കേറ്റവും ഹൃദ്യമായി തോന്നിയത് "പ്രാണസഖി" എന്ന ഗാനവും ഭാവാത്കമായി പാടിയിട്ടുണ്ട് ബാബുരാജ്. അതിലെ 'പ്രാണസഖി' എന്ന ഇടത്തിലെ 'പ്രാണ' എന്ന ഭാഗം ഇത്ര ഹൃദ്യമാക്കാൻ യേശുദാസിനു കൂടി കഴിഞ്ഞിട്ടില്ലെന്നാണെന്റെ പക്ഷം. 'ഒരുപുഷ്പം' 'അനുരാഗനാടകത്തിൻ' എന്നീ ഗാനങ്ങളും പ്രത്യേക ശ്രദ്ധയാകർഷിക്കുന്നു. ഗസൽ ശൈലിയിലുള്ള, ജാനകി പാടിയ "താനെ തിരിഞ്ഞും മറിഞ്ഞും" എന്ന ഗാനവും ഒരു പ്രത്യേക ശൈലിയിൽ പാടിത്തകർത്തിട്ടുണ്ട് ബാബുരാജ്. മറ്റൊരു ചടങ്ങിൽ ജാനകിയുടെ ക്ലാസിക് ഹിറ്റായ 'സൂര്യകാന്തി' എന്ന ഗാനം ബാബുരാജ് പാടിയതും കേൾക്കാനിടയായിട്ടുണ്ട്. ഇന്നും ആ ആലാപനഭംഗി എന്റെ മനസ്സിലെവിടെയോ ആനന്ദത്തിന്റെ അലയൊലി സൃഷ്ടിക്കുന്നു എന്നതാണ് വാസ്തവം. 'അനാർക്കലി'യിൽ ബാബുരാ

ജിന്റെ സംഗീതസംവിധാനത്തിൽ പിറന്ന പാട്ടുകളും ആരേയും ആകർഷിക്കുന്ന തലത്തിലായിരുന്നു. ഇതിൽ യേശുദാസും ബി. വസന്തയും ചേർന്നുപാടിയ "നദികളിൽ സുന്ദരി യമുന" ഏറ്റവും നല്ല ഒരു യുഗ്മ ഗാനമാണ്. രസകരമായ കാര്യം ആ ഗാനത്തിൽ വസന്ത വരികളൊന്നും പാടുന്നില്ല എന്നതാണ്. വെറും ഹമ്മിങ്ങ് മത്രം. പക്ഷേ, ആ ഹമ്മിങ്ങ് മലയാള സിനിമാഗാനങ്ങളിൽ പിറന്നുവീണ ഒന്നാമത്തെ ഹമ്മിങ്ങാണെന്ന് ആരും സമ്മതിക്കുമെന്നും എനിക്ക് തോന്നുന്നു. ഇതിലെ സുശീല പാടിയ "പ്രണയഗാനം പാടുവാനായ്" എന്ന പാട്ടും ഒട്ടും മോശമല്ല. ഈ ചിത്രത്തിൽ പ്രസിദ്ധ കണ്ണാർട്ടിക്ക് സംഗീത വിദഗ്ധനായ ബാലമുരളീകൃഷ്ണയും പി.ബി. ശ്രീനിവാസും കൂടി ചേർന്നു പാടിയ "സപ്തസ്വരസുധാസാഗരമേ" എന്ന ഗാനം പലരും കേട്ടിരിക്കാനിടയില്ല. കാരണം ഇത് ആകാശവാണിയിലോ ദൂരദർശനിലോ അവതരിപ്പിച്ചത് ഞാനിതുവരെ കണ്ടിട്ടില്ല.

"ഭാർഗവീനിലയം" റിലീസായതോടെ മറ്റൊരു ബാബുരാജിനെയാണ് സിനിമാലോകത്തിനു ലഭ്യമായത്. അധികം കഴിയുന്നതിനുമുൻപ് തന്നെ 'പരീക്ഷ' റിലീസായി. ഇതിലെയും പാട്ടുകൾ ഒന്നിനൊന്നു മനോഹരം. "പ്രാണസഖി", "ഒരു പുഷ്പം", "അവിടുന്നെൻ ഗാനം കേൾക്കാൻ", "എൻ പ്രാണനായകനെ", "അന്നു നിന്റെ നുണക്കുഴി തെളിഞ്ഞിട്ടില്ല" എന്നീ ഗാനങ്ങൾ ഏറ്റുപാടി സംഗീതപ്രേമികൾ. "അന്നുനിന്റെ" എന്ന ഗാനവുമായി ബന്ധപ്പെട്ടു മറ്റൊരോർമ്മ ഓടിയെത്തുന്നു. ഞാൻ എം.എസ്സി കെമിസ്ട്രി യൂനിവേഴ്സിറ്റി ഡിപ്പാർട്ട്മെന്റിൽ (അന്ന് അത് ഫാറൂക്ക് കോളേജിലാണ് താൽക്കാലികമായി പ്രവർത്തിച്ചിരുന്നത്.) പഠിക്കുന്ന കാലം. ഫാറൂക്ക് കോളേജിലെ ആർട്ട് ഫെസ്റ്റിവലിനോടനുബന്ധിച്ച് അതിഥികളായി എത്തിയത് നിത്യഹരിതനായകൻ പ്രേംനസീറും, മെലഡി സുൽത്താൻ ബാബുരാജും. പ്രേംനസീറിന്റെ സുന്ദരമായ മുഖ്യഭാഷണം. അത് കഴിഞ്ഞ് സ്റ്റേജിൽ ബാബുരാജിന്റെ ഗാനാലാപനം. അന്ന് അദ്ദേഹം പാടിയ മൂന്നു പാട്ടുകളും ഇന്നും മനസ്സിലുണ്ട്. എത്ര മനോഹരമായ ആലാപനം. അന്നാദ്യമായാണ് ബാബുരാജിന്റെ ഹാർമോണിയത്തിലെ മാന്ത്രികസ്പർശം നേരിട്ടുകണ്ടത്. ആദ്യം പാടിയത് "താമസമെന്തേ' രണ്ടാമതായി 'സൂര്യകാന്തി'. മൂന്നാമത് 'ഗംഗയാറൊഴുകുന്ന നാട്ടിൽ നിന്നൊരു' എന്നിവ. ഇതിലേറ്റവും ഹൃദ്യമായി തോന്നിയത് 'സൂര്യകാന്തി' എന്ന കാട്ടുതുളസിയിലെ ഗാനം. പാട്ടുനിർത്തി എഴുന്നേല്ക്കാൻ പോകുമ്പോൾ ഫൈൻ ആർട്ട്സ് സെക്രട്ടറി ഒരു കുറിപ്പ് ഗായകനു നൽകി. അതൊന്നു വായിച്ച് ഒരു പുഞ്ചിരിയോടെ ബാബുരാജ് മൊഴിഞ്ഞു. "ഞാൻ സംഗീതം കൊടുത്ത ഈ ഗാനം അടങ്ങുന്ന ചിത്രം റിലീസായിട്ടില്ല. അത് പരസ്യമായി പാടുന്നത് അത്ര ഭംഗിയല്ല. എന്നാലും നിങ്ങ

ളുടെ പ്രതിനിധി ആവശ്യപ്പെട്ടാൽ നിരസിക്കാനും വയ്യ. ഞാനത് പാടാം" അങ്ങിനെതുടങ്ങി ആദ്യവരി. 'അന്നു നിന്റെ നുണക്കുഴി' കയ്യടിയുടെ ബഹളം. ഞാൻ ഗാനം കൂലങ്കഷമായി ശ്രദ്ധിച്ചു. പല്ലവി, അനുപല്ലവി, ചരണം ഇതെല്ലാം ആവർത്തിച്ചുവരുന്നുണ്ട്. ലളിതമായ വരികൾ ഓർത്തുവെയ്ക്കാൻ അന്നു ഒരു ബുദ്ധിമുട്ടും തോന്നിയില്ല. പിറ്റേന്നു ക്ലാസിലെത്തിയപ്പോൾ എന്റെ സഹപാഠികളുടെ മുന്നിൽ ഞാനാ ഗാനം ആവർത്തിച്ചു. കുട്ടുകാർ (ഇതിൽ നാലു പേരും വിദ്യാർത്ഥിനികൾ) ആകെ അദ്ഭുതപ്പെട്ടുപോയി. അവരെല്ലാം തലേന്നു സദസ്സിലുണ്ടായിരുന്നു. 'പരീക്ഷ'യും പുറത്തുവന്നതോടെ ജാനകിയെ തന്റെ ഇഷ്ടഗായികയായി അവരോധിക്കാൻ മടികാണിച്ചില്ല; ബാബുരാജ്. ജാനകി ഒരഭിമുഖത്തിൽ പറഞ്ഞത് ഓർക്കുന്നു. 'പരീക്ഷ'യിലെ പാട്ട് റിക്കാർഡിങ്ങിനിടയ്ക്ക് ബാബുരാജ് ജാനകിയുടെ അടുത്തെത്തിയത്രെ. എന്നിട്ട് പറഞ്ഞുവത്രെ. "നിങ്ങളെത്ര ഭംഗിയായി പാടുന്നു" ഉടനെ ജാനകി മറുപടി പറഞ്ഞുപോലും. "താങ്കൾ ഇത്ര ഭംഗിയായി ട്യൂൺ ചെയ്തു പഠിപ്പിക്കുമ്പോൾ എങ്ങിനെ മോശമായി പാടും." രണ്ടു കലാപ്രതിഭകൾ തമ്മിലുള്ള അനുമോദന ഭാഷണം അല്ലേ? ഇതിനെത്രയോ മുൻപ് തന്നെ റിലീസ് ചെയ്തിട്ടില്ലാത്ത 'മൂടുപടം' എന്ന ചിത്രത്തിൽ എക്കാലത്തേയും ജാനകിയുടെ ഹിറ്റുകളിലൊന്നായ 'തളിരിട്ട കിനാക്കൾ' പുറത്തുവന്നിരുന്നു. ജാനകിയുടെ മനോഹരങ്ങളായ നൂറിൽപ്പരം മലയാള സിനിമാ ഗാനങ്ങളിൽ ഞാൻ ഒന്നാംസ്ഥാനം കൊടുക്കുക ഇതിനുതന്നെ. 'ഇരുട്ടിന്റെ ആത്മാവി'ൽ ജാനകി പാടിയ 'ഈറനുടുത്തുകൊണ്ടംബരം' 'ഇരുകണ്ണീർത്തുള്ളികൾ' എന്നിവ ഏറെ ജനശ്രദ്ധയാകർഷിച്ചു. 'അന്വേഷിച്ചു കണ്ടെത്തിയില്ല' എന്ന ചിത്രത്തിലെ ജാനകിയുടെ 'താമരക്കുമ്പിളല്ലോ മമഹൃദയം' എന്ന ഗാനം പ്രചുരപ്രചാരം നേടി. മരണശയ്യയിൽ ബാബുരാജ് ഇതിലെ വരികളായ 'താതാ നിൻ കൽപനയാൽ' എന്ന ഭാഗം മന്ത്രിച്ചുമൂളിയിരുന്നുപോൽ. പക്ഷേ, ഈ ചിത്രത്തിലെ യേശുദാസ് പാടിയ 'ഇന്നലെ മയങ്ങുമ്പോൾ' എന്ന ഗാനം ഗായകന്റെയും സംഗീത സംവിധായകന്റെയും തൊപ്പികളിൽ വർണോജ്വലമായ തൂവലുകൾ തുന്നിച്ചേർത്തുവെന്നു നിസ്സംശയം പറയാം. ഈ പാട്ട് നേരത്തെ സൂചിപ്പിച്ച മനോരമ മ്യൂസിക്കിന്റെ 'ബാബുരാജ് പാടുന്നു' എന്ന സിഡിയിൽ കേൾക്കാൻ കൊതിച്ചുപോകും. ഇക്കൂട്ടത്തിൽ 'പ്രാണസഖി' 'ഒരു പുഷ്പം മാത്രമെൻ' എന്നീ ദാസിന്റെ ഗാനങ്ങളും ജാനകിയുടെ 'താനെ തിരിഞ്ഞും മറിഞ്ഞും' പി.ബി. ശ്രീനിവാസിന്റെ 'ഗീതേ ഹൃദയസഖി'യും, രാജയും സുശീലയും കൂടി പാടിയ 'കണ്മണി നീയെൻ കരം പിടിച്ചാലും' സുന്ദരങ്ങൾ തന്നെ. ഇക്കൂട്ടത്തിൽ എനിക്ക് തീരെ ഇഷ്ടപ്പെടാത്ത ഒരു ഗാനാലാപനമുണ്ട്. ദാസ് പാടിയ 'സുറുമയെഴുതിയ മിഴികളേ' എന്ന

ഗാനം ബാബുരാജ് പാടിയത് അരോചകമായിത്തോന്നി. ഉച്ചസ്ഥായിയിൽ പാടി ഒരുവിധം വഷളാക്കിയിട്ടുണ്ട് ഈ ഗാനം എന്നാണെന്റെ അഭിപ്രായം. ഈയിടെ സഫാരി ചാനലിലെ 'സ്മൃതി' എന്ന പരിപാടിയിൽ ജോൺ പോളിന്റെ ബാബുരാജിനെക്കുറിച്ചുള്ള പരിപാടി കാണാനിടയായി. പൊതുവെ 'സ്മൃതി'യിൽ സ്പർശിക്കുന്ന വ്യക്തികളെ പുകഴ്ത്തി സംസാരിക്കാറുണ്ട് ജോൺപോൾ. അതും മനോഹരമായ നിലയിൽ. ബാബുരാജിനെ മുക്തകണ്ഠം പുകഴ്ത്തുന്നുണ്ട് അവതാരകൻ. ഇതെനിക്കിഷ്ടപ്പെടാതെ പോകില്ലല്ലോ. പക്ഷേ, ഞാൻ തലകുലുക്കിപ്പോയത് ഒരഭിപ്രായം കേട്ടപ്പോഴാണ്. ഇളയരാജ എന്ന സംഗീതകുലപതി ബാബുരാജിനെപ്പറ്റി പറഞ്ഞ കമന്റ് കേട്ടപ്പോഴാണ്. ഇളയരാജ ഒരിക്കൽ പറഞ്ഞത്രെ. "ഇന്നാണ് ബാബുരാജ് സംഗീതലോകത്തെത്തിയതെങ്കിലും അദ്ദേഹം ശ്രദ്ധിക്കപ്പെടുമായിരുന്നു. കാരണം ബാബുരാജിന്റെ സംഗീതം കാലത്തിന്നതീതമാണ്." ഈ അഭിപ്രായം കേട്ടപ്പോൾ 'ക്ഷ' പിടിച്ചു. ഇവർ രണ്ടുപേരും എന്റെ ഇഷ്ടസംഗീത സംവിധായകരല്ലോ. ബാബുരാജിന്റെ എനിക്കേറ്റവും ഇഷ്ടപ്പെട്ട ഗാനങ്ങളെ ഞാൻ ചൂണ്ടിക്കാണിക്കുന്നു. ഇരുപത്തഞ്ച് പാട്ടുകൾ മാത്രമേ ചേർക്കുന്നുള്ളൂ. വിസ്താരഭയംകൊണ്ട്.

	ഗാനം	ഗായകൻ
1.	താമസമെന്തേ	യേശുദാസ്
2	ഏകാന്തതയുടെ	കമുകറ
3	തളിരിട്ട കിനാക്കൾ	എസ്. ജാനകി
4	ഇന്നലെ മയങ്ങുമ്പോൾ	യേശുദാസ്
5	സൂര്യകാന്തി	എസ്. ജാനകി
6	അനുരാഗഗാനംപോലെ	ജയചന്ദ്രൻ
7	കണ്മണി നീയെൻ കരം	രാജ, സുശീല
8	അനുരാഗ നാടകത്തിൻ	കെ.പി. ഉദയഭാനു
9	പുള്ളിമാനല്ല മയിലല്ല	എൽ.ആർ. ഈശ്വരിയും സംഘവും
10	അഞ്ജനക്കണ്ണെഴുതി	എസ്. ജാനകി
11	പ്രാണസഖീ ഞാൻ	യേശുദാസ്
12	ഒരുപുഷ്പം മാത്രമെൻ	,, ,,
13	കണ്ണുതുറക്കാത്ത	പി. സുശീല

14	സുറുമയെഴുതിയ	യേശുദാസ്
15	നദികളിൽ സുന്ദരി	യേശുദാസ്, ബി. വസന്ത
16	താനേ തിരിഞ്ഞും മറിഞ്ഞും	എസ്. ജാനകി
17	പഞ്ചവർണതത്ത പോലെ	യേശുദാസ്, കമുകറ
18	കാണാൻ പറ്റാത്ത	എ.എം. രാജ
19	സ്നേഹത്തിൻ കാനനച്ചോലയിൽ	പി. ലീല
20	വാസന്തപഞ്ചമിനാളിൽ	എസ്. ജാനകി
21	ഇരുകണ്ണീർത്തുള്ളികൾ	,, ,,
22	ഈറനുടുത്തുകൊണ്ടംബരം	,, ,,
23	ആരാധികയുടെ പൂജാകുസുമം	,, ,,
24	പൊട്ടിത്തകർന്ന കിനാവിന്റെ	ബാബുരാജ്
25	പാലാണ് തേനാണ്	എ.എം. രാജ

ദേവരാജൻ

മലയാളസിനിമാ നാടകരംഗത്ത് ഏറ്റവും പ്രസിദ്ധനായ ദേവരാജനെക്കുറിച്ച് എന്തു പറഞ്ഞാണ് തുടങ്ങേണ്ടത്? മെലഡിയിൽ ബാബുരാജും അർധശാസ്ത്രീയ ഗാനരംഗത്ത് ദക്ഷിണാമൂർത്തിയും നാടൻ പാട്ടുകളുടെ സൗന്ദര്യം ആവാഹിച്ചെടുത്തതിൽ രാഘവൻമാസ്റ്ററും മുമ്പരാണെങ്കിൽ ഇവയിലെല്ലാം ഒരുപോലെ പ്രാവീണ്യം തെളിയിച്ചു ദേവരാജൻ. സിനിമാ സംഗീതത്തിൽ അദ്ദേഹത്തോട് കിടപിടിക്കാൻ പലരുമുണ്ടെങ്കിലും നാടകഗാനങ്ങളുടെ കാര്യത്തിൽ അദ്ദേഹം തന്നെ അദ്വിതീയൻ. തീർച്ചയായും ഒ.എൻ.വി.യുടേയും വയലാറിന്റെയും ഉദാത്ത രചനകൾ അദ്ദേഹത്തിനെ സഹായിച്ചിരിക്കാം. കർണാട്ടിക്ക് സംഗീതക്കച്ചേരികളുമായി സംഗീതസപര്യ നടത്തുമ്പോൾ തന്നെ ജനകീയ സംഗീതത്തിന്റെ വക്താവായി മാറി ദേവരാജൻ മാസ്റ്റർ. സിനിമാ സംഗീത സംവിധായകൻ എന്ന നിലയിൽ മാസ്റ്ററുടെ പ്രസിദ്ധി ഉയർന്നുവന്നത് 'ഭാര്യ' എന്ന ചിത്രത്തിലൂടെയാണല്ലോ. മലയാള സിനിമാഗാനങ്ങളിലെ യുഗ്മഗാനങ്ങളിൽ ആദ്യലിസ്റ്റിൽതന്നെ ഇടംപിടിക്കുമല്ലോ ഈ ചിത്രത്തിലെ "പെരിയാറേ" എന്ന ഗാനം. എന്തായിരുന്നു ഇദ്ദേഹത്തിന്റെ വിജയത്തിനു അടിസ്ഥാനമെന്നു ചിന്തിക്കുമ്പോൾ പല കാരണങ്ങളും പലർക്കും പറയാനുണ്ടാവും. സംഗീതത്തിന്റെ സാങ്കേതികവശങ്ങൾ മാറ്റി നിർത്തിയാൽ ദേവരാജന്റെ ഗായകരുടെ തിരഞ്ഞെടുപ്പിനു ഒരു പ്രത്യേക

തയുണ്ടായിരുന്നു. 1960 മുതൽ 80 വരെയുള്ള കാലത്ത് അദ്ദേഹത്തിന്റെ തൊണ്ണൂറ് ശതമാനം പാട്ടുകളും പാടിയിട്ടുള്ളത് യേശുദാസും സുശീല യുമായിരുന്നു. ഇതായിരുന്നു ദേവരാജന്റെ മാറ്റ് വർദ്ധിക്കാൻ ഒരു പ്രമുഖ കാരണം. ഒരു ഘട്ടത്തിൽ സുശീലയെ ഏതാണ്ട് മാറ്റിനിർത്തി മാധുരി യെക്കൊണ്ട് പാടിച്ചിരുന്നതെങ്കിലും യേശുദാസിനെ വിട്ടൊരു കളിയു ണ്ടായിരുന്നില്ല ഇദ്ദേഹത്തിന്. മാധുരി, ദേവരാജ ഗീതങ്ങളുടെ കാര്യ ത്തിൽ മുമ്പിലാണെങ്കിലും മാസ്റ്ററുടെ പ്രശസ്ത ഗാനങ്ങളധികവും പാടിയത് സുശീല തന്നെയായിരുന്നു. ഏതാണ്ട് യേശുദാസിന്റെ വെള്ള വസ്ത്രധാരണം അനുകരിച്ച് മാസ്റ്ററെ ചാൻസിനുവേണ്ടി സമീപിച്ച ആളോട് ഇതേ വസ്ത്രധാരണമുള്ള ഒരു പ്രതിഭാശാലി പാടാനുണ്ടല്ലോ എന്നദ്ദേഹം മൊഴിഞ്ഞത്രെ. എല്ലാം സിനിമാ പ്രസിദ്ധീകരണങ്ങളിൽ വായിച്ചതാണ്. സത്യമാണാവോ? പക്ഷേ, ഒന്നുണ്ട്. ദേവരാജൻ/യേശു ദാസിനെപ്പോലെയുള്ളൊരൊത്തുചേരൽ ഇന്ത്യയിലെ സിനിമാസംഗീത മണ്ഡലത്തിൽ പകരം വെക്കാൻ പറ്റില്ലാത്ത ഒന്നുതന്നെയായിരുന്നു. ഹിന്ദിയിൽ നൗഷാദ്-റാഫി കോമ്പിനേഷനും തമിഴിൽ എം.എസ്. വിശ്വ നാഥൻ-സൗന്ദരരാജൻ കോമ്പിനേഷനുമൊന്നും ഇതിനടുത്ത് വരില്ലെന്നു തോന്നുന്നു. ദേവരാജന് പ്രസിദ്ധി നേടിക്കൊടുത്ത 'ഭാര്യ'യിൽ രണ്ടു പാട്ടുകളേ പാടിയിട്ടുള്ളൂ യേശുദാസ്. "ദയാപരനായ കർത്താവേ" എന്ന സോളോയും "പഞ്ചാരപ്പാല് മിട്ടായി" എന്ന യുഗ്മഗാനവും. രണ്ടിലും ദാസിന്റെ സ്വരമാധുര്യം പ്രകടമായിരുന്നു. ഇതോടുകൂടി ദേവരാജനു കീഴിൽ അവസരങ്ങൾ അദ്ദേഹത്തിനെ തേടിയെത്തി. 'മണവാട്ടി' എന്ന ചിത്രത്തിൽ മാസ്റ്റർ ചിട്ടപ്പെടുത്തിയ എല്ലാ പാട്ടുകളും ഹിറ്റായിരുന്നു. രാജ പാടിയ 'ദേവദാരു പൂത്ത നാളൊരു' എന്ന ഗാനം ഇന്നും ശ്രോതാ ക്കൾ ഓർത്താസ്വദിക്കുന്നു. ദാസും ലീലയും പാടിയ 'അഷ്ടമുടിക്കായ ലിലെ' മലയാളത്തിലെ നല്ല യുഗ്മഗാനങ്ങളുടെ ലിസ്റ്റിൽ മുൻനിരയിൽ സ്ഥാനം പിടിച്ചു. ഈ ചിത്രത്തിൽ സുശീല പാടിയ 'മുത്തശ്ശിക്കഥ പറഞ്ഞുറക്കാം' എനിക്ക് വളരെ വളരെ ഇഷ്ടപ്പെട്ട ഒരു ഗാനമാണ്. 'മണവാട്ടി'യിലെ മറ്റൊരു ഗാനത്തിനു ഒരു പ്രത്യേക ചരിത്രപ്രാധാന്യ മുണ്ട്. ഈ ഗാനം പാടിക്കഴിഞ്ഞതിനുശേഷം എവിടെ ഗാനമേളയുണ്ടാ യാലും യേശുദാസ് ആദ്യമായി പാടാറുള്ളത് ഇതിലെ "ഇടയകന്യകേ" എന്ന ഗാനമാണ്. പിന്നീട് ദേവരാജന്റെ ഖ്യാതി ഉയർന്നത് "ശകുന്തള" എന്ന ചിത്രത്തോടെയാണ്. ഇതിലെ ദാസിന്റെ രണ്ടു പ്രശസ്തഗാനങ്ങൾ വളരെ മനോഹരമാണ്. "ശംഖുപുഷ്പം കണ്ണെഴുതുമ്പോൾ", "സ്വർണ്ണ ത്താമരയിതളിലുറങ്ങും" എന്നീ രണ്ടു ഗാനങ്ങൾ. ഈ ഗാനങ്ങളെക്കാൾ കൂടുതൽ സാധാരണക്കാരുടെ ഇടയിൽ ഹരംപകർന്നത് സുശീലയുടെ 'പ്രിയതമാ' എന്ന ഗാനമായിരുന്നു. ഈ ചിത്രത്തിലെ ഗാനങ്ങൾ സംവിധാ

യകൻ കുഞ്ചാക്കോയുടെ കുടുംബാംഗങ്ങൾ വന്നുകേട്ടപ്പോൾ അവർക്ക് അത്ര പിടിച്ചില്ലത്രെ. അതല്ല ഇവയെല്ലാം ഹിറ്റുകളാവുമെന്നു കുഞ്ചാക്കോയും. ആര് ജയിച്ചു എന്നു കാലം തെളിയിച്ചല്ലോ.

ദേവരാജന് വിജയവീഥിയൊരുക്കുവാൻ പല കാരണങ്ങളുമുണ്ടായിരുന്നുവെന്നു നേരത്തെ സൂചിപ്പിച്ചിരുന്നല്ലോ. വയലാറിന്റെ സുന്ദരമായ രചനകൾ ഒരു കാരണം. വയലാറിന്റെ ഗാനങ്ങൾക്ക് മാത്രമല്ലല്ലോ മാസ്റ്റർ ഉദാത്തമായ സംഗീതരചന നടത്തിയിട്ടുള്ളത്. പി. ഭാസ്കരന്റെയും ശ്രീകുമാരൻ തമ്പിയുടെയും ഒ.എൻ.വി.യുടെയും യൂസഫലി കേച്ചേരിയുടെയുമെല്ലാം പല രചനകൾക്കും സുന്ദരമായ സംഗീതം കൊടുക്കാൻ അദ്ദേഹത്തിനു ഭാഗ്യം സിദ്ധിച്ചിട്ടുണ്ട്. ഒരിക്കൽ ഒരഭിമുഖത്തിൽ ദൂരദർശനിൽ അദ്ദേഹം പറഞ്ഞത് നേരിൽ കേൾക്കാനിടയായിട്ടുണ്ട്. “ഒരു ഗാനം കയ്യിൽ കിട്ടിയാൽ അതിലെ കവിതാ ഗുണം ഞാൻ തിരിച്ചറിയും. അതിൽ ഒളിഞ്ഞുകിടക്കുന്ന സംഗീതസാദ്ധ്യത ഉടനെ മനസ്സിലേക്കോടിയെത്തും. അല്ലാതെ ആരുടെ രചനയാണെന്നു നോക്കിയല്ല സംഗീതം കൊടുക്കുന്നത്.” അതായത് വയലാർ/ദേവരാജൻ എന്ന ലേബലിൽ തന്നെ ഒതുക്കിനിർത്തരുത് എന്നു വ്യംഗ്യം. ദേവരാജന്റെ പ്രത്യേക പ്രശസ്തിക്ക് രണ്ടു കാരണങ്ങൾ മുഖ്യമായുണ്ടെന്നു ഞാൻ കരുതുന്നു. കേരളത്തിൽ ഈ കാലത്തിനുമുൻപ് അരങ്ങേറിയ പല പ്രമുഖനാടകങ്ങളും സിനിമയാക്കിയപ്പോൾ അതിലെ സംഗീതം കൈകാര്യം ചെയ്യാൻ സാധിച്ചത് മുഖ്യമായും ദേവരാജനായിരുന്നു. പ്രത്യേകിച്ചു കെ.പി.എ.സി. നാടകങ്ങൾ. അശ്വമേധം, ശരശയ്യ, നിങ്ങളെന്നെ കമ്മ്യൂണിസ്റ്റാക്കി, സർവേക്കല്ല്, മുടിയനായ പുത്രൻ തുടങ്ങിയ നാടകങ്ങൾ. പ്രധാനമായും ഗാനരചന വയലാറും പി. ഭാസ്കരനും. ദേവരാജന്റെ സ്വതസിദ്ധമായ സംഗീതശൈലി കൂടിയായപ്പോൾ പാട്ടുകളെല്ലാം മനോഹരങ്ങളായി. ഇതിൽ ‘അശ്വമേധ’ത്തിൽ സുശീല പാടിയ ‘കറുത്ത ചക്രവാളമതിലുകൾ’ ദേവരാജന്റെ ഏറ്റവും മനോഹരങ്ങളായ പാട്ടുകളിലൊന്നാണെന്ന് അധികം പേരും സമ്മതിക്കുമെന്നു തോന്നുന്നു. എന്റെ ഏറ്റവും ഇഷ്ടപ്പെട്ട ഗാനങ്ങളിലൊന്നാണിത്. ‘ഏഴു സുന്ദരരാത്രികൾ’ എന്ന പാട്ടും മോശമല്ലല്ലോ. ‘അമ്പലപ്പറമ്പിലെ’, ‘എന്റെ വീണക്കമ്പിയെല്ലാം’, ‘ഏനെന്റെ പാടത്ത്’ മുതലായ പാട്ടുകളും ആരും മൂളിപ്പോകുന്ന തരത്തിലുള്ളതല്ലേ? കെ.ടി. മുഹമ്മദിന്റെ നാടകങ്ങൾ ‘കടൽപ്പാലം’, ‘അച്ഛനും ബാപ്പയും’ എന്നീ നാടകങ്ങളുടെയും സ്ഥിതി ഇതുതന്നെ. കടൽപ്പാലത്തിലാണ് എസ്.പി. ബാലസുബ്രഹ്മണ്യം മലയാളത്തിൽ ആദ്യമായി പാടിയിട്ടുള്ളത്. “ഈ കടലും മറുകടലും” എന്ന ഗാനം. ദേവരാജനും വയലാറിനും സഹായകമായ മറ്റൊരു ഘടകമുണ്ട്. യേശുദാസിന്റെ പല ഹൃദ്യമായ പാട്ടുകളും പാടി അഭിനയിച്ചത് പ്രേംനസീറായിരുന്നു. ഈ പാട്ടുകൾക്കെല്ലാം

ഒത്തിണങ്ങി ചുണ്ട് ചലിപ്പിക്കാൻ നിത്യഹരിതനായകനായിരുന്നു കഴിഞ്ഞിരുന്നത്. 'ആയിരം പാദസരങ്ങൾ', 'അമ്പലപ്പറമ്പിലെ', 'ഇന്ദ്രവല്ലരി പൂചൂടിവരും', 'പാരിജാതം തിരുമിഴി' തുടങ്ങി എത്രയെത്ര ഉദാഹരണങ്ങൾ. സ്ത്രീകഥാപാത്രങ്ങൾ പാടിയ ദേവരാജഗീതങ്ങൾക്കധികവും സിനിമയിൽ ചുണ്ടനക്കി അഭിനയിച്ചത് ഷീലയും ജയഭാരതിയും. പ്രധാനമായും സുശീലയുടെ പാട്ടുകൾ. ബാബുരാജിനു ഈ ഭാഗ്യം സിദ്ധിച്ചത് 'ശാരദ'യിൽക്കൂടി ജാനകിയുടെ ശബ്ദത്തിൽ. പി. ജയചന്ദ്രനെ ആദ്യമായി സിനിമയിൽ പാടിച്ച് പ്രശസ്തി ലഭിച്ചതും ദേവരാജനുതന്നെ. ഇന്നും 'മഞ്ഞലയിൽ മുങ്ങി തോർത്തി' ഗാനമേളകളിൽ മുഴങ്ങിക്കേൾക്കാറുണ്ടല്ലോ. പല ഗായകരും ഒരൊറ്റ ഗാനംകൊണ്ട് ശ്രദ്ധിക്കപ്പെട്ടു ദേവരാജഗീതങ്ങളിലൂടെ. അയിരൂർ സദാശിവന്റെ 'അമ്മേ അമ്മേ' എന്ന ഗാനവും ശ്രീകാന്തിന്റെ 'ഇതിഹാസങ്ങൾ ജനിക്കുംമുമ്പേ' എന്ന ഗാനവും നല്ല ഉദാഹരണങ്ങൾ. ആദ്യകാലത്ത് തന്നെ ഒ.എൻ.വിയുടെ 'മാണിക്യ വീണയുമായെൻ' തുടങ്ങിയ ഗാനങ്ങൾക്ക് ഹൃദ്യമായ സംഗീതം പകർന്നു ദേവരാജൻ. 'കരുണ'യിൽ പി. സുശീല പാടിയ 'എന്തിനീ ചിലങ്കകൾ' ആർക്ക് മറക്കാൻ കഴിയും. പി. ഭാസ്കരന്റെ 'ഇന്നെനിക്ക് പൊട്ടുകുത്താൻ' ദേവരാജന്റെ മനോഹരഗാനങ്ങളിൽ മുൻപന്തിയിൽ തന്നെ. 'കാട്ടുകുരങ്ങി'ലെ ഗാനങ്ങൾ ഒന്നിനൊന്ന് മെച്ചം. പക്ഷേ, ഈ ചിത്രത്തിലെ 'നാദബ്രഹ്മത്തിൻ' അർദ്ധശാസ്ത്രീയ സംഗീത ശ്രേണിയിൽ ഒന്നാമതായി വരുമെന്നു തോന്നുന്നു. ദേവരാജന്റെ എനിക്കിഷ്ടപ്പെട്ട കുറെ ഗാനങ്ങളിതാ.

	ഗാനം	ഗായകൻ/ഗായിക
1.	ചക്രവർത്തിനി	യേശുദാസ്
2	ആയിരംപാദസരങ്ങൾ	,, ,,
3	സന്യാസിനി	,, ,,
4	ശംഖുപുഷ്പം	,, ,,
5	മനുഷ്യൻ മതങ്ങളെ	,, ,,
6	സംഗമം സംഗമം	,, ,,
7	മദംപൊട്ടിച്ചിരിക്കുന്ന	,, ,,
8	മാണിക്യവീണയുമായെൻ	,, ,,
9	സ്വർഗപുത്രി നവരാത്രി	,, ,,
10	നാദബ്രഹ്മത്തിൻ	,, ,,
11	കറുത്ത ചക്രവാള	പി. സുശീല
12	സൂര്യകാന്തകൽപ്പടവിൽ	,, ,,
13	കളഭമഴ പെയ്യുന്ന	,, ,,
14	അറിയുന്നീല ഭവാൻ	,, ,,
15	എന്തെന്തു മോഹങ്ങളായിരുന്നു	യേശുദാസ്, സുശീല
16	മാലിനി നദിയിൽ	,, ,,
17	സീതാദേവി സ്വയംവരം	ജയചന്ദ്രൻ, സുശീല
18	ദേവദാരു പൂത്തനാളൊരു	എ.എം. രാജ
19	പ്രാണനാഥനെനിക്ക്	മാധുരി
20	ഇന്നെനിക്ക് പൊട്ടുകുത്താൻ	,, ,,
21	പ്രളയപയോധിയിൽ	യേശുദാസ്
22	തങ്കത്തളികയിൽ	,, ,,
23	പനിനീർമഴ	,, ,,
24	പാരിജാതം തിരുമിഴി	,, ,,
25	മഞ്ഞലയിൽ മുങ്ങിത്തോർത്തി	ജയചന്ദ്രൻ

ദക്ഷിണാമൂർത്തി

ബാബുരാജും ദേവരാജനും രാഘവൻമാഷും സിനിമാ സംഗീതത്തിലെത്തുംമുമ്പ് ദക്ഷിണാമൂർത്തി ഈ രംഗത്ത് കടന്നുവന്നു. 'നല്ല തങ്ക'യിൽ തുടങ്ങിയെങ്കിലും സ്വാമി പ്രസിദ്ധി നേടിയത് 'ജീവിത നൗക'യോടെയാണ്. ഇതിലെ പല ഗാനങ്ങളും ഹിന്ദി ചലച്ചിത്രഗാനങ്ങളുടെ ട്യൂൺ കടമെടുത്തിട്ടുണ്ടെങ്കിലും പല പാട്ടുകളും അന്നത്തെ ഹിറ്റായിരുന്നുവെന്നു വായിച്ചറിഞ്ഞിട്ടുണ്ട്. പിന്നീട് 'സ്നേഹസീമ' എന്ന ചിത്രത്തിൽ രാജയും ലീലയും ചേർന്നു പാടിയ 'കണ്ണും പൂട്ടിയുറങ്ങുകെൻ' എന്ന താരാട്ട് പാട്ടുകൊണ്ട് കൂടുതൽ ജനശ്രദ്ധ പിടിച്ചുപറ്റി ദക്ഷിണാമൂർത്തി. 'സീത' എന്ന ചിത്രത്തിൽ സ്വാമി പി. സുശീലയെ മലയാള സിനിമാലോകത്തിലെത്തിച്ചു ഒരു യുഗത്തിനു നാന്ദി കുറിച്ചുവെന്നു പറയാം. ഈ ചിത്രത്തിലെ 'പാട്ടുപാടിയുറക്കാം' എന്ന മനോഹരഗാനം ഇന്നും ഗാനമേളകളിൽ മുഴങ്ങിക്കേൾക്കാറുണ്ട്. ഈ ഗാനത്തിനുശേഷം വശ്യതയുള്ള എത്രയോ മലയാളഗാനങ്ങൾ പാടിത്തകർത്തു ഈ ഗായിക. പിന്നീട് സുശീല ഏതാണ്ട് ദേവരാജൻമാസ്റ്ററുടെ സ്ഥിരം ഗായികയായി മാറിയെങ്കിലും സ്വാമി അവരെക്കൊണ്ട് മനോഹരങ്ങളായ ഗാനങ്ങൾ പാടിച്ചിട്ടുണ്ട്. 'പാവം മാനവഹൃദയം' എന്നു തുടങ്ങുന്ന സുഗതകുമാരിയുടെ മനോഹരമായ വരികൾക്ക് അതിലും മധുരമായ ട്യൂൺ നൽകി സ്വാമികൾ. സുശീലയുടെ ഈ ഗാനം ഞാൻ ആവർത്തിച്ചുകേൾക്കാറുണ്ട്. അഭയം എന്ന ചിത്രത്തിൽ ഈ പാട്ട് കൂടാതെ, പി. സുശീല പാടിയ 'രാവ് പോയതറിയാതെ' എന്ന ഗാനവും അതിസുന്ദരം. (രചന. പി. ഭാസ്കരൻ). 'ജ്ഞാനസുന്ദരി' എന്ന ചിത്രത്തിൽ കമുകറയെക്കൊണ്ടു പാടിച്ച "പനിനീർമലരിനൊരിതൾ" 'ഒന്നും മിണ്ടാത്തതെന്താണ് തത്തേ' എന്നിവ അന്നത്തെ ഹിറ്റുകളായി മാറി. 'ചിലമ്പൊലി' എന്ന ചിത്രത്തിൽ സ്വാമി ചിട്ടപ്പെടുത്തി പി. ലീല പാടിയ 'പ്രിയമാനസാ' എന്ന അർദ്ധ ശാസ്ത്രീയ സംഗീതത്തിലധിഷ്ഠിതമായ ഗാനം ഈ ഗായികയുടെ ഹൃദ്യങ്ങളായ ഗാനങ്ങളുടെ മുൻപന്തിയിൽതന്നെ: ഗാനഗന്ധർവ്വൻ നിറഞ്ഞുനില്ക്കുന്ന ഗാനമാണല്ലോ സ്വാമിയുടെ 'ഹൃദയസരസ്സിലെ പ്രണയപുഷ്മേ' അന്നത്തെ പ്രധാനപ്പെട്ട ഗാനരചയിതാക്കളുമായി ചേർന്നു പ്രവർത്തിച്ചിട്ടുണ്ട് ഇദ്ദേഹം. കേച്ചേരിയുമായി സഹകരിച്ച് പ്രവർത്തിക്കാനധികം അവസരം കിട്ടിയില്ലെന്നു തോന്നുന്നു. വയലാറുമൊത്ത് 'കാവ്യമേള'യിൽ ഒരു സംഗീതപ്രപഞ്ചം തന്നെ സൃഷ്ടിച്ചിട്ടുണ്ട് ഈ പ്രതിഭാധനൻ.

'സ്വപ്നങ്ങൾ സ്വപ്നങ്ങളെ' എന്ന ഗാനം ദാസിനെക്കൊണ്ടും പാടിച്ചതിനു പിന്നാലെ സ്റ്റേജിൽ ഈ പാട്ട് പാടുന്ന നിലയിൽ പല ഗായക

രെക്കൊണ്ടും പാടിച്ചിട്ടുണ്ട് സ്വാമികൾ. ദക്ഷിണാമൂർത്തിയും ശ്രീകുമാരൻ തമ്പിയും ഒന്നിച്ചുചേർന്നപ്പോൾ ഒരു മഴവെള്ളപ്പാച്ചിലായിരുന്നു കുറെക്കാലം. 'പൊൻവെയിൽ മണിക്കച്ച', 'ഉത്തരാസ്വയംവരം', 'ഹൃദയസരസ്സിലെ', 'ഞാൻ ഞാനെന്ന ഭാവങ്ങളെ', 'താരകരൂപിണി' തുടങ്ങിയ എത്രയെത്ര ഗാനങ്ങൾ. പി. ഭാസ്കരന്റെ രചനയിൽ 'മുത്തശ്ശി' എന്ന ചിത്രത്തിൽ ജയചന്ദ്രൻ പാടിയ 'ഹർഷ ബാഷ്പം' എനിക്കേറ്റവും ഇഷ്ടപ്പെട്ട ഗാനങ്ങളിലൊന്നാണ്. അതേപോലെ ഈ ഗായകൻ പാടിയ 'ഭാര്യമാർ സൂക്ഷിക്കുക' എന്ന ചിത്രത്തിലെ 'മരുഭൂമിയിൽ മലർ വിരിയുകയോ' എന്ന ഗാനവും... അവസാനകാലത്ത് ഒ.എൻ.വിയുടെ വശ്യമായ 'വാതിൽപ്പഴുതിലൂടെ' എന്ന വരികൾക്ക് മനോഹരമായ സംഗീതം കൊടുത്തു സ്വാമി. പി. ഭാസ്കരനുമൊത്ത് 'ജഗദ്ഗുരു ശങ്കരാചാര്യർ' എന്ന ചിത്രത്തിൽ അദ്ദേഹം എത്ര മനോഹരഗാനങ്ങളാണ് ഒരുക്കിയെടുത്തത്. 'ത്രിപുരസുന്ദരി' തുടങ്ങിയ പല ഗാനങ്ങളും ഒരു പ്രത്യേക ഭാവാവിഷ്കരണത്തിലാണ് അദ്ദേഹം നെയ്തെടുത്തത്. പക്ഷേ, ആ ചിത്രത്തിൽ വിഭിന്നമായ രണ്ടുതലത്തിൽ നൽകിയ ഹൃദ്യമായ രണ്ടു ഗാനങ്ങളെപ്പറ്റി സൂചിപ്പിച്ചുകൊള്ളട്ടെ. പ്രസിദ്ധമായ ആചാര്യകൃതി 'ഭജഗോവിന്ദം' യേശുദാസിന്റെ സ്വരമാധുരിയിൽ പുത്തൻ ഭക്തിഗാനമായി മാറ്റിയെടുത്തു ദക്ഷിണാമൂർത്തി. ഈ ചിത്രത്തിൽ അൽപം ശൃംഗാരച്ചുവയുള്ള, ജാനകി പാടിയ 'കുമുദിനി പ്രിയതമനുദിച്ചു' എന്ന ഗാനം നമ്മെ ആഹ്ലാദിപ്പിക്കും, തീർച്ച. 'ശാസ്ത്രം ജയിച്ചു മനുഷ്യൻ തോറ്റു' എന്ന ചിത്രത്തിൽ മൂന്നു ഹിറ്റ് ഗാനങ്ങൾ സ്വാമിയുടെ വകയായിട്ടുണ്ട്. 'ആറാട്ടിനാനകളെഴുന്നള്ളി' എന്ന ദാസിന്റെ ഗാനം, 'ചന്ദനത്തിൽ കടഞ്ഞെടുത്തൊരു' എന്ന ജയചന്ദ്രന്റെ ഗാനം. പക്ഷേ, ഇതിലെല്ലാം അത്യുഗ്രനായിട്ടുണ്ട് ബ്രഹ്മാനന്ദൻ പാടിയിട്ടുള്ള 'താരകരൂപിണി' എന്ന ഗാനം. കവിതകളോട് സ്വാമിക്ക് ഒരു പ്രത്യേകമമതയുണ്ടായിരുന്നു. അതിന്റെ തെളിവാണല്ലോ ജി. ശങ്കരക്കുറുപ്പിന്റെ "ശ്രാന്തമംബരം" എന്നുതുടങ്ങുന്ന വരികൾക്ക് അദ്ദേഹം നൽകിയ സംഗീതം. അതിന്റെ ഭാവഗാംഭീര്യം ദാസ് ആലാപനത്തിലും പ്രകടിപ്പിച്ചു. ക്ലാസിക്കൽ ചുവയുള്ള ഗാനങ്ങൾക്ക് സംഗീതം പകരുമ്പോൾ സ്വാമി സടകുടഞ്ഞെഴുന്നേൽക്കുകയായി. ശ്രീകുമാരൻ തമ്പിയുടെ 'ഗാനം' എന്ന ചിത്രത്തിൽ അദ്ദേഹം നൽകിയ ട്യൂണുകൾ സാധാരണക്കാർക്ക് ഇഷ്ടമായെന്നു തോന്നുന്നു. ഇതിൽ കൂടുതൽ ശ്രദ്ധേയമായത് 'എന്തൊരു മഹാനു ഭാവലു' എന്ന പ്രശസ്തമായ ത്യാഗരാജസ്വാമികളുടെ പഞ്ചരത്നകൃതികളിലെ അവസാന ഗാനത്തിന് അദ്ദേഹം നൽകിയ സംഗീതമാണ്. പ്രസിദ്ധ ക്ലാസിക്കൽ സംഗീതജ്ഞനായ ബാലമുരളീകൃഷ്ണയെക്കൊണ്ട് ഈ ഗാനം പാടിച്ചതിലെ അദ്ദേഹത്തിന്റെ നിപുണതയെ കാണാതെ പറ്റില്ലല്ലോ. മല

യാളത്തിലെ അന്നത്തെ പ്രധാന ഗായികമാരായ ലീലയെക്കൊണ്ടും സുശീലയെക്കൊണ്ടും ജാനകിയെക്കൊണ്ടും വിവിധരത്തിലുള്ള ഗാന ങ്ങൾ പാടിക്കാൻ ഇദ്ദേഹത്തിനു കഴിഞ്ഞു. 'ഭർത്താവ്' എന്ന ചിത്രത്തിൽ എൽ.ആർ. ഈശ്വരിയെക്കൊണ്ട് ദാസിനോടൊപ്പം ഒരു യുഗ്മഗാനം പാടി ച്ചിട്ടുണ്ട് ദക്ഷിണാമൂർത്തി. "കാക്കക്കുയിലെ ചൊല്ലു" എന്നു തുടങ്ങുന്ന ഗാനം. സംഗീതസംവിധായകനെന്ന നിലയിൽ മറ്റാർക്കും നേടിയെടു ക്കാൻ കഴിഞ്ഞിട്ടില്ലാത്ത ഒരു റിക്കാർഡിന്നുടമയാണല്ലോ ദക്ഷിണാ മൂർത്തി. നാല് തലമുറകളെകൊണ്ട് പാടിക്കാൻ കഴിഞ്ഞു അദ്ദേഹ ത്തിന്. അഗസ്റ്റിൻ ജോസഫ്, മകൻ യേശുദാസ്, ദാസിന്റെ മകൻ വിജയ് യേശുദാസ്, വിജയ് യേശുദാസിന്റെ മകൾ അമേയ എന്നിവരെക്കൊണ്ട് പാടിക്കാൻ സാധിച്ച സൗഭാഗ്യത്തിനുടമയാണല്ലോ സ്വാമികൾ. ഇതൊന്നും തന്റെ കഴിവല്ല വൈക്കത്തപ്പന്റെ അനുഗ്രഹമാണെന്ന് അദ്ദേഹം ഇടയ്ക്കിടെ പറയുമായിരുന്നു. തികഞ്ഞ ദൈവഭക്തൻ, തികഞ്ഞ സംഗീതോപാസകൻ, പ്രധാനമായും അർദ്ധശാസ്ത്രീയ സംഗീ തത്തിലൂന്നിയ ട്യൂണുകൾ. കോമഡിഗാനം ചിട്ടപ്പെടുത്തുന്നതിലും, അദ്ദേഹം അദ്വിതീയൻ തന്നെ. സ്വന്തമായി പാടിയ, 'നാഗരാദി എണ്ണ യുണ്ട്' എന്ന ഗാനം ഓർത്തുനോക്കൂ. അതിലും മനോഹരം. ദാസ്, ജയ ചന്ദ്രൻ എന്നിവരെക്കൊണ്ട് പാടിച്ച 'കനകസിംഹാസനത്തിൽ' തമാശ നിറഞ്ഞ ഗാനമാണ്. എനിക്കേറ്റവും ഇഷ്ടപ്പെട്ട കുറെ ദക്ഷിണാമൂർത്തി ഗാനങ്ങളിതാ.

	ഗാനം	ഗായകൻ/ഗായിക
1.	ഹൃദയസരസ്സിലെ	യേശുദാസ്
2	ഭജഗോവിന്ദം	,, ,,
3	ഉത്തരാസ്വയംവരം	,, ,,
4	ഹർഷബാഷ്പം തൂകി	ജയചന്ദ്രൻ
5	മരുഭൂമിയിൽ മലർ	,, ,,
6	താരകരൂപിണി	ബ്രഹ്മാനന്ദൻ
7	പാട്ടുപാടിയുറക്കാം	പി. സുശീല

8	പാവം മാനവഹൃദയം	,, ,,
9	പ്രിയമാനസാ	പി. ലീല
10	കുമുദിനി പ്രിയതമനുദിച്ചു	എസ്. ജാനകി
11	എന്തൊരു മഹാനുഭാവലു	ബാലമുരളീകൃഷ്ണ
12	കുരുത്തോലപ്പെരുന്നാളിനു	ദാസ്, സുശീല
13	മനസ്സിലുണരൂ ഉഷസന്ധ്യയായ്	ദാസ്, ജാനകി
14	വൈക്കത്തഷ്ടമിനാളിൽ	ദാസ്, ലീല
15	ചിത്രശിലാപാളികൾ	യേശുദാസ്
16	വാതിൽപ്പഴുതിലൂടെൻ മുന്നിൽ	യേശുദാസ്
17	സ്വപ്നങ്ങൾ സ്വപ്നങ്ങളെ	ദാസ്, ലീല

കെ. രാഘവൻ

1960–80 കാലഘട്ടങ്ങളിൽ കോഴിക്കോട് നഗരം പ്രശസ്ത സാഹിത്യകാരന്മാരുടെയും അഭിനേതാക്കളുടെയും നാടകപ്രവർത്തകരുടേയും സംഗീതജ്ഞരുടെയും ഒത്തുചേരലിന്റെ വിളനിലമായിരുന്നു. സാഹിത്യകലാമണ്ഡലത്തിലെ ഒരു വസന്തകാലമായിരുന്നു അത്. ഇക്കൂട്ടത്തിൽ പലരും കോഴിക്കോട്ടുകാരായിരുന്നില്ല. ഉറൂബ്, എം.ടി, ബഷീറിനെപ്പോലെയുള്ളവരിൽ പലരും ജോലി സംബന്ധമായി കോഴിക്കോട്ടെത്തി ഇവിടെ സ്ഥിരതാമസക്കാരായി മാറുകയാണ് ചെയ്തത്. കുറെപേർ ആകാശവാണിയിൽ സഹപ്രവർത്തകരായിരുന്നു. ഉറൂബ്, തിക്കോടിയൻ, കെ.എ. കൊടുങ്ങല്ലൂർ പി. ഭാസ്കരൻ, ഉദയഭാനു മുതലായവർ. ഇവരുടെ കൂട്ടത്തിൽ സംഗീതസപര്യ നടത്തുന്ന ഒരാളുണ്ടായിരുന്നു. അദ്ദേഹമാണ് രാഘവൻമാഷ് എന്ന പേരിലറിയപ്പെടുന്ന കെ. രാഘവൻ. ശരിക്കും തലശ്ശേരിക്കാരനാണദ്ദേഹം. ഇടക്കാലത്ത് രഘുനാഥ് എന്ന പേരിലും അദ്ദേഹം സംഗീതസംവിധാനം നടത്തിയിട്ടുണ്ട്.

ആ കാലത്ത് കുറെ വർഷങ്ങൾ രാഘവൻമാസ്റ്റർ വൈ.എം.സി.എ ക്രോസ് റോഡിലുള്ള ഒരു വാടകവീട്ടിലായിരുന്നു താമസം. ഞാനും അന്ന് അതിനടുത്തുള്ള ഒരു ലോഡ്ജിൽ താമസിച്ചിരുന്നു മൂന്നുവർഷത്തോളം. ഏതാണ്ടധികദിവസവും നേരിട്ടു കാണാറുണ്ട്. വലിയ അടുപ്പമൊന്നുമുണ്ടായിരുന്നില്ല. അദ്ദേഹത്തിന്റെ മകൻ കനകാംബരൻ ക്രിസ്ത്യൻ കോളേജിൽ പഠിച്ചിരുന്നു. ഒരുവർഷം ഫൈൻ ആർട്സ് സെക്രട്ടറിയാ

യിരുന്നു അദ്ദേഹം. വോട്ടുപിടിച്ചത് പാട്ടിൽ കൂടി ആയിരുന്നു. രാഘവൻ മാഷിന്റെ 'കരിമുകിൽ കാട്ടിലെ' എന്ന ഗാനമാണ് പ്രധാനമായും പാടിയിരുന്നത്. നന്നായി പാടിയിരുന്നെങ്കിലും അദ്ദേഹത്തിനു സിനിമയിൽ അധികം ചാൻസ് കിട്ടിയില്ല. കോഴിക്കോട് ആകാശവാണിയിലായിരുന്നു ജോലി. പാട്ടുകാരനായിട്ടല്ല, പാട്ടിന്റെ അവതാരകനായിട്ടായിരുന്നു ഇദ്ദേഹത്തിന്റെ നിയോഗം.

രാഘവൻമാഷ് ദേവരാജനെപ്പോലെ സംഗീതകച്ചേരികൾ നടത്തിയിട്ടുണ്ടായിരുന്നു. പക്ഷേ, മലയാളത്തിൽ മറ്റൊരു സംഗീതസംവിധായകന്റെ താരോദയം കണ്ടത് 'നീലക്കുയിൽ' എന്ന ചിത്രത്തിലെ സംഗീതസംവിധാനത്തോടുകൂടിയാണ്. ഉറൂബിന്റെ കഥ പി. ഭാസ്കരന്റെ ഗാനരചനയും സംവിധാനവും. സഹായിയായി രാമു കാര്യാട്ടും. അഭിനയത്തിന്റെ അവസാനവാക്കായിരുന്ന സത്യനും കൂടെ നായികയായി മിസ്സ് കുമാരിയും. പി. ഭാസ്കരനും ഒരു കഥാപാത്രത്തെ അവതരിപ്പിച്ചിട്ടുണ്ട്. ഈ കലോപാസകന്മാരെയെല്ലാം പിന്നിലാക്കിക്കൊണ്ട് തിളങ്ങിനിന്നത് അതിലെ സംഗീത സംവിധായകനാണ്. ക്ലാസിക്കൽ സംഗീതത്തിൽ നിന്നും വിഭിന്നമായി നാടൻപാട്ടുകളുടെ എല്ലാ സ്വഭാവവിശേഷങ്ങളും ആവാഹിച്ചെടുത്ത അതിലെ പല പാട്ടുകളും ഇന്നും സംഗീതപ്രേമികൾ മൂളിക്കൊണ്ടിരിക്കുന്നു. ജാനമ്മ ഡേവിഡ് എന്ന ആദ്യകാലഗായികയുടെ രണ്ടു മുത്തുകൾ 'എല്ലാരും ചൊല്ലണ്', 'കുയിലിനെത്തേടി' എന്നീ ഗാനങ്ങളാണിതിൽ പ്രധാനം. മെഹബൂബിന്റെ 'മാനെന്നും വിളിയ്ക്കില്ല' എന്ന ഗാനവും സൂപ്പർഹിറ്റായി. പ്രോഡ്യൂസറുടെ നിർബന്ധത്താൽ 'കായലരികത്ത്' എന്ന ഗാനം മാസ്റ്റർ തന്നെ പാടി ഹിറ്റാക്കി. ശാന്ത പി. നായരുടെ 'ഉണരൂണരൂ ഉണ്ണിക്കണ്ണാ ശ്രീധരാ' എന്ന ഗാനവും ശ്രദ്ധിക്കപ്പെട്ടു. പക്ഷേ, കാലത്തിന്റെ മറവിയെ മാറ്റിനിർത്തി മലയാളസിനിമയിലെ ഏറ്റവും വിഷാദാത്മകമായ ഗാനമെന്ന് വിശേഷിപ്പിക്കാവുന്ന കോഴിക്കോട് അബ്ദുൾഖാദറിന്റെ 'എങ്ങിനെ നീ മറക്കും കുയിലേ' എന്ന ഗാനം ഇന്നും ശ്രോതാക്കളെ കണ്ണുനീരിലാഴ്ത്തുന്നുണ്ടെന്നു തോന്നുന്നു. ഈ ചിത്രം കഴിഞ്ഞ് മാസ്റ്റർക്ക് തിരിഞ്ഞുനോക്കേണ്ടിവന്നിട്ടില്ല. ഇടയ്ക്കിടെ സംഗീതം കൊടുത്ത ചിത്രങ്ങളിൽ ഒരു സൂപ്പർഹിറ്റ് ഗാനമെങ്കിലും ഉണ്ടാവും. 'ആദ്യകിരണ'ങ്ങളിൽ സുശീലയുടെ 'പതിവായി പൗർണമി', 'അമ്മയെ കാണാൻ' എന്ന ചിത്രത്തിലെ 'ഉണരുണരൂ' എന്ന ജാനകിയുടെ ഗാനം, അതിലെ തന്നെ 'പ്രാണന്റെ പ്രാണനിൽ' എന്ന ലീലയുടെ ഗാനവുമെല്ലാം ഉദാഹരണങ്ങൾ. 'അമ്മയെ കാണാൻ' എന്ന ചിത്രത്തിലെ ദാസിന്റെ 'മധുരപ്പതിനേഴുകാരി' എന്ന ഗാനവും മനോഹരം തന്നെ. പക്ഷേ, യേശുദാസ്/രാഘവൻ കോമ്പിനേഷനിലെ എനിക്കേറ്റവും ഇഷ്ടപ്പെട്ട ഗാനം 'യുദ്ധകാണ്ഡം' എന്ന ചിത്രത്തിലെ 'ശ്യാമസുന്ദര പുഷ്പമേ' എന്ന ഗാനമാണ്. 'കൊടുങ്ങല്ലൂരമ്മ'യിലെ 'മഞ്ജുഭാഷിണി',

'തുറക്കാത്ത വാതിലി'ലെ 'പാർവ്വണേന്ദുവിൻ' മുതലായ ഗാനങ്ങളും മനോഹരങ്ങൾ തന്നെ. മലയാളസിനിമയിലെ യുഗ്മഗാനങ്ങളിൽ മുൻപന്തിയിൽ തന്നെ നിൽക്കുന്ന ഒരു ഗാനമുണ്ട് 'ഉണ്ണിയാർച്ച' എന്ന ചിത്രത്തിൽ. രാജയും സുശീലയും ചേർന്നു പാടിയ "അന്നു നിന്നെ കണ്ടതിൽ പിന്നെ" എന്ന ഗാനം. രാജയെക്കൊണ്ട് 'നീലിസാലി'യിൽ പാടിച്ച 'ദൈവത്തിൻ പുത്രൻ ജനിച്ചു' എന്ന ഗാനവും ശ്രോതാക്കൾ നെഞ്ചിലേറ്റി. 'മഞ്ഞലയിൽ മുങ്ങിതോർത്തി' എന്ന ഗാനത്തിലൂടെ ശ്രദ്ധേയനായ ജയചന്ദ്രൻ കൂടുതൽ പ്രശസ്തനായത് മാഷിന്റെ 'കരിമുകിൽക്കാട്ടിലെ' എന്ന ഗാനത്തോടെയാണല്ലോ. 'കള്ളിച്ചെല്ലമ്മ' എന്ന ചിത്രത്തിൽ ഒരു പുതിയ ഗായകനെകൂടി അദ്ദേഹം അവതരിപ്പിച്ചു. 'മാനത്തെക്കായലിൽ' എന്ന ഗാനവുമായി കടന്നുവന്ന ബ്രഹ്മാനന്ദനിലൂടെ. എൽ.ആർ. ഈശ്വരിയെക്കൊണ്ടു പാടിച്ച രണ്ടു നല്ല പാട്ടുകളെപ്പറ്റി മുൻപ് സൂചിപ്പിച്ചുവല്ലോ. 'നഗരമേ നന്ദി' എന്ന ചിത്രത്തിൽ മാസ്റ്റർ സംഗീതം നൽകി പ്രശസ്തമാക്കിയ രണ്ടു ഗാനങ്ങളുണ്ടല്ലോ. ദാസ് പാടിയ 'നഗരം നഗരം മഹാസാഗരം' എന്ന ഗാനവും ജാനകി പാടിയ 'മഞ്ഞണിപ്പൂനിലാവ്' എന്ന ഗാനവും. നാടകരംഗത്ത് അദ്ദേഹം കൂടുതൽ പ്രവർത്തിച്ചില്ലെങ്കിലും 'അശ്വമേധം' എന്ന നാടകത്തിൽ അദ്ദേഹം സംഗീതം കൊടുത്ത രണ്ടു പാട്ടുകൾ പോരെ അദ്ദേഹത്തിനെ ഓർമിക്കുവാൻ സംഗീതപ്രേമികൾക്ക്. 'പാമ്പുകൾക്ക് മാളമുണ്ട്', 'തലയ്ക്ക് മീതെ ശൂന്യാകാശം' എന്നീ പാട്ടുകൾ. ഇതിൽ എനിക്ക് കൂടുതലിഷ്ടം 'തലയ്ക്ക് മീതെ' എന്ന ഗാനമാണ്. ഈ ഗാനത്തിൽ ജോർജ് പാടിയ 'മരണം വാതിൽക്കലൊരു നാൾ' എന്ന ഭാഗം കേൾക്കുമ്പോൾ നാം കൂടുതൽ വിനയാന്വിതരാകും, തീർച്ച. സുലോചനയും കസറിയിട്ടുണ്ട് ഈ പാട്ടിൽ. രാഘവൻമാഷ് പ്രിയശിഷ്യനെക്കൊണ്ട് 'തേൻതുള്ളി' എന്ന സിനിമയിൽ പി.ടി. അബ്ദുറഹിമാന്റെ വരികൾക്ക് ഹൃദ്യമായ ട്യൂൺ നൽകി പാടിച്ചിട്ടുണ്ടല്ലോ. വി.ടി. മുരളി ഈ ഗാനങ്ങളിലൂടെ പ്രശസ്തനായി ഒരു ഗായകൻ എന്ന നിലയിൽ. 'ഓത്തുപള്ളി' 'കാലത്തെ ജയിക്കുവാൻ' എന്നീ ഗാനങ്ങൾ രചനയിലും ആലാപനത്തിലും വേറിട്ട ഒരനുഭവം നൽകുന്നു.

രാഘവൻമാസ്റ്ററുടെ തൊപ്പിയിലെ മറ്റൊരു വർണശബളമായ തൂവലാണ് 'രമണൻ' എന്ന ചിത്രത്തിന്റെ സംഗീതസംവിധാനം. ചങ്ങമ്പുഴയുടെ വരികളിൽതന്നെ സംഗീതം നിറഞ്ഞുനിൽക്കുകയല്ലേ? അതിൽ ഒരിത്തിരി തൊങ്ങലും പിടിപ്പിച്ച് മാഷ് കൊടുത്ത സംഗീതം കാവ്യാത്മകമാണ്. ഉദയഭാനുവിന്റെ 'വെള്ളിനക്ഷത്രമേ' 'ചപലവ്യാമോഹങ്ങളാനയിക്കും', ശാന്താ.പി.നായരുടെ 'ഏകാന്തകാമുക', ലീലയുടെ 'സംപൂത മീ പ്രേമസിദ്ധിക്കായി' 'പൊട്ടുകില്ലിനീ' എന്നിവയെല്ലാം മനോഹരങ്ങൾ. പക്ഷേ, അതിലെ ആ യുഗ്മഗാനമുണ്ടല്ലോ അതങ്ങ് ഹിറ്റുകളിൽ ഹിറ്റായി

മാറി. 'രമണൻ' സിനിമയിറങ്ങിയതിനുശേഷം "കാനനഛായയിൽ" എന്ന യുഗ്മഗാനം പാടാത്ത ഗാനമേളകൾ വിരളമായിരിക്കും തീർച്ച. ഈ കാര്യം ഉദയഭാനു എന്ന ഗായകൻ തന്നെ അഭിമുഖങ്ങളിൽ ആവർത്തിച്ചുപറയുന്നത് കേട്ടിട്ടുണ്ട്. ഏതാണ്ടവസാനകാലത്ത് 'താമരപ്പൂങ്കാവനത്തിൽ' എന്ന ഗാനം യേശുദാസിനെക്കൊണ്ട് പാടിപ്പിച്ച് അദ്ദേഹം കൃതാർത്ഥനായി. ഇത് അദ്ദേഹം ദൂരദർശനിൽ ഒരു പരിപാടിയിൽ നേരിട്ടുപറഞ്ഞതും കേട്ടിട്ടുണ്ട്. മലബാറുകാർക്ക് അഭിമാനിക്കാൻ വകയുള്ള ഒരു സംഗീതസംവിധായകൻ തന്നെയാണ് രാഘവൻമാസ്റ്റർ. മാസ്റ്ററുടെ എനിക്കേറ്റവും ഇഷ്ടപ്പെട്ട ഗാനങ്ങളിതാ.

	ഗാനം	ഗായകൻ/ഗായിക
1.	ശ്യാമസുന്ദര പുഷ്പമേ	യേശുദാസ്
2	മഞ്ജുഭാഷിണി	,, ,,
3	അന്നുനിന്നെ കണ്ടതിൽ പിന്നെ	രാജ, സുശീല
4	കരിമുകിൽക്കാട്ടിലെ	ജയചന്ദ്രൻ
5	പതിവായി പൗർണമിതോറും	സുശീല
6	മാനത്തെ മഴമുകിൽ മാലകളെ	,, ,,
7	ഉണരുണരൂ	ജാനകി
8	മഞ്ഞണിപ്പൂനിലാവ്	,, ,,
9	എത്ര കണ്ടാലും കൊതി	എൽ.ആർ. ഈശ്വരി
10	ഓമനപ്പാട്ടുമായ്	,, ,,
11	പ്രാണന്റെ പ്രാണനിൽ	പി. ലീല
12	എങ്ങിനെ നീ മറക്കും	കോഴിക്കോട് അബ്ദുൾഖാദർ
13	കാനനഛായയിൽ	ഉദയഭാനു, ലീല
14	വെള്ളിനക്ഷത്രമേ	ഉദയഭാനു
15	മാനത്തെ കായലിൽ	ബ്രഹ്മാനന്ദൻ
16	ഓത്തുപള്ളി	വി.ടി. മുരളി
17	നഗരം, നഗരം, മഹാസാഗരം	യേശുദാസ്
18	ഭദ്രദീപം കരിന്തിരി	ജാനകി

എം.ബി. ശ്രീനിവാസൻ

മലയാളത്തിലെ ബുദ്ധിശാലിയായ സംഗീതസംവിധായകൻ എന്നാണ് എം.ബി. ശ്രീനിവാസനെ വിശേഷിപ്പിക്കാൻ തോന്നുക. കാവ്യ സൗകുമാര്യം അത്രയൊന്നുമില്ലാത്ത ഗാനങ്ങളിൽകൂടി ഒരു കവിതാ സൗന്ദര്യം പുലർത്തിക്കൊണ്ടാണദ്ദേഹത്തിന്റെ ട്യൂണുകൾ പ്രത്യക്ഷ പ്പെടുക. കവിതാഗന്ധമുള്ള ഗാനങ്ങളാണെങ്കിലോ ആ സംഗീതശൈ ലിക്കെന്തൊരു കേൾവിസുഖം. 'ഉൾക്കടൽ' എന്ന ചിത്രത്തിൽ ഒ.എൻ. വിയുടെ വരികൾക്ക് എത്ര ഹൃദ്യമായ ട്യൂണുകളാണദ്ദേഹം നൽകിയി ട്ടുള്ളത്. 'എന്റെ കടിഞ്ഞൂൽ പ്രണയകഥയിലെ', 'നഷ്ടവസന്തത്തിൻ തപ്തനിശ്വാസമേ' തുടങ്ങിയ പാട്ടുകളോർക്കുന്നില്ലേ? 'ചില്ല്' എന്ന ചിത്ര ത്തിലെ 'ഒരുവട്ടം കൂടിയെൻ' എന്ന പാട്ട് വളരെയധികം ചുണ്ടുകളിൽ കൂടി ഒരു പ്രാവശ്യമെങ്കിലും പുറത്തേക്ക് വന്നിട്ടുണ്ടാവും. ഗാനങ്ങളിലെ കവിതാപ്രസരം ഇഷ്ടപ്പെടുന്ന എന്നെപ്പോലെയുള്ളവർക്ക് ഈ ഗാനം ഒരു തേൻമഴതന്നെയല്ലേ? ശ്രീകുമാരൻ തമ്പി രചിച്ച് 'കടൽ' എന്ന ചിത്ര ത്തിൽ എം.ബി.എസ്. ജാനകിയെക്കൊണ്ട് പാടിച്ച 'ചിരിക്കുമ്പോൾ കൂടെ ചിരിക്കാൻ' എന്ന ഗാനം ആരെയാണ് ഇരുത്തിചിന്തിപ്പിക്കാത്തത്! തത്വ ചിന്താശകലങ്ങളടങ്ങിയിട്ടുള്ള ഈ ഗാനത്തിനു ഇണങ്ങിയ ട്യൂൺ നൽകി മനോഹരമാക്കി സംഗീത സംവിധായകൻ.

ഇദ്ദേഹം സംഗീത സപര്യയുടെ പേരിൽ മാത്രമല്ല അറിയപ്പെടുന്നത്. സംഗീത സംവിധായകരും ഗാനരചയിതാക്കളുമടങ്ങിയ ഒരു കൂട്ടാ യ്മയ്ക്ക് നേതൃത്വം കൊടുക്കാൻ ശ്രീനിവാസനു കഴിഞ്ഞിട്ടുണ്ട്. ഈ കൂട്ടായ്മയുടെ അന്തസ്സ് ഉയർത്തിപ്പിടിക്കാൻ അദ്ദേഹം എപ്പോഴും ശ്രമി ച്ചിരുന്നുപോലും. മറ്റൊരു മുഹൂർത്തത്തിനു കളമൊരുക്കാൻ അദ്ദേഹ ത്തിനു സാധിച്ചിട്ടുണ്ട്. ഇതിന്റെ വിശദാംശങ്ങൾ മുമ്പ് സൂചിപ്പിച്ചിട്ടുണ്ടല്ലോ. ഏതായാലും ഗുരുദേവന്റെ പ്രസിദ്ധമായ ശ്ലോകത്തിനു (ജാതിഭേദം മത ദ്വേഷം എന്നു തുടങ്ങുന്ന) ഈണം കൊടുത്ത ഈ സംഗീതസംവിധാ യകനും അത് ഭംഗിയായി ആലപിച്ച യേശുദാസും മലയാള ചലച്ചിത്ര ലോകത്ത് എന്നും ഓർമിക്കപ്പെടും, തീർച്ച. എം.ബി.എസിന്റെ എനിക്കി ഷ്ടപ്പെട്ട ചില ഗാനങ്ങളിതാ.

	ഗാനം	ഗായകൻ
1	എന്റെ കടിഞ്ഞൂൽ പ്രണയകഥയിലെ	യേശുദാസ്
2	നഷ്ടവസന്തത്തിൻ തപ്തനിശ്വാസമേ	,, ,,
3	ശരദിന്ദു	ജയചന്ദ്രൻ സെൽമ ജോർജ്
4	കൃഷ്ണതുളസിക്കതിരുകൾ	യേശുദാസ്
5	മനസ്സൊരു മാന്ത്രിക	,, ,,
6	കദളീവനങ്ങളിൽ	ദാസും കൂട്ടരും
7	ചെമ്പകപുഷ്പ	യേശുദാസ്
8	ചിരിക്കുമ്പോൾ കൂടെ	ജാനകി
9	ലോകം മുഴുവൻ	ജാനകിയും കൂട്ടരും
10	കളിമണ്ണ് മെനഞ്ഞു	പി. ലീല
11	താമരത്തുമ്പീ വാ	ഉദയഭാനു, ലീല

ചിദംബരനാഥ്

1960 മുതൽ 75 വരെ ചിദംബരനാഥും ഇടയ്ക്കിടക്ക് മലയാളസിനിമാരംഗത്ത് സംഗീതസംവിധായകനായി പ്രത്യക്ഷപ്പെട്ടു. ബാബുരാജിനെപ്പോലെയും രാഘവൻ മാസ്റ്ററെപ്പോലെയും പ്രശസ്തനാവാൻ കഴിഞ്ഞില്ലെങ്കിലും കുറെ നല്ല ഗാനങ്ങൾ സൃഷ്ടിച്ചെടുക്കാൻ ഇദ്ദേഹത്തിനു കഴിഞ്ഞിട്ടുണ്ട്. പല ചിദംബരഗാനങ്ങളുടേയും സ്രഷ്ടാക്കൾ ബാബുരാജോ രാഘവൻമാസ്റ്ററോ ആയി പലരും തെറ്റിദ്ധരിച്ചിട്ടുണ്ടെന്നു ചിദംബരനാഥിന്റെ മകനും സംഗീതജ്ഞനുമായ രാജാമണി തന്നെ പറഞ്ഞിട്ടുള്ളത് നേരിട്ടു കേട്ടിട്ടുണ്ട്, ദൂരദർശനിൽ. ചിദംബരനാഥ് പ്രശസ്തനാകുന്നത് എം.ടിയുടെ പ്രശസ്തമായ തിരക്കഥയിൽ പുറത്തിറങ്ങിയ 'മുറപ്പെണ്ണ്' എന്ന ചിത്രത്തിലെ ഗാനങ്ങളോടെയാണ്. പ്രത്യേകിച്ചും ദാസ് പാടിയ 'കരയുന്നോ പുഴ ചിരിക്കുന്നോ' എന്ന ഗാനത്തോടെ. ഇതിലെ തന്നെ 'കടവത്ത് തോണിയടുത്തപ്പോൾ' എന്ന ഗാനവും ശ്രവണസുഖം നൽകുന്നു. ഇതേത്തുടർന്നു സത്യൻ അഭിനയിച്ച് അനശ്വരമാക്കിയ 'പകൽക്കിനാവ്' എന്ന ചിത്രത്തിലെ 'പകൽക്കിനാവിൻ സുന്ദരമാമീ

പാലാഴിക്കടവിൽ' എന്ന മറ്റൊരു മനോഹരഗാനം ഈ സംഗീതസംവിധാനത്തിൽ ദാസിന്റെ ശബ്ദമാധുരിയിൽ നമുക്കനുഭവിക്കാൻ സാധിച്ചു. ഇതിൽ മറ്റൊരു ഗാനമുണ്ടായിരുന്നു. ഒരു പോപ്പുലറായ ഗാനം. 'കാക്കയ്ക്കും പൂച്ചയ്ക്കും കല്യാണം' ഈ ഗാനത്തോടനുബന്ധിച്ചുണ്ടായ രസകരമായ ഒരനുഭവം ഞാൻ മുമ്പൊരിടത്ത് സൂചിപ്പിച്ചിരുന്നല്ലോ. ചിദംബരനാഥിന്റെ എനിക്കേറ്റവും ഇഷ്ടപ്പെട്ട ഗാനം ഒരു ബോറൻ സിനിമയായിരുന്ന 'ചെകുത്തന്റെ കോട്ട' എന്ന സിനിമയിലേതാണ്. 'മന്ദം മന്ദം നിദ്രവന്നെൻ' എന്ന ഈ ഗാനം വളരെച്ചുരുക്കമായേ പ്രക്ഷേപണം ചെയ്തു കേട്ടിട്ടുള്ളൂ. പലരും കേട്ടിട്ടുണ്ടാവാൻ വഴിയില്ല. ഇത് പറയാൻ ഒരു കാരണമുണ്ട്. ഈ പാട്ട് ശ്രദ്ധിച്ചിട്ടുണ്ടോ എന്നു ഞാൻ പലരോടും ചോദിച്ചപ്പോൾ 'ഇല്ല' എന്നാണ് മറുപടി പറയാറുള്ളത്. 'കായംകുളം കൊച്ചുണ്ണി' എന്ന ചിത്രത്തിൽ ചിദംബരനാഥ് ചിട്ടപ്പെടുത്തിയ ഒരു സുന്ദര യുഗ്മഗാനം എല്ലാവരും കേട്ടിരിക്കും. ദാസും ജാനകിയും ചേർന്നുപാടിയ 'കുങ്കുമപ്പൂവുകൾ പൂത്തു' എന്ന ഗാനം. ഈ ചിത്രത്തിൽ തന്നെയാണല്ലോ ഗാനഗന്ധർവൻ പാടിയ 'സുറുമ നല്ല സുറുമ' എന്ന മനോഹരഗാനം. യേശുദാസ് തന്നെ അഭിനയിച്ചുപാടുന്ന ഗാനം. ഈ ചിത്രത്തിൽതന്നെ ബി. വസന്തയുടെ ഒരു ഗാനമുണ്ട് കേൾക്കാൻ ഇമ്പം നൽകുന്നത്. "കാർത്തികവിളക്ക് കണ്ടു" എന്നു തുടങ്ങുന്ന ഗാനം. ജാനകിയെക്കൊണ്ടു മാസ്റ്റർ പാടിച്ച മറ്റൊരു മനോഹര ഗാനമാണ് 'പകൽക്കിനാവിലെ' 'കേശാദിപാദം തൊഴുന്നേൻ' എന്ന ഗാനം.

	ഗാനം	ഗായകൻ
1	മന്ദം മന്ദം നിദ്രവന്നെൻ	യേശുദാസ്
2	കരയുന്നോ പുഴ	,, ,,
3	കുങ്കുമപ്പൂവുകൾ പൂത്തു	ദാസ്, ജാനകി
4	കേശാദിപാദം	ജാനകി
5	സുറുമ നല്ല സുറുമ	യേശുദാസ്
6	പകൽക്കിനാവിൻ	,, ,,
7	കാർത്തികവിളക്ക് കണ്ട്	ബി. വസന്ത
8	കടവത്ത് തോണി	ജാനകി, ശാന്താ പി. നായർ

മറ്റു സംഗീത സംവിധായകർ

മേൽപ്പറഞ്ഞ സംഗീത സംവിധായകർക്ക് ശേഷം മലയാളത്തിൽ കുറെയധികം സംഗീതജ്ഞരുടെ ഒരൊഴുക്ക് തന്നെയുണ്ടായി. അവരിൽ പലരും പ്രഗത്ഭരായിരുന്നു. എം.ജി. രാധാകൃഷ്ണനും, എം.കെ. അർജ്ജുനനും വിദ്യാധരനും, രവീന്ദ്രൻമാസ്റ്ററും ജോൺസണും ഔസേപ്പച്ചനും, എം. ജയചന്ദ്രനും അങ്ങിനെ പോകുന്നു ആ നീണ്ട ലിസ്റ്റ്. ഇതിനിടയ്ക്ക് ബോളിവുഡിൽ നിന്നും ചില പ്രഗത്ഭർ ഇവിടേയ്ക്ക് കയറിവന്നു. ഇവരിൽ പ്രധാനികൾ സലിൽ ചൗധരിയും ബോംബെ രവിയുംതന്നെ. രവീന്ദ്രജെയിനും, ഉഷാഖന്നയും നൗഷാദുമെല്ലാം പ്രത്യക്ഷപ്പെട്ടു. ഇതോടൊപ്പം ജെറി അമൽദേവ് എന്ന ഒരു മലയാളി പ്രത്യേക സംഗീത ശൈലിയുമായി ഹരം പകർന്നുതന്നു.

വെറും സംഗീത സംവിധായകനായിട്ടല്ല, ഒരു പെർഫക്ട് കണ്ടക്ടർ എന്ന നിലക്ക് നേരത്തെ വിവരിച്ച പല പ്രതിഭകൾക്കും കൂട്ടായി നിന്ന ഒരാളുണ്ടായിരുന്നു ഇവിടെ. ആ വ്യക്തിയെപ്പറ്റി സ്പർശിക്കാതെ മലയാള ചലച്ചിത്ര സംഗീതത്തെപ്പറ്റി ഒരു വിവരണം നൽകാൻ കഴിയില്ല. തീർച്ചയായും മറ്റൊരു സവിശേഷതകൂടിയുള്ള ആൾ. പ്രശസ്തനായ സംഗീത സംവിധായകനായ എ.ആർ. റഹ്മാന്റെ പിതാവ് എന്ന നിലയിലാണ് അദ്ദേഹത്തിന്റെ പ്രശസ്തി. കാലയവനികക്ക് പിന്നിൽ മറഞ്ഞ ആ പ്രതിഭക്ക്, അതെ ആർ.കെ ശേഖറിനു പ്രണാമമർപ്പിക്കാം. ഇദ്ദേഹം നേരിട്ട് സംഗീതസംവിധാനം നിർവഹിച്ചത് ചുരുക്കം ചിത്രങ്ങൾക്ക് മാത്രമാണ്. പക്ഷേ, തുടക്കം ഗംഭീരമായി. 'പഴശ്ശിരാജ' എന്ന ചിത്രത്തിൽ അദ്ദേഹം ട്യൂൺ നൽകിയ ഒരു ഗാനമുണ്ടല്ലോ. "ചൊട്ട മുതൽ ചുടല വരെ" എന്ന ആ ഗാനത്തിന്റെ പേരിൽ മാത്രം ഇദ്ദേഹം ഓർമ്മിക്കപ്പെടും. മറ്റൊരു ഗാനം കൂടിയുണ്ട് അദ്ദേഹത്തിന്റെ സംഗീതജ്ഞാനത്തെ വിളിച്ചോതുന്നതായിട്ട്. 'ചോറ്റാനിക്കര അമ്മ' എന്ന ചിത്രത്തിൽ ദാസും സുശീലയുംകൂടി പാടിയ മധുരം കിനിയുന്ന ഒരു യുഗ്മഗാനം. ശൃംഗാരത്തിന്റെ അസ്സൽ മാറ്റ് തെളിയിച്ചുകാട്ടുന്ന ഭരണിക്കാവ് ശിവകുമാറിന്റെ മികച്ച രചനകളിലൊന്നായ വയലാറിനെ കൂടി കടത്തിവെട്ടിയ "മനസ്സ് മനസ്സിന്റെ" എന്ന ഗാനം.

അടുത്ത ഘട്ടത്തിലെ സംഗീതപ്രതിഭകൾക്ക് എന്റെ ലിസ്റ്റിലെ പ്രഥമസ്ഥാനം രവീന്ദ്രൻ മാഷിനുതന്നെയാണ്. രവീന്ദ്രൻമാഷിനുപകരം രവീന്ദ്രൻമാഷ് മാത്രം. അതെ അദ്ദേഹം മാത്രം.

രവീന്ദ്രൻ മാസ്റ്റർ

പാടാൻ വന്നു പക്ഷേ, പാട്ടുപാടിച്ച് ചക്രവർത്തിയായി രവീന്ദ്രൻ. ഇദ്ദേഹത്തിന്റെ സംഭാവനയെ അതിന്റെ യഥാർത്ഥ വിശകലനത്തിലേക്ക് നയിക്കാൻ എനിക്കാവുമോ എന്നു ഞാൻ ശങ്കിക്കുന്നു. വെറും ഒരു ആസ്വാദകനെന്ന നിലയ്ക്ക് അദ്ദേഹത്തിന്റെ ചില ഗാനങ്ങളെ ഒന്നു തൊട്ടു താലോലിച്ചുപോകാം എന്നു മാത്രം പാടാൻ വന്നു പ്രതീക്ഷ പോലെ അവസരം കിട്ടാതെ കോടമ്പാക്കത്ത് അലഞ്ഞുനടന്നിരുന്ന കുള ത്തുപ്പുഴ രവിയെ സംഗീതസംവിധാനലോകത്തിലേക്ക് കടക്കാൻ സഹാ യിച്ചത് സാക്ഷാൽ യേശുദാസ് തന്നെ. 'ചൂള' എന്ന ചിത്രത്തിനു ദാസ് രവീന്ദ്രനെ സംഗീതസംവിധായകനായി നിർദ്ദേശിച്ചപ്പോൾ സാമ്പത്തിക നഷ്ടമുണ്ടാവുമോ എന്നു സംശയിച്ച നിർമാതാവിനോടു സംവിധായക നോടും നഷ്ടം വന്നാൽ ഞാൻ ആ ഭാരം ഏറ്റെടുത്തോളാം എന്നു പറ ഞ്ഞുവത്രെ ഗാനഗന്ധർവൻ. രവീന്ദ്രന്റെ കഴിവ് മനസ്സിലാക്കിയായിരി ക്കണം ദാസ്സാർ. ഏതായാലും ആ ദിവസം മലയാളചലച്ചിത്ര പിന്നണി ഗാന രംഗത്ത് ഒരു താരകം ഉദിച്ചുയരുകയായിരുന്നു. 'താരകേ' എന്ന പാട്ടോടുകൂടി. അത് പാടിയത് യേശുദാസ് തന്നെ. പക്ഷേ, രവീന്ദ്രപ്രതി ഭയുടെ തിളക്കം കണ്ടത് ബാലചന്ദ്രമേനോന്റെ 'ചിരിയോ ചിരി' എന്ന ചിത്രത്തിലെ 'ഏഴു സ്വരങ്ങളും' എന്ന അർദ്ധശാസ്ത്രസംഗീതധാര കിനിയുന്ന ഗാനത്തോടെയാണ്. ആ ചിത്രത്തിൽതന്നെ ദാസും ജയ ചന്ദ്രനും കൂടി പാടിയ 'സമയരഥങ്ങളിൽ' എന്ന ഗാനവും ശ്രോതാക്കളി ഷ്ടപ്പെട്ടു. ബാലചന്ദ്രമേനോന്റെ തന്നെ 'താരാട്ട്' എന്ന ചിത്രത്തിലെ 'രാഗങ്ങളെ മോഹങ്ങളെ' എന്ന ഗാനവും മനോഹരം തന്നെ.

മോഹൻലാലും മമ്മൂട്ടിയും വേഷങ്ങൾ പകർന്നാടിയ പല പ്രശസ്ത ചിത്രങ്ങൾക്കും സംഗീതത്തിന്റെ ചുക്കാൻ പിടിക്കാനായി രവീന്ദ്രന്. ഇവ യുടെ വിജയത്തിനുള്ള ഈ ഒരു കാര്യം കൂടി ഗണനീയമായ സംഭാ വന നൽകി. ഇത്തരം ചിത്രങ്ങളുടെ ലിസ്റ്റ് ഒന്നോർത്തുനോക്കൂ. 'ഹിസ് ഹൈനസ് അബ്ദുള്ള', 'യുവജനോത്സവം', 'സർവകലാശാല', 'ഭരതം', 'കമലദളം', 'അരയന്നങ്ങളുടെ വീട്', 'അമരം', 'മഴയെത്തും മുമ്പെ' മുതലായ ചിത്രങ്ങളിൽ പ്രധാനമായി യേശുദാസും ചിത്രയും ഒരളവ് വരെ ജാനകിയും പാടിത്തകർത്തു. 'മഴയെത്തുംമുൻപെ' എന്ന ചിത്ര ത്തിലെ ദാസും ചിത്രയും പാടിയ 'എന്തിനു വേറൊരു സൂര്യോദയം' എന്ന ഗാനം എന്റെ ഇഷ്ടഗാനങ്ങളിൽ മുന്നിൽത്തന്നെ. അതേപോലെ ചിത്രയും ദാസും പാടിയ "ആരോമൽ ഹംസമേ" എന്ന ഗാനവും. ദാസിനു മാത്രം പാടി ഫലിപ്പിക്കാൻ കഴിയുന്ന തരത്തിലുള്ള ട്യൂണുക ളായിരുന്നു അദ്ദേഹം മെനഞ്ഞെടുത്തത്. 1990കളിൽ ഒരു ദൂരദർശൻ

അഭിമുഖത്തിൽ അദ്ദേഹം പറഞ്ഞത് ശ്രദ്ധിക്കാനിടയായിരുന്നു. "ഏതു തരം പാട്ടുകളും സുന്ദരമായി പാടാൻ നമുക്ക് നിലവിൽ ദാസേട്ടനും ചിത്രയുമല്ലാതെ ആരാണുള്ളത്?" എന്ന ചോദ്യരൂപത്തിൽ. ബാബുരാജിനെപ്പോലെ, ഗിരീഷ് പുത്തഞ്ചേരിയെപ്പോലെ ഏതാണ്ട് അകാലത്തിൽ പൊലിഞ്ഞുപോയ നിറദീപമായിരുന്നു രവീന്ദ്രൻ. മേൽപറഞ്ഞ ചിത്രങ്ങളിലേക്കാൾ എനിക്കേറ്റവും ഇഷ്ടപ്പെട്ട ഒരു രവീന്ദ്രൻ ഗാനമുണ്ട് 'തേനും വയമ്പും' എന്ന ചിത്രത്തിൽ. ബിച്ചുവിന്റെ മധുരം കിനിയുന്ന വരികൾക്ക്, അതിലും മധുരമനോഹരമായ ടൂൺ. 'ഒറ്റക്കമ്പിനാദം മാത്രം മൂളും' എന്ന ഗാനമാണ് അത്. വീണ്ടും വീണ്ടും കേൾക്കാൻ കൊതിച്ചുപോവുന്ന കുറെയധികം ഗാനങ്ങൾ. അത്തരം ഗാനങ്ങളാണ് എന്റെ ലിസ്റ്റിൽ നൽകുന്നത്.

	ഗാനം	ഗായകൻ / ഗായിക
1	ഒറ്റക്കമ്പി നാദം	യേശുദാസ്
2	പ്രമദവനം വീണ്ടും	,, ,,
3	വികാരനൗക	,, ,,
4	ഏഴു സ്വരങ്ങളും	,, ,,
5	ഇന്നുമെന്റെ കണ്ണുനീരിൽ	,, ,,
6	രാമകഥാഗാനലയം	,, ,,
7	ആനന്ദനടനം	,, ,,
8	അഴകേ	,, ,,
9	ഹരിമുരളീരവം	,, ,,
10	ഏതോ നിദ്രതൻ	,, ,,
11	ഗംഗേ	,, ,,
12	താരകേ	,, ,,
13	നന്ദി ആരോട് ചൊല്ലേണ്ടു	,, ,,

14	ചന്ദനമണിവാതിൽ	ജി. വേണുഗോപാൽ
15	പാടിതൊടിയിലേതോ	ചിത്ര
16	രാഗങ്ങളേ മോഹങ്ങളേ	ദാസ്, ജാനകി
17	എന്തിനു വേറൊരു	ദാസ്, ചിത്ര
18	ആരോമൽ ഹംസമേ	,, ,,
19	നാദരൂപിണി	എം.ജി. ശ്രീകുമാർ
20	വാർമുകിലേ	ചിത്ര

എം.ജി. രാധാകൃഷ്ണൻ

യേശുദാസിന്റെ സതീർത്ഥ്യനായിരുന്നല്ലോ എം.ജി.രാധാകൃഷ്ണൻ. പിന്നണിഗാനരംഗത്തേക്ക് വന്നത് ഗായകനായിട്ടാണ്. "കള്ളിച്ചെല്ലമ്മ" എന്ന ചിത്രത്തിൽ രാഘവൻ മാസ്റ്ററുടെ കീഴിൽ ഏതാണ്ടൊരവതരണ ഗാനത്തിന്റെ മട്ടിൽ ലീലയോടൊപ്പം പാടി രാധാകൃഷ്ണൻ. പിന്നീട് 'അശ്വമേധം' എന്ന ചിത്രത്തിൽ ഒരവതരണ ഗാനരൂപത്തിലുള്ള 'ശാരികേ ശാരികേ' എന്ന പാട്ടിലും അദ്ദേഹം ഭാഗഭാക്കായി. 'ഗുരുവായൂർ കേശവനി'ലും അടൂർഭാസിയോടൊപ്പം 'ഉണ്ണി ഭഗവതിയെ' എന്ന പാട്ടിൽ അദ്ദേഹം സഹകരിച്ചിട്ടുണ്ട്.

എം.ജി.രാധാകൃഷ്ണൻ സംഗീതസംവിധാനം ചെയ്ത ഗാനങ്ങളിൽ, മധു നിർമ്മിച്ച 'ഞാൻ ഏകനാണ്' എന്ന ചിത്രത്തിലെ യേശുദാസും ചിത്രയും വെവ്വേറെ പാടിയ രണ്ടു പാട്ടുകൾ എനിക്കേറ്റവും ഇഷ്ടപ്പെട്ട ഗാനങ്ങളാണ്. 'ഓ മൃദുലേ' എന്ന ദാസിന്റെ പാട്ടും 'രജനീ പറയൂ' എന്ന് ചിത്രയുടെ പാട്ടും ആദ്യഗാനത്തിൽ 'എവിടെയാണെങ്കിലും പൊന്നേ' എന്ന ഭാഗത്തെത്തുമ്പോൾ നാം ഏതോ ഒരു ഉദാത്ത മണ്ഡലത്തിലെത്തിപ്പെടുന്നു. 'രജനീ പറയൂ' എന്നത് ചിത്രയുടെ ആദ്യ ചലച്ചിത്രഗാനമാണ്. ആദ്യം ട്രാക്ക് പാടിച്ചപ്പോൾ ഇത് ചിത്രതന്നെ പാടിയാൽ മതി എന്ന് സംഗീതസംവിധായകൻ തീരുമാനിക്കുകയായിരുന്നത്രെ. നിർമാതാവ് സംശയം പ്രകടിപ്പിച്ചെങ്കിലും രാധാകൃഷ്ണൻ തന്റെ തീരുമാനത്തിൽ ഉറച്ചുനിന്നു. പിന്നീടുള്ളതെല്ലാം ചരിത്രം.

ഇതോടെ രാധാകൃഷ്ണനു അവസരങ്ങൾ കിട്ടിത്തുടങ്ങി. നല്ല നല്ല പാട്ടുകൾ പിറന്നു വീണു. അങ്ങിനെയായില്ലെങ്കിലേ അദ്ഭുതപ്പെടാനുള്ളൂ. പ്രശസ്തമായ സംഗീതകുടുംബത്തിൽ കൂടുതൽ പ്രശസ്തനായി അദ്ദേഹം. സാറിന്റെ ഭാര്യയും സംഗീതബോധമുള്ളവരാണെന്നു ഒരഭിമുഖത്തിൽ നിന്നും മനസ്സിലായി ദൂരദർശനിലൂടെ.

എം.ജി.യെ കൂടുതൽ പ്രശസ്തിയിലേക്കുയർത്താൻ സഹായിച്ച ചലച്ചിത്രമാണല്ലോ ഫാസിലിന്റെ 'മണിച്ചിത്രത്താഴ്'. അതിലെ 'പഴന്ത മിഴ്പാട്ട്' തുടങ്ങിയ ഗാനങ്ങൾ ഹിറ്റുകളായി മാറി. അതേപോലെ 'അനന്തഭദ്രം' എന്ന ചിത്രത്തിലെ 'തിരനുരയും' എന്ന ഗാനം ഒരു പ്രത്യേക ശ്രവണാനുഭൂതി തരുന്ന സൃഷ്ടി തന്നെ.

രാധാകൃഷ്ണനും യേശുദാസിനെപ്പറ്റി വലിയ മതിപ്പായിരുന്നു എന്നു വെളിപ്പെടുത്തുന്ന ഒരനുഭവം ചിത്ര വിവരിച്ചത് കേട്ടിട്ടുണ്ട് ദൂര ദർശനിൽ. ആദ്യമായി ഒരു യുഗ്മഗാനം പാടാനായി സ്വന്തം കാറിൽ ചിത്രയെ കയറ്റിക്കൊണ്ടുപോയ വേളയിൽ അദ്ദേഹം പറഞ്ഞത്രെ ചിത്ര യോട്. "നീ ഇന്നു പാടുവാൻ പോകുന്നത് ഭാരതത്തിലെ ഒരു പ്രശസ്ത ഗായകന്റെ കൂടെയാണ്. ഒരുപക്ഷേ, ലോകത്തിലെ തന്നെ ഒരു എണ്ണ പ്പെട്ട ഗായകന്റെ കൂടെയാണ്. അതുകൊണ്ട് ശ്രദ്ധിച്ചു പാടുക." ഈ ഗായകൻ ദാസേട്ടനാണെന്നു ചിത്രയ്ക്ക് ഉടനെ പിടികിട്ടിപോലും. പിന്നീട് ഗാനഗന്ധർവനും ഈ വാനമ്പാടിയും കൂടി പാടിയ നിരവധി യുഗ്മഗാ നങ്ങൾ മനോഹരങ്ങളായിരുന്നു. അവയിൽ പലതും മനോഹരങ്ങളിൽ മനോഹരം. രാധാകൃഷ്ണന്റെ എനിക്കേറ്റവും ഇഷ്ടപ്പെട്ട കുറെ ഗാന ങ്ങളിതാ.

	ഗാനം	ഗായകൻ/ഗായിക
1	ഓ മൃദുലേ	യേശുദാസ്
2	രജനീ പറയൂ	ചിത്ര
3	നാഥാ നീ വരും	എസ്. ജാനകി
4	മൗനമേ	,, ,,
5	പഴന്തമിഴ്പാട്ട്	യേശുദാസ്
6	താരകപ്പെണ്ണേ	ഉഷാരവി
7	മുക്കുറ്റി തിരുതാളി	യേശുദാസ്
8	കൈതപ്പൂവിൻ കണ്ണെഴുതി	ചിത്ര
9	കാറ്റേ നീ വീശരുതിപ്പോൾ	ചിത്ര
10	പ്രണയവസന്തം	യേശുദാസ്
11	പേരറിയാം മകയിരം നാളറിയാം	സുജാത
12	വരുവാനില്ലാരും	ചിത്ര
13	തിരനുരയും	യേശുദാസ്

എം.കെ. അർജ്ജുനൻ

പഞ്ചനക്ഷത്രങ്ങളെന്നു നേരത്തെ സൂചിപ്പിച്ചിരുന്ന സംഗീതസംവിധായകർ തിളങ്ങിന്നിരുന്ന കാലഘട്ടത്തിൽ ഏതാണ്ട് മദ്ധ്യകാലത്ത് തന്നെ അർജ്ജുനൻ മാസ്റ്റർ സംഗീതസംവിധായകനായി കടന്നുവന്നു. ദേവരാജന്റെ ശിഷ്യഗണത്തിൽ പ്രമുഖനായ അദ്ദേഹം നാടകരംഗത്ത് നേരത്തെതന്നെ പ്രവർത്തിച്ചിരുന്നു. 1967-68 കാലഘട്ടത്തിലാണ് അദ്ദേഹത്തിന്റെ സിനിമാസംഗീതങ്ങളിലേയ്ക്കുള്ള പ്രവേശനം. ആദ്യചിത്രം 'റസ്റ്റ് ഹൗസ്' ആണെന്നാണോർമ. റിലീസായ സമയത്തുതന്നെ ഈ പടം എനിക്ക് കാണാൻ പറ്റി. സിനിമ ഇടത്തരമെന്നേ പറയാനാവൂ. പക്ഷേ, അതിലെ പാട്ടുകളിലധികം ഹിറ്റുകളായിരുന്നു. ഇതിൽ യേശുദാസ് പാടിയ 'പാടാത്ത വീണയും പാടും' എന്ന ഗാനം എനിക്ക് വളരെ ഇഷ്ടമാണ്. നേസൽ ടോണിൽ പാടിയ 'പൗർണ്ണമി ചന്ദ്രിക തൊട്ടുവിളിച്ചു', 'മുത്തിലും മുത്തായ മണിമുത്ത്' എന്നീ ദാസ് ഗാനങ്ങളും കേൾക്കാനിമ്പമുള്ളവയാണ്. യേശുദാസ് - വസന്ത ടീം പാടിയ 'നൂതന ഗാനത്തിൻ' ഒരു നല്ല യുഗ്മഗാനമാണ്.

പിന്നീട് വളരെയധികം ഹിറ്റുകൾ സൃഷ്ടിച്ചെടുക്കാൻ മാസ്റ്റർക്ക് കഴിഞ്ഞിട്ടുണ്ട്. യേശുദാസ്, ജയചന്ദ്രൻ, സുശീല, ജാനകി, വാണി ജയറാം, മാധുരി എന്നിവരെക്കൊണ്ടെല്ലാം നല്ല ഗാനങ്ങൾ പാടിക്കാൻ മാസ്റ്റർക്ക് സാധിച്ചു. എന്റെ മകൻ ശ്രീഹരിക്ക് ഇഷ്ടപ്പെട്ട സംഗീതസംവിധായകരുടെ കൂട്ടത്തിൽ അർജ്ജുനൻ മാസ്റ്ററെകൂടി ഉൾപ്പെടുത്തിയതായി ഒരിക്കൽ ഫെയിസ്ബുക്കിൽ വായിച്ചിട്ടുണ്ട്. മാസ്റ്ററുടെ എനിക്കിഷ്ടപ്പെട്ട കുറെഗാനങ്ങളിതാ.

	ഗാനം	ഗായകൻ/ഗായിക
1	പാടാത്ത വീണയും	യേശുദാസ്
2	ദ്വാരകേ ദ്വാരകേ	പി. സുശീല
3	ആയിരം കാതം അകലെ	യേശുദാസ്
4	കസ്തൂരി മണക്കുന്നല്ലോ	,, ,,
5	മല്ലിസായകാ	പി. സുശീല
6	ശുക്രാചാര്യരുടെ	,, ,,
7	ചന്ദ്രകലാധരനു	,, ,,
8	മാനത്തിൻ മുറ്റത്ത്	യേശുദാസ്
9.	മുത്തുകിലുങ്ങി	ജയചന്ദ്രൻ

10	നന്ത്യാർവട്ടപൂ	,, ,,
11	തിരുവോണപ്പുലരിതൻ	വാണി ജയറാം
12	തിരയും തീരവും	,, ,,
13	നീലക്കുട നിവർത്തി	യേശുദാസ്
14	മലരമ്പനറിഞ്ഞീല	ജയചന്ദ്രൻ, ജാനകി
15	യദുകുലരതിദേവനെവിടെ	ജയചന്ദ്രൻ, ജാനകി
16	മാനത്തിൻ മുറ്റത്ത്	ജാനകി
17	പൊൻകിനാവിൻ പുഷ്പരഥത്തിൽ	യേശുദാസ്
18	ഹൃദയമുരുകി	,, ,,
19	ദുഃഖമേ നിനക്ക്	,, ,,
20	ചന്ദ്രരശ്മിതൻ	പി. സുശീല

വിദ്യാധരൻ മാസ്റ്റർ

താരതമ്യേന മാസ്റ്റർ സംഗീതസംവിധാനം നിർവഹിച്ച ചിത്രങ്ങൾ കുറവാണെന്നു തോന്നുന്നു. ഒരു പ്രത്യേക ശൈലിയിലാണ് അദ്ദേഹത്തിന്റെ സംഗീത സംവിധാനമെന്ന് പലരും പറഞ്ഞു കേട്ടിട്ടുണ്ട്. കേട്ടാൽ ലളിതമെന്നു തോന്നുമെങ്കിലും പാടാൻ തുടങ്ങിയാൽ അതിലെ സങ്കീർണ്ണതയെപ്പറ്റി ഗായകർ തന്നെ പലരും ചൂണ്ടിക്കാട്ടിയത് നേരിൽ കേട്ടിട്ടുണ്ട് ദൂരദർശനിലെ അഭിമുഖങ്ങളിൽ. പല ഹിറ്റുഗാനങ്ങളും മാസ്റ്ററുടേതായിട്ടുണ്ട്. സംഗീതത്തെപ്പറ്റി ആധികാരികമായി സംസാരിക്കുന്നതും കേട്ടിട്ടുണ്ട്. 'എന്റെ ഗ്രാമം' എന്ന ചിത്രത്തിൽ മാസ്റ്റർ ദാസിനെക്കൊണ്ടു പാടിച്ച രണ്ടു ഗാനങ്ങൾ അതിഗംഭീരം. എനിക്ക് ഇഷ്ടമുള്ള (അല്ല വളരെ ഇഷ്ടമുള്ള) മറ്റൊരു ഗാനമാണ് 'പാദമുദ്ര'യിൽ മോഹൻലാൽ ചുണ്ടനക്കി ഹൃദയഹാരിയാക്കിയ 'അമ്പലമില്ലാതെ' എന്ന ഗാനം. ഞാൻ കേട്ടിട്ടുള്ള ഹൃദ്യമായ കുറെ ഗാനങ്ങളിതാ.

	ഗാനം	ഗായകൻ
1	കല്പാന്തകാലത്തോളം	യേശുദാസ്
2	നഷ്ടസ്വർഗ്ഗങ്ങളേ	,, ,,
3	വിണ്ണിന്റെ വിരിമാറിൽ	,, ,,
4	മാനവഹൃദയങ്ങളിൽ	,, ,,
5	പാടുവാനായ് വന്നു	,, ,,
6	ചന്ദനം മണക്കുന്ന	,, ,,
7	അമ്പലമില്ലാതെ	,, ,,
8	ഏഴു നിറമുള്ള	ചിത്ര

ജോൺസൺ

1970കളിൽ എപ്പോഴോ റേഡിയോയിൽ ഒരു ചലച്ചിത്രഗാനം കേൾക്കാനിടയായി. കോഴിക്കോട്ടെ തെരുവീഥികളിൽക്കൂടി നടന്നുപോകുമ്പോൾ കേട്ട ഒരു പാട്ട് തുടക്കത്തിലേ കേട്ടു. ഗാനം തുടങ്ങുന്നത് ഇങ്ങിനെ 'നന്ദസുതാവര തവഹൃദയം' കേട്ടതും എന്തോ ഒരു പ്രത്യേകത തോന്നി. തിരക്കുപിടിച്ച കോഴിക്കോട് മിഠായിതെരുവിലെ ഒരു ഹോട്ടലിനു മുന്നിലാണ് നില്പ്. എന്റെ ജിജ്ഞാസ റേഡിയോ മനസ്സിലാക്കിയോ എന്തോ പാട്ടു തീർന്നപ്പോൾ അനൗൺസ്മെന്റ്. 'പാർവ്വതി' എന്ന ചിത്രത്തിൽ വാണിജയറാം പാടിയ പാട്ടാണ് നിങ്ങൾ കേട്ടത്. രചന: എം.ഡി. രാജേന്ദ്രൻ. സംഗീതം ജോൺസൺ. വാണിജയറാമിന്റെ ചില ഗാനങ്ങൾ മലയാളത്തിൽ ഇതിനുമുൻപ് തന്നെ കേട്ടിരുന്നു. എം.ഡി. രാജേന്ദ്രൻ എന്ന കവിയെപ്പറ്റിയും എവിടെയോ വായിച്ചിരുന്നു. പക്ഷേ, അന്നാദ്യമായാണ് ജോൺസൺ എന്ന സംഗീതസംവിധായകന്റെ പേര് കേട്ടത്. ആ പാട്ട് എനിക്ക് വളരെ ഇഷ്ടപ്പെട്ടെങ്കിലും ഇതിന്റെ സംഗീത സംവിധായകൻ മലയാളത്തിലെ ഒരദ്ഭുതമായി മാറുമെന്നൊന്നും അന്നു തോന്നിയില്ല. കാലം കലാകാരന്മാരോടു നീതികാട്ടും എന്നതിനു നല്ല ഒരു ഉദാഹരണമാണ് ഈ സംഗീത സംവിധായകന്റെ വളർച്ച. മറ്റൊരു കാര്യം കൂടി 'പാർവതി'യിലെ പാട്ടുകളിൽ ചിലത് മനോഹരമായി തോന്നി, പിന്നീട് കേട്ടപ്പോൾ. അടുത്തുതന്നെ 'പ്രേമഗീതങ്ങൾ' റിലീസായി. അതിൽ ദാസും ജാനകിയും കൂടി ചേർന്ന് പാടുന്ന സുന്ദരമായ ഒരു യുഗ്മഗാനമുണ്ടായിരുന്നു. 'സ്വപ്നം വെറുമൊരു സ്വപ്നം' രംഗത്ത് നിത്യ

ഹരിതനായകന്റെ മകൻ ഷാനവാസും അംബികയും. ഒരു പുതിയ നായകൻ ഇതാ എന്നു പറഞ്ഞുപോയി. നായികയാണെങ്കിൽ അതിസുന്ദരി. അവർ കുറെകാലം പിടിച്ചുനിന്നു. പക്ഷേ, നിത്യഹരിതനായകന്റെ മകനോ നിരാശപ്പെടുത്തിക്കളഞ്ഞു. എന്തായാലും ജോൺസണും യേശുദാസുമായുള്ള ഗാനാലാപന ബന്ധത്തിലാണ് ഈ സംഗീത സംവിധാനത്തിന് മുൻപന്തിയിൽ സ്ഥാനം നേടിക്കൊടുത്തത്. പെട്ടെന്നോർമവരുന്നത് 'എന്റെ മൺവീണയിൽ' എന്ന ഗാനമാണ്. അതേപോലെ 'മിന്നാമിനുങ്ങിന്റെ നുറുങ്ങുവെട്ടം' എന്ന ചിത്രത്തിൽ ദാസ് പാടിയ 'മെല്ലെ മെല്ലെ മുഖപടം' ഗംഭീരമായി. 'ഞാൻ ഗന്ധർവൻ' എന്ന ചിത്രത്തിൽ ദാസ് പാടിയ 'ദേവീ' എന്ന ഗാനവും ചിത്ര പാടിയ 'പാലപ്പൂവേ' എന്ന ഗാനവും ഹിറ്റുകളായി മാറി. ചിത്ര പാടിയ ജോൺസന്റെ 'രാജഹംസമേ' ഇവർ രണ്ടുപേരുടെയും കോമ്പിനേഷനിൽ പിറന്നുവീണ നല്ല ഗാനമെന്നു പലരും അഭിപ്രായപ്പെട്ടു. ഞാനും അക്കൂട്ടത്തിൽ പെടുന്നു. മലയാളത്തിലെ എനിക്കേറ്റവും ഇഷ്ടപ്പെട്ട യുഗ്മഗാനങ്ങളിലൊന്നാണ് ജോൺസൺ ചിട്ടപ്പെടുത്തിയ 'പൊന്നിൽ കുളിച്ചുനിന്നു' എന്ന ദാസും ചിത്രയുംകൂടി പാടിയ യുഗ്മഗാനം. കഴിഞ്ഞ മുപ്പത് വർഷത്തിൽ ഞാൻ കേട്ട യുഗ്മഗാനങ്ങളിൽ എനിക്കേറ്റവും ഇഷ്ടപ്പെട്ടത് (അല്ലെങ്കിൽ എന്നെ സ്വാധീനിച്ചത്) വിദ്യാസാഗറിന്റെ ജാനകിയും എസ്.പി.ബിയും ചേർന്നുപാടിയ 'മലരേ മൗനമാ' എന്ന ഗാനമാണ്. ഏതാണ്ടിതിനടുത്തുവരും മേൽപറഞ്ഞ ഗാനമെന്നു പറയാനും തോന്നിപ്പോകുന്നു. ഒരുപക്ഷേ, മലയാള സംഗീതസംവിധായകരുടെയിടയിൽ വിധി ഇത്രമാത്രം ക്രൂരത കാണിച്ചത് മാസ്റ്ററോടായിരുന്നുവെന്നു സംശയമില്ല. അവസാനമായി ഏതാണ്ട് അകാലത്തിൽതന്നെ അദ്ദേഹത്തെയും തട്ടിയെടുത്തു. നമ്മുടെ ഗാനചരിത്രത്തിലെ മറ്റൊരു നികത്താനാവാത്ത നഷ്ടം. കൈതപ്രം/ജോൺസൺ കൂട്ടുകെട്ടിലാണ് കൂടുതൽ നല്ല ഗാനങ്ങൾ പിറന്നതെന്ന് തോന്നുന്നു. കുറെ ഗാനങ്ങളിതാ.

	ഗാനം	ഗായകൻ/ഗായിക
1	എന്റെ മൺവീണയിൽ	യേശുദാസ്
2	മെല്ലെ മെല്ലെ മുഖപടം	,, ,,
3	ദേവീ	,, ,,
4	പാലപ്പൂവേ	ചിത്ര
5	രാജഹംസമേ	,, ,,
6	പൊന്നിൽകുളിച്ചു	ദാസ്, ചിത്ര

7	നന്ദസുതാവരതവഹൃദയം	വാണി ജയറാം
8	പാടുവാനായ് വന്നു	യേശുദാസ്
9	ദേവദുന്ദുഭി	,, ,,
10	സ്വർണ്ണമുകിലേ	എസ്. ജാനകി
11	തങ്കത്തോണി	ചിത്ര
12	മൗനസരോവരം	,, ,,
13	വാസന്തരാവിൽ	സുജാത
14	ഏതോ ജന്മകല്പനയിൽ	വണിജയറാം
15	എന്നിട്ടും നീയെന്നെ	ജാനകി
16	സ്വപ്നം വെറുമൊരു സ്വപ്നം	ദാസ്, ജാനകി
17	കന്നിപ്പൂമാനം	മാർക്കോസ്, ജെൻസി
18	കുറുനിരയോ	ജയചന്ദ്രൻ, വാണിജയറാം
19	അഞ്ജലി പുഷ്പാഞ്ജലി	ജാനകി
20	ശിലയിൽ നീയൊരു	ജയചന്ദ്രൻ, സുശീല
21	പണ്ടൊരു കാട്ടിലൊരാൺസിംഹം	പി. സുശീല
22	അനുരാഗിണി	യേശുദാസ്
23	പൂവേണം പൂപ്പടവേണം	ദാസ്, ലതിക
24	മന്ദാരച്ചെപ്പുണ്ടോ	എം.ജി. ശ്രീകുമാർ, ചിത്ര
25	പള്ളിത്തേരുണ്ടോ	സുജാത, ജി. വേണുഗോപാൽ
26	മൈനാകപ്പൊൻമുടിയിൽ	വേണുഗോപാലും സംഘവും
27	ആകാശഗോപുരം	ജി. വേണുഗോപാൽ
28	പാതിമെയ് മറന്നതെന്തെ	യേശുദാസ്
29	താനേ പൂവിട്ട മോഹം	ജി. വേണുഗോപാൽ
30	കാക്കക്കറുമ്പൻ	സുജാത

ഔസേപ്പച്ചൻ

ഏറെക്കാലം തന്റെ പ്രിയസംഗീതോപകരണമായ വയലിന്റെ അകമ്പടിയോടെ പല സംഗീത സംവിധായകരുടേയും റിക്കാർഡിങ്ങിൽ സഹകരിച്ചുപോന്ന ഔസേപ്പച്ചൻ സംഗീതസംവിധാനത്തിലേയ്ക്ക് പ്രവേശിച്ചതോടെ, അത് നമ്മുടെ പിന്നണി ഗാനശാഖയ്ക്ക്, ഒരു മുതൽകൂട്ടായി എന്നു നിസ്സംശയംപറയാം. 'കാതോട് കാതോരം' എന്ന ചിത്രത്തിൽ 'കാതോടു കാതോരം' എന്ന ഒ.എൻ.വിയുടെ വരികൾക്ക് ഹൃദ്യമായ ട്യൂൺ കൊടുത്തു. ലതിക എന്ന സംഗീതാദ്ധ്യാപികയെ കൊണ്ടുപാടിച്ചു ഔസേപ്പച്ചൻ. ലതിക പാടിയ പിന്നണിഗാനങ്ങളിൽ ഒന്നാംസ്ഥാനത്ത് നിൽക്കുന്ന ഗാനമെന്നാണ് എന്റെ അഭിപ്രായം. വളരെ ലളിതമെന്നു തോന്നിക്കുന്ന അദ്ദേഹത്തിന്റെ ട്യൂണുകൾ പലപ്പോഴും ഹൃദ്യങ്ങളിൽ ഹൃദ്യമായി തോന്നും. ഈ ചിത്രത്തിൽ തന്നെയുള്ള 'ദേവദൂതർ പാടി' എന്ന ഗാനവും വീണ്ടും വീണ്ടും കേൾക്കാൻ തോന്നും. യേശുദാസിന്റെ സ്വരമാധുരിയിൽ ഒരു പ്രത്യേകാനുഭൂതി തോന്നിക്കുന്നു ഈ സമൂഹ ഗാനം. ഇതിലും കൂട്ടത്തിൽ ലതികതന്നെയാണ് പ്രധാനിയായി പാടിയത്. ഏതായാലും ഇതോടെ അദ്ദേഹത്തിനു തിരിഞ്ഞുനോക്കേണ്ടിവന്നിട്ടില്ല. ചിത്രയുടെ മറ്റൊരു ഹിറ്റ് ഗാനമാണല്ലോ അദ്ദേഹം 'ചിലമ്പ്' എന്ന ചിത്രത്തിനുവേണ്ടി ചിട്ടപ്പെടുത്തിയ 'പുടമുറിക്കല്ല്യാണം' എന്ന ഗാനം. ഈ ഗാനവും എന്റെ ഇഷ്ടഗാനങ്ങളിൽ ഒന്നാണ്. എത്രകേട്ടാലും മടുക്കാത്ത ഒരു ഗാനം. 'ഒരേ കടൽ' എന്ന ചിത്രത്തിലെ സംഗീത സംവിധാനത്തിന് അദ്ദേഹത്തിന് ദേശീയ അവാർഡ് കിട്ടുകയും ചെയ്തു. കഴിവിന് കിട്ടിയ അംഗീകാരം.

ഔസേപ്പച്ചന്റെ എനിക്കേറ്റവും ഇഷ്ടപ്പെട്ട ഗാനങ്ങൾ

	ഗാനം	ഗായകൻ/ഗായിക
1	കാതോട് കാതോരം	ലതിക
2	നീയെൻ സർഗ്ഗ സൗന്ദര്യമേ	ദാസ്, ലതിക
3	ദേവദൂതർ പാടി	,, ,,
4	യമുന വെറുതെ	ശ്വേതമോഹൻ
5	താളം മറന്ന	ചിത്ര
6	പുടമുറിക്കല്ല്യാണം	ചിത്ര
7	താരും തളിരും	ദാസ്, ലതിക

8	പൊന്നുഷസ്സിൻ	യേശുദാസ്
9	കണ്ണാന്തുമ്പി	ചിത്ര
10	ഉണ്ണികളേ ഒരു കഥ പറയാം	യേശുദാസ്
11	താമരനൂലിനാൽ	വേണുഗോപാൽ, ഗായത്രി
12	അഴകേ	ജയചന്ദ്രൻ, സുജാത
13	ഓ, പ്രിയേ, പ്രിയേ	യേശുദാസ്
14	ഏതോ വാർമുകിൽ	ചിത്ര
15	അരവിന്ദനയനാ	സുജാത

എം. ജയചന്ദ്രൻ

സംഗീത സംവിധായകനായി മാറാൻ തന്റേതായ സമയമെടുത്തു ജയചന്ദ്രൻ. അതദ്ദേഹം തന്നെ തുറന്നു സമ്മതിച്ചിട്ടുണ്ട്. വളരെ വിനയാന്വിതനാണദ്ദേഹം. പഴയ സംഗീതസംവിധായകന്മാരെയെല്ലാം മനസ്സിലാക്കി, അവരെ ബഹുമാനിച്ച് എന്നാൽ അവരിൽനിന്നും വ്യത്യസ്തമായ പന്ഥാവിൽകൂടി സഞ്ചരിക്കാനാണ് തനിക്കിഷ്ടമെന്ന് അദ്ദേഹം തുറന്നുപറഞ്ഞിട്ടുമുണ്ട്. യേശുദാസിനേയും ജയചന്ദ്രനെയുമെല്ലാം വാഴ്ത്താറുണ്ട് അദ്ദേഹം പലപ്പോഴും. അതോടൊപ്പം വിധുപ്രതാപിനെയോ, സിതാരയെയോ, മൃദുലവാരിയരെപോലെയുള്ള നവാഗത പ്രതിഭകളെ പ്രശംസിക്കാനും മടികാണിക്കാറില്ല അദ്ദേഹം. ഈയിടെ നടന്ന ഒരു റിയാലിറ്റിഷോയിൽ ജഡ്ജായി വന്ന അനുരാധാ ശ്രീരാമിന്റെ ആലാപനത്തിലെ വൈവിധ്യവും നിപുണതയും ഓർമശക്തിയും അദ്ദേഹം വേണ്ടവിധത്തിൽ പ്രശംസിച്ചിട്ടുള്ളത് നാം കണ്ടിട്ടുള്ളതാണല്ലോ. പുതിയ പുതിയ ഗായകരെ പരീക്ഷിക്കാനും ജയചന്ദ്രൻ പ്രത്യേകം ശ്രദ്ധിക്കാറുമുണ്ട്. ചിലർക്കെല്ലാം അവാർഡ് നേടിക്കൊടുക്കാൻ അദ്ദേഹത്തിന് കഴിഞ്ഞിട്ടുണ്ട്. സിതാര കൃഷ്ണകുമാറിന്റെ 'ഏനുണ്ടോടി' തന്നെ നല്ല ഒരു ഉദാഹരണം. ഇന്നു ഭാരതത്തിൽ തിളങ്ങിനിൽക്കുന്ന ഗായകപ്രതിഭയായ ശ്രേയാഘോഷാലിനെകൊണ്ട് കുറെയധികം ഗാനങ്ങൾ പാടിച്ചിട്ടുണ്ട്. ശ്രേയ പാടുമ്പോൾ ഒരു കല്ലുകടിയും നമുക്കനുഭവപ്പെടാറില്ല, മാത്രമല്ല, പലപ്പോഴും ആ ഭാവാവിഷ്കാരത്തിന്റെ മുന്നിൽ കൈകൂപ്പി നിൽക്കാൻ തോന്നിപ്പോകും. ഇതിൽ കാര്യമായ പങ്ക് വഹിക്കാൻ ജയചന്ദ്രനു കഴിഞ്ഞിട്ടുണ്ട്. തികച്ചും വ്യത്യസ്തമായ പന്ഥാവിൽകൂടി സഞ്ചരിക്കാൻ പലപ്പോഴും ശ്രദ്ധിക്കാറുണ്ട് ജയചന്ദ്രൻ. യേശുദാസിനെ

ക്കൊണ്ട് പാടിച്ച 'മല്ലികപ്പൂമൊട്ടും തൊട്ട്' എന്ന ഗാനം ശ്രദ്ധിക്കുക. യേശുദാസിന്റെ മഹത്വം മനസ്സിലാക്കിയ അദ്ദേഹം ആ കോമ്പിനേഷനിൽ നിന്നും മുത്തുകൾ സൃഷ്ടിച്ചിട്ടുണ്ട്. യേശുദാസിനെക്കൊണ്ട് 'ഓ സൈനബാ' എന്ന സ്നേഹമസൃണമായ സംബോധന ഒരു പ്രത്യേക രീതിയിൽ പാടിക്കാൻ അദ്ദേഹത്തിനു കഴിഞ്ഞു. അത് ദാസിനു മാത്രമേ കഴിയുകയുള്ളൂവെന്നു നമ്മെ ബോധ്യപ്പെടുത്തി അദ്ദേഹം.

	ഗാനം	ഗായകൻ/ഗായിക
1	ഓ സൈനബാ	യേശുദാസ്
2	ഇന്നലെ എന്റെ	,, ,,
3	ഏതോ രാത്രി	,, ,,
4	മല്ലികപ്പൂ	,, ,,
5	മണിക്കുയിലേ	ദാസ്, സുജാത
6	റംസാൻ നിലാവൊത്ത	യേശുദാസ്
7	ഹൃദയത്തിൻ	,, ,,
8	ഏനുണ്ടോടി	സിതാര കൃഷ്ണകുമാർ
9	കണ്ണോണ്ടു ചൊല്ലണ്	വിജയ് യേശുദാസ്, ശ്രേയ
10	കാത്തിരുന്നു കാത്തിരുന്നു	ശ്രേയ
11	നിലാവേ	,, ,,
12	കണ്ടുകണ്ടു കൊതി	സുജാത
13	ലാലീ ലാലീ	മൃദുല വാര്യർ
14	പൂവേ പൂവേ	ചിത്ര
15	കണ്ണിൽ കണ്ണിൽ	,, ,,
16	കൃഷ്ണമ്പോലോ	മധു ബാലകൃഷ്ണൻ
17	മയങ്ങിപ്പോയി	കെ.എസ്. ചിത്ര
18	പച്ചപ്പനംതത്തേ	യേശുദാസ്

ജെറി അമൽദേവ്

വളരെ വർഷങ്ങൾ അന്നത്തെ ബോംബെഹെയിൽ പ്രസിദ്ധ സംഗീത സംവിധായകനായിരുന്ന നൗഷാദിന്റെ കീഴിൽ പ്രവർത്തിച്ചുവന്നിരുന്ന ജെറി അമൽദേവ് ഒരു സുപ്രഭാതത്തിൽ ഇവിടെ ഒരു സംഗിത സംവിധായകന്റെ റോളിലെത്തി. 'മഞ്ഞിൽ വിരിഞ്ഞ പൂക്കൾ' എന്ന ചിത്രത്തിലൂടെ. ഇതുവരെ മലയാള സിനിമാ സംഗീതലോകം കണ്ടിട്ടില്ലാത്ത ഒരു പന്ഥാവിൽ കൂടിയായിരുന്നു അദ്ദേഹത്തിന്റെ അരങ്ങേറ്റം. പാശ്ചാത്യ സംഗീതത്തിന്റെ ചുവടുപിടിച്ച് എന്നാൽ കേരളീയ സംസ്കാരത്തിന്നനുസൃതമായി അദ്ദേഹം ഈ ചിത്രത്തിൽ ചിട്ടപ്പെടുത്തിയ ഗാനങ്ങൾ രണ്ടുകൈകൊണ്ടും നീട്ടി സ്വീകരിച്ചു മലയാളികൾ. 'മഞ്ഞണിക്കൊമ്പിൽ' എന്ന ജാനകിയുടെ ഗാനവും 'മിഴിയോരം' എന്ന ദാസിന്റെ ഗാനവും മലയാളികളുടെ ചുണ്ടിൽ തത്തിക്കളിച്ചു ഏറെ കാലത്തോളം. 'മഞ്ഞണിക്കൊമ്പിൽ' എന്ന ഗാനത്തിന്റെ ട്യൂൺ ബീഥോവന്റെ ഫിഫ്ത്ത് സിംഫണിയുമായി പൊരുത്തപ്പെട്ടുപോകുന്നു എന്നു ചിലർ പറയുന്നത് കേട്ടിട്ടുണ്ട്. വാസ്തവമാണോ എന്നെനിക്കറിയില്ല. ഈ ചിത്രത്തിന്റെ വിജയത്തിനു മുഖ്യകാരണം അതിലെ പാട്ടുകൾ തന്നെയായിരുന്നു. മൂന്നു പുതുമുഖങ്ങളാണ് ഈ ചിത്രത്തിൽ വേഷമിട്ടത് എന്നത് മറ്റൊരു കാര്യം. അതിലൊരാൾ ഇന്നും മലയാളസിനിമാലോകത്ത് മുൻപന്തിയിൽ തന്നെ. ഈ ചിത്രത്തിൽ വില്ലനായിവന്നു, നായകസ്ഥാനം കീഴടക്കിക്കളഞ്ഞു അദ്ദേഹം. മമ്മൂട്ടിയോടൊപ്പം ഇന്ത്യൻ സിനിമാവേദിയിൽ ഏറെക്കാലമായി തിളങ്ങിനിൽക്കുന്ന മോഹൻലാൽ. പിന്നീട് ജെറി കസറിയത്, 'നോക്കെത്താ ദൂരത്ത് കണ്ണും നട്ട്' എന്ന സിനിമയിലാണ്. 'ആയിരം കണ്ണുമായി' എന്ന പുരുഷശബ്ദത്തിലും സ്ത്രീശബ്ദത്തിലുമുള്ള ഗാനവും മലയാളികളുടെ ഇഷ്ടഗാനമായി മാറിയത് ചരിത്രം. ഏതോ ഒരു സീസൺ കഴിഞ്ഞ് ഈ പ്രഗത്ഭൻ പിന്നിലേക്ക് മാറിപ്പോയി. അത് നമ്മുടെ സിനിമാസംഗീതത്തിനു വലിയ നഷ്ടമായെന്നു തോന്നുന്നു. ജെറിയുടെ ചില സുന്ദരഗാനങ്ങളിതാ.

	ഗാനം	ഗായകൻ/ഗായിക
1	മഞ്ഞണിക്കൊമ്പിൽ	എസ്. ജാനകി
2	മിഴിയോരം	യേശുദാസ്
3	ആയിരം കണ്ണുമായി	ചിത്ര
4	ആളൊരുങ്ങി അരങ്ങൊരുങ്ങി	ചിത്ര

5	മൗനങ്ങളെ	യേശുദാസ്
6	ലാത്തിരി പൂത്തിരി	ചിത്ര
7	പെണ്ണിന്റെ ചെഞ്ചുണ്ടിൽ	യേശുദാസ്, ചിത്ര
8	വാചാലം എൻ മൗനവും	യേശുദാസ്
9	ദേവദുന്ദുഭീ	യേശുദാസ്
10	പൂവല്ല പൂന്തളിരല്ല	യേശുദാസ്

എത്രയെത്ര പ്രതിഭകൾ

ആമുഖത്തിൽ സൂചിപ്പിച്ചപോലെ ഒരു സിനിമാഗാനത്തിന്റെ അണിയറ ശില്പികളിൽ പ്രധാനി സംഗീതസംവിധായകൻ തന്നെയാണ്. മലയാളത്തിലും അനേകം സംഗീത സംവിധായകർ കടന്നുപോയിട്ടുണ്ടല്ലോ. ചിലരെല്ലാം കാര്യമായി ഓർമിക്കപ്പെടാതെ പോയിട്ടുണ്ടാവാം. ഇന്നു ഓരോ ദിനത്തിലല്ലെങ്കിൽ മാസത്തിലൊരിക്കലെങ്കിലും ഒരു പുതിയ സംഗീതസംവിധായകനെ നാം അനുഭവിച്ചറിയുന്നു. പ്രത്യേകിച്ചും ടിവിയാണ് ഇതിൽ മുഖ്യ പങ്കാളി. ഒരു ഗാനത്തിന്റെ പേരിൽപോലും അവരിൽ പലരും ഓർമിക്കപ്പെടുന്നുണ്ടുതാനും. ധാരാളം നല്ല പഴയ പാട്ടുകൾ നൽകിയിട്ടുണ്ടെങ്കിലും 'ആത്മവിദ്യാലയമേ' എന്ന ഒരൊറ്റ ഗാനംകൊണ്ട് ചരിത്രത്തിന്റെ ഭാഗമായിത്തീർന്ന ബ്രദർ ലക്ഷ്മണൻ. കുറച്ച് ചിത്രങ്ങളിലേ ഈ റോളിൽ പ്രത്യക്ഷപ്പെട്ടിട്ടുള്ളുവെങ്കിലും 'മധുര പ്രതീക്ഷതൻ' എന്ന ദാസിന്റെയും ജാനകിയുടെയും യുഗ്മഗാനംകൊണ്ട് അനശ്വരനായി മാറിയ പുകഴേന്തി. നേരത്തെ സൂചിപ്പിച്ച പഞ്ചനക്ഷത്രങ്ങളുടെ കാലത്ത് തന്റെ വ്യക്തിത്വം സ്ഥാപിച്ചെടുത്തു അദ്ദേഹം. 'ആൽമരം' എന്ന ചിത്രത്തിലൂടെ കടന്നുവന്നു തന്റെ സിംഹാസനം കൈയടക്കി എ.ടി. ഉമ്മർ. 'വാകപ്പൂമരം ചൂടും' എന്ന ഒരൊറ്റ ഗാനം മതി അദ്ദേഹത്തെ ഓർക്കാൻ. 'വൃശ്ചികരാത്രിതൻ' എന്ന ദാസിന്റെയും സുശീലയുടെയും യുഗ്മഗാനവും അസ്സലായി. 'മൈനാകം കടലിൽ നിന്നുയരുന്നുവോ' എന്നു തുടങ്ങിയ വളരെയധികം ഹിറ്റുകൾ സൃഷ്ടിച്ചെടുത്തു ശ്യാം എന്ന സംഗീതസംവിധായകൻ.' 'സ്വർണ്ണമീനിന്റെ' എന്ന കോറസ്സ് സൃഷ്ടിച്ചെടുത്ത കെ.ജെ. ജോയിയും ഈ രംഗത്ത് കുറെക്കാലം പിടിച്ചുനിന്നു. ഈ ഗാനത്തിലെ പ്രധാനികൾ ദാസ്, എസ്.പി.ബി, സുശീല എന്നിവർ. ക്ലാസിക്കൽ സംഗീതത്തിൽ അവഗാഹമുള്ള പെരുമ്പാവൂർ. ജി. രവീന്ദ്രനാഥ്, മോഹൻസിതാരയുടെയും എം. ജയചന്ദ്രന്റെയും ഗുരുസ്ഥാനീയൻ.

എത്രയോ സുന്ദരസൃഷ്ടികൾ അദ്ദേഹത്തിന്റെ വകയായിട്ടുണ്ടല്ലോ. അതിലാദ്യം ഓർമ്മവരിക 'തൂവാനതുമ്പി' കളിലെ ചിത്രയും വേണുഗോപാലും പാടിയ 'ഒന്നാം രാഗം പാടി' എന്ന ഗാനം തന്നെ. 'രാജാവിന്റെ മകൻ' എന്ന ചിത്രത്തിലൂടെ രംഗപ്രവേശം നടത്തിയ എസ്.പി. വെങ്കിടേഷ്, ഇദ്ദേഹത്തിന്റെ സംഗീതസൃഷ്ടികളെ കാര്യമായി വിലയിരുത്തിയിട്ടുണ്ട്. മൂത്തമകൾ സുസ്മിതയുടെ വിവാഹത്തോടനുബന്ധിച്ച് നിർമ്മിച്ച കാസറ്റിൽ (1996) പിന്നണിയായി ചേർത്ത പല ഗാനങ്ങളും ഇദ്ദേഹത്തിന്റേതായിരുന്നു. ഈ കാര്യവും അന്നു ചെറിയ കുട്ടിയായിരുന്ന മകന്റെ പഠനത്തിൽ ചൂണ്ടിക്കാട്ടിയിട്ടുണ്ട്. 'പൈതൃകം' എന്ന ചിത്രത്തിലെ എസ്.പി.വിയുടെ 'വാൽക്കണ്ണെഴുതിയ' എന്ന ഗാനം ആർക്ക് മറക്കാൻ കഴിയും. ഈ ചിത്രത്തിലെ സംഗീതസംവിധാനത്തിന് ഇദ്ദേഹത്തിനു സംസ്ഥാന അവാർഡ് കിട്ടിയിട്ടുണ്ടല്ലോ. അതേപോലെ എത്ര മധുര മനോഹരമായ സൃഷ്ടികളുണ്ട് മോഹൻ സിതാരയുടെ വകയായിട്ട്. ഉദാഹരണങ്ങൾ പ്രത്യേകം എടുത്തുകാട്ടണമോ? എന്നാലും 'മുദ്ര'യിലെ 'പുതുമഴയായ്', സാന്ത്വനം എന്ന ചിത്രത്തിലെ 'സ്വരകന്യകമാർ', 'മഴവില്ല്' എന്ന ചിത്രത്തിലെ 'ശിവദം ശിവനാമം', 'ഇഷ്ടം' എന്ന ചിത്രത്തിലെ 'കാണുമ്പോൾ പറയാമോ' എന്ന പാട്ടുകളെല്ലാം ഒന്നോർത്തുപോവുന്നു. കണ്ണൂർ രാജൻ കുറച്ചു ചിത്രങ്ങളിലേ പ്രവർത്തിച്ചിട്ടുള്ളുവെങ്കിലും കുറെ ഹിറ്റുകൾ സൃഷ്ടിച്ചിട്ടുണ്ട്. ഉദാഹരണം 'ചിത്രം' എന്ന ചിത്രം തന്നെ. കന്നിചിത്രത്തിൽ തന്നെ ഞാനിതാ ഇവിടെ ഉണ്ട് എന്നു തെളിയിച്ച ദീപക് ദേവ്. 'ക്രോണിക്ക് ബാച്ചിലറി'ലെ ഏത് പാട്ടാണ് ശ്രവണസുഖം നൽകാത്തത്. ഇനിയും എത്രപേർ. പുതിയ തലമുറയിലെ ഗോപീസുന്ദർ, ഷാൻ റഹ്മാൻ, ബിജി ബാൽ, രഹുൽരാജ്, അഫ്സൽ മുഹമ്മദ്, ആനന്ദ് മധുസൂദനൻ എന്നിവർ. അതിനു മുമ്പുള്ളവരുടെ ലിസ്റ്റിൽനിന്നും എസ്. ബാലകൃഷ്ണൻ, ജാസി ഗിഫ്റ്റ്, അൽഫോൻസ്, അലക്സ്പോൾ, രഘുകുമാർ എന്നിവരെ ഒഴിവാക്കാനാകില്ല. ആർ. സോമശേഖരന്റെ 'പുളിയിലക്കര' എന്ന ഗാനം എനിക്ക് പ്രത്യേകമായി ഇഷ്ടമാണ്. കാരണം ഒ.എൻ.വിയുടെ ഹൃദ്യമായ വരികളിൽ 'സുസ്മിതേ' എന്ന പദം ആവർത്തിച്ചുവരുന്നുണ്ട്. സുസ്മിത എന്നാണല്ലോ മൂത്ത മകളുടെ പേര്. എം.ജി. ശ്രീകുമാറും സംഗീതസംവിധായകന്റെ മേലങ്കിയണിഞ്ഞിട്ടുണ്ടല്ലോ. പക്ഷേ, ഗായകർ കൂടിയായ മലയാളത്തിലെ രണ്ടു സംഗീതസംവിധായകരെക്കൂടി ഉൾപ്പെടുത്താതെ ഈ പഠനം പൂർണമാവില്ലെന്നു കരുതുന്നു. അവർ രണ്ടുപേർ ശരത്, രമേഷ് നാരായണൻ എന്നിവരാണ്.

ശരത്

ശരത് ഒരു വ്യക്തിയല്ല, പ്രസ്ഥാനം തന്നെയാണ്, സംഗീതത്തെ സംബന്ധിച്ചേടത്തോളം, 'ക്ഷണക്കത്ത്' എന്ന ചിത്രത്തോടുകൂടി രംഗ പ്രവേശനം നടത്തിയ അദ്ദേഹം ആർക്കും അവഗണിക്കാനാവില്ല. സംഗീത പ്രേമികളെ സംബന്ധിച്ചേടത്തോളം അദ്ദേഹം ഇവിടുത്തെ പിന്നണി ഗാന മണ്ഡലം കീഴടക്കിയെന്നൊന്നും പറയാൻ പറ്റില്ല. പക്ഷേ, ഗാനധാരയ്ക്ക് ഒരു പുതിയ വഴിത്താര തുറന്നുവിട്ടെന്നു പറയേണ്ടിവരും. 'സിന്ദൂരരേഖ' എന്ന ചിത്രത്തിൽ അദ്ദേഹം അഭൂതപൂർവമായ സംഗീതം നൽകി യേശു ദാസിനെക്കൊണ്ട് പാടിച്ച 'പ്രണതോസ്മി' എന്ന ഗാനം ഹൃദയഹാരി യാണെന്നു മാത്രമല്ല, അത്തരമൊരു ഗാനം നമുക്കിതുവരെ പിന്നണി ഗാന രംഗത്തുണ്ടായിട്ടില്ലെന്നു തോന്നുന്നു. വെറുതെ അങ്ങ് കേട്ട് പോകേണ്ട ഗാനങ്ങളല്ല അദ്ദേഹത്തിന്റെ സൃഷ്ടികൾ. ശരിക്കും താനൊരു ബാല മുരളീകൃഷ്ണ ശിഷ്യനാണെന്നു തെളിയിച്ചുകൊണ്ടിരിക്കുന്നു അദ്ദേഹം. റിയാലിറ്റിഷോകളിൽ വിധികർത്താവായി വരുമ്പോഴാണ് നമുക്ക് അദ്ദേ ഹത്തിന്റെ സംഗീതത്തിലുള്ള അപാരജ്ഞാനത്തെപ്പറ്റി ഒരൽപമെങ്കിലും മനസ്സിലാവുക. ഏതെങ്കിലും ഒരു മത്സരാർത്ഥിക്ക് പാളിച്ച പറ്റുമ്പോൾ ചൂണ്ടി ക്കാണിക്കാനദ്ദേഹത്തിന് ഒട്ടും മടിയില്ല. ഇതിനെ സാധൂകരിക്കാൻ വേണ്ടി മത്സരാർത്ഥി എന്തെങ്കിലും ന്യായം പറഞ്ഞു രക്ഷപ്പെടാൻ ശ്രമി ച്ചാൽ ഇദ്ദേഹത്തിന്റെ ഭാവം മാറും. ചിലപ്പോൾ ആവനാഴിയിലെ ഏറ്റവും മൂർച്ചയേറിയ ശരം തന്നെ ശരത് പ്രയോഗിച്ചെന്നിരിക്കും. അടുത്ത നിമിഷം ഒരു സുഹൃത്തിന്റെ നിലയിലേക്ക് അദ്ദേഹം വേഷപ്പകർച്ച നടത്തുകയും ചെയ്യും. എനിക്ക് വ്യക്തിപരമായി അദ്ദേഹത്തെ ഇഷ്ടമാണ്. ശരത്തിന്റെ ചില മധുരഗാനങ്ങളിതാ.

	ഗാനം	ഗായകൻ/ഗായിക
1	പ്രണതോസ്മി ഗുരുവായൂർ പുരേശം	യേശുദാസ്
2	ആ ഗാനം മധുരഗാനം	,, ,,
3	ആകാശദീപ	ദാസ്, ചിത്ര
4	മായാമഞ്ചലിൽ	ജി. വേണുഗോപാൽ
5	വാചാലം മൗനമായി	,, ,,
6	ശ്രീരാഗമോ തേടുന്നു	ദാസ്, സുജാത

7	രാവിൽ വീണാനാദം	ദാസ്, സുജാത
8	മാലേയം മാറോടണഞ്ഞും	ചിത്ര
9	കണ്ണുനീരുമായ്	ശ്രീനിവാസ്
10	ശ്രീപാർവതി പാഹിമാം	ദാസ്, ചിത്ര
11	ദേവികേ നൂപുരം	ചിത്ര
12	സുധാമന്ത്രം	ഉണ്ണികൃഷ്ണൻ
13	അന്തിമയങ്ങും നേരം	വിധുപ്രതാപ്, സിന്ധു

രമേശ് നാരായണൻ

ശരത് ബാലമുരളീകൃഷ്ണയുടെ ശിഷ്യനാണെങ്കിൽ രമേശ്ജി പണ്ഡിറ്റ് ജസ്‌രാജിന്റെ ശിഷ്യനാണ്. രമേശ് ചിട്ടപ്പെടുത്തുന്ന ഗാനങ്ങൾ കർണ്ണാനന്ദകരമാണ്. കുട്ടിക്കാലത്ത് തന്റെ വീട്ടിനു തൊട്ടടുത്തുള്ള സിനിമാക്കൊട്ടയിൽനിന്ന് 'കുട്ടിക്കുപ്പായം' എന്ന സിനിമയിലെ ഗാനങ്ങൾ മാസങ്ങളോളം കേട്ടുകൊണ്ടിരുന്നപ്പോൾ ഇത്തരം ഗാനങ്ങൾ ചിട്ടപ്പെടുത്തണമെന്ന ആഗ്രഹം തന്റെ മനസ്സിൽ പൊട്ടിമുളച്ചിരുന്നെന്നു ഒരഭിമുഖത്തിൽ പറഞ്ഞത് കേൾക്കാനിടയായിട്ടുണ്ട്. ഈ മണ്ഡലത്തിലേക്ക് പ്രവേശിച്ചപ്പോൾ ഇതിൽ നിന്നെല്ലാം വിഭിന്നമായ ഒരാലാപനശൈലി വാർത്തെടുക്കാനായിരുന്നു അദ്ദേഹത്തിന്റെ നിയോഗം. കവിതാമയമായ വരികൾക്ക് അതിലുമുപരി ഹൃദ്യമായ ട്യൂണുകൾ നൽകാൻ കഴിഞ്ഞിട്ടുണ്ടല്ലോ അദ്ദേഹത്തിന്. അത് പറഞ്ഞറിയിക്കാൻ പറ്റില്ല. അനുഭവിച്ചറിയുകതന്നെ വേണം. അദ്ദേഹമിറക്കിയ ഒരു ശിവഭക്തി ഗാനത്തിന്റെ സി.ഡി. വാങ്ങിക്കേൾക്കാനിടയായി. അതിലദ്ദേഹത്തിന്റെ ഗാനാലാപനശൈലി വളരെ വളരെ മനോഹരമായിരുന്നു. അതുകേട്ടപ്പോൾ ടാഗോറിന്റെ "എത്ര മനോഹരമാണവിടുത്തെ ഗാനാപാലനശൈലി" (ഗീതാഞ്ജലിയിലെ ഒരു ഭാഗം - തർജ്ജമ - ജി. ശങ്കരക്കുറുപ്പ്) എന്ന വരികളോർത്തുപോയി. നന്നായി പാടുന്ന രണ്ടു പെൺകുട്ടികളുടെ പിതാവ് കൂടിയാണല്ലോ ഇദ്ദേഹം. രമേശ്ജിയുടെ എനിക്കിഷ്ടപ്പെട്ട ചില ഗാനങ്ങളിതാ.

	ഗാനം	ഗായകൻ/ഗായിക
1	പറയാൻ മറന്ന	ഹരിഹരൻ
2	ഒരു നറുപുഷ്പമായി	യേശുദാസ്
3	പിംഗള കേശിനി	യേശുദാസ്
4	മുകിലിൻ മകളേ	മഞ്ജരി
5	ചാഞ്ചാടിയാടി	ഗായത്രി അശോകൻ
6	ബാസുരി	ശ്രീനിവാസൻ, സുജാത
7	തട്ടം പിടിച്ചു	ദാസ്, സുജാത
8	ശാരദാംബരം	പി. ജയചന്ദ്രൻ / സിതാര
9	പീലിപ്പുവെട്ടം	ചിത്ര
10	ഒരുനാള് പുലർന്നിട്ട്	ലതിക
11	പന്തീരായിരം നേർച്ച	വിജയ് യേശുദാസ്
12	മാനവമോചന	പ്രദീപ് സോമസുന്ദരം
13	മഞ്ഞിൻ കുളിരിൽ	രമ്യ നമ്പീശൻ
14	മഞ്ചാടി പെണ്ണേ	ശ്വേതാ മോഹൻ

മലയാളികളല്ലാത്ത സംഗീതസംവിധായകർ മലയാളത്തിൽ

ഇക്കാര്യത്തിൽ മലയാളികൾ ഭാഗ്യവാന്മാരാണ്. ഹിന്ദിയിലും തമിഴിലും മറ്റുമുള്ള പല സംഗീതസംവിധായകരും മലയാളസിനിമകൾക്ക് തനതായ സംഭാവനകൾ നൽകിയിട്ടുണ്ട്. ചിലർ കുറെയധികം സിനിമകളിൽ പ്രവർത്തിച്ചപ്പോൾ മറ്റുചിലർ ഒരു സിനിമയിൽ സംഗീതം നൽകിക്കൊണ്ട് ഒരു മേൽവിലാസം നേടിയെടുത്തിട്ടുണ്ട്. അവരിൽ ചിലരെ നമുക്കൊന്നു പരിഗണിക്കാം.

സലിൽ ചൗധരി

ഹിന്ദി ചലച്ചിത്രരംഗത്ത് പ്രശസ്തി നേടിയ സലിൽദാ ബംഗാളിയാണ്. അവിടെയും അദ്ദേഹം കാര്യമായ സംഭാവനകൾ നൽകിയിട്ടുമുണ്ട്. എന്നാൽ, നമുക്ക് രാമു കാര്യാട്ടിനോട് നന്ദി പറയാം. ഈ ധിഷണാശാലിയായ സംഗീതസംവിധായകനെ മലയാളത്തിലെത്തിച്ചതിന്. ചെമ്മീനിന്റെ വിജയത്തിനു പല കാരണങ്ങളുമുണ്ട്. അതിൽ പ്രധാനം

മാർക്കസ് ബട്ട്ലിയുടെ ഛായാഗ്രഹണമാണെന്നു ഞാൻ കരുതുന്നു. ഋഷികേശ് മുഖർജിയുടെ എഡിറ്റിംഗ് ഗംഭീരം. കൊട്ടാരക്കര, സത്യൻ, ഷീല മുതൽ പേരുടെ അഭിനയം. രാമുകാര്യാട്ടിന്റെ സംവിധാനം, അതോടൊപ്പം സലിൽദായുടെ സംഗീതം കൂടിയായപ്പോൾ ഒരു ക്ലാസിക്ക് സിനിമയുടെ പിറവി. അങ്ങനെ നമുക്ക് കിട്ടി ഒരു സുവർണ്ണകമലം ആദ്യമായി. മന്നാഡെയുടെ 'മാനസമൈനേ' മുതൽ ഉഗ്രൻ പാട്ടുകൾ. സലിൽദാ താങ്കൾക്ക് നമസ്കാരം. അതോടെ നിർത്തിയില്ല താങ്കൾ, പിന്നീട് വീണ്ടും രാമു കാര്യാട്ടിന്റെ കീഴിൽ ഏഴു രാത്രികളിൽ. പിന്നീടങ്ങോട്ട് കുറെയധികം ചിത്രങ്ങൾ. ഇന്നും മലയാളികൾ മൂളിക്കൊണ്ടിരിക്കുന്ന നിരവധി പാട്ടുകൾ. ആദ്യം വയലാറിനോടും പിന്നീട് ഒ.എൻ.വിയോടും ശ്രീകുമാരൻ തമ്പിയോടുമെല്ലാം ചേർന്ന നിരവധി ഹിറ്റുകൾ. തീർച്ചയായും അദ്ദേഹത്തിന്റെ മലയാളത്തിലെ ഇഷ്ടഗായകൻ നമ്മുടെ ഗാനഗന്ധർവൻ തന്നെ. ആ കോമ്പിനേഷനിൽ എത്ര എത്ര സുന്ദരഗാനങ്ങൾ. 'ചെമ്മീനി'ലെ 'കടലിനക്കരെ പോണോരെ', 'തുലാവർഷ'ത്തിലെ 'കേളീനളിനം' 'ഏതോ ഒരു സ്വപ്ന'ത്തിലെ 'ശ്രീപദം വിടർന്ന', 'മദനോത്സവ'ത്തിലെ 'സാഗരമേ ശാന്തമാക നീ', എന്നിവ അവയിൽ ചിലത് മാത്രം. 'സ്വപ്നം' എന്ന ചിത്രത്തിൽ ജാനകിയെക്കൊണ്ടും വാണീ ജയറാമിനെക്കൊണ്ടും ഹിറ്റുകൾ സൃഷ്ടിച്ചെടുത്തു. മലയാളത്തിൽ ഭാരതത്തിലെ വാനമ്പാടിയായ ലതാ മങ്കേഷ്കറെക്കൊണ്ട് പാടിക്കാൻ സലിൽദായ്ക്ക് കഴിഞ്ഞു. പദങ്ങൾ മുറിച്ചുള്ള അദ്ദേഹത്തിന്റെ സംഗീതശൈലിയോട് ചിലർക്കെങ്കിലും എതിർപ്പുണ്ടായിരുന്നതായറിയാം. അതിൽ ഒരൽപം സത്യവുമുണ്ടുതാനും. മലയാളത്തിൽ വിലസിനിന്നു അദ്ദേഹം കുറെക്കാലം. മലയാളി ഏറ്റവും ഇഷ്ടപ്പെടുന്ന ഓണപ്പാട്ട് ഒരുപക്ഷേ, സലിൽദായുടെ 'പൂവിളി പൂവിളി പൊന്നോണമായ്' എന്ന ഗാനമായിരിക്കും. എനിക്കിഷ്ടപ്പെട്ട സലിൽദായുടെ കുറെഗാനങ്ങളിതാ.

	ഗാനം	ഗായകൻ/ഗായിക
1	മാനസമൈനേ	മന്നാഡെ
2	കടലിന്നക്കരെ	യേശുദാസ്
3	പെണ്ണാളെ	ദാസ്, ലീല, കോറസ്
4	കേളീനളിനം	യേശുദാസ്
5	നീവരൂ കാവ്യദേവതേ	,, ,,
6	സാഗരമേ ശാന്തമാക നീ	,, ,,

7	ശ്യാമമേഘമേ	,, ,,
8	കാടാറുമാസം	,, ,,
9	കാക്കക്കറുമ്പികളേ	ദാസ്, ആന്റോ, ലതയും സംഘവും
10	ഒരു മുഖം മാത്രം	യേശുദാസ്
11	പൂവിളി പൂവിളി	,, ,,
12	സന്ധ്യേ	ജാനകി
13	നീലപ്പൊന്മാനേ	ദാസ്, മാധുരി
14	രാപ്പാടി പാടുന്ന	പി. സുശീല
15	കാട് കുളിര്ണ്	,, ,,
16	കദളി	ലതാ മങ്കേഷ്കർ
17	സൗരയൂഥത്തിൽ	വാണിജയറാം
18	ശാരികേ എൻ ശാരികേ	എസ്. ജാനകി

ബോംബെ രവി

ഹിന്ദി ചലച്ചിത്രഗാനങ്ങൾ ആസ്വദിക്കുന്നവർ രവി (രവിശങ്കർ വർമ്മ) എന്ന സംഗീതസംവിധായകനെ പ്രധാനമായും ഒരു ഗാനത്തിലൂടെയായിരിക്കും ഓർമിക്കാൻ സാദ്ധ്യത. അതെ, 'ചൗദ് വിൻകാചാന്ദ്' എന്ന റാഫിയുടെ ഗാനത്തിന്റെ കാര്യത്തിൽ. മലയാളത്തിൽ രവീന്ദ്രൻമാഷ് കടന്നുവന്നതിനുശേഷമാണ് രവി എത്തിയത്. അതുകൊണ്ട് ഐഡന്റിറ്റിക്ക് വേണ്ടി അദ്ദേഹം 'ബോംബെ രവി' എന്ന പേരിലാണ് മലയാളചലച്ചിത്രഗാനങ്ങൾക്ക് സംഗീതം നൽകിയത്. ആദ്യമായ് അദ്ദേഹം പ്രവർത്തിച്ചത് ഒ.എൻ.വിയോടൊപ്പം 'നഖക്ഷതങ്ങൾ' എന്ന ചിത്രത്തിലാണെന്നാണോർമ്മ. അതിൽ ചിത്ര പാടിയ 'മഞ്ഞൾപ്രസാദവും' എന്ന ഗാനത്തിനു അവർക്ക് ദേശീയ അവാർഡ് നേടിയെടുക്കാനും രവി കാരണഭൂതനായി. ഇയ്യിടെ ഒരു പരിപാടിയിൽ ഈ ചിത്രത്തിന്റെ സംവിധായകൻ ഇതെടുത്തുപറഞ്ഞിട്ടുണ്ട്. അദ്ദേഹം പറഞ്ഞതിങ്ങനെ 'രവി ഒരുപാട് നല്ല ഹിന്ദിഗാനങ്ങൾക്ക് സംഗീതം പകർന്നിട്ടുണ്ടെങ്കിലും അദ്ദേഹത്തിന്റെ ഒരു ഗാനത്തിനു ദേശീയ അവാർഡ് കിട്ടിയത് തന്റെ ചിത്രത്തിലൂടെയാണ്.' ഈ ചിത്രത്തിൽ തന്നെ യേശുദാസ് പാടിയ 'നീരാടുവാൻ നിളയിൽ നീരാടുവാൻ', 'ആരെയും ഭാവഗായകനാക്കും' എന്നീ ഗാനങ്ങളും ഹിറ്റുകളായി. രവിയുടെ സംഗീത സംവിധാന കഴിവ്

മുന്നിട്ടുനിൽക്കുന്ന ചിത്രങ്ങളാണല്ലോ സർഗം, പഞ്ചാഗ്നി, വൈശാലി, പരിണയം എന്നീ ചിത്രങ്ങൾ.

'സ്വരരാഗഗംഗാപ്രവാഹമേ', 'സാഗരങ്ങളെ', 'ഇന്ദുപുഷ്പം ചൂടി', 'പാർവണേന്ദുമുഖി' എന്നീ ഗാനങ്ങളെല്ലാം കാലത്തെ അതിജീവിക്കുമെന്നാണ് തോന്നുന്നത്. രവിയുടെ ഇഷ്ടഗായകർ യേശുദാസും ചിത്രയും തന്നെ. രവിയുടെ എനിക്കിഷ്ടപ്പെട്ട കുറെ ഗാനങ്ങളിതാ.

	ഗാനം	ഗായകൻ/ഗായിക
1	സാഗരങ്ങളെ	യേശുദാസ്
2	ആ രാത്രി മാഞ്ഞുപോയ്	ചിത്ര
3	ഇന്ദുപുഷ്പം ചൂടി നില്ക്കും	ചിത്ര
4	മഞ്ഞൾപ്രസാദവും	ചിത്ര
5	ആന്ദോളനം	ദാസ്, ചിത്ര
6	സ്വരരാഗഗംഗാപ്രവാഹമേ	യേശുദാസ്
7	കടലിന്നഗാധമാം	ദാസ്, ചിത്ര
8	പാർവണേന്ദുമുഖി	ചിത്ര
9	ചന്ദനലേപസുഗന്ധം	യേശുദാസ്
10	ഈ പുഴയും	ചിത്ര

മറ്റ് ബോളിവുഡ് സംഗീതസംവിധായകർ മലയാളത്തിൽ

ബോളിവുഡിൽ നിന്ന് മലയാളത്തിലേക്ക് കടന്നുവന്നു ഓരോ ചലച്ചിത്രത്തിനു സംഗീതസംവിധാനം നടത്തി അത് ഹിറ്റാക്കി മാറ്റിയ രണ്ടുപേരാണ് ഉഷാ ഖന്നയും നൗഷാദും. രവീന്ദ്രജെയിൻ പ്രധാനമായും ഒരു ചിത്രത്തിനാണ് സംഗീതസംവിധാനം നിർവഹിച്ചതെങ്കിലും ഒന്നുരണ്ടു പടങ്ങളിൽ കൂടി പ്രവർത്തിച്ചിട്ടുണ്ട്. ഇതിൽ ആദ്യം കടന്നുവന്നത് ഉഷാ ഖന്നയാണ്. 'മൂടൽമഞ്ഞ്' എന്ന ചിത്രത്തിലൂടെ പി. ഭാസ്കരന്റെ വരികൾക്ക് സംഗീതം നൽകി യേശുദാസിനെക്കൊണ്ടും ജാനകിയെക്കൊണ്ടും മുത്തുകൾ വാരിവിതറി ഈ സംഗീത സംവിധായിക.

ദാസിന്റെ 'നീ മധു പകരൂ' ജാനകിയുടെ 'മാനസമണിവീണയിൽ' മുതലായ പാട്ടുകൾ ഇന്നും ഗാനമേളകളിൽ മുഴങ്ങികേൾക്കാറുണ്ടല്ലോ.

രവീന്ദ്രജെയിൻ ദാസിനെക്കൊണ്ടു പാടിച്ചതല്ലാതെ ആശാഭോൺസ്ലെയെക്കൊണ്ടും ആദ്യമായി മലയാളത്തിൽ പാടിപ്പിച്ചു. യേശുദാസാണ് തന്റെ ഏറ്റവും ഇഷ്ടപ്പെട്ട ഗായകനെന്ന് അദ്ദേഹം തുറന്നുപറഞ്ഞിട്ടുണ്ട്. 'സുജാത' എന്ന ചിത്രമാണ് അദ്ദേഹത്തിന്റെ ആദ്യചിത്രം. ഇതിലെ ഗാനങ്ങളെപ്പറ്റി ലിസ്റ്റിൽ നിന്നു മനസ്സിലാക്കാം. രവീന്ദ്രജെയിൻ മലയാളികൾക്ക് പ്രിയപ്പെട്ടവനാവാൻ മറ്റൊരുകാര്യം കൂടി ഉണ്ട്. ദാസിനെ ഹിന്ദി ചലച്ചിത്രലോകത്തിലെത്തിക്കാൻ ആദ്യം താൽപര്യം കാണിച്ചത് സലിൽ ചൗധരിയാണല്ലോ. പക്ഷേ, ദാസിനെ ബോളിവുഡിൽ കൂടുതൽ പ്രശസ്തനാക്കിയത് രവീന്ദ്രജെയിനാണ്. 'ചിത് ചോർ' എന്ന ചിത്രത്തിൽ അദ്ദേഹത്തിന്റെ രണ്ടു പാട്ടുകൾ ദാസ് പാടി ഒന്നു ഫിലിം ഫേർ അവാർഡും, മറ്റൊന്നു ദേശീയ അവാർഡും നേടി. 'ഗോരിതേരാ', 'ജബ് ദീപ് ചലെ' എന്നീ ഗാനങ്ങൾ. ജെയിൻ പറഞ്ഞതായി വായിച്ചിട്ടുണ്ട്. "താൻ സംഗീതസംവിധാനം നടത്തിയ താൻസൻ എന്ന ഹിന്ദി ചിത്രം റിലീസായിരുന്നുവെങ്കിൽ യേശുദാസ് കൂടുതൽ പ്രശസ്തനായേനെ" ബോളിവുഡിലെന്ന്. പതിമൂന്നു മിനിട്ടിലധികം നീണ്ടുനിൽക്കുന്ന 'ഷഡ്ജനെ' എന്ന അർദ്ധശാസ്ത്രീയ സംഗീതത്തിലധിഷ്ഠിതമായ ആ ഗാനം ഒരപാര സൃഷ്ടിതന്നെയാണ്. മലയാളത്തിൽ ദാസിനെക്കൊണ്ട് സെമിക്ലാസിക്കൽ സംഗീതം പാടിച്ചു റിക്കാർഡിട്ട രവീന്ദ്രൻ മാഷിന്റെയും മേലെയാണ് രവീന്ദ്ര ജെയിന് ഈ ഗാനം കൊണ്ടു സ്വായത്തമാക്കാൻ കഴിഞ്ഞിട്ടുള്ളത്. അത് നന്നായി പാടിയ ഗായകനെയാണ് തന്റെ കണ്ണുകൾക്ക് വെളിച്ചം ലഭിച്ചാൽ ആദ്യമായി കാണാനിഷ്ടപ്പെടുന്നതെന്നു വെറുതെയല്ല രവീന്ദ്ര ജെയിൻ പറഞ്ഞിട്ടുള്ളത്. മലയാളത്തിലെ രവീന്ദ്രജെയിനിന്റെ കുറച്ച് പാട്ടുകളിതാ.

	ഗാനം	ഗായകൻ/ഗായിക
1	താലിപ്പൂ പീലിപ്പൂ	യേശുദാസ്
2	കാളിദാസന്റെ	യേശുദാസ്
3	സ്വയംവര ശുഭദിന മംഗള	ആശാഭോൺസ്ലെ
4	സുഖം സുഖകരം	ചിത്ര
5	കണ്ണീർകടലിൽ	യേശുദാസ്

തമിഴിലെ സംഗീത സംവിധായകർ മലയാളത്തിൽ

ഈ തലക്കെട്ടിൽ നമുക്ക് പരിഗണിക്കാനുള്ളത് പ്രധാനമായും മൂന്നു പേരെയാണ്. ആദ്യമായി എം.എസ്. വിശ്വനാഥൻ. രണ്ടാമതായി ഇളയ രാജ. മൂന്നാമൻ വിദ്യാസാഗർ തന്നെ. കെ.വി. മഹാദേവനെ മറന്നുകൊണ്ടല്ല ഇത് പറഞ്ഞിട്ടുള്ളത്. എം.എസ്.വിയെപ്പറ്റി മുമ്പ് തന്നെ സൂചിപ്പിച്ചിട്ടുണ്ട്. എന്നാലും ഏതെല്ലാം ചിത്രങ്ങളിലാണ് അദ്ദേഹം തിളങ്ങിനിന്നത് എന്നു സൂചിപ്പിക്കാം... 'ലങ്കാദഹനത്തി'ലാണ് വിശ്വനാഥൻസാർ രംഗപ്രവേശം ചെയ്തതെന്നതായിരുന്നു ധാരണ. അതിനുമുമ്പേ 1950ൽ ചില സിനിമകളിൽ പ്രവർത്തിച്ചിരുന്നതെന്നറിഞ്ഞു. പക്ഷേ, അവയൊന്നും വെളിച്ചം കണ്ടില്ലെന്നു തോന്നുന്നു. 'ലങ്കാദഹന'ത്തിലെ പാട്ടുകൾ കേൾക്കുമ്പോൾ തന്നെ അദ്ദേഹത്തിന്റെ മലയാളബന്ധം നമുക്ക് വ്യക്തമാകും. ഈ ചിത്രത്തിലെ എല്ലാ പാട്ടുകളും മലയാളിത്തം നിറഞ്ഞു നിൽക്കുന്നതായിരുന്നു. സ്വാഭാവികമായും ഇതിൽ മുന്നിൽ നിൽക്കുന്നത് യേശുദാസിന്റെ രണ്ടു ഗാനങ്ങൾ തന്നെ. 'സ്വർഗനന്ദിനി', 'ഈശ്വരനൊരിക്കൽ' എന്ന രണ്ടു ഗാനങ്ങൾ. ജയചന്ദ്രനും കിട്ടി നല്ല ഗാനങ്ങൾ. 'തിരുവാഭരണം ചാർത്തി' പോലെയുള്ള പാട്ടുകൾ. മാത്രമല്ല ഈ ചിത്രത്തോടെ ഒരു പുതിയ കോമ്പിനേഷന്റെ പിറവി സാദ്ധ്യമായി. എം.എസ്. വിശ്വനാഥൻ/ശ്രീകുമാരൻ തമ്പി ജോഡി മലയാളത്തിൽ പല ഹിറ്റുകളും സൃഷ്ടിച്ചെടുത്തു. ഒരിടവേളയിൽ എം.എസ്.വിയും യേശുദാസും പിണങ്ങിനിന്നപ്പോൾ ജയചന്ദ്രനും കിട്ടി കുറെ നല്ല ഗാനങ്ങൾ. വയലാറുമൊത്ത് പ്രവർത്തിച്ച 'പണിതീരാത്തവീട്ടി'ലെ 'സുപ്രഭാതം' ജയചന്ദ്രന്റെ ഹിറ്റുകളിൽ മുൻപന്തിയിൽ തന്നെ. മലയാളത്തിൽ ജാനകിക്കാണ് അദ്ദേഹം കൂടുതൽ അവസരം കൊടുത്തത്. സൗന്ദരരാജനും സുശീലയ്ക്കും എം.എസ്.വി. തമിഴിൽ ധാരാളം അവസരങ്ങൾ കൊടുത്തപ്പോൾ ഇവിടെ അദ്ദേഹത്തിന്റെ കീഴിൽ കൂടുതൽ തിളങ്ങിനിന്നത് യേശുദാസും ജാനകിയുംതന്നെ. വിശ്വനാഥന്റെ എനിക്കിഷ്ടപ്പെട്ട കുറെ ഗാനങ്ങളിതാ.

	ഗാനം	ഗായകൻ/ഗായിക
1	സ്വർഗ്ഗനന്ദിനി	യേശുദാസ്
2	സുപ്രഭാതം	ജയചന്ദ്രൻ
3	വീണപൂവേ	യേശുദാസ്
4	വീണപൂവേ	ജാനകി
5	തിരുവാഭരണം	ജയചന്ദ്രൻ
6	ഈശ്വരനൊരിക്കൽ	യേശുദാസ്
7	അണിയം അണിയം	സുശീല
8	കണ്ണുനീർത്തുള്ളിയെ	എം.എസ്. വിശ്വനാഥൻ
9	സ്വർണ്ണഗോപുര	ജയചന്ദ്രൻ
10	ആ നിമിഷത്തിന്റെ	ജാനകി
11	താരകേ താരകേ	വാണിജയറാം

ഇളയരാജ

തമിഴിൽ കത്തിനിൽക്കുന്ന കാലത്തും ഇളയരാജ മലയാളത്തിൽ പലപ്പോഴായി സംഗീതസംവിധാനം നിർവഹിച്ചിട്ടുണ്ട്. 'ഓളങ്ങൾ' എന്ന ചിത്രത്തിലാണ് ഞാൻ ഇളയരാജയെ ശ്രദ്ധിച്ചുതുടങ്ങിയത്. തമിഴിലെ ചില ഗാനങ്ങൾ ശ്രദ്ധയിൽപെട്ടിരുന്നു. 'ഓളങ്ങളി'ലെ ദാസിന്റെ 'വേഴാമ്പൽകേഴും' ജാനകിയുടെ 'തുമ്പീ വാ' എന്നീ ഗാനങ്ങൾ അന്നത്തെ ഹിറ്റുകളായിരുന്നു. 'രസതന്ത്രം' എന്ന ചിത്രത്തിൽ മോഹൻലാലിനെക്കൊണ്ട് ഒരു പാട്ടുപാടിക്കുക കൂടി ചെയ്തു അദ്ദേഹം. ചിത്രയ്ക്ക് ദേശീയ അവാർഡ് നേടിക്കൊടുക്കാൻ തമിഴിലെ 'സിന്ധുഭൈരവി' എന്ന ചിത്രത്തിലെ 'പാടറിയേ' എന്ന ഗാനത്തിലൂടെ അദ്ദേഹത്തിനു കഴിഞ്ഞു. മമ്മൂട്ടിയുടെ 'കേരളവർമ പഴശ്ശിരാജ' എന്ന ചിത്രത്തിൽ ചിത്രയെക്കൊണ്ട് മറ്റൊരു മനോഹരഗാനം പാടിച്ചല്ലോ ഈ സംഗീതസംവിധായകൻ. 'കുന്നത്തെ കൊന്നയ്ക്കും' എന്ന ഗാനം ചിത്രയുടെ ഏറ്റവും നല്ല പാട്ടുകളിലൊന്നാണല്ലോ. ഈ ചിത്രത്തിന്റെ സംഗീതസംവിധാനവുമായി ബന്ധപ്പെട്ട രണ്ടു കാര്യം ഓർമയിലെത്തുന്നു. അതിൽ ഒ.എൻ.വിയുടെ 'ആദി ഉഷസ്സന്ധ്യ' എന്ന ഗാനം സന്ദർഭത്തിനനുസൃതമായില്ല എന്നു ഇളയരാജ അഭിപ്രായപ്പെട്ടതായി നേരിൽ കേട്ടിട്ടുണ്ട് ദൂര

ദർശനിൽ. ഇതിൽ ഒരനൗചിത്യമില്ലേ? തീർച്ചയായും സന്ദർഭത്തിനനുസരിച്ച രചനയല്ല അതെന്നു ഇളയരാജയ്ക്ക് നേരത്തെ തന്നെ ഒ.എൻ. വിയോട് സൂചിപ്പിക്കാമായിരുന്നു. അങ്ങിനെ അദ്ദേഹം പറഞ്ഞിട്ടുണ്ടോ ആവോ? അങ്ങിനെയെങ്കിൽ ഏതു തരത്തിലാണ് വേണ്ടത് എന്നു സൂചിപ്പിച്ചാൽ ഏതു വിധത്തിലും ഗാനരചന നടത്താൻ കഴിവുള്ള ആളല്ലേ ഒ.എൻ.വി?

യേശുദാസിനെക്കൊണ്ട് ഇളയരാജ മലയാളത്തിൽ നല്ല ഗാനങ്ങൾ പാടിച്ചിട്ടുണ്ടെങ്കിലും, ദാസിന്റെ നല്ല പാട്ടുകൾ തമിഴിലാണ് കൂടുതൽ ഇളയരാജയുടെ സംഗീതസംവിധാനത്തിൽ പിറന്നതെന്നാണെനിയ്ക്ക് തോന്നുന്നത്. നല്ലതെന്നു പറഞ്ഞാൽ പോര അസ്സൽ ഗാനങ്ങളാണധികവും. 'അതിശയരാഗം' എന്ന തലക്കെട്ടിൽ സംഗീതവുമായി ബന്ധപ്പെട്ട ഒരു പരിപാടിയിൽ ഗായകൻ കൃഷ്ണചന്ദ്രൻ ഇത് ഭംഗിയായി അവതരിപ്പിച്ചിട്ടുണ്ട്. ഇതിൽ പല ഗാനങ്ങളും യേശുദാസിന്റെ തമിഴ് ഗാനങ്ങൾ എന്ന തലക്കെട്ടിൽ ചൂണ്ടിക്കാണിച്ചിട്ടുമുണ്ട്. ഇളയരാജയുടെ എനിക്കേറെ ഇഷ്ടപ്പെട്ട ചില മലയാളഗാനങ്ങൾ.

	ഗാനം	ഗായകൻ/ഗായിക
1	വേഴാമ്പൽ കേഴും	യേശുദാസ്
2	അല്ലിയിളം പൂവോ	കൃഷ്ണചന്ദ്രൻ
3	തുമ്പീ വാ	ജാനകി
4	ഋതുഭേദകല്പന	ദാസ്, കല്ല്യാണിമേനോൻ
5	വാർമേഘവർണ്ണന്റെ മാറിൽ	ജയചന്ദ്രൻ, മാധുരി
6	നാദവിനോദം	എസ്.പി. ബാലസുബ്രഹ്മണ്യം എസ്.പി. ശൈലജ
7	യമുനേ നിന്നുടെ	ജാനകി
8	വീണേ വീണേ വീണക്കുഞ്ഞേ	ജാനകി
9	കൊഞ്ചിക്കരയല്ലേ	യേശുദാസ്, ജാനകി
10	ഉണരുമീ ഗാനം	ജി. വേണുഗോപാൽ
11	കുന്നത്തെ കൊന്നയ്ക്കും	ചിത്ര
12	പൂവാടികളിൽ	യേശുദാസ്, ജാനകി
13	കുളിരാടുന്നു മാനത്ത്	യേശുദാസ്

14	കിളിയേ കിളിയേ	ജാനകി
15	പുഴയോരത്തിൽ	ചിത്ര
16	ഓ പ്രിയേ പ്രിയേ	എസ്.പി.ബി, ചിത്ര
17	രാപ്പാടി പക്ഷിക്കൂട്ടം	ചിത്രയും, സംഘവും
18	സ്നേഹത്തിൻ പൂഞ്ചോല	യേശുദാസ്
19	ഓലത്തുമ്പത്തിരുന്നൂഞ്ഞാലാടും	,,
20	ആറ്റിറമ്പിലെ കൊമ്പിലെ	ശ്രീകുമാർ, ചിത്ര

വിദ്യാസാഗർ

തമിഴകത്ത് നിന്നു മലയാളത്തിനു കിട്ടിയ ഒരു ഭാഗ്യമാണ് വിദ്യാസാഗറെന്നു ഞാൻ പറയും. മെലഡികളുടെ രാജാവാണ് ഈ സംഗീത സംവിധായകൻ. ഹിന്ദിയിലെ മദൻമോഹനെപ്പോലെ. തമിഴിൽ തകർത്താടിയ ഇദ്ദേഹം മലയാളത്തിലും ഹിറ്റുകളുടെ സൃഷ്ടിയിൽ മുൻപന്തിയിൽ നിൽക്കുന്നു. ഇദ്ദേഹം സംഗീതസംവിധാനം നടത്തിയ മലയാള ചിത്രങ്ങളിൽ ഒന്നിൽ കൂടുതൽ ഹിറ്റുകൾ പിറന്നുവീണിട്ടുണ്ട്. ഗ്രാമഫോൺ, സമ്മർ ഇൻ ബത്‌ലഹേം, പ്രണയവർണങ്ങൾ, കൃഷ്ണഗുഡിയിൽ ഒരു പ്രണയകാലത്ത്, ദേവദൂതൻ, നിറം മുതലായ ചിത്രങ്ങൾ പരിഗണിക്കുമ്പോൾ നമുക്കിത് മനസ്സിലാകും. ഇയ്യിടെ ഒരു ദൂരദർശൻ പരിപാടിയിൽ അദ്ദേഹം ചെയ്ത പാട്ടുകളെക്കുറിച്ച് സംസാരിക്കുമ്പോൾ ഇതുമായി ബന്ധപ്പെട്ട പല ഓർമകളും പങ്കുവെച്ചിരുന്നു. ഗിരീഷിനെപ്പറ്റി സംസാരിച്ചപ്പോൾ അദ്ദേഹം വാചാലനായി. അൽപം വിഷാദഛായ കലർന്ന സ്വരത്തിൽ അദ്ദേഹം വിവരിച്ചതിങ്ങനെ. "പിന്നെയും പിന്നെയും" എന്ന വരികൾ കണ്ടപ്പോൾ വിദ്യാസാഗർ പറഞ്ഞത്രെ ഇതിനു ഗിരീഷിന് അവാർഡ് കിട്ടുമെന്ന്. അത് സംഭവിക്കുകയും ചെയ്തതാണല്ലോ. ഏതായാലും പ്രിയപ്പെട്ട സംഗീതസംവിധായകാ, ഇനിയും ഞാൻ താങ്കളിൽനിന്നും കുറെയധികം ക്ലാസിക്ക് മെലഡികൾ പ്രതീക്ഷിക്കുന്നു. അതിനുവേണ്ടി പ്രാർത്ഥിക്കുന്നു. അത് കുറെയെങ്കിലും കേൾക്കാൻ ഇടയായെങ്കിൽ ഞാനും ഭാഗ്യവാൻ. അങ്ങയുടെ എനിക്കിഷ്ടപ്പെട്ട ചില ഗാനങ്ങളിതാ.

	ഗാനം	ഗായകൻ/ഗായിക
1	ആരോ വിരൽ മീട്ടി	യേശുദാസ്
2	ഒരു രാത്രി കൂടി വിടവാങ്ങവെ	യേശുദാസ്, ചിത്ര
3	എത്രയോ ജന്മമായ്	ശ്രീനിവാസൻ, സുജാത
4	വെണ്ണിലാച്ചന്ദനക്കിണ്ണം	ദാസ്, ഷബ്നം
5	പ്രണയമണിതൂവൽ	സുജാത
6	ഓദിൽരുബാ	ഹരിഹരൻ, ചിത്ര
7	പിന്നെയും പിന്നെയും	യേശുദാസ്, ചിത്ര
8	കാത്തിരിപ്പൂ	,, ,,
9	വരമഞ്ഞളാടിയ	സുജാത
10	ചെമ്പകമലരൊളി	ദാസ്, ചിത്ര
11	എന്തേ ഇന്നും വന്നീല	ജയചന്ദ്രൻ
12	പൂവേപൂവേ	ജയചന്ദ്രൻ, ചിത്ര
13	പ്രായം നമ്മിൽ	ജയചന്ദ്രനും കോറസും

മലയാളത്തിലെ ഗാനരചയിതാക്കൾ

ആദ്യമായി പഞ്ചനക്ഷത്രങ്ങളെന്നു വിശേഷിപ്പിച്ച സംഗീതസംവിധായകരുമായി ചേർന്നു ഇവിടെ ഇന്ദ്രജാലം സൃഷ്ടിച്ച പഞ്ചതാരകങ്ങളായ രചയിതാക്കളെപ്പറ്റി. ഇവർ രണ്ടുപേർവീതം യേശുദാസ്, ജയചന്ദ്രൻ, പി. സുശീല, എസ്. ജാനകി, പി. ലീല എന്നീ ഗായക പ്രതിഭകളോടൊന്നിച്ച് പ്രവർത്തിച്ചപ്പോൾ വർണോജ്ജ്വലമായ, പിന്നീട് ആവർത്തിച്ചിട്ടില്ലാത്ത, ഇനി ഒരിക്കലും വരാൻ പോകുന്നില്ലെന്നു എന്നെപ്പോലുള്ളവർ കരുതുന്ന ഒരു വസന്തകാലത്തിന്റെ നൊസ്റ്റാൾജിയയിൽ ഈ നിരീക്ഷണം തുടരട്ടെ.

പി.ഭാസ്കരൻ

വളരെ മുൻപ് തന്നെ ഭാസ്കരൻ മാസ്റ്റർ സിനിമാഗാനരചനയുടെ മണ്ഡലത്തിലേക്ക് പ്രവേശിച്ചിട്ടുണ്ടെങ്കിലും അദ്ദേഹം ലബ്ധപ്രതിഷ്ഠ നേടിയത് 'നീലക്കുയിൽ' എന്ന ചിത്രത്തിലെ ഗാനരചനയോടെയാണെന്നു തോന്നുന്നു. ഈ ചിത്രം പലതരത്തിലും അഭിമാനിക്കാൻ വക നൽകി. ഒരു ദളിത് യുവതിയെ നായികാകഥാപാത്രമാക്കിക്കൊണ്ടുള്ള ആദ്യകാല മലയാളചിത്രമായിരുന്നല്ലോ 'നീലക്കുയിൽ.' പ്രസിദ്ധ സാഹിത്യകാരനായ ഉറൂബിന്റെ കഥ. സംവിധാനം പി. ഭാസ്കരനും രാമു

കാര്യാട്ടും ഒന്നിച്ച് നിർവഹിച്ചു. നാടോടിത്തം നിറഞ്ഞുനിൽക്കുന്ന ശീലുകളുടെ സ്രഷ്ടാവായി പി. ഭാസ്കരൻ. അതിന്നനുയോജ്യമായ സംഗീതം നൽകി രാഘവൻമാഷും. മാത്രമോ, ഇതിലെ നായകനടനായ സത്യനോടൊപ്പം ഒരു പ്രധാന കഥാപാത്രമായ പോസ്റ്റ്മേന്റെ വേഷമണിഞ്ഞുകൊണ്ടും പി. ഭാസ്കരൻ പ്രശസ്തനായി. എല്ലാംകൊണ്ടും ആനന്ദലബ്ധിക്കിനിയെന്തുവേണം എന്ന മട്ടിൽ പ്രേക്ഷകരും. ഇതിലെ ഏതാണ്ടെല്ലാ ഗാനങ്ങളും ചങ്ങമ്പുഴയുടെ രമണനിലെ വരികൾപോലെ സാമാന്യജന ത്തിന്റെ അധരങ്ങളിൽ നൃത്തമാടി. ഞാനീ പാട്ടുകളധികവും ആദ്യമായി കേട്ടത് നാട്ടിൽ പ്രായമുള്ള പലരും മൂളി നടന്നിരുന്നത് കേട്ടുകൊണ്ടാണ്. സിനിമ എന്താണെന്നോ അതിൽ ഒരു സംഗീതവിഭാഗമുണ്ടോ എന്നൊന്നും മനസ്സിലാക്കിയിട്ടില്ലാത്ത പ്രായത്തിൽ 'മാനെന്നും വിളിക്കില്ല', 'കുയിലിനെത്തേടി', 'എല്ലാരും ചൊല്ല്ണ്' എന്നീ ഗാനങ്ങൾക്കൊപ്പം ശോകസാന്ദ്രമായ 'എങ്ങിനെ നീ മറക്കും' എന്ന കവിത തുളുമ്പുന്ന ഗാനവും. അർത്ഥവത്തായ ഈ ശോകഗാനത്തിന്റെ വരികൾക്ക് ഒരു പ്രത്യേകതയുണ്ട്. ആ ഗാനത്തിൽ ഒരിടത്ത് 'എന്തൊരു ദാഹം' എന്നു തുടങ്ങുന്ന വരികൾ എത്ര ഗംഭീരം. അതൊന്നുദ്ധരിക്കട്ടെ.

"പാടം പച്ചച്ചപ്പാവാടയിട്ടപ്പോൾ
പാവം നീയെത്ര മേലോട്ടുപൊങ്ങി
എന്തൊരു ദാഹം എന്തൊരു മോഹം
എന്തൊരു തീരാത്ത തീരാത്ത ശോകം"

എന്തൊരു ശോക ഛവി കലർന്നൊരു രചന!

കൂട്ടത്തിൽ 'ഉണരുണരു ഉണ്ണിക്കണ്ണാ' എന്ന ഭക്തിഗാനം. എല്ലാറ്റിനെയും കടത്തിവെട്ടി രാഘവൻമാസ്റ്റർ തന്നെ പാടിയ 'കായലരികത്ത് വലയെറിഞ്ഞപ്പോൾ' എന്ന ഫോക്ക് ശൈലിയിലുള്ള ഒരു മാപ്പിള ഗാനവും. "വെറുതെ ഞാനെന്തിനെരിയും വെയിലത്ത് കയിലും കുത്തി നടക്കണ്" എന്നു മാസ്റ്റർക്കേ എഴുതാൻ കഴിയൂ എന്നു തോന്നുന്നു. ഇതിനുശേഷം ഭാസ്കരൻ മാസ്റ്റർക്ക് തിരിഞ്ഞുനോക്കേണ്ടിവന്നിട്ടില്ല. തീർച്ചയായും ഇതിനുമുമ്പുതന്നെ കുറെ ചിത്രങ്ങളിൽ അദ്ദേഹം ഗാനരചന നടത്തിയിരുന്നു. നവലോകം, തിരമാല, അമ്മ മുതലായ കുറെയധികം സിനിമകളിൽ. 'നീലക്കുയിൽ' പുറത്തുവന്നതിനടുത്തവർഷം 'രാരിച്ചൻ എന്ന പൗരൻ' റിലീസായി. ഇതിലെ പാട്ടുകളും ഹിറ്റായിരുന്നു. രാഘവൻ മാസ്റ്റർ തന്നെ സംഗീതസംവിധായകൻ. 'പണ്ടു പണ്ടു നിന്നെ കണ്ടനാളയ്യാ' എന്ന മെഹബൂബിന്റെ ഹിറ്റ് ഗാനം. 'പൂമുറ്റത്തൊരു മുല്ല വിരിഞ്ഞു' എന്നു ശാന്ത പി നായർ. ഗായത്രീ ശ്രീകൃഷ്ണന്റെ മറ്റൊരു ഹിറ്റ്. ഈ ചിത്രത്തിൽ പി. ലീല പാടിയ ഒരു പാട്ട് എനിക്ക് വളരെ ഇഷ്ടമാണ്.

'കല്ലേ കനിവില്ലേ' എന്ന ഗാനത്തിന്റെ രചനയും ആലാപനവും ഗംഭീരം. 'രാരിച്ചൻ എന്ന പൗരനി'ലെ പല പാട്ടുകളും അതിന്റെ ലാളിത്യംകൊണ്ട് ശ്രദ്ധേയമായിരുന്നു. പക്ഷേ, നാടൻശൈലിയിലുള്ള ശീലുകൾ മാത്രം സൃഷ്ടിക്കുക എന്ന ഉദ്യമത്തിൽ തന്നെ പിടിച്ചുനിൽക്കാൻ ഈ കവിയ്ക്ക് കഴിയുമായിരുന്നില്ല. അപ്പോഴേയ്ക്കും 'വയലാർ ഗർജ്ജിക്കുന്നു', 'ഓർക്കുക വല്ലപ്പോഴും' തുടങ്ങിയ പ്രസിദ്ധ കവിതകളും പ്രസിദ്ധീകരിച്ചിരുന്നു. കോഴിക്കോട് ആകാശവാണി നിലയത്തിലെ ഏതോ ഒരു സുഹൃദ്ബന്ധത്തിന്റെ ബാക്കിപത്രമാണ് 'ഓർക്കുക വല്ലപ്പോഴും' എന്നു പറഞ്ഞുകേട്ടിട്ടുണ്ട്. ശരിയാണാവോ? ഏതായാലും പോകെപോകെ കൂടുതൽ അർത്ഥസമ്പൂർണ്ണമായ വരികളിലേക്ക് അദ്ദേഹം കൂടുതൽ ശ്രദ്ധ പതിപ്പിച്ചു. ഒരു ഉദാഹരണം ചൂണ്ടിക്കാണിക്കട്ടെ. 'അഭയം' എന്ന ചിത്രത്തിൽ ജി. ശങ്കരക്കുറുപ്പിന്റെ 'ശ്രാന്തമംബര'വും സുഗതകുമാരിയുടെ 'പാവം മാനവഹൃദയ'വും ഉൾപ്പെടുത്തി സ്വാമി ഗംഭീരമായി സംഗീത സംവിധാനം നടത്തിയപ്പോൾ ഭാസ്കരൻ മാഷ് എഴുതിയ 'രാവ് പോയ തറിയാതെ' എന്ന അതിസുന്ദരമായ വരികൾക്കും കിട്ടി സുന്ദരമായ ഒരു ട്യൂൺ. പി. സുശീല അത് ഗംഭീരമായി പാടുകയും ചെയ്തു. തന്നെപ്പോലെതന്നെ ഗാനരചനയിൽ തിരക്കേറിയ വയലാറിനേയും, ഒ.എൻ. വിയേയും, ശ്രീകുമാരൻ തമ്പിയേയുമെല്ലാം സ്നേഹിക്കുകയും അംഗീകരിക്കുകയും ചെയ്തു. പി.ഭാസ്കരൻ നിർമ്മിച്ച 'കാക്കത്തമ്പുരാട്ടി' എന്ന ചിത്രത്തിൽ അദ്ദേഹവും ശ്രീകുമാരൻ തമ്പിയും ഒന്നിച്ചാണ് ഗാനരചന നടത്തിയിരുന്നത്. ഈ ചിത്രത്തിലെ തമ്പിയുടെ ഒരു ഗാനം ആദ്യമായി കേട്ടപ്പോൾ ഇതിലെ പാട്ടുകൾ തീർത്തും താങ്കൾ ചെയ്താൽ പോരെ എന്നായിരുന്നുപോലും അദ്ദേഹത്തിന്റെ പ്രതികരണം.

ജയചന്ദ്രന്റെയും ബ്രഹ്മാനന്ദന്റെയും പിന്നണി ഗായകരായുള്ള രംഗപ്രവേശനത്തിനു നിദാനമായതും മാഷിന്റെ രചനകളായിരുന്നല്ലോ. 'മഞ്ഞലയിൽ മുങ്ങിതോർത്തി', 'മാനത്തെ കായലിൻ' എന്നീ ഗാനങ്ങളിലൂടെ. ഇങ്ങിനെയെല്ലാമാണെങ്കിലും പി.ഭാസ്കരൻ എന്ന ഗാനരചയിതാവിന്റെ പ്രസക്തി മധുരം കിനിയുന്ന ഒരുപാട് മെലഡികൾ സൃഷ്ടിച്ചെടുത്ത പി.ഭാസ്കരൻ/ബാബുരാജ് കൂട്ടുകെട്ടിലാണ്. 'ഭാർഗവീനിലയ'ത്തിലെ പാട്ടുകൾ തന്നെ മുഖ്യ ഉദാഹരണം. 'താമസമെന്തേ', 'ഏകാന്തതയുടെ', 'വാസന്തപഞ്ചമിരാവിൽ', 'പൊട്ടിത്തകർന്ന' മുതലായ ഗാനങ്ങളിൽ വരികളാണോ അതോ സംഗീതമാണോ കൂടുതൽ മനോഹരം എന്നു ചിന്തിച്ചുപോകും. ബഷീറിന്റെ ഒരു ശൈലിയിൽ നിന്നും പ്രചോദനമുൾക്കൊണ്ട് പി.ഭാസ്കരൻ എഴുതിയ 'ഏകാന്തതയുടെ' എന്നു തുടങ്ങുന്ന വരികളിലെ ആശയപ്രപഞ്ചം എത്ര വലുതാണ്. മനുഷ്യജീവിതത്തിന്റെ ഒരു അസ്സൽ ചിത്രം 'പിന്നിൽ താണ്ടിയ വഴിയതിദൂരം, മുന്നിലോ അജ്ഞാത മരണകുടീരം' ഗംഭീരമായിട്ടില്ലേ? അതേപോലെ

'താമസമെന്തേ' എന്ന ഗാനത്തിൽ 'പാതിരാകാറ്റിൽ നിന്റെ പട്ടുറുമാലിളകിയല്ലോ' എന്ന നിരീക്ഷണം എത്ര മനോഹരമാണ്. 'വാസന്തപഞ്ചമിനാളിൽ' വരുമെന്ന കാമുകിയുടെ ഗദ്ഗദശബ്ദം എത്ര തന്മയത്വത്തോടെയാണ് കവി കുറിച്ചിട്ടിരിക്കുന്നത്. 'ഇന്നലെ മയങ്ങുമ്പോൾ', 'ഒരു പുഷ്പംമാത്രമെൻ', 'പ്രാണസഖീ' തുടങ്ങിയ ഗാനങ്ങളുടെ അർത്ഥസമ്പുഷ്ടിക്കനുയോജ്യമായ സംഗീതം കൂടി ഒത്തുചേർന്നപ്പോൾ എന്നും ശ്രദ്ധിക്കപ്പെടുന്ന ഗാനങ്ങളാണെന്നു റിയാലിറ്റിഷോകളിൽ നിന്നും നാം നേരിട്ട് കണ്ടിട്ടുള്ളതാണല്ലോ. 'സുബൈദ' എന്ന ചിത്രത്തിലെ 'എന്റെ വളയിട്ട കൈപിടിച്ച വിരുന്നുകാരൻ പിന്നെ വലയിട്ടു കണ്ണുകൊണ്ട് പുതുമാരൻ' എന്ന വരികൾ ഒരു അസ്സൽ റൊമാന്റിക് കവിയ്ക്കേ എഴുതാനാകൂ. ശോകം തുളുമ്പി നിൽക്കുന്ന 'പൊട്ടിത്തകർന്ന കിനാവിന്റെ മയ്യത്ത്' എന്ന ഗാനത്തിന്റെ രചനയുടെ മുമ്പിൽ കൈകൂപ്പിപ്പോകും. 'എല്ലാ പ്രതീക്ഷയും മണ്ണടിഞ്ഞല്ലോ പള്ളിപ്പറമ്പിലെ ആറടി മണ്ണിൽ' എന്നു കേൾക്കുമ്പോൾ ശ്രോതാക്കളുടെ കണ്ണുനിറഞ്ഞുപോകും. ബാബുരാജിനുവേണ്ടി അദ്ദേഹമെഴുതിയ 'അഞ്ജനക്കണ്ണെഴുതി', 'ഒരുകൊച്ചുസ്വപ്നത്തിൻ', 'ആരാധികയുടെ പൂജാകുസുമം', 'മുട്ടിവിളിക്കുന്നു വാതിലിൽ മധുമാസം' എന്നീ പാട്ടുകളെല്ലാം രചനാവൈഭവത്തിന് ഉത്തമോദാഹരണങ്ങൾ 'ആദ്യകിരണങ്ങൾ' എന്ന ചിത്രത്തിലെ 'പതിവായി പൗർണ്ണമിതോറും', 'ഭാരതമെന്നാൽ പാരിൻനടുവിൽ' എന്ന ഗാനങ്ങളും പി.ഭാസ്കരന്റെ ഗാനരചനാ സഞ്ചയത്തിലെ മുത്തുകൾ തന്നെ. അതേപോലെ ദേവരാജൻ സംഗീതം നൽകിയ പലപാട്ടുകൾക്കും മനോഹാരിതയുടെ മാറ്റുകൂട്ടാൻ പി.ഭാസ്കരന്റെ രചനാഭംഗി വളരെയധികം സഹായിച്ചിട്ടുണ്ട്. 'കാട്ടുകുരങ്ങ്' എന്ന ചിത്രത്തിലെ 'അറിയുന്നീലഭവാൻ', 'ഇന്നുമാറോടണച്ചുഞാനുറക്കീട്ടും', 'നാദബ്രഹ്മത്തിൻ' എന്നിവ നല്ല ഉദാഹരണങ്ങൾ. 'ഗുരുവായൂർ കേശവനിലെ', 'ഇന്നെനിക്ക് പൊട്ടുകുത്താൻ' മറ്റൊരുദാഹരണം. ജയചന്ദ്രന്റെ ഹിറ്റുകളിലൊന്നായ 'ഹർഷബാഷ്പംതൂകി' എന്ന ഗാനവും രചനാഭംഗി നിറഞ്ഞുനിൽക്കുന്നതാണ്. ചിദംബരനാഥ് എന്ന സംഗീതസംവിധായകന്റെ മനോഹരങ്ങളായ പാട്ടുകളധികവും പി.ഭാസ്കരന്റേതാണ്. വളരെ പ്രശസ്തിയിലെത്തിയ 'കരയുന്നോ പുഴ ചിരിക്കുന്നോ' എന്ന ഹതാശനായ കാമുകന്റെ ഗദ്ഗദം മുഴങ്ങുന്ന ഗാനവും 'കുങ്കുമപ്പൂവുകൾ പൂത്തു' എന്ന ഗാനവും, 'സുറുമ നല്ല സുറുമ' എന്നീ ഗാനങ്ങൾ രണ്ടുതരത്തിൽ ഹൃദ്യമാണ്, അതിലെ രചനകൊണ്ടും സംഗീതം കൊണ്ടും. പി.ഭാസ്കരന്റെ സിനിമാഗാനങ്ങളിൽ രചനകൊണ്ട് മുന്നിൽ നില്ക്കുന്ന ഒരു ഗാനത്തിന് സംഗീതം നൽകാൻ ചിദംബരനാഥിനു ഭാഗ്യം സിദ്ധിച്ചു.

'മന്ദ മന്ദം നിദ്രവന്നെൻ' എന്നു തുടങ്ങുന്ന ആ ഭാവഗീതത്തിലെ വരികളോരോന്നായി ഓർത്തു നോക്കൂ. രചനാഭംഗികൊണ്ടു കൂടി എന്നെ ആനന്ദതുന്ദിലനാക്കിയ പി.ഭാസ്കരന്റെ ചില ഗാനങ്ങളിതാ. ഗാനവും ചിത്രത്തിന്റെ പേരും മാത്രമേ സൂചിപ്പിക്കുന്നുള്ളൂ.

	ഗാനം	ചിത്രം
1.	താമസമെന്തേ	ഭാർഗവീനിലയം
2.	ഏകാന്തതയുടെ	ഭാർഗവീനിലയം
3.	പതിവായി പൗർണമി	ആദ്യകിരണങ്ങൾ
4.	വാസന്തപഞ്ചമിനാളിൽ	ഭാർഗവീനിലയം
5.	ഇന്നലെമയങ്ങുമ്പോൾ	അന്വേഷിച്ചു കണ്ടെത്തിയില്ല
6.	താമരക്കുമ്പിളല്ലോ	അന്വേഷിച്ചു കണ്ടെത്തിയില്ല
7.	താനേതിരിഞ്ഞുംമറിഞ്ഞും	അമ്പലപ്രാവ്
8.	എങ്ങിനെ നീ മറക്കും	നീലക്കുയിൽ
9.	നാഴൂരിപ്പാല്കൊണ്ട്	രാരിച്ചൻ എന്ന പൗരൻ
10.	കായലരികത്ത്	നീലക്കുയിൽ
11.	ഹർഷബാഷ്പം	മുത്തശ്ശി
12.	രാവ്പോയതറിയാതെ	അഭയം
13.	പ്രേമമധുമാസവനത്തിലെ	ലൈലാമജ്നു
14.	അന്നത്തിനും പഞ്ഞമില്ല	ലൈലാമജ്നു
15.	കണ്ണിനകത്തൊരു	ലൈലാമജ്നു
16.	സ്നേഹത്തിൻ	
	കാനനഛായയിൽ	ലൈലാമജ്നു
17.	മാമലകൾക്കപ്പുറത്ത്	നിണമണിഞ്ഞ കാൽപാടുകൾ
18.	ഇന്നെനിക്ക് പൊട്ടുകുത്താൻ	ഗുരുവായൂർകേശവൻ
19.	നവകാഭിഷേകം	ഗുരുവായൂർകേശവൻ
20.	മന്ദം മന്ദം നിദ്രവന്നെൻ	ചെകുത്താന്റെ കോട്ട
21.	നാദബ്രഹ്മത്തിൻ	കാട്ടുകുരങ്ങ്
22.	അറിയുന്നീലഭവാൻ	കാട്ടുകുരങ്ങ്
23.	മാറോടണച്ചു	കാട്ടുകുരങ്ങ്
24.	കിനാവിന്റെ കുഴിമാടത്തിൽ	ഡോക്ടർ
25.	കരിമുകിൽക്കാട്ടിലെ	കള്ളിച്ചെല്ലമ്മ

26.	മാനത്തെകായലിൽ	കള്ളിച്ചെല്ലമ്മ
27.	കണ്മണീനീയെൻ	
	കരം പിടിച്ചാൽ	കുപ്പിവള
28.	കാണാൻപറ്റാത്ത	കുപ്പിവള
29.	കുങ്കുമപ്പൂവുകൾപൂത്തു	കായംകുളംകൊച്ചുണ്ണി
30.	പൊട്ടിത്തകർന്ന കിനാവിന്റെ	സുബൈദ
31.	കദളിവാഴക്കൈയിലിരുന്നു	ഉമ്മ
32.	ആരാധികയുടെ പൂജാകുസുമം	മനസ്വിനി
33.	മുട്ടിവിളിക്കുന്നു വാതിലിൽ	മനസ്വിനി
34.	ശങ്കരദിഗ്‌വിജയം ജഗദ്ഗുരു	ശ്രീശങ്കരാചാര്യൻ

2. വയലാർ രാമവർമ്മ

ആമുഖത്തിൽ സൂചിപ്പിച്ചതുപോലെ പി.ഭാസ്കരൻ, ഒ.എൻ.വി, ശ്രീകുമാരൻതമ്പി, യൂസഫലി കേച്ചേരി എന്നിവരെയെല്ലാം പെരുത്ത് ഇഷ്ടമാണെങ്കിലും എന്റെ ഗാനരചയിതാവ് വയലാർ രാമവർമ്മതന്നെ യാണ്. വയലാറിനു സമം വയലാർ മാത്രം. ഏതാണ്ട് അകാലത്തിൽ പൊലിഞ്ഞുപോയ അദ്ദേഹത്തിന്റെ വിയോഗം മലയാള ചലച്ചിത്ര ലോകത്ത് ഒരു വലിയ വിടവ് തന്നെ സൃഷ്ടിച്ചു. ഒരുപക്ഷേ, ഇനിയൊ രിക്കലും നികത്താൻ സാദ്ധ്യതയില്ലാത്ത ഒരു വിടവ്. മാത്രമോ ഗാനര ചനാ രംഗത്തേയ്ക്ക് കൂടുതൽ ശ്രദ്ധവെച്ചതോടെ മലയാള കവിതയ്ക്ക് ഒരു വലിയ നഷ്ടം സംഭവിച്ചുവെന്നാണ് എന്റെയും അഭിപ്രായം. സിനി മാരംഗത്തേയ്ക്ക് ചുവട് മാറ്റിയിരുന്നില്ലെങ്കിൽ ഒരു രണ്ടാം ചങ്ങമ്പുഴത ന്നെയുണ്ടായേനേ മലയാളത്തിൽ.

വയലാറിനെപ്പോലെതന്നെ പ്രഗത്ഭരാണ് നേരത്തെ സൂചിപ്പിച്ച നാല് പേരും. വളരെ ലളിതമായ പദങ്ങളിൽ കൂടി ഒരു വലിയ ആശയപ്രപഞ്ചം സൃഷ്ടിക്കാൻ ഭാസ്കരനോളം മറ്റാർക്കുമാവില്ലെന്നു പറയാം. പ്രണയ ഗാനങ്ങളിലും അദ്ദേഹത്തിന്റെ സവിശേഷത കണ്ടേതീരൂ. 'പരീക്ഷ' യിലെ പാട്ടുകൾ ഓന്നോർത്തു നോക്കൂ. ഏത് തരം ഗാനമാണെങ്കിലും കവിതാ സുഗന്ധം പരത്തുന്ന വരികളാണ് ഒ.എൻ.വിയുടെ മുഖമുദ്ര. തത്വചിന്താപരമായ ഗാനങ്ങളും പ്രണയഗാനങ്ങളും ഒരുപോലെ വഴങ്ങും ശ്രീകുമാരൻതമ്പിയ്ക്ക്. തന്റെ സംസ്കൃതവ്യുൽപ്പത്തി വിളിച്ചറിയിക്കുന്ന, കൃഷ്ണഭക്തിയുടെ അംശം കൂടി പലപ്പോഴും നിറഞ്ഞു നിൽക്കുന്നു

യൂസഫലിയുടെ വരികളിൽ. ഇവർക്കെല്ലാം ഞാൻ സ്പർശിച്ചുപോയ പ്രത്യേകതകൾക്കപ്പുറത്ത് പല സവിശേഷതകളുമുണ്ടാവാം. വയലാറിന്റെ ഗാനപ്രപഞ്ചം ഒന്നു പരിശോധിച്ചാലറിയാം, ഇപ്പറഞ്ഞതിന്റെയെല്ലാം ഒരു പൂർണതയും കൂടാതെ മറ്റു പല സവിശേഷതകളും അതിൽ നിറഞ്ഞു നിൽക്കുന്നുണ്ടെന്ന്. വയലാർ/ദേവരാജൻ കൂട്ടുകെട്ടിൽ യേശുദാസിന്റെയും പി.സുശീലയുടെയും എത്രയെത്ര സുന്ദരഗാനങ്ങൾ. ഈ വിജയത്തിൽ പ്രധാനപങ്ക് വയലാറിന്റെ രചനാ സൗകുമാര്യമാണെന്ന് എനിക്ക് തോന്നുന്നു. 'ചെമ്മീനി' ലെ ഗാനങ്ങൾ ഹിറ്റായത് സലിൽ ചൗധരിയുടെ സംഗീതം കൊണ്ടാണ്; സംശയമില്ല. പക്ഷേ, അതിനു പറ്റുന്ന തരത്തിൽ വയലാറിനു എഴുതാൻ കഴിഞ്ഞു എന്നുള്ള കാര്യവും മറന്നുകൂടാ. 'മാനസമൈനേ' എന്നഗാനത്തിലെ ഏറ്റവും മനോഹരമായ ഭാഗം എന്റെ അഭിപ്രായത്തിൽ 'കരളിലെ മോഹവും കടലിലെ ഓളവും അടങ്ങുകില്ലോമനേ അടങ്ങുകില്ല' എന്ന വരികളാണ്. ഇതിന്റെ ക്രെഡിറ്റ് വയലാറിനല്ലാതെ ആർക്ക് കൊടുക്കാൻ!.

'കൂടപ്പിറപ്പ്' എന്ന ചിത്രത്തിൽ ഗാനരചനയുമായി കടന്നു വന്ന വയലാർ ഏതാണ്ട് ഒരു ചക്രവർത്തിയായി തന്നെ വാണ ഈ മണ്ഡലത്തിൽ ശാന്താ.പി.നായർ പാടിയ ഗാനത്തോടെ മധുരമനോഹരമായ നൂറു കണക്കിനു ഗാനങ്ങളുണ്ടായി വയലാറിന്റേതായി. 'ഭാര്യ' എന്ന ചിത്രത്തിൽ ദേവരാജനോടൊത്തു പ്രവർത്തിച്ചതോടെ ഒരു പുതുയുഗം പിറക്കുകയായിരുന്നു പിന്നണി ഗാനരംഗത്ത്. ഈ കൂട്ടുകെട്ടിൽ പിറന്ന ഗാനങ്ങളുടെ ഗരിമ മറ്റൊരു കൂട്ടുകെട്ടിലും പിറന്നിട്ടില്ല. എണ്ണത്തിന്റെയും വണ്ണത്തിന്റെയും കാര്യത്തിൽ ഞാനുദ്ധരിക്കുക 'ചക്രവർത്തിനി നിനക്ക് ഞാനെന്റെ' എന്ന ഗാനമായിരിക്കും ആദ്യം. പക്ഷേ, ഈ ഗാനമിറങ്ങുന്നതിനുമുൻപ് തന്നെ വയലാർ തന്റെ ഇടം സ്ഥാപിച്ചിരുന്നു. പ്രത്യേകിച്ചും 'ഭാര്യ' എന്ന ചിത്രത്തിൽ 'പെരിയാറേ', 'ഓമനക്കയ്യിൽ' മണവാട്ടിയിലെ 'ദേവതാരുപൂത്തനാളൊരു', 'അഷ്ടമുടിക്കായലിലെ', 'മുത്തശ്ശിക്കഥ പറഞ്ഞുറക്കാം' മുതലായ ഗാനങ്ങളിലൂടെ 'ശകുന്തള' എന്ന ചിത്രത്തിലെ 'ശംഖുപുഷ്പം കണ്ണെഴുതുമ്പോൾ', 'സ്വർണ്ണത്താമരയിതളിലുറങ്ങും', 'പ്രിയതമാ' എന്നീ ഗാനരചനകളിൽ കൂടി. 'തോക്കുകൾ കഥപറയുന്നു' എന്ന ചിത്രത്തിലൂടെ 'പാരിജാതം തിരുമിഴിതുറന്നു', 'പൂവും പ്രസാദവും' എന്നീ ഗാനങ്ങൾക്ക് രൂപം കൊടുക്കാനായതും അദ്ദേഹത്തിന്റെ പ്രശസ്തി വർദ്ധിപ്പിച്ചു. ദേവരാജനു വേണ്ടി മാത്രമല്ല ബാബുരാജിനും ദക്ഷിണാമൂർത്തിക്കും രാഘവൻമാഷിനുമെല്ലാം സുന്ദരമായ വരികളദ്ദേഹം സംഭാവന ചെയ്തു. ബാബുരാജിന്റെ കൂടെ 'ആദിയിൽ വചനമുണ്ടായി' (ഇത് പാടി സിനിമയിലവതരിപ്പിച്ചതും വയലാർ തന്നെ)

'നദികളിൽ സുന്ദരി യമുന', 'സൂര്യകാന്തി,' 'കണ്ണുതുറക്കാത്ത ദൈവങ്ങളേ' തുടങ്ങിയ ഹിറ്റുകൾ. സ്വാമിയോടൊന്നിച്ച് 'കാവ്യമേള' യിലെ 'സ്വപ്നങ്ങൾ സ്വപ്നങ്ങളെ', 'ഇണപ്രാവുകൾ' എന്ന ചിത്രത്തിലെ 'കാക്കത്തമ്പുരാട്ടി', 'കുരുത്തോലപ്പെരുനാളിന്' മുതലായവ. രാഘവൻമാസ്റ്ററോടൊപ്പം 'കൊടുങ്ങല്ലൂരമ്മ' യിലെ 'ഭദ്രദീപം കരിന്തിരികത്തി', 'മഞ്ജുഭാഷിണീ' എന്നീ ഗാനങ്ങൾക്ക് പുറമെ എൽ.ആർ ഈശ്വരി മനോഹരമായി പാടിയ രണ്ടു ഗാനങ്ങൾക്കും വരികളെഴുതാൻ വയലാറിനു ഭാഗ്യമുണ്ടായി. 'അർച്ചന' എന്ന ചിത്രത്തിലെ 'എത്രകണ്ടാലും കൊതി തീരുകില്ലെനിക്കെത്ര' എന്ന ഗാനം എനിക്ക് എത്ര കേട്ടാലും വീണ്ടും കേൾ ക്കാൻ കൊതി തോന്നാറുണ്ട്. ഇതിലെ 'ഓമനപ്പാട്ടുമായ്' എന്ന ഗാനവും രചനാഭംഗി പുലർത്തുന്നു.

ശൃംഗാരം വഴിഞ്ഞൊഴുകുന്ന ഗാനങ്ങളിൽ മാത്രമേ വയലാർ ശോഭിച്ചിട്ടുള്ളൂ എന്ന ഒരു പൊതുധാരണയുണ്ടെന്നു തോന്നുന്നു ഇതിൽ കഴമ്പില്ല. തീർച്ചയായും ശൃംഗാരം (ഒരർത്ഥത്തിൽ തനി സെക്സ് തന്നെ) നിറഞ്ഞു നിൽക്കുന്ന ഗാനങ്ങളിലധികവും വയലാറിന്റേതാണ്. അതിനെപ്പറ്റി പിന്നീട്.

നമുക്ക് വയലാറിന്റെ ഓരോതരം കാറ്റഗറിയിലുള്ള നല്ല പാട്ടുകളെ ഒന്നു പരിശോധിക്കാം. ഭക്തിയുടെ കാര്യത്തിൽ അദ്ദേഹം പിന്നിലല്ല. ആൾ ഒരു അർദ്ധനിരീശ്വരവാദിയാണെങ്കിലും. (ഇതദ്ദേഹം തന്നെ പറയുന്നത് ഒരു ചലച്ചിത്രാവതരണ പരിപാടിയിൽ ആകാശവാണിയിൽ നിന്നും കേട്ടതാണ്). എത്രയോ വർഷങ്ങൾക്ക് മുൻപ് ഒരുപാട് ഹിന്ദു ക്രിസ്ത്യൻ ഭക്തി ഗാനങ്ങൾ രചിച്ചിട്ടുണ്ട് വയലാർ സിനിമകൾക്ക്. 'ചെത്തിമന്ദാരം തുളസി', 'നിത്യവിശുദ്ധയാം കന്യാമറിയമേ' എന്നിവ സാമ്പിളുകൾമാത്രം. മുസ്ലീം ഭക്തിഗാനങ്ങളധികം അദ്ദേഹം രചന നടത്തിയിട്ടില്ലെന്നു തോന്നുന്നു. 'കുമാരസംഭവം' എന്ന ചിത്രത്തിൽ വയലാർ എഴുതിയ 'ഓംകാരം ഓകാരം' വെറുമൊരു ഭക്തിഗാനമല്ല. ഉപനിഷദ് സൂക്തങ്ങളുടെ ചുവട് പിടിച്ച് തത്വചിന്താനിർഭരമാണീ ഗാനരചനയുടെ കാതൽ. 'ഗുരുവായൂരമ്പലനടയിൽ ഒരു ദിവസം ഞാൻ പോകും' (ഒതേനന്റെ മകൻ) യേശുദാസിനുവേണ്ടി പ്രത്യേകം എഴുതിയതാണെന്നു തോന്നും. 'ചെമ്പരത്തി' യിലെ 'ശരണമയ്യപ്പാ' എന്ന ഗാനം മറ്റു പല ഭക്തിഗാനങ്ങളിൽ നിന്നും വേറിട്ടു നിൽക്കുന്നു. ഇതോടൊപ്പം മറ്റൊരു കാര്യം സൂചിപ്പിക്കട്ടെ. നൂറുകണക്കിന് അയ്യപ്പഭക്തിഗാനങ്ങൾ കേട്ടിട്ടുണ്ട്. അവയിൽ എനിക്ക് ഏറ്റവും ഇഷ്ടപ്പെട്ടത് (രചനാഭംഗികൊണ്ടും ആലാപനംകൊണ്ടും) 'നിലാവേവാ' എന്നു തുടങ്ങുന്ന ഗാനമാണ്. രചന എസ്.രമേശൻ നായർ ആലാപനം യേശുദാസിന്റേതായിരിക്കുമല്ലോ.

സംഗീതം വിദ്യാധരൻ മാഷാണെന്നു തോന്നുന്നു. ഈ ഗാനം കേൾക്കാത്തവർ ഇതൊന്നു കേട്ടു നോക്കണമെന്നപേക്ഷിക്കുന്നു. വിദ്യാധരൻ മാസ്റ്ററേപ്പറ്റി ദീപ എന്ന എഴുത്തുകാരി രചിച്ച ഒരു പുസ്തകത്തിൽ ഈ ഗാനത്തിന്റെ രചനയെപ്പറ്റിയെല്ലാം രമേശൻ നായർ വിവരിക്കുന്നത് വായിക്കാനിടയായി.

എനിക്കിഷ്ടപ്പെട്ട മറ്റു രണ്ടു ക്രിസ്തീയ ഭക്തിഗാനങ്ങളാണ് (വയലാറിന്റെ) 'ദൈവപുത്രനു വീഥിയൊരുക്കുവാൻ', 'ആകാശങ്ങളിലിരിക്കും ഞങ്ങടെ' എന്നിവ. രണ്ടും സുശീല പാടിയ ഗാനങ്ങളാണ്.

ദർശനതലത്തിൽ അർത്ഥസമ്പുഷ്ടമായ ധാരാളം ഗാനങ്ങൾ വയലാറിന്റേതായിട്ടുണ്ട്. അതിലൊന്നിന്റെ രചനയ്ക്ക് അദ്ദേഹത്തിനു ദേശീയ അവാർഡും കിട്ടിയിട്ടുണ്ട്. 'മനുഷ്യൻ മതങ്ങളെ സൃഷ്ടിച്ചു' എന്ന ഗാനം പ്രത്യേകിച്ചും ഇന്നത്തെ കാലഘട്ടത്തിൽ പ്രസക്തിയേറിയതാണ്. കേരളീയർ വിദ്യാഭ്യാസത്തിലും മറ്റു പല മണ്ഡലങ്ങളിലും മുന്നിട്ട് നില്ക്കുന്നവരാണെന്ന് അഭിമാനിക്കുമ്പോഴും ചിന്താഗതി കൂടുതൽ കൂടുതൽ സങ്കുചിതമായിട്ടില്ലേ എന്നു തോന്നിപ്പോകുന്നു. പുറമേയ്ക്ക് പ്രസംഗം മനോഹരം പക്ഷേ, ചെയ്തികളോ! ജാതിയുടെയും മതത്തിന്റേയും പിണഞ്ഞു കിടക്കുന്ന കൂട്ടിൽ കിടന്നു പിടയ്ക്കാനാണ് പലർക്കും താൽപര്യം (നരനു നരനു ശുദ്ധവസ്തുവാണുപോലും എന്ന കുമാരനാശാന്റെ വരികൾക്ക് ഇന്നും ഇവിടെ ഉദാഹരണങ്ങൾ സുലഭം.) വിശ്വപൗരനെന്ന മഹാസങ്കല്പത്തിലെത്തിയില്ലെന്നതോ പോകട്ടെ ആഗോള സാഹോദര്യത്തിന്റെ ചാഞ്ചാട്ടം പോലും ഇവിടെയെങ്ങും കാണുന്നില്ല. (ലോകത്താകെ) തന്റെ മതവും ദൈവവുമാണ് ഉത്കൃഷ്ടമെന്നു വീമ്പടിക്കുന്നവർക്ക് നേരെ ഒരുഗ്രൻശരം തന്നെയാണീ ഗാനത്തിലെ വരികൾ. ആരായാലും ദൈവമാണ് തെരുവിൽ മരിക്കുന്നതെന്ന വയലാറിന്റെ വീക്ഷണത്തോട് ഉള്ളിന്റെ ഉള്ളിൽ യോജിപ്പുണ്ടാവാം. ഉണ്ടായാൽ നമുക്ക് നന്ന്. 'അശ്വമേധ' ത്തിലെ 'കറുത്ത ചക്രവാളമതിലുകൾ' എന്ന പാട്ടിലൂടെ വിധിയുടെ ക്രൂരതയെ വയലാർ എത്ര ആഴത്തിലാണ് ചൂണ്ടിക്കാട്ടുന്നത്. തങ്ങളുടെ വിധി വൈപരീത്യത്തിൽ മനംനൊന്ത് ഞങ്ങളെ മാത്രം കറുത്ത ചായം മുക്കി എന്തിനീ മണ്ണിൽ വരച്ചു എന്ന രീതിയല്ലെങ്കിൽ കൂടി എത്രപേർ കണ്ണുനീർ പൊഴിക്കുന്നുണ്ടാവാം. 'കാത്തിരുന്ന നിക്കാഹ്' എന്ന ചിത്രത്തിലെ 'അഗാധ നീലിമയിൽ' എന്നു തുടങ്ങുന്ന ഗാനത്തിലൂടെ പ്രപഞ്ചത്തിലെ സകലതിന്റെയും നശ്വരത അദ്ദേഹം ഹൃദയഹാരിയായി ചൂണ്ടികാണിക്കുന്നു. ഏതാണ്ടിതേ മട്ടിൽ നഗരത്തിന്റെ പൊയ്മുഖങ്ങളെപ്പറ്റി പി.ഭാസ്കരൻ എഴുതിയിട്ടുണ്ടല്ലോ. 'നഗരം നഗരം മഹാസാഗരം' എന്ന പാട്ടിൽക്കൂടി. 'കടൽപ്പാല'ത്തിലൂടെ ദേവരാജൻ

എസ്.പി.ബി എന്ന മഹാഗായകനെക്കൊണ്ടു പാടിച്ച 'ഈ കടലും മറു കടലും' എന്ന ഗാനവും രചനാഭംഗികൊണ്ട് ശ്രദ്ധേയമാണ്. തീക്ഷ്ണ തയോടെയുള്ള ചില ചോദ്യങ്ങളുണ്ട് ഈ ഗാനത്തിൽ. ഈ പാട്ട് ആല പിച്ച എസ്.പി.ബി ഈ കുറിപ്പിന്റെ ആദ്യപാഠമെഴുതിയപ്പോൾ കോവിഡ് ബാധിച്ച് കിടക്കുകയായിരുന്നു. ഇതിന്റെ കോപ്പി തയ്യാറാക്കുമ്പോൾ അദ്ദേഹം അനന്തതയിൽ ലയിച്ച് മാസങ്ങളായിരിക്കുന്നു. 'ജയിൽ' എന്ന ചിത്രത്തിലെ 'മുന്നിൽ മൂകമാം ചക്രവാളം' എന്നു തുടങ്ങുന്ന ഗാന ത്തിന്റെ അവസാനം കാലത്തിൻ ജയിലിലിരിപ്പൂ ഞാൻ എന്നാണ്. എല്ലാ വർക്കുമുണ്ട് ഈ ജയിൽവാസം. എത്ര ഉദാത്തമായ ചിന്ത.

പ്രണയഗാനം രചിക്കുമ്പോൾ മറ്റൊരു വയലാറിനെ നമുക്ക് കാണാൻ കഴിയും. കമിതാക്കൾക്കുണ്ടാകുന്ന ഹൃദയവികാരം അപ്പടി ആവാഹിച്ചെടുത്തതല്ലേ 'സ്വർണ്ണചാമരം വീശിയെത്തുന്ന' എന്ന 'യക്ഷി' യിലെ ഗാനം, 'ചക്രവർത്തിനി' യെപ്പറ്റി മുമ്പ് സൂചിപ്പിച്ചിട്ടുണ്ടല്ലോ. ശകുന്തള മാത്രമാണോ 'പ്രിയതമാ പ്രിയതമാ പ്രണയലേഖനം എങ്ങിനെ എഴുതണം' എന്നു മനസ്സിൽ നിരൂപിക്കുന്നത്. ഈ ചിത്രത്തിൽ തന്നെ ദുഷ്യന്ത കഥാപാത്രത്തിനുവേണ്ടി രചിച്ച 'സ്വർണ്ണത്താമരയിതളിലു റങ്ങും' എത്ര മനോഹരമാണ്. മനോരഥമെന്നോണം രഥമുണ്ടോ, മന്മഥ നെന്നൊരു ദേവനുണ്ടോ എന്ന് ഏത് യുവതിയും ഒരിക്കലെങ്കിലും ചിന്തി ച്ചിരിക്കണം. തന്റെ കാമുകിയെപ്പറ്റി ചിന്തിക്കുമ്പോൾ 'സാമ്യമകന്നോരു ദ്യാനത്തിലെ' ദേവിയെപ്പറ്റി സ്വപ്നം കാണും. ആട്ടക്കഥാസാഹിത്യ ത്തിലെ വേറിട്ടു നിൽക്കുന്ന പ്രതിഭാശാലിയായ ഉണ്ണായിവാര്യരുടെ പ്രസി ദ്ധമായ നളചരിതത്തിലെ ഒരു പ്രസിദ്ധമായ പദത്തിലെ ആദ്യഭാഗം കട മെടുത്ത് കൊണ്ട് വയലാർ രചിച്ച ഈ ഗാനത്തിലെ 'ദേവിയുണ്ടോ ദേവി' എന്നു ചോദിക്കാനായിരിക്കും കമിതാക്കൾ വെമ്പുന്നത്. 'പാരിജാതം തിരുമിഴി' തുറക്കുമ്പോൾ കാമുകിയെ ഓർത്തു പോവുക സ്വാഭാവികം. തന്റെ കാമുകിയെപ്പറ്റി ഓർക്കുമ്പോൾ അത് വെറും കാണലാവില്ല. 'ദേവ താരുപൂത്തനാളൊരു ദേവകുമാരിയെക്കണ്ട' പോലെയായിരിക്കും. തന്റെ പ്രണയാഭ്യർത്ഥനക്ക് വിചാരിച്ച പ്രതികരണം കിട്ടാതെയാവുമ്പോൾ കാമുകിയോട് ദേഷ്യം പ്രകടിപ്പിക്കാതെ 'മാനസേശ്വരി മാപ്പുതരൂ' എന്ന് പാടുന്നതിലല്ലേ ഔചിത്യം. 'നദികളിൽ സുന്ദരി യമുന, സഖികളിൽ സുന്ദരി അനാർക്കലി' എന്നെഴുതിയിടത്തുള്ള ഔചിത്യബോധം വാഴ്ത്ത പ്പെടേണ്ടത് തന്നെ. പണ്ടത്തെ യമുന സുന്ദരിയായിരിക്കണം. അതുകൊ ണ്ടായിരിക്കണമല്ലോ ഷാജഹാൻ താജ്മഹൽ അതിന്റെ സവിധത്തിൽ പണി തീർത്തത്. ഇന്നത്തെ യമുനയുടെ തീരത്ത് അത്തരമൊരു സൗന്ദ ര്യഹർമ്യം പണി തീർക്കാൻ ചക്രവർത്തി ഒരുമ്പെട്ടാലും ശില്പികൾ

അതിൽ സഹകരിക്കുമെന്ന് തോന്നുന്നില്ല. അത്ര മലിനമാണ് ഇന്നത്തെ യമുന. ഷാജഹാന്റെ മനസ്സിൽ സലീം രാജകുമാരനു തോന്നിയപോലെ 'നദികളിൽ സുന്ദരി യമുന' എന്നു തോന്നിക്കാണും. പ്രണയം സാഫല്യത്തിലെത്തുകില്ലെന്നു തോന്നുമ്പോൾ കാമുകിമാരുടെ മനസ്സിൽ തോന്നുന്ന വികാരത്തിന്റെ ദുഃഖച്ഛവി എടുത്തു കാട്ടുന്ന രണ്ടു നല്ല ഉദാഹരണങ്ങളിതാ. ഒന്ന് 'തിലോത്തമ' എന്ന ചിത്രത്തിൽ സുശീല പാടി വികാരപ്രപഞ്ചം സൃഷ്ടിക്കുന്ന വയലാറിന്റെ വരികൾ. 'ഏഴരവെളുപ്പിനുണർന്നവരേ' എന്ന വിഷാദഗാനം. തന്റെ പ്രാണനാഥനെ ലഭിക്കാതെ മറ്റൊരാളുടെ മുന്നിൽ വരണമാല്യം ചാർത്തിക്കൊടുക്കേണ്ട ഗതികേടിനെ 'ബലികൊടുക്കാൻ കൊണ്ടുപോകുമ്പോഴെന്തിനീ തിലകവും താലവും തോഴീ' എന്ന വരികളിലൂടെ വയലാർ എത്ര ഹൃദയസ്പർശിയായിട്ടാണ് ചിത്രീകരിക്കുന്നത്. ഇതിൽ 'തിലകവും താലവും' എന്ന ഭാഗം എത്ര ഭാവതീവ്രതയോടെയാണ് സുശീല പാടിയിട്ടുള്ളത്. മറ്റൊരു ഗാനം ശ്രദ്ധിക്കുക. 'നാടൻപെണ്ണ്' എന്ന ചിത്രത്തിൽ സുശീല സന്തോഷഭാവത്തിലും വിഷാദഭാവത്തിലും പാടിയ ഒരു പാട്ടുണ്ടല്ലോ 'ഹിമവാഹിനി ഹൃദയഹാരിണി' എന്ന ഗാനം. അതിൽ സന്തോഷം പകരുന്ന ഭാഗത്തിൽ 'വന്നെത്തുമല്ലോ ഞങ്ങളൊരുനാൾ' എന്ന ഭാഗത്തെ പ്രതീക്ഷാനിർഭരമായ വരികൾ എത്ര മനോഹരം. സന്തോഷത്തിൽ യേശുദാസും പാടുന്നുണ്ടീ ഗാനം.

പ്രണയനൈരാശ്യത്താൽ വികാരവിജൃംഭിതമായ രണ്ടു യുഗ്മഗാനങ്ങളെക്കുറിച്ച് പറഞ്ഞുകൊള്ളട്ടെ. ഒന്നാമത്തേത് 'നിത്യകന്യക' എന്ന ചിത്രത്തിൽ ദാസും സുശീലയും കൂടി പാടിയ 'എന്തെന്തു മോഹങ്ങളായിരുന്നു' എന്ന ഗാനം 'ഒരു മോഹമെങ്കിലും പൂത്തു തളിർത്തില്ല ഒരു കതിരെങ്കിലും കൊയ്തില്ല' എന്ന ഭാഗത്ത് ആ കാമുകീ കാമുകന്മാരുടെ നിസ്സഹായത എന്ത് ഭംഗിയായിട്ടാണ് വയലാർ ആവിഷ്ക്കരിച്ചിട്ടുള്ളത്. രണ്ടാമത്തെ ഗാനം ദാസ്/സുശീല കോമ്പിനേഷനിൽത്തന്നെ 'ഇണപ്രാവുകൾ' എന്ന ചിത്രത്തിലെ 'കുരുത്തോലപ്പെരുന്നാളിനു പള്ളിയിൽ പോയ് വരും' എന്നു തുടങ്ങുന്ന ഗാനം. മലയാള സിനിമകളിൽ ഏറ്റവും വിഷാദഛവി നിറഞ്ഞു നിൽക്കുന്ന ഈ വരികൾ ഇങ്ങിനെ എഴുതാൻ വയലാറിനേ കഴിയൂ. ഇതേ ചിത്രത്തിലെ മറ്റൊരു പാട്ട് (സുശീല മാത്രം പാടുന്നു) ഈ ഗണത്തിൽതന്നെപെടും. 'വിരിഞ്ഞതെന്തിനു വിരിഞ്ഞതെന്തിനു' എന്ന ഗാനത്തിലെ 'നിനക്കുമെന്നെപോലെ ദുഃഖം നിറഞ്ഞ കഥയില്ലേ?' എന്ന ചോദ്യം നമ്മുടെ കൺപീലികളിൽ നനവ് സൃഷ്ടിക്കും തീർച്ച.

ഇനി വയലാറിന്റെ സിഗ്നേച്ചർ മാർക്ക് ഗാനങ്ങളിലേക്ക്. അതായത് സംഭോഗശൃംഗാരം മുഴച്ച് നിൽക്കുന്ന ഗാനങ്ങളിലേക്ക്. ആദ്യം ഓർമ യിലെത്തുന്നത് 'ഭൂമീദേവി പുഷ്പിണിയായ്' എന്ന ചിത്രത്തിൽ ദാസ് പാടിയ 'പനിനീർമഴ പൂമഴ' എന്ന ഗാനമാണ്. കാരണം ഈ ഗാനരചന യിൽ വയലാർ കാളിദാസന്റെ ഭാവനയെ അൽപം കടത്തിവെട്ടിയില്ലേ എന്നു സംശയം. കുമാരസംഭവത്തിൽ പാർവ്വതി ശിവസംയോഗത്തിനു വേണ്ടി തപസ്സ് ചെയ്യവെ മഴ വന്ന സമയത്ത് പാർവ്വതിയെ ചിത്രീകരി ക്കുന്ന ആ പ്രസിദ്ധശ്ലോകമുണ്ടല്ലോ. എ.ആർ.രാജരാജവർമ്മയുടെ തർജ്ജമയിൽ മഴത്തുള്ളിയുടെ റൂട്ട് മാപ്പ് ഇങ്ങനെ.

'ക്ഷണമിമകളിൽനിന്നു തല്ലി ചുണ്ടിൽ
കുളുർ മുലകളിൽ വീണുടൻ തകർന്നു
വലികളിടറിച്ചിരേണനാഭി
ചുഴിയിലിറങ്ങി നവീന വർഷബിന്ദു'

നാഭിച്ചുഴിയിലിറങ്ങിയ മഴത്തുള്ളിയെപ്പറ്റിയേ മഹാകവി പറഞ്ഞി ട്ടുള്ളൂ. ഏതാണ്ടിതേ ആശയം തന്റെ ഗാനത്തിൽ ആവർത്തിച്ചുകൊണ്ട് വയലാർ എഴുതിയത്. 'പൊക്കിൾക്കുഴി ഒരു തടാകമാക്കിയ പവിഴമഴ ത്തുള്ളി' എന്നാണ്. ഈ ആശയത്തിൽ കൂടി നായിക (ജയഭാരതി)യുടെ പൊക്കിൾക്കുഴി എത്ര ചെറുതും മനോഹരവുമാണെന്നു വിളിച്ചോ തുന്നു ഈ ഗാനത്തിൽ. പൊക്കിൾക്കൊടിയ്ക്ക് സ്ത്രീ സൗന്ദര്യത്തിൽ വലിയ പങ്കുണ്ടെന്ന് തെളിയിക്കുന്നതല്ലേ എന്നു സംശയമുണ്ടെങ്കിൽ സിനിമകളിലെ പല നൃത്ത ഭാഗങ്ങളും (പ്രത്യേകിച്ചും തമിഴ് സിനിമ കൾ) കണ്ടു നോക്കുക. നസീറും ജയഭാരതിയും ഈ ഗാനരംഗത്തിൽ അഭിനയിച്ചതും വികാരപരവശത മുറ്റി നിൽക്കുന്ന ഭാവത്തോടെയാണു താനും. ജയഭാരതി തന്നെ അഭിനയിച്ച് സുശീല പാടി പ്രശസ്തമാക്കിയ ഒരു ഗാനമുണ്ടല്ലോ 'ദത്തുപുത്രനിൽ' വികാരപാരവശ്യത്തോടെ, പ്രതീ ക്ഷയോടെ നിൽക്കുന്ന പുതുമണവാളനെ കൂടുതൽ വികാരവിജൃംഭിത നാക്കാൻ ശ്രമിക്കുന്ന ഗാനം എത്ര തന്മയത്വത്തോടെയാണ് വയലാർ എഴുതിയിട്ടുള്ളത്. 'തുറന്നിട്ട ജാലകങ്ങൾ അടച്ചോട്ടെ' എന്നു തുടങ്ങുന്ന ഗാനം. തൂവൽക്കിടക്ക വിരിക്കാൻ തയ്യാറായ നായിക എല്ലാം സമർപ്പി ക്കാൻ തയ്യാറാവുമ്പോൾ 'എന്നിലെ എന്നെ ഞാൻ കാഴ്ചവെക്കാം' എന്നെഴുതാൻ വയലാറിനു മാത്രമേ കഴിയൂ. സുശീലയുടെ തന്നെ മറ്റൊരു ഗാനമുണ്ടല്ലോ 'ഭൂമീദേവി പുഷ്പിണിയായ്' എന്ന ചിത്രത്തിൽ ഏതൊരു പുരുഷനേയും സ്ത്രീയേയും സംഭോഗശൃംഗാരത്തിന്റെ ഉച്ച കോടിയിലെത്തിക്കൽ സാദ്ധ്യമാവുന്ന ഒരു പാട്ട്. 'പാതിരാതണുപ്പുവീണു' എന്നു തുടങ്ങുന്ന ഗാനം ഓർമ്മയിലില്ലേ? വികാരവിവശയായ നായിക

ഓഫീസ് ഫയലുകളിൽ ആമഗ്നനായ ഭർത്താവിനെ ശയ്യാഗൃഹത്തിന്റെ പ്രാധാന്യം ഓർമപ്പെടുത്താൻ വേണ്ടി പാടുന്ന പാട്ട് ഇങ്ങിനെ എഴുതാൻ വയലാറിനേ സാദ്ധ്യമാവൂ എന്നാണെന്റെ പക്ഷം. 'ഒരു ഭർത്തൃമതിയുടെ ഹൃദയം' എന്ന പദങ്ങളിലൂടെ ആ പാട്ടിന്റെ സാരാംശം മുഴുക്കെ എടുത്തു കാട്ടുകയാണ് കവി. ഈ സീനിൽ പ്രത്യക്ഷപ്പെടുന്നത് വിധുബാല എന്ന നടി. അവരും കലക്കിയിട്ടുണ്ട്.

മറ്റൊരു ഗാനം ശ്രദ്ധിക്കുക 'തങ്കത്തളികയിൽ പൊങ്കലുമായ്' എന്ന ഗാനം തുടർന്നുള്ള വരികൾ ഒരു തരത്തിൽ മനോഹരം. മറ്റൊരു തരത്തിൽ അശ്ലീലച്ചുവ മുഴച്ചു നിൽക്കുന്നെന്നു പറയാം. കൂടുതൽ വിശദീകരിക്കുന്നില്ല. 'തോക്കുകൾ കഥ പറയുന്നു' എന്ന ചിത്രത്തിലെ ജയചന്ദ്രൻ പാടിയ 'പൂവും പ്രസാദവും' എന്ന ഗാനത്തിലും 'കൂട്ടുകുടുംബത്തിൽ' യേശുദാസ് പാടിയ 'തങ്കഭസ്മക്കുറിയിട്ട തമ്പുരാട്ടി' എന്ന പാട്ടുകളിലെല്ലാം സെക്സിന്റെ അതിപ്രസരമുണ്ട്. വിഷുക്കണിനാളിൽ കിട്ടിയ സമ്മാനത്തിന്റെ ഓർമ്മയിലാണല്ലോ നായകൻ. 'അരയിലൊറ്റ മുണ്ടുടുത്ത പെണ്ണേ' എന്ന ഗാനവും ഇക്കൂട്ടത്തിൽപെടും. 'അനുപമേ അഴകേ' എന്ന ഗാനത്തിൽ നേരിട്ടങ്ങ് പറയാതെ ഭാവിവധുവിന്റെ മാറിടത്തെ പ്രശംസിക്കാൻ മറന്നുപോയില്ല വയലാർ.

പ്രകൃതിയെ വർണിക്കുമ്പോൾ വയലാർ മറ്റൊരുതരത്തിലേക്കുയരുന്നു. പുഴയുടെ ഒഴുക്കിനെ ആയിരം പാദസരങ്ങളണിഞ്ഞു പോകുന്ന വിധത്തിൽ, പൂന്തേനരുവിയുടെ ഭംഗി മറ്റൊരു വിധത്തിൽ ഇങ്ങിനെയെല്ലാം പോകുന്നു ആ വർണ്ണന. 'സുപ്രഭാതം' എന്ന പാട്ടിൽ പ്രകൃതിയുടെ മറ്റൊരു സുന്ദരമായ ചിത്രം. 'സന്ധ്യമയങ്ങും നേരം ഗ്രാമച്ചന്ത പിരിയുന്ന നേരം' എന്നെഴുതി ഒരുഗ്രൻ പശ്ചാത്തലമൊരുക്കുന്നു ഈ കവി.

ശാസ്ത്രചിന്തയെ മറ്റേതൊരു ഗാനരചയിതാക്കളേക്കാളും കൂടുതൽ മനോഹരമാക്കി വിവരിച്ചിട്ടുണ്ട് വയലാർ. തുലാഭാരത്തിൽ ജാനകി പാടിയ 'പ്രഭാതഗോപുര വാതിൽ തുറന്നു പണ്ടു മനുഷ്യൻ വന്നു' എന്നു തുടങ്ങി സൗരയൂഥത്തിന്റെ ഒരു ഛായാ ചിത്രം അദ്ദേഹം നൽകുന്നു. ഈ ഗാനത്തിന്റെ അവസാന വരികളിലാണ് വയലാർ പ്രതിഭ തെളിഞ്ഞു കാണുന്നത്. ചന്ദ്രൻ ആവശ്യപ്പെടുന്നു ഭൂമീദേവിയോട് 'പറഞ്ഞയക്കൂ ദേവീ മനുഷ്യനെ ഒരിക്കൽ കൂടി ഇതിലെ' സമയമേറെക്കഴിഞ്ഞില്ല ഇത് യാഥാർത്ഥ്യമാവാൻ.

മറ്റൊരു വയലാർ ഗാനം ശ്രദ്ധിക്കൂ. ചന്ദ്രനെ വർണിക്കുന്നത്. ശാസ്ത്രത്തിന്റെ പിൻബലത്തോടെ തന്നെ.

'തങ്കതാഴികക്കുടമല്ല താരാപഥത്തിലെ രഥമല്ല' എന്നു തുടങ്ങുന്ന ഈ ഗാനത്തിൽ രണ്ടു സ്ഥലത്തായി അവിടെ ഏകാന്ത ശൂന്യതയല്ലോ, ഏകാന്ത മൂകതയല്ലോ എന്നു ശാസ്ത്രാന്വേഷണത്തിന്റെ പിൻബലത്തോടെ എഴുതാൻ വയലാറിനു ഒരു മടിയുമില്ല. അതേപോലെ ശാസ്ത്രത്തിന്റെയും തത്വദർശനത്തിന്റെയുമെല്ലാം ചുവട് പിടിച്ചെഴുതിയ ഒരു ഗാനമുണ്ട് വയലാറിന്റേതായി. ഇതിലെ 'പ്രകൃതിയും ഈശ്വരനും ഞാനും നിന്റെ പ്രതിരൂപങ്ങളല്ലേ' എന്ന വരികൾ എത്ര മനോഹരം. എല്ലാം കാലത്തിന്റെ കളി. വെറുതേയാണോ കാലസ്വരൂപനാണ് ഈശ്വരൻ എന്നു പറയുന്നത്. ഗാനം 'മഴക്കാറ്' എന്ന ചിത്രത്തിൽ.

ദേശഭക്തി ഗാനങ്ങൾ രചിക്കുന്നതിലും ഈ കവി വിരുതനാണ്. 'സ്കൂൾ മാസ്റ്റർ' എന്ന ചിത്രത്തിൽ ദാസും സംഘവും പാടുന്ന 'ജയ ജയ ജന്മഭൂമി', 'ഹോട്ടൽ ഹൈറേഞ്ചിലെ' 'ഗംഗായമുനാസംഗമസമതലഭൂമി' എന്നിവ ഉദാഹരണങ്ങൾ. പ്രത്യേകിച്ചും 'ഗംഗായമുന'എന്ന ഗാനം സ്വാതന്ത്ര്യ ദിനത്തിലും റിപ്പബ്ലിക് ദിനത്തിലും സ്ഥിരമായി പ്രക്ഷേപണം ചെയ്യാറുണ്ട് ആകാശവാണിയിൽ.

രചനയുടെ മാധുര്യംകൊണ്ട് ഞാനെന്നല്ല ഒരുപടി ശ്രോതാക്കൾ കേൾക്കാനിഷ്ടപ്പെടുന്ന ഒരു ഗാനം സൃഷ്ടിച്ചെടുത്തിട്ടുണ്ട് ഇദ്ദേഹം. 'കൊട്ടാരം വിൽക്കാനുണ്ട്' എന്ന ഒരു മൂന്നാം നിലവാരത്തിലുള്ള ചിത്രത്തിലാണല്ലോ ഈ ഗാനം സന്നിവേശിപ്പിച്ചിരിക്കുന്നത്. യേശുദാസും മാധുരിയും വെവ്വേറെ പാടിയ 'ചന്ദ്രകളഭം ചാർത്തിയുറങ്ങും' എന്ന പ്രശസ്ത ഗാനം. ഇത് പാടാനായില്ലെങ്കിലും പാടി കേൾക്കാൻ കൊതിയില്ലാത്തവരാരുണ്ട് ഈ ഭൂമിയിൽ. ഈ ഗാനത്തിൽ ചോദ്യരൂപേണ ഒരു വരിയുണ്ടല്ലോ. ഇവിടെ ജീവിച്ച് കൊതി തീർന്നവരുണ്ടോ എന്ന മട്ടിൽ. ഒരുപക്ഷേ, ആത്മഹത്യയ്ക്ക് മുൻപ് പോലും പലരും ഇങ്ങിനെ ചിന്തിച്ചിട്ടുണ്ടാവാം. വയലാറിനു തന്നെ ഒരു നീണ്ട ജീവിതയാത്രയ്ക്ക് വിധി അനുവദിച്ചില്ലല്ലോ. ഏതായാലും ഇതോടെ നമുക്ക് നഷ്ടപ്പെട്ടത് കുറെക്കൂടി നല്ല ചലച്ചിത്രഗാനങ്ങളാണ്.

മേൽപറഞ്ഞ പല കാര്യങ്ങളും മറ്റു ഗാനരചയിതാക്കളുടെയും കാര്യത്തിൽ പലപ്പോഴും നേരാണ്. പക്ഷേ, ഏതുതരം ഗാനമായാലും (പ്രണയമോ, പ്രണയനൈരാശ്യമോ, ഭക്തിയോ, സാമൂഹ്യവിമർശനമോ എന്തുമാകട്ടെ) അതിനോട് വളരെ ആഴത്തിൽ പ്രതികരിച്ച് ഗാനരചന നടത്താൻ വയലാറിന് ഒരു പ്രത്യേക സാമർത്ഥ്യമുണ്ട്. ഈ നിരീക്ഷണം അൽപം നീണ്ടുപോയെന്നറിയാം. എന്നാലും ഒരു കാര്യം കൂടി പറയാതിരുന്നാൽ ഞാൻ എന്നോടുതന്നെ ചെയ്യുന്ന ഒരനീതിയായിരിക്കും. മലയാളത്തിൽ എന്റെ ഏറ്റവും ഇഷ്ടപ്പെട്ട കവി കുമാരനാശാനാണ്. അപ്പോൾ എന്റെ പ്രിയപ്പെട്ട കവിയെപ്പറ്റി എന്റെ ഏറ്റവും ഇഷ്ടപ്പെട്ട ഗാനരചയിതാവ് രചിച്ച ഒരു ഗാനമുണ്ടല്ലോ 'ജീവിക്കാൻ മറന്നുപോയ

സ്ത്രീ' എന്ന ചിത്രത്തിൽ തമിഴ് പിന്നണി ഗാനരംഗത്ത് മുടിചൂടാമന്ന നായിരുന്ന എം.എസ് വിശ്വനാഥന്റെ മേൽനോട്ടത്തിൽ യേശുദാസും, ജാനകിയും വെവ്വേറെ പാടിയ ഈ ഗാനം എന്റെ ഇഷ്ടഗാനങ്ങളിൽ വളരെ മുന്നിലാണ്. 'വീണപൂവേ, വീണപൂവേ കുമാരനാശാന്റെ വീണ പൂവേ' എന്ന ഗാനം. ഈ ഗാനം രചിച്ച വയലാർ സാർ അങ്ങയ്ക്ക് നമോ വാകം. അതോടൊപ്പം രചനാ സൗകുമാര്യം കൂടി കണക്കിലെടുത്ത് വയ ലാറിന്റെ എനിക്ക് ഇഷ്ടപ്പെട്ട കുറെ, കുറച്ചുമാത്രം ഗാനങ്ങളും.

	ഗാനം	ഗായകൻ/ഗായിക
1.	ചക്രവർത്തിനി	യേശുദാസ്
2.	വീണപൂവേ, വീണപൂവേ	ജാനകി
3.	ആയിരം പാദസരങ്ങൾ	യേശുദാസ്
4.	സ്വർണ്ണച്ചാമരം വീശി	ദാസ്, ലീല
5.	സ്വപ്നങ്ങൾ, സ്വപ്നങ്ങളെ	ദാസ്, ലീല
6.	നദികളിൽ സുന്ദരി	ദാസ്, വസന്ത
7.	സന്യാസിനി	യേശുദാസ്
8.	കണ്ണുതുറക്കാത്ത ദൈവങ്ങളെ	സുശീല
9.	സൂര്യകാന്ത കൽപടവിൽ	സുശീല
10.	കറുത്ത ചക്രവാളമതിലുകൾ	സുശീല
11.	മനുഷ്യൻ മതങ്ങളെ	യേശുദാസ്
12.	പൂവും പ്രസാദവും	ജയചന്ദ്രൻ
13.	പാരിജാതം തിരുമിഴി തുറന്നു	യേശുദാസ്
14.	എന്തെന്ത് മോഹങ്ങൾ	ദാസ്, സുശീല
15.	കുരുത്തോലപ്പെരുനാളിന്	ദാസ്, സുശീല
16.	മാലിനി നദിയിൽ കണ്ണാടിനോക്കും	ദാസ്, സുശീല
17.	ചന്ദ്രകളഭം ചാർത്തി	മാധുരി
18.	സന്ധ്യമയങ്ങും നേരം	യേശുദാസ്
19.	പ്രളയപയോധിയിൽ	യേശുദാസ്
20.	പനിനീർമഴ പൂമഴ	യേശുദാസ്
21.	ദേവദാരുപൂത്തനാളൊരു	എ.എം.രാജ

22.	താഴംപൂമണമുള്ള	എ.എം.രാജ
23.	ഭദ്രദീപം കരിന്തിരികത്തി	ജാനകി
24.	മാനസമൈനേവരൂ	മന്നാഡെ
25.	സുപ്രഭാതം,നീലഗിരിയുടെ	ജയചന്ദ്രൻ
26.	കണ്ണുനീർത്തുള്ളിയെസ്ത്രീയോടുപമിച്ച	എം.എസ്.വിശ്വനാഥൻ
27.	സുമംഗലി നീ	യേശുദാസ്
28.	ഏഴ് സുന്ദരരാത്രികൾ	സുശീല
29.	വധൂവരന്മാരെ	സുശീല
30.	പ്രിയതമാ പ്രിയതമാ	സുശീല
31.	അനസൂയേ പ്രിയംവദേ	മാധുരി
32.	കാളിന്ദീതടത്തിലെ രാധ	ജാനകി
33.	സൂര്യകാന്തി സൂര്യകാന്തി	ജാനകി
34.	തുമ്പീ തുമ്പീ വാ വാ	ശാന്താ പി നായർ
35.	ഉജ്ജയിനിയിലെ	പി.ലീല
36.	യമുനേ നീ ഒഴുകൂ	യേശുദാസ്
37.	കേളീനളിനം	യേശുദാസ്
38.	മധുചന്ദ്രികയുടെ	ജയചന്ദ്രൻ
39.	ആദിയിൽ വചനമുണ്ടായി	യേശുദാസ്
40	സംഗമം സംഗമം	യേശുദാസ്
41.	ബലിയല്ല എനിക്ക് വേണ്ടത്	പി.ബി.ശ്രീനിവാസ്
42.	അമ്മേ അമ്മേ അവിടുത്തെ മുൻപിൽ	അയിരൂർ സദാശിവൻ
43.	ഈ കടലും മറുകടലും	എസ്.പി. ബാലസുബ്രഹ്മണ്യം
44.	പെണ്ണാളെ പെണ്ണാളെ	ലീലയും സംഘവും
45.	കാദംബരി പുഷ്പസദസ്സിൽ	സുശീല
46.	അമ്പലക്കുളങ്ങരെ	ലീല
47.	കാറ്റിൽ ഇളം കാറ്റിൽ	സുശീല

ഒ.എൻ.വി. കുറുപ്പ്

എണ്ണത്തിലും ചിലപ്പോൾ വണ്ണത്തിലും ഒ.എൻ.വി യേക്കാൾ മുന്നിലാണ് ശ്രീകുമാരൻതമ്പി എന്ന ഗാനരചയിതാവ്. പക്ഷേ, തമ്പിയുടെ രംഗപ്രവേശനത്തിന് മുമ്പ് തന്നെ ഒ.എൻ.വി രംഗത്തെത്തിയിരുന്നു. ആദ്യകാല ചിത്രങ്ങളിൽ സാങ്കേതിക കാരണങ്ങളാൽ ബാലമുരളി എന്ന പേരിലാണ് ഗാനരചന നടത്തിയിരുന്നത്. 'കാട്ടുപൂക്കൾ' എന്ന ചിത്രത്തിലെ അതീവ ഹൃദ്യമായ് ദാസ് പാടിയ 'മാണിക്യവീണയുമായെൻ' തീർച്ചയായും ഒ.എൻ.വിയുടെ തൊപ്പിയിലെ വർണശബളീയതയാർന്ന പൊൻതൂവലാണ്.

ഇതിലെ 'ഒന്നും മിണ്ടുകില്ലേ' എന്ന ചോദ്യം കേൾക്കുമ്പോൾ നാമും മൂളിപ്പോകും അറിയാതെ. 'കരുണ' എന്ന ചിത്രത്തിൽ ഒ.എൻ.വി രചിച്ച മൂന്നു സുന്ദര ഗാനങ്ങൾ പ്രത്യേകം പരാമർശമർഹിക്കുന്നു. മഹാകവി കുമാരനാശാന്റെ വരികൾക്ക് ചുവട് പിടിച്ചുകൊണ്ട് ആ തൂലിക സൃഷ്ടിച്ച രണ്ടു ഗാനങ്ങളുണ്ട് സുശീലയുടെ വകയായിട്ട്. ആദ്യത്തേത് 'സമയമായില്ല പോലും' എന്നു തുടങ്ങുന്ന ഗാനം. ആദ്യ വരികൾ മൂലകൃതിയിൽ ഉള്ളതാണല്ലോ. ഒരിക്കലും വരില്ലെന്ന് പറഞ്ഞില്ലല്ലോ എന്ന ആശ്വാസം കൊള്ളുന്ന വാസവദത്തയുടെ പ്രതീക്ഷാനിർഭരമായ ഗാനത്തിന്റെ നിശ്വാസഗന്ധം എത്ര സുന്ദരമാണ്. രണ്ടാമത്തേത് 'എന്തിനീ ചിലങ്കകൾ' എന്നു തുടങ്ങുന്ന നിരാശയിലാണ്ടുപോകുന്ന അവളുടെ ആർത്തസ്വരം മുഴങ്ങി നിൽക്കുന്ന വരികൾ. വാസനതൈലം പൂശി വാർമുടി കോതിവെച്ചിട്ട് വാലിട്ട് കണ്ണെഴുതാൻ മറന്നുപോയ നായികക്കൊപ്പം നമ്മൾക്കും തോന്നും ഒരു നഷ്ടബോധം. ഈ ചിത്രത്തിൽ യേശുദാസ് പാടിയ 'വാർതിങ്കൾ തോണിയേറി' എന്നു തുടങ്ങുന്ന ഗാനത്തിലെ പദപ്രയോഗങ്ങൾ ആശാന്റെ നായികയ്ക്ക് (ഇത് വളരെ മനോഹരമായി ആശാൻ വർണിച്ചിട്ടുണ്ട്) മാറ്റ് കൂട്ടാൻ തക്കവിധത്തിലായി.

ഔദ്യോഗികമായ ചട്ടക്കൂട്ടിൽ നിന്ന കവി അതിൽ നിന്നും മുക്തി നേടി സ്വന്തം നാമധേയത്തിൽ പ്രത്യക്ഷപ്പെട്ടതോടെ ആ പ്രതിഭയുടെ തിളക്കം കൂടിവന്നതേയുള്ളൂ. ദേവരാജന്റെയും, രാഘവന്റെയും, ദക്ഷിണാമൂർത്തിയുടേയുമെല്ലാം കൂടെ അദ്ദേഹം സ്തുത്യർഹമായി പ്രവർത്തിച്ചു. പക്ഷേ, എം.ബി. ശ്രീനിവാസനുമായുള്ള കൂട്ടുകെട്ടിലാണ് ഒ.എൻ.വിയുടെ പല പ്രസിദ്ധ ഗാനങ്ങളും പിറന്നുവീണത്. പിന്നീട് സലിൽ ചൗധരിയോടൊപ്പവും പ്രത്യേകിച്ചും എം.ബി.എസിനുവേണ്ടിയും എഴുതിയ പല ഗാനങ്ങളും കവിത്വം നിറഞ്ഞ വരികൾ അല്ല ശുദ്ധ കവിതകൾ തന്നെ. 'ഉൾക്കടൽ' എന്ന ചിത്രത്തിലെ എല്ലാപാട്ടുകളും രചനകളിൽ ഉഗ്രൻ. 'എന്റെ കടിഞ്ഞൂൽ പ്രണയകഥയിലെ' എന്നു തുടങ്ങി 'നഷ്ടവസന്തത്തിൻ തപ്ത നിശ്വാസമേ' വരെയുള്ള യേശുദാസിന്റെ മനോഹര ഗാന

ങ്ങൾ, ജയചന്ദ്രനും സെൽമയും കൂടി പാടുന്ന 'ശരദിന്ദു മലർദീപ' എന്ന ഗാനത്തിന്റെ രചനാശൈലി ഒന്നുവേറെത്തന്നെ. ഈ കൂട്ടുകെട്ടിൽ പിറന്ന ഒരു മുത്താണല്ലോ 'ചില്ല്' എന്ന ചിത്രത്തിലെ 'ഒരുവട്ടം കൂടിയെൻ' എന്ന ഗാനം. ചലച്ചിത്രത്തിനുവേണ്ടി അപ്പോളെഴുതിയതല്ല ഈ കവിത. ഏതായാലും മൂത്ത നെല്ലിക്ക വായിലിട്ട് ചവച്ച് തൊടിയിലെ കിണറ്റിൽ നിന്നും വെള്ളം കോരി കുടിക്കുമ്പോൾ ഉണ്ടാവുന്ന ആ മധുരാനുഭൂതി ഉണ്ടല്ലോ അതൊന്നു വേറെത്തന്നെയാണ്. അതനുഭവിച്ചത് ഒ.എൻ.വിയോ, എം.ബി.എസ്സോ മാത്രമല്ല, ബാല്യം കടന്നുപോയ എല്ലാവരും അതനുഭവിച്ചിട്ടുണ്ടാവുമല്ലോ. ഇതിനോടനുബന്ധിച്ച് മറ്റൊരു കാര്യം ബാല്യകാലത്തെ ചിത്രീകരിക്കാൻ ഒ.എൻ.വിക്ക് ഒരു പ്രത്യേക കഴിവ് തന്നെയുണ്ട്. അതിന്റെ ഏറ്റവും നല്ല ഉദാഹരണം 'മധുരിക്കും ഓർമ്മകളേ' എന്ന നാടക ഗാനമാണ്. പാട്ടിന്റെ രണ്ടു വരികൾത്തന്നെ ഉദ്ധരിക്കട്ടെ.

'മധുരിക്കും ഓർമ്മകളേ മലർമഞ്ചൽ കൊണ്ടുവരൂ
കൊണ്ടുപോകൂ ഞങ്ങളെയാ മാഞ്ചുവട്ടിൽ'

മാവിൻ പൂക്കളുമായി ബന്ധപ്പെട്ട മറ്റൊരു പ്രശസ്ത ഗാനവും രചനാ സൗകുമാര്യത്താൽ ഞാനിഷ്ടപ്പെടുന്നതാണ്.

'മാമ്പൂക്കൾ പൊട്ടിവിരിഞ്ഞു ഞാനൊരു

മാമ്പഴം തിന്നാൻ കൊതിച്ചു' എന്ന മട്ടിൽ സുന്ദരമായി ഒഴുകിവരുന്ന ഗാനം.

ആദ്യത്തേത് പാടിയത് ആന്റോയും രണ്ടാമത്തേത് കെ.പി.എ.സി സുലോചനയുമാണ്.

എം.ബി.എസുമായി 'യവനിക' എന്ന ചിത്രത്തിൽ സഹകരിച്ചപ്പോഴും ഭാവോജ്ജ്വലമായ ഗാനങ്ങൾ പിറന്നുവീണു.

'ഭരതമുനിയൊരു കളം വരച്ചു' എന്ന ഗാനത്തിൽ കൂടി നാടക ചരിത്രത്തിന്റെ ഒരു ചെറുതായ ചിത്രം. അതിൽക്കൂടി പ്രപഞ്ചവേദിയിൽ ആടിത്തീർക്കുന്ന കരുക്കളുടെ ദുരവസ്ഥയും. അതെ, മനുഷ്യജീവിതത്തിന്റെ മറ്റൊരുമുഖം.

ദേവരാജനെയും, എം.ബി.എസിനേയും കൂടാതെ ഒ.എൻ.വി, ദക്ഷിണാമൂർത്തി, രാഘവൻ ജോൺസൺ, ഔസേപ്പച്ചൻ, എം.ജയചന്ദ്രൻ എന്നിവരോടെല്ലാം ഒന്നിച്ചു പ്രവർത്തിച്ചിട്ടുണ്ട്. പുറത്തുള്ളവരാണെങ്കിൽ ഇളയരാരാജയോടൊപ്പവും, വിദ്യാസാഗറോടൊപ്പവും അദ്ദേഹം സഹകരിച്ചിട്ടുണ്ട്. പക്ഷേ, ഒ.എൻ.വിയുടെ പ്രസിദ്ധ കോമ്പിനേഷൻ സലിൽ ചൗധരിയോടൊപ്പമാണ്. 'സ്വപ്നം' എന്ന ചിത്രത്തിലാണ് തുടക്കമെന്നു

തോന്നുന്നു. ഇതിൽ രചനാഭംഗി കൂടുതലുള്ള ഗാനം വാണി ജയറാം പാടിയ 'സൗരയൂഥത്തിൽ വിടർന്നൊരു' എന്ന ഗാനം തന്നെയാണ്. 'നീ വരൂ കാവ്യ ദേവതേ' (ദാസ്), 'ശാരികേ എൻ ശാരികേ' (ജാനകി) എന്നിവയും രചനാസൗകുമാര്യമുള്ളവ തന്നെ. തീർച്ചയായും വയലാർ/സലിൽ ദാ അതോ ഒ.എൻ.വി/സലിൽദാ കോമ്പിനേഷനോ കൂടുതൽ മെച്ചം എന്നു പലരും ചിന്തിച്ചേക്കും. തീർത്തങ്ങ് പറയാൻ വയ്യ. മദനോത്സവത്തിലെ രണ്ടു പാട്ടുകൾ പ്രത്യേകം പരാമർശമർഹിക്കുന്നു. ദാസ് പാടിയ 'സാഗരമേ ശാന്തമാക നീ' എന്ന ഗാനം ഒ.എൻ.വി യുടെ മികച്ച ഗാനരചനകളിലൊന്നാണല്ലോ. ജാനകി പാടിയ 'സന്ധ്യേ കണ്ണീരിതെന്തേ സന്ധ്യേ' എന്നീ വരികൾ സമാനതയില്ലാത്ത ഒരു രചനതന്നെയാണല്ലോ. സാഗരം ഒ.എൻ.,വി യുടെ ഇഷ്ടപ്പെട്ട ഒരു കാവ്യബിംബമാണ്. 'സാഗരങ്ങളെ' എന്ന പഞ്ചാഗ്നിയിലെ ഗാനം സംവിധാനം ചെയ്തത് ബോംബെ രവി. മദനോത്സവത്തിലെ ഗാനമോ പഞ്ചാഗ്നിയിലെ വരികളോ ഏതിനാണ് കൂടുതൽ സൗന്ദര്യം? അത് ഓരോരുത്തരുടെയും ആസ്വാദനശൈലിക്കൊത്തായിരിക്കും. എനിക്ക് രണ്ടും ഇഷ്ടമാണ്. പക്ഷേ, വിഷാദഛവി മുന്നിട്ടു നിൽക്കുന്ന 'സാഗരമേ ശാന്തമാക നീ' ആണ് കൂടുതലിഷ്ടം. മധുരതരമായ ഗാനം വിഷാദവുമായി ബന്ധപ്പെട്ടതാവാമെന്ന ഇംഗ്ലീഷ് കവി പറഞ്ഞിട്ടുണ്ടല്ലോ (ഷെല്ലി).

ബോംബെ രവി സംവിധാനം ചെയ്ത 'നഖക്ഷത' ങ്ങളിലും 'വൈശാലി' യിലും ഉഗ്രൻ രചനകൾ നടത്തിയിട്ടുണ്ട് ഒ.എൻ.വി. 'മഞ്ഞൾ പ്രസാദവും', 'ഇന്ദുപുഷ്പം ചൂടി' എന്നീ ഗാനങ്ങളെല്ലാം രചനാ വൈഭവത്തിന്റെ പ്രത്യക്ഷ ഉദാഹരണങ്ങളാണ്. ജോൺസണുമായി ചേർന്ന് പ്രവർത്തിക്കാനായത് രണ്ടാൾക്കും സൗഭാഗ്യമായി. 'മിന്നാമിനുങ്ങിന്റെ നുറുങ്ങുവെട്ടം' എന്ന ചിത്രത്തിലെ 'മെല്ലെ മെല്ലെ മുഖപടം' എന്റെ ഇഷ്ടഗാനങ്ങളിൽ മുൻപന്തിയിലാണ്. സംഗീതംകൊണ്ടും, രചനകൊണ്ടും, ആലാപനംകൊണ്ടും ഈ ഗാനം മുന്തിപ്പോയെന്നു പറഞ്ഞാൽ മതിയല്ലോ. (ഗ്രാമീണശൈലിയിൽ) .

'എന്റെ മൺവീണയിൽ' എന്ന ഗാനത്തെപ്പറ്റി എന്തു പറയാൻ! ദക്ഷിണാമൂർത്തിയുമൊത്ത് അദ്ദേഹത്തിന്റെ അവസാനകാലത്ത് ഒ.എൻ.വിക്ക് ഒരു മധുര മനോഹരഗീതം സൃഷ്ടിക്കാനായി. 'വാതിൽപ്പഴുതിലൂടെൻമുന്നിൽ' എന്ന ഗാനത്തിന്റെ രചനാ സൗകുമാര്യത്തിനു ആയിരം നമസ്ക്കാരം. 'യുദ്ധകാണ്ഡം' എന്ന ചിത്രത്തിലെ 'ശ്യാമസുന്ദര പുഷ്പമേ' എന്ന പാട്ടിന്റെ രചന കലക്കി എന്നു നാടൻ ശൈലിയിൽ പറയാമല്ലോ. 'നിങ്ങളെന്നെ കമ്യൂണിസ്റ്റാക്കി' എന്ന നാടകത്തിന്റെ ഗാനരചന ഒ.എൻ.വിയാണ്. ഇതിലെ 'പൊന്നരിവാളമ്പിളിയിൽ കണ്ണെഴുതുന്നോളെ'

എന്ന ഗാനം കേരളത്തിലങ്ങോളമിങ്ങോളം പാടി നടന്നു പലരും.1957-ലെ ആദ്യത്തെ കമ്യൂണിസ്റ്റ് മന്ത്രിസഭ വരാൻ പല കാര്യങ്ങളും കളമൊരുക്കിയിട്ടുണ്ട്. അതിൽ ഒരു പ്രധാന പങ്ക് കെ.പി.എ.സിയുടെ ഈ നാടകത്തിനുണ്ട്. തോപ്പിൽ ഭാസിക്കഭിമാനിക്കാം. അതോടൊപ്പം തന്റെ ഈ ഗാനത്തിനും ഒരു വലിയ പങ്കുണ്ടെന്ന് ഒ.എൻ.വിക്കു അഭിമാനിക്കാം. ഇതെന്റെ ഒരഭിപ്രായമാണ്. ചിലരെങ്കിലും യോജിച്ചേക്കും. ഈ നാടകം സിനിമയാക്കിയപ്പോൾ ഗാനരചന നടത്തിയത് വയലാർ. സിനിമയിലേയും സംഗീതഭാഗത്തിനു ഒരു കുറവും സംഭവിച്ചില്ല. നേരെ തിരിച്ചായാലും ഇതേസ്ഥിതിയാവും. ഇങ്ങനെ പറയാൻ തോന്നുന്നത്, ഈ രണ്ടു കവിതകളുടെയും ഗാനരചനാവൈഭവത്തിന്റെ വിശേഷതകളോർത്ത് കൊണ്ടാണ്. സിനിമയിൽ ഒരു പാട്ടുണ്ടല്ലോ വയലാറിന്റേതായിട്ട്. (കൊതുമ്പു വള്ളം തുഴഞ്ഞുവരും കൊച്ചു പുലക്കള്ളി നിന്റെ കൊയ്ത്തരിവാൾ തീർത്തതേതൊരു കൊല്ലപണിക്കത്തി) ഒരു നല്ല സമൂഹഗാനമായിട്ടുണ്ടിത് ആ ചിത്രത്തിൽ. ബാബുരാജും ഒ.എൻ.വിയും നാടകരംഗത്തും ലളിതഗാന രംഗത്തും ഒന്നിച്ച് പ്രവർത്തിച്ചിട്ടുണ്ടെങ്കിലും സിനിമകളിലധികവും അവർ ഒന്നിച്ച് പ്രവർത്തിച്ചിട്ടില്ല. പക്ഷേ, ബാബുരാജിന്റെ ഏതാണ്ടവസാനകാലത്ത് അവരൊന്നിച്ച കെ.ടി മുഹമ്മദിന്റെ 'സൃഷ്ടി' എന്ന പ്രശസ്ത നാടകത്തിന്റെ ചലച്ചിത്ര ഭാഷ്യത്തിൽ ഒര സാമാന്യ ഗാനം രചിച്ചിട്ടുണ്ട് ഒ.എൻ.വി. 'സൃഷ്ടിതൻ സൗന്ദര്യ' എന്നു തുടങ്ങുന്ന ആ ഗാനത്തിൽ ഒരു ചെടി നട്ട് അൽപ ദിവസം കഴിഞ്ഞ് വേരു പിടിച്ചോ എന്നറിയാൻ അത് പിഴുതു നോക്കുന്ന മനസ്സിന്റെ ചാപല്യത്തെ വിവരിക്കുന്നത് എത്ര സുന്ദരം! എത്ര അർത്ഥ സമ്പുഷ്ടം! പക്ഷേ, കെ.ടിയുടെ നാടകമെവിടെ? സിനിമയെവിടെ? അങ്ങിനെയായില്ലെങ്കിലല്ലേ അദ്ഭുതം! ഈ നാടകം കാണാനുള്ള ഭാഗ്യമുണ്ടായിട്ടുണ്ട് കോഴിക്കോട് ശ്രീനാരായണ സെന്റിനറി ഹാളിൽവെച്ച്. ഒരാൾ തന്നെ അഭിനയിക്കുന്ന ഇരട്ട കഥാപാത്രങ്ങൾ. (ഒന്ന് യഥാർത്ഥ ജീവിതത്തിലും മറ്റേത് ഭാവനയിലും). രണ്ടും ഒരേ വ്യക്തികൾ ഇടത് ഭാഗത്ത് യഥാർത്ഥ കഥാപാത്രവും വലതു ഭാഗത്ത് ഭാവനാ കഥാപാത്രവും പ്രവേശിക്കുന്ന ഈ നാടകം വളരെ ജാഗ്രതയോടെ കണ്ടിരിക്കേണ്ടതാണ്. വിശപ്പ് എന്ന വികാരത്തിന്റെ പ്രാമുഖ്യം വിളിച്ചോതുന്ന നാടകത്തിന്റെ അന്ത്യരംഗം സ്തോഭജനകമാണ്. പ്രസിദ്ധ നടൻ ബാലൻ കെ. നായരാണ് ഇതിലെ നായക കഥാപാത്ര വേഷം കൈകാര്യം ചെയ്തിരുന്നത്. ഇതിനിടക്ക് അദ്ദേഹത്തിന് സിനിമയിൽ അവസരം കിട്ടുകയും ചുരുങ്ങിയ കാലത്തിനുള്ളിൽ തിരക്കിട്ട നടനാവുകയും ചെയ്തു. പിന്നീട് ഈ വേഷം കൈകാര്യം ചെയ്തത് കെ.ടി.യുടെ സഹോദരൻ കെ.ടി സെയ്താ യിരുന്നു.

ജോൺസൺ സംഗീതം നൽകി പ്രസിദ്ധി നേടിയ ചില ഗാനങ്ങളുടെ രചന നടത്തിയിട്ടുണ്ട് ഒ.എൻ.വി. ഇതിലേറ്റവും ഇഷ്ടപ്പെട്ടത് 'മിന്നാമിനുങ്ങിന്റെ നുറുങ്ങുവെട്ടം' എന്ന ചിത്രത്തിൽ ദാസ് പാടിയ 'മെല്ലെ മെല്ലെ മുഖപടം' എന്ന ഗാനമാണ്. ഔസേപ്പച്ചനുമൊത്തും ധാരാളം പ്രവർത്തിച്ചിട്ടുണ്ട് ഒ.എൻ.വി. 'കാതോട് കാതോരം' എന്ന ഗാനം വളരെ ഹിറ്റായി മാറിയ ഒന്നാണല്ലോ.

	ഗാനം	ചിത്രം
1.	മാണിക്യവീണയുമായെൻ	കാട്ടുപൂക്കൾ
2.	വാർതിങ്കൾ തോണിയേറി	കരുണ
3.	എന്തിനീ ചിലങ്കകൾ	കരുണ
4.	പൊൽതിങ്കൾകല	കുമാരസംഭവം
5.	മെല്ലെ മെല്ലെ മുഖപടം	ഒരു മിന്നാമിനുങ്ങിന്റെ നുറുങ്ങുവെട്ടം
6.	ഒരുവട്ടം കൂടിയെൻ	ചില്ല്
7.	ശരദിന്ദു മലർദീപ	ഉൾക്കടൽ
8.	വാതിൽപ്പഴുതിലൂടെൻ	ഇടനാഴിയിൽ ഒരു കാലൊച്ച
9.	സന്ധ്യേ...	മദനോത്സവം
10.	സാഗരമേ ശാന്തമാക നീ	മദനോത്സവം
11.	കുന്നത്തെ കൊന്നയ്ക്കും	കേരളവർമ്മ പഴശ്ശിരാജ
12.	പാടുവാനായ് വന്നു	എഴുതാപ്പുറങ്ങൾ
13.	സുഖമോ ദേവി	സുഖമോ ദേവി
14.	സാഗരങ്ങളെ	പഞ്ചാഗ്നി
15.	ശ്രീരാഗമോ	പവിത്രം
16.	ഈശ്വരൻ മനുഷ്യനായ്	ശ്രീഗുരുവായൂരപ്പൻ
17.	അനുരാഗിണി	ഇവൻ മേഘരൂപൻ
18.	സൗരയൂഥത്തിൽ	സ്വപ്നം
19.	ഓർമ്മകളേ	പ്രതീക്ഷ
20.	കാതിൽ തേൻമഴയായ്	തുമ്പോളി കടപ്പുറം

21.	പദരേണുതേടി	ദേവദാസി
22.	ഓമനത്തിങ്കൾ കിടാവോ	ഇത്തിരിപ്പൂവേ ചുവന്ന പൂവേ
23.	അറിവിൻ നിലാവേ	രാജശിൽപി
24.	ഒരു നറുപുഷ്പമായ്	മേഘമൽഹാർ
25.	പുളിയിലക്കരയോലും	ജാതകം
26.	ദേവദൂതർ പാടി	കാതോട് കാതോരം
27.	സൃഷ്ടിതൻ സൗന്ദര്യ	സൃഷ്ടി
28.	കടലിന്നഗാധമാം	സുകൃതം
29.	അരികിൽ നീ	നീയെത്ര ധന്യ

ശ്രീകുമാരൻ തമ്പി

ഗാനരചനാ രംഗത്ത് മലയാളത്തിൽ ആർക്കും കിട്ടാത്ത ഒരു സൗഭാഗ്യം കിട്ടിയിട്ടുണ്ട് ശ്രീകുമാരൻ തമ്പിയ്ക്ക്. ദേവരാജൻ മാസ്റ്ററുമൊത്ത് ആദ്യം സഹകരിച്ച ചിത്രത്തിലെ എല്ലാ പാട്ടുകളും വമ്പൻ ഹിറ്റുകളായി മാറിയതാണ് ആ ഭാഗ്യം. സംഗീതം കൊണ്ടും രചന കൊണ്ടും ശ്രദ്ധിക്കേണ്ടതായ ഗാനങ്ങൾ. എല്ലാം പാടിയതും ഗാനഗന്ധർവ്വൻ തന്നെ. അതുമുതൽക്കാവാം തമ്പിയും യേശുദാസും അടുത്ത സുഹൃത്തുക്കളായതും. ഏതായാലും ദേവരാജൻ മാസ്റ്റർക്കും നമസ്ക്കാരം. ഏതാണ്ട് ഒരു തുടക്കക്കാരനായ ഗാനരചയിതാവിന്റെ കാര്യത്തിൽ അദ്ദേഹം വളരെ ആത്മാർത്ഥത കാണിച്ചല്ലോ. അതിനു മുമ്പെ 'കാട്ടുമല്ലിക' എന്ന ചിത്രത്തിൽ ബാബുരാജിനോടൊപ്പവും 'പ്രിയതമ' എന്ന ചിത്രത്തിൽ ബ്രദർ ലക്ഷ്മണനോടൊപ്പവും ശ്രീകുമാരൻ തമ്പി സംഗീതരംഗത്ത് സഹകരിച്ചിരുന്നു. കാട്ടുമല്ലികയിലെ 'താമരത്തോണിയിൽ താനെ തുഴഞ്ഞു വരും' എന്ന ഗാനം ഹിറ്റായിരുന്നു. പക്ഷേ, 'ചിത്രമേള'യിലെ 'മദം പൊട്ടിച്ചിരിക്കുന്നു' (ഇതിൽ ജാനകി ദാസിനോടൊപ്പം ചരണത്തിൽ പാടിയിട്ടുണ്ട്) 'ആകാശദീപമേ' 'ചെല്ലച്ചെറു കിളിയേ,' 'പാടുവാൻ മോഹം,' തുടങ്ങിയ എല്ലാ പാട്ടുകളും ശ്രദ്ധിക്കപ്പെട്ടു. പിന്നീട് 'മിടുമിടുക്കി' എന്ന ചിത്രത്തിൽ ബാബുരാജുമായി സഹകരിച്ചപ്പോൾ രണ്ടു ഹിറ്റുകൾ പിറന്നു വീണു. 'അകലെ അകലെ നീലാകാശം' എന്ന യുഗ്മഗാനവും 'കനകപ്രതീക്ഷതൻ' എന്ന സുശീലയുടെ ഗാനവും.

എന്നാൽ, ശ്രീകുമാരൻ തമ്പിയുടെ ഹിറ്റുകളധികവും പിറന്നു വീണത് മൂന്നു സംഗീതസംവിധായകരോടൊത്തു പ്രവർത്തിച്ചപ്പോഴാണ്. ആദ്യം ദക്ഷിണാമൂർത്തി, പിന്നീട് എം.എസ് വിശ്വനാഥൻ, മൂന്നാമതായി എം.കെ.അർജ്ജുനൻ. പിന്നീട് സലിൽ ചൗധരി/തമ്പി കോമ്പിനേഷനിലും കുറെ നല്ല ഗാനങ്ങളുണ്ടായി. ഏറ്റവും കൂടുതൽ സിനിമാ ഗാനങ്ങൾക്ക് രചന നടത്തിയ റിക്കാർഡ് ഇദ്ദേഹത്തിനാണെന്ന് തോന്നുന്നു.

പ്രേംനസീറും തമ്പിയും സ്നേഹിതരായി മാറിയത് 'ചിത്രമേള' യുടെ റിലീസോടെയാവാം. 'ചിത്രമേള' മൂന്നു ചെറുഫിലിമുകളുടെ കൂട്ടായ്മയായിരുന്നു. അവസാന ചിത്രമായ 'അപസ്വരങ്ങൾ' എന്ന ചിത്രത്തിലാണ് തമ്പിയുടെ പാട്ടുകൾ ഉള്ളത്. നസീർ തമ്പിയോട് സിനിമയിൽ തുടർന്നാലും, എഞ്ചിനീയർ ജോലിയിൽ തുടരണമെന്ന് ഉപദേശിച്ചുപോലും. പോകെ പോകെ തമ്പിയ്ക്ക് തോന്നികാണും തനിക്ക് പറ്റിയ തട്ടകം ഇതാണെന്ന്. അങ്ങിനെ ഗാനരചയിതാവ് എന്ന മേൽവിലാസത്തിനു ഒരു പോറലുമേൽപ്പിക്കാതെ പടിപടിയായി അദ്ദേഹം എല്ലാ മേഖലയിലും മേൽവിലാസമുണ്ടാക്കി. നിർമാതാവ്, സംവിധാനം, സംഗീത സംവിധാനം എന്നീ നിലകളിലെല്ലാം. കഥ, തിരക്കഥ എന്നത് വേറെ. അങ്ങിനെ സിനിമയിലെ വിവിധ ശാഖകളിൽ വിജയം വരിച്ച രണ്ടു പ്രതിഭകൾ നമുക്കുണ്ടായി. ബാലചന്ദ്രമേനോനും, ശ്രീകുമാരൻ തമ്പിയും. ബാലചന്ദ്രമേനോൻ ഒരഭിനേതാവ് കൂടിയായിരുന്നു എല്ലാ അർത്ഥത്തിലും. അതേപോലെ എല്ലാ മണ്ഡലത്തിലും ഏതാണ്ട് വിജയിച്ച തമ്പി തിളങ്ങി നിന്നത്, ഗാനരചനയിലാണെന്നാണ് എന്റെ അഭിപ്രായം. ദേവരാജനോടൊപ്പം പല തവണ പ്രവർത്തിച്ചെങ്കിലും അവർ ഇണങ്ങിയും പിണങ്ങിയും നിന്നു എന്നത് മറ്റൊരു കാര്യം. ഇതിനിടയ്ക്ക് എം.ബി ശ്രീനിവാസനുമായി സഹകരിച്ച് പ്രവർത്തിച്ചപ്പോൾ മലയാള സിനിമയിലെ ആശയസമ്പുഷ്ടമായ ഒരു ഗാനം രചിച്ചു ശ്രീകുമാരൻ തമ്പി. 'കടൽ' എന്ന ചിത്രത്തിലെ ജാനകി പാടിയ 'ചിരിക്കുമ്പോൾ കൂടെ ചിരിക്കാൻ' എന്ന ഗാനം ആസ്വദിച്ചിട്ടില്ലാത്തവരുണ്ടാവില്ല.

ദക്ഷിണാമൂർത്തി/തമ്പി കൂട്ടുകെട്ടിൽ ഹിറ്റ് ഗാനങ്ങളുടെ ഒരു മഴവെള്ളപ്പാച്ചിലായിരുന്നു. അതിൽ ഏറ്റവും പ്രധാനപ്പെട്ട കുറച്ച് ഗാനങ്ങളെപ്പറ്റി സൂചിപ്പിക്കാം. ആദ്യമായി 'പാടുന്ന പുഴ'യിലെ 'ഹൃദയസരസ്സിലെ പ്രണയ പുഷ്പമേ' എന്ന ഗാനം. ഇതിന്റെ ഗാനരചനയുടെ ചരിത്രവശമെല്ലാം തമ്പിസാർ തന്നെ പലപ്പോഴായി വിവരിച്ചിട്ടുള്ളത് കേട്ടിട്ടുണ്ട്. 'ഡെയ്ഞ്ചർ ബിസ്ക്കറ്റി'ലെ 'ഉത്തരാസ്വയംവരം' എന്ന ഗാനമാണ് മറ്റൊന്ന്. ഈ ഗാനത്തിൽ പൈതൃകമായി കിട്ടിയ കഥകളിജ്ഞാനം ഗാനരചയിതാവിനെ തുലോം സഹായിച്ചിട്ടുണ്ട്. 'ഇരയിമ്മൻ തമ്പി നൽകും

ശൃംഗാര പദലഹരിയെപ്പറ്റി' എഴുതാൻ തമ്പി സാറിന് ആധികാരികത യുണ്ടല്ലോ. ഒരിടത്ത് ഹരിപ്പാട്ട് രാമകൃഷ്ണനെപ്പറ്റി പറയുമ്പോൾ നമു ക്കറിയാം ഇദ്ദേഹം തമ്പിയുടെ നാട്ടുകാരനാണെന്ന്. കഥകളി രംഗത്തെ പ്രമുഖരെയെല്ലാം തമ്പി ഈ ഗാനത്തിൽ സന്നിവേശിപ്പിച്ചിട്ടുണ്ട്. മാത്രമോ 'വാരണാസി തൻ ചെണ്ടയുണർന്നുയർന്നു' എന്നെല്ലാം എഴു തിയിടത്ത് തമ്പിയോടൊപ്പം ശ്ലാഘനീയമായി സംഗീതം നൽകാൻ സ്വാമിയ്ക്ക് കഴിഞ്ഞിട്ടുണ്ട്. ലോട്ടറി ടിക്കറ്റിലെ 'മനോഹരി നിൻ' എന്ന ഗാനവും രചനകൊണ്ടും, സംഗീതം കൊണ്ടും, ആലാപന ഭംഗികൊണ്ടും മികച്ചു നിൽക്കുന്നു. 'ഭാര്യമാർ സൂക്ഷിക്കുക' എന്ന ചിത്രത്തിലെ ഗാന ങ്ങളധികവും ഹിറ്റായതാണല്ലോ. രചനാഭംഗികൊണ്ട് ഈ ചിത്ര ത്തിലെനിക്കേറ്റവും ഇഷ്ടമായത് ജയചന്ദ്രൻ പാടിയ 'മരുഭൂമിയിൽ മലർ വിരിയുകയോ' എന്ന ഗാനമാണ്. 'നൃത്തശാല'യിലെ 'പൊൻവെയിൽ മണിക്കച്ച അഴിച്ചുവെച്ചു' എന്ന ഗാനവും സുന്ദരമായ രചനയ്ക്കുദാഹ രണം തന്നെ. പിന്നീട് എം.എസ് വിശ്വനാഥനും എം.കെ. അർജ്ജുനനു മായും ചേർന്നു തമ്പി നിർവ്വഹിച്ച പാട്ടുകളേറെയും ഹിറ്റുകളായി. ഇതിൽ ഏതു കോമ്പിനേഷനാണ് കൂടുതൽ മെച്ചം എന്നു തീർത്തു പറയാൻ വയ്യ. 'ലങ്കാദഹനത്തിലെ' 'സ്വർഗ്ഗനന്ദിനിയും' 'റസ്റ്റ്ഹൗസിലെ' 'പാടാത്ത വീണയും പാടും' എന്നിവ എന്റെ ഇഷ്ടഗാനങ്ങളിൽ മുൻപന്തിയിൽ തന്നെ. രചനാ ഭംഗിയിൽ ഞാൻ കൂടുതൽ ഇഷ്ടപ്പെടുന്നത് 'പാടാത്ത വീണയും' ആണ്. ഇവരുടെയെല്ലാം ഗാനങ്ങൾ ലിസ്റ്റിൽ കാണിക്കുന്ന തുകൊണ്ട് കൂടുതൽ വിശദീകരിക്കുന്നില്ല. തിരുവോണത്തെപ്പറ്റി ചല ച്ചിത്രഗാനങ്ങളിൽ പൊതുവെ എല്ലാവരും ഗാനരചന നടത്തിയിട്ടുണ്ട്. പക്ഷേ, തമ്പി രചിച്ച രണ്ടു ഗാനങ്ങൾ രചനാ സൗകുമാര്യം കൊണ്ടു വേറിട്ടു നിൽക്കുന്നു. 'തിരുവോണപുലരിതൻ' (വാണിജയറാം) 'പൂവിളി പൂവിളി പൊന്നോണമായ്' എന്നിവ. ദാസിന്റെ ഈ ഗാനം സംവിധാനം ചെയ്തത് സലിൽ ചൗധരിയാണല്ലോ. വയലാറിനെപ്പോലെയോ, ഒ.എൻ. വിയെപ്പോലെയോ സലിൽ ചൗധരിയ്ക്കൊപ്പം കൂടുതൽ പ്രവർത്തിച്ചി ട്ടില്ല തമ്പി എന്നു തോന്നുന്നു. പക്ഷേ, ഈ കോമ്പിനേഷനിലും ഒരു പിടി നല്ല ഗാനങ്ങൾ നമുക്ക് ലഭിച്ചിട്ടുണ്ട്. അവയിൽ മുന്നിൽ നിൽക്കു ന്നത് 'ശ്രീപദം വിടർന്ന' എന്ന ഗാനം തന്നെയാണ്. (ചിത്രം 'ഏതോ ഒരു സ്വപ്നം'). രവീന്ദ്രനും തമ്പിയുമൊത്ത് നല്ല പാട്ടുകൾ സൃഷ്ടിച്ചി ട്ടുണ്ട്. 'യുവജനോത്സവത്തി'ലെ പാട്ടുകളെല്ലാം മനോഹരം. പക്ഷേ, ഈ കോമ്പിനേഷനിൽ എനിക്കേറ്റവും ഇഷ്ടപ്പെട്ട ഗാനങ്ങൾ പിറന്നത് തരം ഗിണി ആദ്യമായി പുറത്തിറക്കിയ ഉത്സവഗാനങ്ങളിലെ ഓണപ്പാട്ടുക ളാണ്. ഒരു സി.ഡിയിലെ എല്ലാ പാട്ടുകളും ഹിറ്റുകളാവുക എന്നത് അപൂർവ്വമായേ സംഭവിക്കാറുള്ളൂ. അതിന്റെ ഏറ്റവും നല്ല ഉദാഹരണ

മാണ് ഇത്. രചനയും സംഗീതവും ഏതാണ് മേലെ എന്നു തോന്നും ഓരോപാട്ടും ശ്രദ്ധിച്ചാൽ 'ഒരുനുള്ളു കാക്കപ്പൂ', 'ഓണം പൊന്നോണം', 'പായിപ്പാട്ടാറ്റിൽ വള്ളം കളി' തുടങ്ങിയ എല്ലാ പാട്ടുകളും അതിമനോഹരം.

ശ്രീകുമാരൻ തമ്പി ഒരൊറ്റ ചിത്രത്തിലേ സംഗീതസംവിധാനം നിർവ്വഹിച്ചിട്ടുള്ളൂ. പക്ഷേ, ഈ മേഖലയിലും താനാരുടെയും പിന്നിലല്ല എന്നദ്ദേഹം ഇതിലൂടെ തെളിയിച്ചു. രചനയിലും, സംഗീതത്തിലും ഒരുപോലെ മേന്മ പുലർത്തുന്ന 'ബന്ധുക്കൾ ശത്രുക്കൾ' എന്ന ചിത്രം. പൊതുവെ എല്ലാ ചിത്രത്തിലും തത്വശാസ്ത്രം പരിലസിച്ചു നിൽക്കുന്ന ഒരു ഗാനമെങ്കിലും രചിക്കാറുണ്ട് തമ്പി. ഇതിലുമുണ്ട് അങ്ങിനെ ഒരു ഗാനം. 'ബന്ധുവാര് ശത്രുവാര്' എന്ന ഗാനം. രചനയും സംഗീതവും നല്ലത്. പാടിയതോ ഗാനഗന്ധർവ്വൻ. പിന്നെ എങ്ങിനെ മോശമാവാൻ? ഇത്തരം പാട്ടുകൾ രണ്ടുമൂന്നെണ്ണം ചൂണ്ടിക്കാണിക്കട്ടെ. 'സുഖമെവിടെ ദുഃഖമെവിടെ', 'സുഖമൊരു ബിന്ദു', 'ഞാൻ ഞാനെന്ന ഭാവങ്ങളെ' എന്നിവയാണ് പെട്ടെന്ന് മനസ്സിലോടിയെത്തിയത്. 'ബന്ധുക്കൾ ശത്രുക്കൾ' എന്ന ചിത്രത്തിൽ ഒരു അടിപൊളി പാട്ടുണ്ടല്ലോ, ഈ ഗാനവും എനിക്കിഷ്ടമാണ്. പ്രത്യേകിച്ച് അതിന്റെ രചനാഭംഗികൊണ്ട്. 'ആലപ്പുഴ പട്ടണത്തിൽ അതിമധുരം വിതറിയോളേ' എന്നു പറയുന്ന ഗാനത്തിൽ കവി ഒരിടത്ത് പറയുന്നു 'ചാന്തും വളയും കാലിയാക്കിയ മടിശ്ശീലയെപ്പറ്റി'. ഗാനരചനയിൽ റിക്കാർഡിട്ട ആ തൂലികയിൽ നിന്നു നമുക്ക് പ്രതീക്ഷിക്കാം ഇനിയും നല്ല നല്ല ഗാനങ്ങൾ.

	ഗാനം	ചിത്രം
1.	ഹൃദയസരസ്സിലെ	പാടുന്ന പുഴ
2.	മദംപൊട്ടിച്ചിരിക്കുന്ന	ചിത്രമേള (അപസ്വരങ്ങൾ)
3.	പൊൻവെയിൽ മണിക്കച്ച	നൃത്തശാല
4.	മരുഭൂമിയിൽ മലർ	ഭാര്യമാർ സൂക്ഷിക്കുക
5.	ഇലഞ്ഞിപ്പൂമണമൊഴുകി	അയൽക്കാരി
6.	ഇന്നുമെന്റെ കണ്ണുനീരിൽ	യുവജനോത്സവം
7.	ചിരിക്കുമ്പോൾ കൂടെ	കടൽ
8.	ഉത്തരാസ്വയംവരം	ഡെയ്ഞ്ചർ ബിസ്ക്കറ്റ്
9.	പാടാത്ത വീണയും	റസ്റ്റ് ഹൗസ്
10	മനോഹരിനിൻ	ലോട്ടറി ടിക്കറ്റ്

11.	സുഖമെവിടെ ദുഃഖമെവിടെ	വിലയ്ക്ക് വാങ്ങിയ വീണ
12.	താരകരൂപിണി	ശാസ്ത്രം ജയിച്ചു മനുഷ്യൻ തോറ്റു
13.	ഭഗവാൻ ഭഗവത്ഗീതയിൽ പാടി	സംഭവാമി യുഗേ യുഗേ
14.	അകലെ അകലെ നീലാകാശം	മിടുമിടുക്കി
15.	കനകപ്രതീക്ഷ തൻ	മിടുമിടുക്കി
16.	എൻ മന്ദഹാസം	ഉദയം
17	സുഖമൊരു ബിന്ദു	ഇത് മനുഷ്യനോ
18.	സ്വർഗ്ഗനന്ദിനി	ലങ്കാദഹനം
19.	ഈശ്വരനൊരിക്കൽ	ലങ്കാദഹനം
20.	മനസ്സിലുണരൂ ഉഷസന്ധ്യയായ്	മറുനാട്ടിൽ ഒരു മലയാളി
21.	ചന്ദ്രബിംബം നെഞ്ചിലേറ്റും	പുള്ളിമാൻ
22.	സന്ധ്യയ്ക്കെന്തിനു സിന്ദൂരം	മായ
23.	തിരുവോണപ്പുലരിതൻ	തിരുവോണം
24.	പൂവിളി പൂവിളി	വിഷുക്കണി
25.	തൽക്കാലദുനിയാവ്	ബന്ധുക്കൾ ശത്രുക്കൾ
26.	ആലപ്പുഴ പട്ടണത്തിൽ	ബന്ധുക്കൾ ശത്രുക്കൾ
27.	ആ നിമിഷത്തിന്റെ	ചന്ദ്രകാന്തം
28.	മംഗളം നേരുന്നു ഞാൻ	ഹൃദയം ഒരു ക്ഷേത്രം

യൂസഫലി കേച്ചേരി

കൃഷ്ണഭക്തനായ കവിയാണല്ലോ യൂസഫലി കേച്ചേരി. ഗുരുവായൂരിനു കുറച്ചപ്പുറമുള്ള കേച്ചേരി ഗ്രാമത്തിന്റെ കലാക്ഷേത്രത്തിലേക്കുള്ള സംഭാവനയാണ് ഈ കവി. ഈ കാലത്തിൽ ഈ കവിയുടെ ഒരു ചലച്ചിത്രഗാനം ഓർമ്മിച്ചു പോകുന്നു. മധു സംവിധാനം ചെയ്ത 'പ്രിയ' എന്ന ചിത്രത്തിലെ 'കണ്ണിനു കണ്ണായ കണ്ണാ' എന്ന ഗാനം. രചിച്ചത് യൂസഫലി. സംഗീതം ബാബുരാജ്. ഈ ഒത്തുചേരലിൽ വിരിഞ്ഞു വന്ന ഈ കൃഷ്ണ ഭക്തിഗാനം എത്ര മനോഹരം. യൂസഫലിയും ബാബുരാജും ഇതിനുമുമ്പ് ഒന്നിച്ച് പ്രവർത്തിച്ചിട്ടുണ്ട്. 'മൂടുപടം' എന്ന ചിത്രത്തിൽ. ഈ ചിത്രത്തിലാണല്ലോ പി. ഭാസ്കരൻ രചിച്ച ജാനകിയുടെ പ്രശസ്ത ഗാനം. 'തളിരിട്ട കിനാക്കൾ തൻ'. ബാബുരാജും യൂസഫലിയും ഒന്നിച്ച് പ്രവർത്തിച്ചപ്പോൾ പിറന്ന മറ്റൊരു മനോഹര ഗാനമാണ് 'സുറുമയെഴുതിയ മിഴികളേ' എന്ന ഗാനം. ഈ ഗാനം 'ഖദീജ' എന്ന ചിത്രത്തിൽ. 'ഉദ്യോഗസ്ഥ' എന്ന ചിത്രത്തിൽ ജയചന്ദ്രന്റെ 'അനുരാഗ ഗാനം പോലെ', ദാസും, ജാനകിയും പാടിയ 'എഴുതിയതാരാണ് സുജാത' എന്നീ ഗാനങ്ങളും ഹൃദ്യം. 'ദ്വീപ്' എന്ന ചിത്രത്തിനുവേണ്ടി യൂസഫലി എഴുതിയ 'കടലേ നീലക്കടലേ' എന്ന ഗാനത്തിന്റെ സംഗീതം ബാബുരാജ്. പാടിയതോ തലത്ത് മെഹമൂദും.

ദേവരാജനോടൊത്താണ് യൂസഫലി കേച്ചേരി കൂടുതൽ ചിത്രങ്ങളിൽ പ്രവർത്തിച്ചത്. സിന്ദൂരച്ചെപ്പ്, മരം എന്നീ ചിത്രങ്ങളിൽ ഈ കൂട്ടുകെട്ട് മനോഹര ഗാനങ്ങൾക്ക് ജന്മം നൽകി. 'ഓമലാളെ കണ്ടു' എന്ന സിന്ദൂരച്ചെപ്പിലെ ഗാനം അന്ന് ഒരു ഹിറ്റു തന്നെയായിരുന്നു. പക്ഷേ, എനിക്ക് കൂടുതലിഷ്ടം ആ ചിത്രത്തിലെ 'പൊന്നിൽ കുളിച്ച രാത്രി' എന്ന പാട്ടാണ്. രണ്ടും ദാസിന്റെ പാട്ടുകൾ. മാധുരി പാടിയ 'തമ്പ്രാൻ തൊടുത്തത്' ഹിറ്റായി മാറ്റിയെങ്കിൽ അതിന്റെ പ്രധാന കാരണം രചനയിലുള്ള പ്രത്യേകതയായിരുന്നു. 'മര'ത്തിലെ 'കല്ലായി പുഴയൊരു മണവാട്ടി' എന്ന ഗാനം കോഴിക്കോടുകാർക്ക് നൊസ്റ്റാൾജിയ ഉയർത്തും തീർച്ച. കല്ലായിപ്പുഴയും അവിടുത്തെ മരക്കച്ചവടവും വയസ്സിന്റെ ആലസ്യത്തിലായ ഈ കാലഘട്ടത്തിൽ.

'സർഗം' എന്ന ചിത്രത്തിലെ ഗാനരചനയിൽ കൂടി കേച്ചേരിയുടെ പ്രശസ്തി വീണ്ടുമുയർന്നു. ബോംബെ രവിയുടെ സംഗീതത്തിൽ ഇതിലെ പാട്ടുകൾ ഗംഭീരമാക്കി. 'ആന്ദോളനം', 'രാഗസുധാരസം', 'സ്വരരാഗ ഗംഗാ പ്രവാഹമെ', 'കണ്ണാടി ആദ്യമായി' എന്നീ ഗാനങ്ങളെല്ലാം ശ്രോതാക്കൾ ഇന്നും ഓർമ്മിക്കുന്നു. 'കൃഷ്ണകൃപാസാഗരം', 'ആന്ദോളനം' എന്നീ പാട്ടുകളിൽ യൂസഫലിയുടെ കൃഷ്ണഭക്തി

മുഴച്ചു നിൽക്കുന്നു. ബോംബെ രവിയുമായി ഇതിനുമുമ്പെ 'പരിണയം' എന്ന ചിത്രത്തിൽ ഇദ്ദേഹം പ്രവർത്തിച്ചിട്ടുണ്ട്. ഈ ചിത്രത്തിലെ 'പാർവ്വ ണേന്ദുമുഖി പാർവ്വതി' എന്ന ഗാനത്തിന്റെ രചന മനോഹരമാണ്. കേച്ചേ രിക്ക് അവസാനകാലത്ത് കിട്ടിയ മഹാഭാഗ്യമാണ് ഹിന്ദി ചലച്ചിത്ര ലോകത്തിലെ അതികായനായ നൗഷാദുമായി ഒന്നിച്ച് പ്രവർത്തിക്കാൻ കഴിഞ്ഞത്. ആ സൗഭാഗ്യം മനസ്സിൽ കണ്ടാവാം ഉദാത്ത രചനകൾ നിർവ്വ ഹിക്കാൻ ഇദ്ദേഹത്തിന് കഴിഞ്ഞത്. 'ധ്വനി' എന്ന ചിത്രത്തിലെ ഏതു പാട്ടാണ് മോശം? ഏറ്റവും മുന്നിൽ നിൽക്കുന്നത് 'മാനസനിളയിൽ' എന്നതാണെന്നാണെന്റെ പക്ഷം. സുശീല പാടിയ 'ജാനകീ ജാനേ രാമാ' എന്ന ഗാനത്തിന്റെ രചനയും അസ്സലായിട്ടുണ്ട്. കൂട്ടത്തിൽ ഏതാണ്ട് വയലാറിന്റെ ശൃംഗാര സമീപനത്തോടൊത്തു വരുന്ന 'രതിസുഖ സാരമായി' എന്ന തുടക്കം, പിന്നീട് ഇത്ര ഭംഗിയായ തന്റെ കാമുകിക്ക് രൂപം നൽകിയ ദൈവം ഒരു തികഞ്ഞ കലാകാരനാണെന്ന കവിയുടെ വിലയിരുത്തൽ, ഇതിൽ നിന്ന് ഒരു കാര്യം കൂടി നമുക്ക് ശ്രദ്ധിക്കാം. ഒരു സ്ത്രീയുടെ ഏറ്റവും ഹഠാദാകർഷകമായ ഭാവം അവളുടെ കണ്ണു കളാണെന്ന് പറയാം. ഭംഗി കൂട്ടാൻ ആ കണ്ണുകൾക്കേ കഴിയൂ എന്നു ഭംഗിയായി ആവിഷ്ക്കരിച്ചിട്ടുണ്ട്. കുമാരനാശാൻ 'കരുണ'യിൽ ലാസ്യ വതിയായ ഒരു സ്ത്രീയുടെ കണ്ണുകളെ വിശേഷിപ്പിക്കുമ്പോൾ 'സ്ഫടിക കുപ്പിയിലിട്ട പരൽ മീൻ പോലെ' എന്നു പറഞ്ഞാൽ പൂർണമായി. പക്ഷേ, ഈ ഗാനരചയിതാവിന് അദ്ദേഹത്തിന്റെ സമീപനമുണ്ടാവുമല്ലോ. അതു കൊണ്ടാണല്ലോ അദ്ദേഹമെഴുതിയത്. 'സുറുമയെഴുതിയ മിഴികളേ, പ്രണ യമധുര തേൻ തുളുമ്പും സൂര്യകാന്തിപ്പൂക്കളെ' എന്നു മാത്രമോ 'ഒരു കിനാവിൻ ചിറകിലേറി ഓമലാളേ നീ വരൂ' എന്നാണദ്ദേഹം പാടുന്നത്. 'കാർത്തിക' എന്ന ചിത്രത്തിൽ കാമുകന്റെ മനോഭാവം മറ്റൊരു ഉദാ ത്തചിന്തയിലൂടെ അദ്ദേഹം വരച്ചു കാട്ടുന്നു.

'ഇക്കരെയാണെന്റെ താമസം അക്കരെയാണെന്റെ മാനസം' അങ്ങനെ ഒരു കാമുകൻ പാടിയാൽ അക്കരെ നിൽക്കുന്ന കാമുകിക്ക് ചാരി താർത്ഥ്യം. അല്ലേ? ഇതല്ലാതെ ഒരു പെണ്ണിന് എന്തെല്ലാം ചെയ്യാൻ കഴി യുമെന്ന് 'പ്രിയ' എന്ന ചിത്രത്തിലെ ഒരു ഗാനത്തിലൂടെ അദ്ദേഹം ചൂണ്ടികാണിക്കുന്നു. 'പാടാനുമറിയാം ആടാനുമറിയാം കാമുക ഹൃദ യത്തെ താലോലമാട്ടാനുമറിയാം' കഴിയുമെന്ന് ഒരഭിസാരികയെക്കൊണ്ട് പാടിക്കാനും കവി വിമുഖത കാട്ടുന്നുമില്ല. സന്ദർഭത്തിനനുസരിച്ച് രചന നടത്താനുള്ള കഴിവാണ് ഇവിടെ തെളിയുന്നത്. ഭക്തിയും പ്രേമവും രതിയുമെല്ലാം വേണ്ട വിധത്തിൽ കൈകാര്യം ചെയ്യാനറിയുമെന്നു ഈ ഗാനരചയിതാവും തെളിയിച്ചു. ഈ കവിയുടെ രചനാസാമർത്ഥ്യം വെളി വാക്കുന്ന കുറെ ഗാനങ്ങളിതാ

	ഗാനം	ചിത്രം
1.	സുറുമയെഴുതിയ മിഴികളെ	ഖദീജ
2.	അനുരാഗഗാനം പോലെ	ഉദ്യോഗസ്ഥ
3.	ഇക്കരെയാണെന്റെ താമസം	കാർത്തിക
4.	കണ്ണിനു കണ്ണായ കണ്ണാ	പ്രിയ
5.	മാനസനിളയിൽ	ധ്വനി
6.	പാർവ്വണേന്ദു മുഖീ പാർവ്വതി	പരിണയം
7.	സ്വരരാഗഗംഗാ പ്രവാഹമേ	സർഗം
8.	ആന്ദോളനം	സർഗം
9.	മനസ്സേ നീയൊരു	ആ നിമിഷം
10.	വാർമുകിലേ	മഴ
11.	കടലേ നീല കടലേ	ദ്വീപ്
12.	തേടുന്നതാരെ ശൂന്യതയിൽ	അമ്മു
13.	നാദാപുരം പള്ളിയിലെ	തച്ചോളി അമ്പു
14.	ശ്രുതിയമ്മ ലയമച്ഛൻ	മധുരനൊമ്പരക്കാറ്റ്
15.	പൊന്നിൽ കുളിച്ച രാത്രി	സിന്ദൂരച്ചെപ്പ്
16.	അനുരാഗം കണ്ണിൽ മുളയ്ക്കും	മിണ്ടാപ്പെണ്ണ്

ബിച്ചു തിരുമല

മലയാള ചലച്ചിത്ര ഗാനങ്ങളെപറ്റി ചിന്തിക്കുമ്പോൾ എന്റെ മനസ്സിൽ സ്ഥിരമായി സ്ഥാനം പിടിക്കാറുള്ള രണ്ട് ഗാനങ്ങളുണ്ട്. അവയുടെ രചനയുടേയും സംഗീത മനോഹാരിതയുടേയും പശ്ചാത്തലത്തിൽ. അവ രണ്ടും പാടിയിട്ടുള്ളത് ഗാനഗന്ധർവ്വൻ തന്നെ. ആദ്യത്തേത് 'അനുഭവം' എന്ന ചിത്രത്തിൽ 'വാകപൂമരം ചൂടും വാരിളം പൂങ്കുലയ്ക്കുള്ളിൽ' എന്ന ഗാനം രണ്ടാമത്തേത് 'തേനും വയമ്പും' എന്ന ചിത്രത്തിലെ 'ഒറ്റക്കമ്പി നാദം മാത്രം' എന്ന ഗാനം ഈ രണ്ടു ഗാനങ്ങളും ഇഷ്ടപ്പെടാത്ത സംഗീതപ്രേമികളുണ്ടാവില്ലെന്ന് തോന്നുന്നു.

ഈ രണ്ടു പാട്ടുകൾ മാത്രമല്ല ബിച്ചു തിരുമലയുടെ ഗാനശേഖരത്തിൽ മുങ്ങി നിൽക്കുന്നത്. ഒരു പുതിയ സംഗീത പന്ഥാവിലേക്ക് മലയാള ചലച്ചിത്ര സംഗീതത്തെ നയിക്കാൻ സാധിച്ച ജെറി അമൽ ദേവിന്റെ (സംഗീതം) 'മഞ്ഞിൽ വിരിഞ്ഞ പൂക്കൾ' എന്ന ചിത്രത്തിൽ ഗാനരചന നടത്താൻ കഴിഞ്ഞതോടെ ബിച്ചുവിന് സംഗീതപ്രേമികളുടെ മനസ്സിൽ കൂടുതൽ ആഴത്തിൽ സ്ഥാനം പിടിക്കാൻ സാധിച്ചിരുന്നു. അതിനുമുമ്പു തന്നെ കുറെ നല്ല ഗാനങ്ങൾ അദ്ദേഹം രചിച്ചിട്ടുണ്ടെന്നത് വേറെ കാര്യം. ഈ ചിത്രത്തിലെ എല്ലാ പാട്ടുകളും തുടങ്ങുന്നത് 'മ' എന്ന അക്ഷരത്തോടെയാണ്. അവയിൽ ഏറ്റവും പ്രശസ്തങ്ങളായത് 'മഞ്ഞണിക്കൊമ്പിൽ', 'മഞ്ചാടിക്കുന്നിൽ', 'മിഴിയോരം' എന്നിവയാണ്. ജെറി തന്നെ സംഗീതം നൽകിയിട്ടുള്ള 'നോക്കെത്താദൂരത്ത് കണ്ണുംനട്ട്' എന്ന സിനിമയിലെ ഗാനരചന നടത്തിയതും ബിച്ചു തന്നെ. 'ആയിരം കണ്ണുമായി' എന്ന ഗാനമാണ് രചനയുടെ കാര്യത്തിൽ ടോപ്പിൽ നിൽക്കുന്നത്. ഏത് ട്യൂൺ കൊടുത്താലും വളരെ വേഗത്തിൽ അനുയോജ്യമായ വരികൾ എഴുതാൻ ബിച്ചു തിരുമലയ്ക്ക് ഒരു പ്രത്യേക കഴിവുണ്ടെന്ന് ജെറി ഒരഭിമുഖത്തിൽ പറഞ്ഞത് നേരിട്ട് കേട്ടിട്ടുണ്ട്. 'നിറകുടം' എന്ന ചിത്രത്തിലെ 'നക്ഷത്ര ദീപങ്ങൾ തിളങ്ങി' എന്ന ഗാനവും ബിച്ചുവിന്റെ പ്രസിദ്ധ ഗാനമാണ്. ഈ ചിത്രത്തിലെ മറ്റൊരു പാട്ടും എനിക്ക് വളരെ ഇഷ്ടമാണ്. 'ജീവിതം എന്നൊരു തൂക്കുപാലം' എന്ന ദാസ് മനോഹരമായി പാടിയ ഗാനം. ജീവിതമെന്ന തൂക്കുപാലത്തിൽ കൂടി സഞ്ചരിക്കുന്ന പിതാവിനു മകനെ അക്കരെക്കെത്തിക്കാൻ ബുദ്ധിമുട്ടാകുമല്ലോ എന്ന സങ്കടം. അപ്പോൾ നീ എന്തിനായി പിറവിയെടുത്തു എന്ന മട്ടിലാണ് ഗാനത്തിന്റെ പോക്ക്. ഈ ഗാനത്തിലെ ഓരോ വരിയും അർത്ഥഗർഭമാണെന്നു പറയാം. അതേപോലെ 'മണിച്ചിത്രത്താഴ്' എന്ന സിനിമയിലെ 'പഴന്തമിഴ്പ്പാട്ട്' എന്നു തുടങ്ങുന്ന ഗാനത്തിലെ വരികളും നമ്മൾ ശ്രദ്ധിച്ചുപോകും.

	ഗാനം	ചിത്രം
1.	ഒറ്റക്കമ്പിനാദം	തേനും വയമ്പും
2.	വാകപ്പൂമരം ചൂടും	അനുഭവം
3.	നക്ഷത്രദീപങ്ങൾ തിളങ്ങി	നിറകുടം
4.	ജീവിതമെന്നൊരു തൂക്കുപാലം	നിറകുടം
5.	ആയിരം കണ്ണുമായ്	നോക്കെത്താദൂരത്ത് കണ്ണും നട്ട്
6.	മഞ്ഞണിക്കൊമ്പിൽ	മഞ്ഞിൽ വിരിഞ്ഞ പൂക്കൾ
7.	മിഴിയോരം	മഞ്ഞിൽ വിരിഞ്ഞ പൂക്കൾ
8.	പഴന്തമിഴ്പാട്ട്	മണിച്ചിത്രത്താഴ്
9.	ബ്രാഹ്മ മുഹൂർത്തത്തിൽ	ഭജഗോവിന്ദം
10.	തുഷാരബിന്ദുക്കളെ	ആലിംഗനം
11.	നീലജലാശയത്തിൽ	അംഗീകാരം
12.	മൈനാകം കടലിൽ	തൃഷ്ണ
13.	ഒരു രാഗപല്ലവി	അനുപല്ലവി
14.	ഒരു മയിൽപ്പീലി	അണിയാത്ത വളകൾ
15.	സ്വർണ്ണമീനിന്റെ	സർപ്പം
16.	വാടക വീടൊഴിഞ്ഞു	സർപ്പം
17.	എവിടെയോ കളഞ്ഞുപോയ	ശക്തി
18.	ജലശംഖുപുഷ്പം ചൂടും	അഹിംസ
19.	ആളൊരുങ്ങി അരങ്ങൊരുങ്ങി	എന്റെമാമാട്ടിക്കുട്ടിയമ്മയ്ക്ക്
20.	ലീലാതിലകം ചാർത്തി	പ്രശ്നം ഗുരുതരം

തിരുനയിനാർ കുറിച്ചി; അഭയദേവ്

പ്രധാനമായും പഴയ മലയാള ചലച്ചിത്ര ഗാനങ്ങളെ ആധാരമാക്കിയാണ് ഈ പഠനം. അപ്പോൾ ഗാനരചയിതാക്കളുടെ കൂട്ടത്തിൽ തിരുനയിനാർ കുറിച്ചിയേയും അഭയദേവിനേയും നമുക്ക് മറക്കാൻ പറ്റുമോ! പി.ഭാസ്ക്കരനു മുമ്പു തന്നെ ഇവർ അല്പം പ്രസിദ്ധി നേടിയിട്ടുണ്ട്. രണ്ടുപേരുടെയും ചില ഗാനങ്ങളെങ്കിലും കാലത്തെ അതിജീവിച്ച് ഇന്നും ശ്രോതാക്കളേ ആകർഷിക്കുന്നു. 'ആത്മ വിദ്യാലയമേ', 'ഈശ്വരചിന്ത' എന്നീ രണ്ടു പാട്ടുകൾ മതിയല്ലോ അനശ്വരനാകാൻ തിരുനയിനാർ കുറിച്ചിക്ക്. 'പാട്ടുപാടി ഉറക്കാം ഞാൻ', 'കണ്ണും പൂട്ടി ഉറങ്ങുക' എന്നീ രണ്ടു താരാട്ടു പാട്ടുകൾ ചലച്ചിത്ര ഗാനങ്ങൾ ഉള്ളിടത്തോളം നിലനിൽക്കും തീർച്ച. 240-ൽ പരം ഗാനങ്ങൾ തിരുനയിനാർ കുറിച്ചിയും 430-ൽ പരം ഗാനങ്ങൾ അഭയദേവും എഴുതിയിട്ടുണ്ട് വിവിധ ചിത്രങ്ങൾക്കായി. ഇതിൽ പലതിനും കാലത്തെ അതിജീവിക്കാൻ കഴിഞ്ഞില്ല എന്നതും സത്യം. ഏതായാലും ഇവരുടെ ചില ഗാനങ്ങൾ ചൂണ്ടികാണിക്കട്ടെ.

തിരുനയിനാർ കുറിച്ചി

	ഗാനം	ചിത്രം
1.	ആത്മവിദ്യാലയമേ	ഹരിശ്ചന്ദ്ര
2.	ഈശ്വര ചിന്ത	ഭക്തകുചേല
3.	പഞ്ചവർണ്ണതത്തപോലെ	കറുത്ത കൈ
4.	തുമ്പപ്പൂപെയ്യണ്	രണ്ടിടങ്ങഴി
5.	ഏഴു നിറങ്ങളും	കറുത്തകൈ
6.	പാതിരാപ്പൂവൊന്നു	അൾത്താര
7.	സംഗീതമീ ജീവിതം	ജയിൽപ്പുള്ളി
8.	കണ്ണാ താമരകണ്ണാ	ഭക്തകുചേല

അഭയദേവ്

	ഗാനം	ചിത്രം
1.	ആനത്തലയോളം	ജീവിതനൗക
2.	അകാലെ ആരും	ജീവിതനൗക
3.	പാട്ടുപാടി ഉറക്കാം	സീത
4.	വീണേ പാടുക	സീത
5.	കണ്ണുംപൂട്ടിയുറങ്ങുക	സ്നേഹസീമ
6.	പ്രിയമാനസാ	ചിലമ്പൊലി
7.	ഒന്നു ചിരിക്കൂ ചിരിക്കൂ സഖീ	ജ്ഞാനസുന്ദരി
8.	പനിനീർമലരിനൊരിതൾ	ജ്ഞാനസുന്ദരി
9.	കന്യാമറിയമേ തായേ	ജ്ഞാനസുന്ദരി
10.	പൂവിനു മണമില്ല	ചിലമ്പൊലി
11.	വീടിനു പൊൻമണി	കുടുംബിനി
12.	പൂവണിയുകയില്ലിനിയും	പോർട്ടർ കുഞ്ഞാലി
13.	രാധാ മാധവ ഗോപാല	ശ്രീഗുരുവായൂരപ്പൻ
14.	വിരലൊന്നില്ലെങ്കിലും	വേലുത്തമ്പിദളവ

എം.ഡി രാജേന്ദ്രൻ

നമ്മുടെ പഴയകാല ഗാനരചയിതാക്കളിൽ അത്ര ജനസമ്മതി കിട്ടാത്തയാളാണോ എം.ഡി എന്നു സംശയിച്ചുപോകാറുണ്ട്. അദ്ദേഹത്തിനർഹതപ്പെട്ട നിലയിൽ, ശ്രോതാക്കൾ അദ്ദേഹത്തെ വിലയിരുത്തിയിട്ടില്ലെന്നു തോന്നുന്നു. ഏതായാലും എന്റെ സ്വകാര്യ സംഭാഷണങ്ങളിലൊന്നും മറ്റൊരാൾ രാജേന്ദ്രൻ എന്ന ഗാനരചയിതാവിനെപ്പറ്റി പറഞ്ഞത് കേട്ടിട്ടില്ല. ഞാൻ അത് സൂചിപ്പിച്ചാലും അത് അത്ര കാര്യമായി എടുക്കാറില്ല പലരും. ഗാനരചനാരംഗത്ത് അദ്ദേഹം എത്തിയതിൽ അദ്ഭുതപ്പെടാനില്ല. കവിയും നാടകരചയിതാവുമായ പൊൻകുന്നം ദാമോദരന്റെ മകനാണദ്ദേഹം. വളരെ വർഷങ്ങൾക്കു മുമ്പ് പൊൻകുന്നം രചിച്ച ഒരു നാടക ഗാനം പോപ്പുലറായിരുന്നു. ബാബുരാജ് ആയിരുന്നു സംഗീത സംവിധായകൻ എന്നാണ് ഓർമ. പിന്നീട് ഇടക്കാലത്ത് എം. ജയചന്ദ്രൻ അൽപം മിനുക്ക് പണികളോടെ ഈ ഗാനം ഒരു സിനിമയിലവതരിപ്പിച്ചു. ഗാനം തുടങ്ങുന്നതിങ്ങനെ.

'പച്ചപനം തത്തേ പുന്നാര പൂമുത്തേ'

ഗാനരചനാ രംഗത്ത് മാത്രമല്ല സംഗീതസംവിധാനരംഗത്തും രാജേന്ദ്രൻ പ്രവർത്തിച്ചിട്ടുണ്ട്. ഒന്നിലധികം മലയാള ചിത്രങ്ങൾക്ക് അദ്ദേഹം സംഗീതം നൽകിയിട്ടുണ്ട്. ഇതെല്ലാം വളരെ പോപ്പുലറായിട്ടില്ലെന്നു തോന്നുന്നു. ഈ ഗാനരചയിതാവിന്റെ ഏതു ഗാനത്തിനും ഒരു കവിതാ സ്പർശമുണ്ട്. അവയിലധികവും ഹിറ്റുകളായി മാറിയിട്ടുണ്ട്. നേരത്തെ ഒരിടത്ത് സൂചിപ്പിച്ചപോലെ 1981–ൽ പുറത്തിറങ്ങിയ 'പാർവതി' എന്ന ചിത്രത്തിലെ 'നന്ദസുതാവരതവജനനം' എന്ന ഗാനത്തിന്റെ സംഗീത സംവിധായകനെയും അന്വേഷിച്ചു കണ്ടുപിടിച്ചു. ഗായിക വാണി ജയറാമെന്നും മനസ്സിലായി. അതുവരെ കേൾക്കാത്ത രണ്ടുപേർ ജോൺസണും രാജേന്ദ്രനും. രാജേന്ദ്രൻ അടിസ്ഥാനപരമായി ഒരു കവിയാണെന്നും മനസ്സിലായി. പിന്നീടാണ് ഇദ്ദേഹം തൃശൂർ ആകാശവാണിയിലെ ഒരു ജീവനക്കാരനായിരുന്നുവെന്നു മനസ്സിലായത്. അതിനു മുമ്പ് രാജേന്ദ്രൻ ദേവരാജനുമൊരുമിച്ച് 'മോചനം' എന്ന ഒരു ചിത്രത്തിൽ പ്രവർത്തിച്ചിരുന്നു. ദേവരാജനെയും ഒരു ഗുരുവായി മനസ്സിൽ പ്രതിഷ്ഠിച്ചു രാജേന്ദ്രൻ. പക്ഷേ, ഇദ്ദേഹത്തിന്റെ പ്രതിഭയുടെ തിളക്കം കൂടുതൽ ശ്രദ്ധിച്ചത് 'ശാലിനി എന്റെ കൂട്ടുകാരി' എന്ന ചിത്രത്തിലെ ഗാനങ്ങൾ കേട്ടതോടെയാണ്. ദേവരാജൻ തന്നെ സംഗീത സംവിധായകൻ. ഈ ചിത്രത്തിലെ ദാസ് പാടിയ 'സുന്ദരി നിൻ തുമ്പ് കെട്ടിയിട്ട ചുരുൾ മുടിയിൽ' ശ്രോതാക്കൾ ഏറ്റു പാടി പെട്ടെന്നു തന്നെ. ഈ ഗാനത്തിന്റെ ചിത്രീകരണം നടന്നത് കോഴിക്കോട്ടെ ഗുരുവായൂരപ്പൻ കോളേജങ്കണത്തിൽവെച്ചായിരുന്നു എന്നാണ് ഓർമ. ഇതിൽ സിനിമയിൽ ഉള്ള കഥാപാത്രങ്ങളുടെ കൂട്ടത്തിൽ അദ്ധ്യാപക സംഘടനയുടെ നേതാവായിരുന്ന പ്രൊഫ. ഐ.ജി ഭാസ്കര പണിക്കരെ കണ്ടതായി ഓർക്കുന്നു. 'പാർവതി' എന്ന ചിത്രത്തിൽ ജയചന്ദ്രനും വാണിജയറാമും കൂടി പാടിയ 'കുറു നിരയോ മഴ മഴ' എന്ന ഗാനത്തിന്റെ വരികളും സുന്ദരമാണ്. 'മംഗളം നേരുന്നു' എന്ന ചിത്രത്തിലെ ഗാനരചന ഒ.എൻ.വിക്ക് നൽകാനായിരുന്നു നിർമാതാവിന്റെയും സംവിധായകന്റെയും തീരുമാനം. സംഗീത സംവിധായകനായി ഇളയരാജ. പക്ഷേ, ഒ.എൻ.വിക്ക് എന്തോ തിരക്കായിരുന്നു അങ്ങിനെ ഈ സന്ദർഭം എം.ഡി.ആറിനു കിട്ടി. യേശുദാസിനെയും തൽക്കാലം കിട്ടിയില്ല. ഇതിലെ ഒരു നല്ല പാട്ടിന്റെ (നല്ല വരികളാണെന്നതും കാര്യം) ട്രാക്ക് പാടിയത് കൃഷ്ണചന്ദ്രനായിരുന്നു. എന്നാൽ, ഇത് മതി എന്ന് പിന്നണി പ്രവർത്തകർ. 'അല്ലിയിളം പൂവോ' എന്നത് കൃഷ്ണചന്ദ്രന്റെ ഹിറ്റുകളിൽ മുന്നിട്ടു നിൽക്കുന്നു. (എന്റെ അഭിപ്രായത്തിൽ ഒന്നാം സ്ഥാനത്ത്) ഈ ചിത്രത്തിൽ തന്നെയാണ് എം.ഡി. ആറിന്റെ ഉദാത്ത രചനയ്ക്ക് ഉദാഹര

ണമായ മറ്റൊരു ഗാനം 'ഋതുഭേദ കൽപന' യേശുദാസും കല്യാണി മേനോനും പാടിയ മനോഹരമായ ഗാനം. വയലാറിന്റെ സ്വർണ്ണച്ചാമരം എന്നമട്ടിൽ തുടങ്ങുന്ന ഒരു ഗാനം എഴുതണമെന്ന് ഈ ഗാനരചയിതാവിന് വലിയ ആഗ്രഹമുണ്ടായപ്പോൾ അത് സാധിച്ചത് 'ശാലിനി എന്റെ കൂട്ടുകാരി' എന്ന ചിത്രത്തിൽ തന്നെയുള്ള 'ഹിമശൈല' എന്ന മാധുരിയുടെ ഗാനം രചിച്ചപ്പോഴാണെന്നദ്ദേഹം കരുതുന്നു. 'ഒരു കഥ ഒരു നുണക്കഥ' എന്ന ചിത്രത്തിലെ ഗാനരചന എം.ഡി ആറും സംഗീതം ജോൺസണുമാണ്. ഇതിലെ ചിത്ര പാടിയ 'അറിയാതെ അറിയാതെ' എന്ന ഗാനം മമ്മൂട്ടിയുടെ ഇഷ്ടഗാനങ്ങളിലൊന്നാണെന്ന് രാജേന്ദ്രൻ ഒരിടത്ത് പറയുന്നത് കേട്ടിട്ടുണ്ട്. എന്റെ അഭിപ്രായത്തിൽ രാജേന്ദ്രൻ എഴുതിയ മനോഹര ഗാനങ്ങൾ (എല്ലാം ഒന്നിനൊന്ന് മെച്ചം) 'ദേവരാഗം' എന്ന ചിത്രത്തിലേതാണ്. കീരവാണിയുടെ മനോഹര സംഗീതം കൂടിയായപ്പോൾ ഒരു സംഗീത വിരുന്ന് നൽകി ഈ ചിത്രം. 'ശിശിരകാല', 'യയയാ മാധവ' തുടങ്ങിയ പാട്ടുകൾ. പക്ഷേ, അതിൽ എനിക്ക് ഏറ്റവും ഇഷ്ടപ്പെട്ടത് 'താഴം പൂ മുടി മുടിച്ച്' എന്ന ഗാനമാണ്. രാജേന്ദ്രന്റെ രചനാഭംഗിയുള്ള കുറെ ഇഷ്ടഗാനങ്ങളിതാ.

	ഗാനം	ചിത്രം
1.	നന്ദസുതാവര	പാർവ്വതി
2.	കുറുനിരയോ മഴമഴ	പാർവ്വതി
3.	സുന്ദരി നിൻതുമ്പു കെട്ടിയിട്ട	ശാലിനി എന്റെ കൂട്ടുകാരി
4.	ഹിമശൈല	ശാലിനി എന്റെ കൂട്ടുകാരി
5.	ഋതുഭേദ കൽപന	മംഗളം നേരുന്നു
6.	അല്ലിയിളം പൂവോ	മംഗളം നേരുന്നു
7.	ശിശിരകാല	ദേവരാഗം
8.	കരി കരി വണ്ടുകൾ	ദേവരാഗം
9.	അറിയാതെ അറിയാതെ	ഒരു കഥ ഒരു നുണക്കഥ

പൂവ്വച്ചൽഖാദർ

ആയിരത്തിൽപ്പരം ഗാനങ്ങൾ രചിച്ചിട്ടുള്ള പൂവ്വച്ചൽഖാദർ ഒരിക്കൽ ഏറ്റവും തിരക്കു പിടിച്ച ഗാനരചയിതാവായിരുന്നു. ഞാനാദ്യമായി ഇദ്ദേഹത്തെ ശ്രദ്ധിച്ചു തുടങ്ങിയത്. പീറ്റർ റൂബൻ സംഗീതം നൽകി യേശുദാസ് പാടിയ 'കാറ്റുവിതച്ചവൻ' എന്ന ചിത്രത്തിലെ 'മഴവില്ലിന്നജ്ഞാതവാസം കഴിഞ്ഞു' എന്ന ഉഗ്രൻ പാട്ട് കേട്ടതോടെയാണ്. അതു കഴിഞ്ഞ് കുറെ അധികം വളരെ ശ്രദ്ധിക്കപ്പെട്ട ഗാനങ്ങൾ രചിക്കാൻ ഇദ്ദേഹത്തിന് കഴിഞ്ഞു. അതോടൊപ്പം കുറെ ശ്രദ്ധിക്കപ്പെടാൻ കഴിയാത്ത ഗാനങ്ങളും.

അക്കാലത്തുള്ള ഏതാണ്ടെല്ലാ സംഗീത സംവിധായകരുമൊത്ത് പ്രവർത്തിക്കാൻ ഖാദറിനു കഴിഞ്ഞിട്ടുണ്ട്. ബാബുരാജ്, രാഘവൻ മാസ്റ്റർ, ദേവരാജൻ മാസ്റ്റർ മുതൽ രവീന്ദ്രൻ, ജോൺസൺ, എ ടി ഉമ്മർ, എം.എസ്.വിശ്വനാഥൻ, കെ.ജെ ജോയ്, രഘു കുമാർ, ഇളയരാജ എന്നിവരെല്ലാം അദ്ദേത്തിന്റെ രചനയ്ക്ക് സംഗീതം പകർന്നിട്ടുണ്ട്. താൻ സംതൃപ്തനാണ് എന്ന് ഒരു സംഗീത പരിപാടിയിൽ അദ്ദേഹം തുറന്നു പറഞ്ഞിട്ടുണ്ട്. പല നല്ല കവിതകളും മറവിയുടെ പിടിയിലകപ്പെട്ടപ്പോഴും തന്റെ ചില പാട്ടുകളെങ്കിലും ഇപ്പോഴും ഓർമ്മിക്കപ്പെടുന്നു എന്നദ്ദേഹം സന്തോഷം പ്രകടിപ്പിച്ചിരുന്നു ഈ പരിപാടിയിൽ. അദ്ദേഹം രചിച്ച ധാരാളം ഗാനങ്ങളിൽ ആദ്യം സൂചിപ്പിച്ച ഗാനം കഴിഞ്ഞാൽ എനിക്ക് ഏറ്റവും ഇഷ്ടപ്പെട്ട മറ്റൊരു ഗാനമുണ്ട് 'നിറക്കൂട്ടി'ലെ 'പൂമാനമേ' എന്ന ഗാനം. അതുപോലെ 'കായലും കയറും' എന്ന ചിത്രത്തിലെ 'ശരറാന്തൽ തിരിതാണു' എന്ന ഗാനവും. ഇദ്ദേഹത്തിന്റെ എനിക്ക് ഇഷ്ടപ്പെട്ട കുറെ ഗാനങ്ങളിതാ.

	ഗാനം	ചിത്രം
1.	മഴവില്ലിനജ്ഞാതവാസം	കാറ്റു വിതച്ചവൻ
2.	ആദ്യസമാഗമ	ഉത്സവം
3.	മൗനമേ	തകര
4.	ശരറാന്തൽ	കായലും കയറും
5.	നാഥാ നീ വരും	ചാമരം
6.	രാജീവം വിടരും	ബെൽറ്റ് മത്തായി
7.	ഏതോ ജന്മ കൽപനയിൽ	പാളങ്ങൾ
8.	അനുരാഗിണി ഇതാ	ഒരു കുടക്കീഴിൽ
9.	പൂമാനമേ	നിറക്കൂട്ട്
10.	പൊൻവീണേ	താളവട്ടം
11.	മന്ദാരച്ചെപ്പുണ്ടോ	ദശരഥം
12.	ഹൃദയത്തിൽ നിറയുന്ന	ചുഴി
13.	സിന്ദൂരസന്ധ്യയ്ക്ക്	ചൂള
14.	ധർമ്മ ശാസ്താവിന്	അയ്യപ്പനും വാവരും
15.	മെല്ലെ നീ മെല്ലെ വരൂ	ധീര
16.	ദേവീ ശ്രീദേവി	പ്രേമാഭിഷേകം
17.	എന്റെ ജന്മം നീയെടുത്തു	ഇതാ ഒരു ധിക്കാരി

ഗിരീഷ് പുത്തഞ്ചേരി

ഗാനരചനയിൽ ചരിത്രം സൃഷ്ടിച്ച പഞ്ചനക്ഷത്രങ്ങളെപ്പറ്റി നേരത്തെ പ്രസ്താവിച്ചുവല്ലോ. അതിനുശേഷം പിന്നണി ഗാനങ്ങളുടെ രചനയിൽ ഏറെക്കാലം തിളങ്ങി നിന്നവരാണല്ലോ ഗിരീഷ് പുത്തഞ്ചേരിയും, കൈതപ്രവും. അകാലത്തിൽ പൊലിഞ്ഞുപോയ ഗിരീഷിനെത്തന്നെ ആദ്യം അനുസ്മരിക്കാം.

കണ്ണനെപ്പറ്റി എഴുതുമ്പോൾ ഗിരീഷ് പുത്തഞ്ചേരി രചനയുടെ ഉദാത്ത നിലയിലേക്കുയരുന്നു. 'നന്ദനം' എന്ന ചിത്രത്തിലെ ആ രണ്ട് പാട്ടുകളൊന്നു ഓർത്തു നോക്കൂ 'കാർമുകിൽവർണ്ണന്റെ' എന്ന ചിത്ര

പാടിയ പാട്ടു കേട്ടു കഴിയുമ്പോൾ നമ്മളും നവ്യാനായർക്കൊപ്പം കരഞ്ഞു പോയാലദ്ഭുതമില്ല. രചനയും ഈ ഗാനത്തിന്റെ വിജയത്തിൽ പങ്കുവഹിച്ചിട്ടുണ്ട്. 'മൗലിയിൽ മയിൽപീലി ചാർത്തി' എന്ന ഗാനവും രചനാഭംഗി കൊണ്ട് നമ്മളെ ആകർഷിക്കും. 'കളഭം തരാം' എന്ന ഗാനവും ഭക്തി രസപ്രദാനം നൽകാറില്ലേ? അദ്ദേഹത്തിന്റെ 'ഹരിമുരളീരവം' എന്ന ഗാനവും രചനാസൗകുമാര്യമുള്ളതാണ്. രവീന്ദ്രന്റെ സംഗീതം അതിലും മെച്ചം. ആലാപനമോ അതിൽ കൂടുതൽ മെച്ചം പക്ഷേ, ഇതിന്റെ പശ്ചാത്തല ചിത്രീകരണം മോശം. 'കൃഷ്ണഗുഡിയിൽ ഒരു പ്രണയകാലത്ത്' എന്ന ചിത്രത്തിലെ 'പിന്നെയും പിന്നെയും' എന്ന ഗാനത്തെപ്പറ്റി ഒരു പിന്നാമ്പുറ കഥയുണ്ടെന്ന് ഏതോ ഒരു സിനിമാ പ്രസിദ്ധീകരണത്തിൽ വായിച്ചതോർക്കുന്നു. ശരിയാണാവോ! തുടക്കം എത്ര ശ്രമിച്ചിട്ടും വരികൾ ഒന്നും വന്നില്ലത്രെ. അപ്പോഴാണ് ഒരു കിടിലൻ കൊതു ഗാനം മൂളിക്കൊണ്ട് അദ്ദേഹത്തിന്റെ മുഖത്തേയ്ക്കോടിവന്നത്. അതിനെ ആട്ടിപ്പായിച്ചു ഗിരീഷ്. അൽപം കഴിഞ്ഞില്ല കൊതുക് പാട്ടുമായ് അദ്ദേഹത്തിന്റെ ദേഹം ലക്ഷ്യമാക്കി പറന്നടുത്തു. പിന്നെയും കൊതുക് വന്നല്ലോ എന്ന് തോന്നിയ അദ്ദേഹത്തിന്റെ മനസ്സിൽ പാട്ടിന്റെ ആദ്യവരി നാമ്പിട്ടത്രെ! ഈ ഗാനവുമായി മറ്റൊരു കാര്യം ഇതിന്റെ സംഗീത സംവിധായകനായ വിദ്യാസാഗർ പറഞ്ഞത് ദൂരദർശനിൽ കേട്ടിട്ടുണ്ട്. ഈ ഗാനം മുഴുവനായി എഴുതിയ പേപ്പർ ഗിരീഷ് സംവിധായകനെ ഏൽപ്പിച്ചത്രെ. ഇതു വായിച്ച വിദ്യാസാഗർ ഉടനെ പറഞ്ഞത്രെ ഈ ഗാനത്തിനു ഗിരീഷിന് അവാർഡ് കിട്ടുമെന്ന്. അത് സത്യമാവുകയും ചെയ്തല്ലോ. 'സമ്മർ ഇൻ ബത്‌ലഹേമിലെ' പാട്ടുകൾ ഹിറ്റാവാൻ ഗിരീഷിന്റെ രചന കൂടി സഹായകമായിട്ടുണ്ട് തീർച്ച.

ഗിരീഷ് ഞങ്ങളുടെ നാട്ടിലെ ഒരു കലാസമിതിയുടെ വാർഷികത്തിനു മുഖ്യാതിഥിയായി വന്നിരുന്നു. സമ്മേളന വേദിക്കരികിലുള്ള ഒരു വീട്ടിൽ വിശ്രമിക്കുകയായിരുന്ന അദ്ദേഹത്തിന്റെ അടുത്തെത്തി ഞാൻ പരിചയപ്പെട്ടു. സമ്മേളന സ്ഥലത്തേക്ക് നടന്നു പോകുന്നതിനിടയിൽ ഞാൻ അദ്ദേഹത്തോട് ആയിടെ പുറത്തിറങ്ങിയ ഒരു സി.ഡിയെപ്പറ്റി സൂചിപ്പിച്ചു. ആ വർഷം തരംഗിണി പുറത്തിറക്കിയ ഒരു ഉത്സവഗാന കാസറ്റിനെപ്പറ്റി സൂചിപ്പിച്ചുകൊണ്ടു ഞാൻ അതിലെ ഒരു ഗാനത്തെ പ്രത്യേകം പുകഴ്ത്തി സംസാരിച്ചു. രചനാ ഭംഗികൊണ്ടു എനിക്ക് വളരെ ഇഷ്ടപ്പെട്ട ആ ഗാനത്തെക്കുറിച്ച് സംസാരിച്ചപ്പോൾ ആ ഗാനം ഏതാണ്ട് മുഴുവൻ പതിഞ്ഞ സ്വരത്തിൽ പാടി. 'തേവാരമുരുവിടും തത്തേ' എന്ന ഗാനം സാക്ഷാൽ തുഞ്ചത്താചാര്യന്റെ കിളിമകളെ വർണ്ണിച്ച് പാടുന്ന ഈ ഗാനം കേട്ടിട്ടില്ലാത്തവർ ഒന്നു കേട്ടു നോക്കൂ. ഈ സി.ഡി.യിലെ മറ്റൊരു ഗാനവും പ്രത്യേകം പരാമർശിക്കുന്നു. 'ആരോ കമഴ്ത്തി വെച്ച

ഓട്ടുരുളിപോലെ' തോന്നിക്കുന്ന പൂർണചന്ദ്രന്റെ രൂപം അദ്ദേഹം വർണ്ണിച്ചു പോകുന്നത് എത്ര മനോഹരം. ഞങ്ങൾ സ്ഥലത്തെത്തിയ തോടെ അധികം താമസിയാതെ സമ്മേളനം തുടങ്ങി. ഗിരീഷിനെ ഭാര വാഹികളിലൊരാൾ സ്വാഗതം ചെയ്ത് അദ്ദേഹത്തിന് പാരിതോഷികം നൽകി. അദ്ദേഹം പ്രസംഗമാരംഭിച്ചു. 'ഈ പ്രദേശത്ത് കടന്നുവരാൻ കുറെ നാളായി ഞാനാഗ്രഹിക്കുന്നു. ഇവിടെ അടുത്താണ് ചെറുപ്പത്തിലെ കളിക്കൂട്ടുകാരൻ വീട് വെച്ച് താമസിക്കുന്നത്. ഇന്ത്യൻ ബാങ്കിൽ ജോലി ചെയ്യുന്ന ബാലകൃഷ്ണനൻ. എന്റെ വീട്ടിന്റെ സമീപമായിരുന്നു അദ്ദേഹം കുറെ കാലത്തോളം. ഇവിടുത്തെ ഏതെങ്കിലും ഒരു പരിപാടിയിൽ പങ്കെ ടുക്കണമെന്നുണ്ടായിരുന്നു. ഇന്നാണ് അതിന് സൗകര്യമുണ്ടായത്. പക്ഷേ, ഔദ്യോഗിക കാരണങ്ങളാൽ അദ്ദേഹം തെക്ക് എവിടെയോ ആണ്. എന്നാൽ, ഞാൻ ഫോണിൽ വിളിച്ചിരുന്നു. തന്റെ ഭാര്യയും കുട്ടിയും അവിടെ ഉണ്ടാകും. ഇതും പറഞ്ഞ് ഗിരീഷ് സദസ്സിലേക്ക് വിരൽ ചൂണ്ടി. എനിക്ക് ആളെ പിടികിട്ടി. പുഷ്പയും ഒരു പെൺകുഞ്ഞും. സമ്മേളനം തീരുന്നതിനു മുൻപ് തന്നെ ഗിരീഷ് വേദി വിട്ടിറങ്ങി. പോകും വഴി പുഷ്പ യുടെ അടുത്തേക്ക് ചെന്നു. ഉപഹാരത്തിന്റെ പായ്ക്കറ്റ് കുട്ടിക്ക് നൽകി. ഇന്നും ആ ചിത്രം മനസ്സിലുണ്ട്.

ഈയടുത്ത കാലത്ത് ഞാൻ ബാലകൃഷ്ണന്റെ വീട്ടിൽ പോയി രുന്നു. അപ്പോൾ ഞങ്ങൾ മൂന്നുപേരും (ബാലകൃഷ്ണനും, പുഷ്പയും, ഞാനും) ഗിരീഷിനെപ്പറ്റിയുള്ള ഓർമകൾ അയവിറക്കി. ഞങ്ങളുടെ വീടി നടുത്തുള്ള ബാലകൃഷ്ണൻ ചെറിയ കോഴിക്കൽ കൂട്ടിനുണ്ടായിരുന്നു. ഇദ്ദേഹത്തിന്റെ വീട്ടിന്റെ നേരെ മുന്നിലാണ് പുഷ്പയുടെ അനിയത്തി ഉഷ താമസിക്കുന്നത്. ഗിരീഷിന്റെ സുഹൃത്ത് ബാലകൃഷ്ണനും ഞാനും കൂടി അടുത്ത് പരിചയപ്പെട്ടത് മറ്റൊരു കാര്യം കൊണ്ടായിരുന്നു. എന്റെ മകൻ ശ്രീഹരി യുടെ ഭാര്യ ദേവി സൗമ്യജ (അസി. പ്രൊഫസർ കുസാറ്റ്) യുടെ അച്ഛൻ പരേതനായ സോമൻ പിള്ളയും ബാലകൃഷ്ണനും ബാങ്കിൽ അടുത്ത സുഹൃത്തുക്കളായിരുന്നു.

ഗിരീഷ് പലപ്പോഴായി ദൂരദർശൻ പരിപാടിയിൽ പങ്കെടുക്കുന്നത് നേരിട്ട് കണ്ടിട്ടുണ്ട്. അതുപോലെ ഗിരീഷിന്റെ രചനാ വൈഭവത്തെപ്പറ്റി പല സംഗീത സംവിധായകരും സംസാരിക്കുന്നതും കേട്ടിട്ടുണ്ട്. ഒരു വിധം നന്നായി വരികൾ പാടാനും അദ്ദേഹത്തിന് കഴിവുണ്ടായിരുന്നു. ഇതെഴുതുന്നത് ഓർമ്മയിൽ നിന്നാണ് തെറ്റാണോ അതോ ശരിയോ. പുത്തഞ്ചേരിക്കാരൻ ഒരു കുട്ടി (ഋതുരാജ്- ഗിരീഷിന്റെ ബന്ധുവാണെ ന്നാണ് ധാരണ) വളരെ ഭംഗിയായി പാടിയിരുന്നു. പ്രത്യേകിച്ചും 'എന്റെ മൺവീണയിൽ' എന്ന ഗാനം. ഗിരീഷ് കാലം മറക്കില്ലെന്നു തോന്നുന്നു.

കാരണം വയലാർ മരിച്ചു കഴിഞ്ഞാണ് ഗിരീഷ് ആ വീട്ടിലെത്തിയത്. വർഷങ്ങൾക്ക് ശേഷം അവിടെ നിന്നും ശരത്ചന്ദ്രവർമ്മയോട് വയലാർ ഉപയോഗിച്ച ഒരു ചെരുപ്പിന്റെ കഷ്ണം വാങ്ങിപ്പോന്ന ആളാണല്ലോ അദ്ദേഹം. അത് ഗുരുത്വത്തിന്റെ ലക്ഷണമാണല്ലോ. ഏതാണ്ട് 1600 ഓളം ഗാനങ്ങൾ എഴുതിയിട്ടുള്ള ഗിരീഷിന്റെ എനിക്കിഷ്ടപ്പെട്ട ചില ഗാനങ്ങളിതാ. പ്രത്യേകിച്ചും അവയുടെ രചനാ ഭംഗികൊണ്ട്.

	ഗാനം	ചിത്രം
1.	ഹരിമുരളീരവം	ആറാം തമ്പുരാൻ
2.	പാടീ തൊടിയിലേതോ	ആറാം തമ്പുരാൻ
3.	കാർമുകിൽ വർണ്ണന്റെ	നന്ദനം
4.	മൗലിയിൽ	നന്ദനം
5.	ആരോ വിരൽ മീട്ടി	പ്രണയവർണ്ണങ്ങൾ
6.	എത്രയോ ജന്മമായ്	സമ്മർ ഇൻ ബത്‌ലഹേം
7.	ഒരു രാത്രി കൂടി വിടവാങ്ങവേ	സമ്മർ ഇൻ ബത്‌ലഹേം
8.	അമ്മ മഴക്കാറിനു	മാടമ്പി
9.	കറുകയും തുമ്പയും	ബ്രഹ്മരക്ഷസ്
10.	തുമ്പയും തുളസിയും	മേഘം
11.	സൂര്യകിരീടം	ദേവാസുരം
12.	ശാന്തമീ രാത്രിയിൽ	ജോണിവാക്കർ
13.	പിന്നെയും പിന്നെയും	കൃഷ്ണഗുഡിയിൽ ഒരു പ്രണയകാലത്ത്
14.	ഗംഗേ	വടക്കുംനാഥൻ
15.	കളഭം തരാം	വടക്കുംനാഥൻ
16.	കാക്കക്കറുമ്പൻ	ഈ പുഴയും കടന്ന്
17.	കള്ളി പൂങ്കുയിലേ	തേന്മാവിൻ കൊമ്പത്ത്
18.	മഞ്ഞക്കിളിയുടെ	കന്മദം

കൈതപ്രം ദാമോദരൻ നമ്പൂതിരി

കൈതപ്രം ഒരു തികഞ്ഞ കലോപാസകനാണെന്നു തന്നെ പറയാം. ഗാനരചന നടത്തും സുന്ദരമായി. ഗാനങ്ങൾക്ക് അതിലും സുന്ദരമായി സംഗീതം പകരും പലപ്പോഴും. ഇത്തരം ഗാനങ്ങളിൽ അഭിനയിക്കാനിഷ്ടപ്പെടുന്നു അദ്ദേഹം. അതൊട്ടും മോശമായിട്ടുമില്ല. നല്ല കുറെ ഗാനങ്ങൾ അദ്ദേഹം ചലച്ചിത്രങ്ങൾക്ക് നൽകിയിട്ടുമുണ്ട്. വളരെ കുറച്ച് ചിത്രങ്ങൾക്കേ സംഗീതം നൽകിയിട്ടുള്ളൂ. ഇക്കാര്യത്തിൽ സഹോദരനായ വിശ്വനാഥൻ നമ്പൂതിരിയെ പലപ്പോഴും കടത്തിവെട്ടിയിട്ടില്ലേ എന്നു തോന്നിപ്പോകാറുണ്ട്. 'ദേശാടനം' എന്ന സിനിമയിലെ 'എങ്ങിനെ ഞാനുറക്കേണ്ടൂ', 'കളിവീടുറങ്ങിയല്ലോ' ഈ ഗാനങ്ങളിൽ രചനയോ സംഗീതമോ കൂടുതൽ മികച്ചത് എന്നു പറയാൻ വിഷമം. ഈ രണ്ടു ഗാനങ്ങളും എനിക്ക് വളരെ വളരെ ഇഷ്ടമാണ്. പ്രത്യേകിച്ചും അവയുടെ ട്യൂൺ. ഏതാണ്ട് 1500 ഓളം ഗാനങ്ങൾ അദ്ദേഹത്തിന്റെ വകയായുണ്ടെന്നു തോന്നുന്നു. ഇദ്ദേഹവും ഗിരീഷിനെപ്പോലെ ചില ചിത്രങ്ങളിൽ കലക്കൻ രചന നടത്തും മറ്റു ചിലതിൽ ശരാശരി താഴെയായി നിലവാരം പുലർത്തുന്ന ഗാനങ്ങളുമുണ്ടാകും. പഞ്ചനക്ഷത്രങ്ങളെന്നു വിശേഷിപ്പിച്ച ഗാനരചയിതാക്കളും പിന്നീട് വന്ന ഗാനരചയിതാക്കളും തമ്മിലുള്ള വ്യത്യാസമിതാണെന്നു തോന്നുന്നു. പി.ഭാസ്കരൻ മുതൽ യൂസഫലി കേച്ചേരി വരെയുള്ള ഗാനരചയിതാക്കളുടെയും ചില ഗാനങ്ങളേക്കാൾ മികച്ച രചനകൾ ഇവർ നടത്തിയിട്ടുണ്ട്. പക്ഷേ, അതിന്റെ ശതമാനം കുറവാണ്. വയലാറിന്റേയോ തമ്പിയുടെയോ ഒ.എൻ.വിയുടെയോ എല്ലാ രചനകളും ഒരുപോലെ മഹത്തരമാണെന്നു പറയാനുള്ള വിഡ്ഢിത്തം എനിക്കില്ല. പക്ഷേ, അവരുടെ ഗാനങ്ങളിൽ ഏതാണ്ട് എൺപത് ശതമാനവും ഉൽകൃഷ്ട രചനയായിരുന്നു, പിന്നീട് വന്നവർ എണ്ണത്തിൽ മുമ്പരാണെങ്കിലും വളരെ നല്ല രചനകൾ 50% അടുത്തേ വരൂ. ഒരു വെറും ആസ്വാദകന്റെ നിലയിൽ നിന്നാണിങ്ങനെ പറയുന്നത്. പൂവ്വച്ചൽ ഖാദറിൽ നിന്നു തുടങ്ങിയതാണാ ട്രെൻഡ്. ഇക്കൂട്ടത്തിലാണ് ഗിരീഷും, കൈതപ്രവും എന്നു കരുതുന്നു. പക്ഷേ, ഇക്കൂട്ടർക്കെല്ലാം നമ്മുടെ പിന്നണിഗാന രംഗത്ത് അവരുടേതായ കസേരകൾ നേടിയെടുക്കാൻ സാധിച്ചിട്ടുണ്ട്. അക്കൂട്ടത്തിൽ കൈതപ്രത്തിനുമുണ്ട് ഒരു പ്രത്യേക സ്ഥാനം. പക്ഷേ, ഗിരീഷിനും കൈതപ്രത്തിനും പഴയ പഞ്ചനക്ഷത്ര സംഗീത സംവിധായകരുമായി പ്രവർത്തിക്കാൻ കഴിഞ്ഞില്ല എന്നു തോന്നുന്നു. അതും അവരുടെ ഗാനരചനയെ നേരിട്ടല്ലാതെ സ്വാധീനിച്ചിട്ടുണ്ടാവും. കൈതപ്രത്തിന്റെ പല രചനകളും രവീന്ദ്രൻ, ജോൺസൺ മുതലായ പ്രതിഭകളുമായി ഇടകലർന്ന് ചെയ്തപ്പോൾ ഉഗ്രൻ പാട്ടുകളുണ്ടായി

ട്ടുണ്ട്. പല ചിത്രങ്ങളും വിജയിക്കുന്നതിൽ ഈ കോമ്പിനേഷൻ സഹായിച്ചിട്ടുണ്ട്. പക്ഷേ, നായികയെ വർണ്ണിക്കുമ്പോൾ 'പൂമുഖം' എന്നൊക്കെ തുടങ്ങുന്നതിൽ ക്ലിഷ്ടത ഉണ്ടെന്നാണ് ഈ എളിയവന്റെ അഭിപ്രായം. പൂമുഖമെന്നാൽ പൂപോലെയുള്ള മുഖമെന്ന സമാസമെല്ലാം കവിതയ്ക്ക് മാറ്റു കൂട്ടുന്നില്ല. പൂമുഖമെന്നാൽ നമുക്കാദ്യം തോന്നുക വീടിന്റെ മുൻഭാഗത്തുള്ള ഒരു പ്രത്യേക സ്ഥാനത്തെയാണല്ലോ. കൈതപ്രത്തിന്റെ എനിക്കിഷ്ടപ്പെട്ട ചില ഗാനങ്ങളിതാ.

	ഗാനം	ചിത്രം
1.	കളിവീടുറങ്ങിയല്ലോ	ദേശാടനം
2.	എങ്ങിനെ ഞാനുറക്കേണ്ടൂ	ദേശാടനം
3.	ദേവദുന്ദുഭീ	എന്നെന്നും കണ്ണേട്ടന്റെ
4.	കണ്ണീർ പൂവിന്റെ	കിരീടം
5.	നാദരൂപിണി	ഹിസ് ഹൈനസ് അബ്ദുള്ള
6.	പ്രമദവനം	ഹിസ് ഹൈനസ് അബ്ദുള്ള
7.	ആരാഗം	ക്ഷണക്കത്ത്
8.	സ്വരകന്യകമാർ	സാന്ത്വനം
9.	ഏതോ വാർമുകിലിൻ	പൂക്കാലം വരവായി
10.	പ്രണതോസ്മി ഗുരുവായൂർ	സിന്ദൂരരേഖ
11.	പുതുമഴയായ്	മുദ്ര
12.	വികാര നൗകയുമായ്	അമരം
13.	ഗോപാംഗനേ	ഭരതം
14.	രാമകഥാ ഗാനലയം	ഭരതം
15.	താരം വാൽക്കണ്ണാടി	കേളി
16.	കണ്ടു ഞാൻ മിഴികളിൽ	അഭിമന്യു
17.	ദേവീ, ആത്മരാഗം	ഞാൻ ഗന്ധർവ്വൻ
18.	മുത്തുമണിത്തൂവൽ തരാം	കൗരവർ
19.	മൗനസരോവരം	സവിധം
20.	സുമുഹൂർത്തമായി	കമലദളം

ഓർമ്മിക്കപ്പെടേണ്ട ചില ഗാനരചയിതാക്കൾ

മലയാള ചലച്ചിത്ര ഗാനങ്ങളിലെ എല്ലാ ഗാനരചയിതാക്കളേയും ഇത്തരമൊരു പുസ്തകത്തിൽ ഉൾക്കൊള്ളിക്കാൻ വിഷമമാണ്. ഇതാണ് പല സംഗീത സംവിധായകരുടെയും കഥയും. പക്ഷേ, ഒഴിവാക്കിയ കുറച്ചു പേരെ പ്രത്യേകമായി സ്പർശിക്കേണ്ടതുണ്ട്. ഒന്നാമതായി കാവാലം നാരായണപ്പണിക്കർ. നാടോടി വിജ്ഞാനത്തിന്റെ ഒരു അസ്സൽ ചിത്രം, നമുക്ക് അദ്ദേഹത്തിന്റെ ഗാനങ്ങളിൽ കണ്ടെത്താൻ കഴിയും. രമേശൻ നായരെപ്പറ്റി നേരത്തെ സൂചിപ്പിച്ചിട്ടുണ്ട്. ഇദ്ദേഹം 450ൽ പരം ഗാനങ്ങളെഴുതിയിട്ടുണ്ട്.

കാവാലത്തിന്റെ 'തമ്പ്' എന്ന ചിത്രത്തിലെ 'കാനനപ്പെണ്ണ്', 'മൗനം തളരും' (രതിനിർവേദം) 'മുക്കുറ്റി തിരുതാളി" (ആരവം)"ഓർമ്മകൾ ഓർമ്മകൾ" (രണ്ടു ജന്മം)"അംഗം പ്രതി അനംഗൻ" (മർമ്മരം)"കർണ്ണാമൃതം കണ്ണനു" എന്നീ ഗാനങ്ങളെല്ലാം രചനാ സൗകുമാര്യം കൊണ്ടു ആരെയും മനസ്സ് കുളിർപ്പിക്കും.

രമേശൻ നായരുടെ പല ഗാനങ്ങളും കവിത തന്നെയാണെന്നേ തോന്നൂ പെട്ടെന്ന് ഓർമ്മ വരുന്ന ചില ഗാനങ്ങൾ

1. ചന്ദനം മണക്കുന്ന (അച്ചുവേട്ടന്റെ വീട്)
2. ശരപ്പൊളി മാലചാർത്തി (ഏപ്രിൽ 19)
3. നീയെൻ കിനാവോ (ഹലോ മൈഡിയർ റോങ്ങ് നമ്പർ)
4. എത്ര പൂക്കാലം (രാക്കുയിലിൻ രാഗസദസ്സിൽ)
5. പൂമുഖവാതിൽക്കൽ (രാക്കുയിലിൻ രാഗസദസ്സിൽ)

നമ്മുടെ ഗാനരചയിതാക്കളിൽ മറ്റു പ്രധാനപ്പെട്ടവരാണ് റഫീക്ക് അഹമ്മദ്, ഷിബു ചക്രവർത്തി, ഭരണിക്കാവ് ശിവകുമാർ, മങ്കൊമ്പ് ഗോപാലകൃഷ്ണൻ, മുല്ലനേഴി, കാനേഷ് പൂനൂർ തുടങ്ങിയവർ. പുതുതലമുറയിലേക്ക് ഞാൻ കടക്കുന്നില്ല. എല്ലാവരും അവരുടേതായ രീതിയിൽ കഴിവുള്ളവരാണ് താനും. എന്റെ വ്യക്തിപരമായ ഒരഭിപ്രായം കൂടി തുറന്നു പറയട്ടെ. (അത് ഇനി ഒരിക്കലും സാദ്ധ്യമല്ല എന്ന പൂർണ ബോധമുണ്ടെങ്കിലും) സിനിമയിൽ ഏതെങ്കിലും മണ്ഡലത്തിൽ പ്രവർത്തിക്കാൻ അവസരം കിട്ടിയാൽ ഒരു ഗാനരചയിതാവിന്റെ റോളിൽ പ്രത്യക്ഷപ്പെടാനാണാഗ്രഹിക്കുക. എന്റെ സാഹിത്യാഭിമുഖ്യം മാത്രമാണ് ഇക്കാര്യത്തിൽ വെളിപ്പെടുത്തിയത്.

ഇതിൽ ഷിബു ചക്രവർത്തിയെപ്പറ്റി അൽപം പറഞ്ഞുകൊള്ളട്ടെ. നമ്മുടെ സിനിമാ രംഗത്ത് ഒന്നിച്ച് പ്രവർത്തിച്ച ഒരു മൂവർ കൂട്ടുകെട്ടിലെ അംഗമായിരുന്നല്ലോ ഇദ്ദേഹം. മറ്റു രണ്ടുപേർ ഡെന്നീസ് ജോസഫും, ഗായത്രീ അശോകനുമാണല്ലോ. ഇവരുടെ അനുഭവ കഥകൾ സഫാരി ചാനലിലെ 'ചരിത്രം എന്നിലൂടെ' എന്ന പരിപാടിയിൽ കാണാൻ കഴിഞ്ഞിട്ടുണ്ട്. മൂന്നും നന്നായിരുന്നു സത്യത്തിൽ. അപ്പോഴാണ് ഷിബുവിന്റെ ഗാനരചനാ വിരുതിനെപ്പറ്റി കൂടുതൽ മനസ്സിലാക്കാൻ കഴിഞ്ഞത്. ഷിബുവിന്റെ 'ചെമ്പരത്തിപ്പൂവേ ചൊല്ല്' എന്ന ഗാനം എന്റെ ഏറ്റവും ഇഷ്ടപ്പെട്ട ഗാനങ്ങളിലൊന്നാണ്. 'ധ്രുവത്തിലേ'യും പാട്ടുകൾ ഇഷ്ടമാണ്. 'ചെല്ലച്ചെറുവീടുതരാം' 'പൊന്നുഷസ്സിന്റെ ഈറൻമേഘം,' അന്തിപ്പൊൻവെട്ടം' അങ്ങിനെ പല ഗാനങ്ങളും ശ്രദ്ധേയമാണ്. ഒരദ്ധ്യാപകനെന്ന നിലയ്ക്ക് എനിക്ക് തീരെ ഇഷ്ടപ്പെടാത്ത രണ്ടുവരികൾ ഒരു പാട്ടിൽ അദ്ദേഹമെഴുതിയിട്ടുണ്ട്. എന്ന കാര്യമൊഴിച്ചാൽ എനിക്ക് വ്യക്തിപരമായി ഇഷ്ടപ്പെട്ട ഗാനരചയിതാവാണദ്ദേഹം. ഏതാണെന്നോ ആ വരികൾ 'തിയറി ക്ലാസ്സുകൾ അറു ബോറാണേ ബോറടി മാറ്റാൻ മാറ്റിനി കാണാം' എന്ന മട്ടിൽ കുട്ടികളെ ക്ലാസ്സ് കട്ട് ചെയ്യിക്കാൻ ശ്രമിച്ചില്ലേ അദ്ദേഹം. ഫിലോസഫി ക്ലാസുകളിലെ അനുഭവം പങ്കുവെച്ചതായിരിക്കാം.

നമ്മുടെ ഗാനരചയിതാക്കളിൽ എടുത്തു പറയേണ്ട ആളാണ് കെ.ജയകുമാർ. ഇദ്ദേഹം ഈ രംഗത്ത് പ്രശസ്തി നേടിയത് വടക്കൻ വീരഗാഥയിലെ 'ചന്ദനലേപസുഗന്ധം' എന്ന ഗാനത്തോടെയാണെങ്കിലും അതിനു മുമ്പേ തന്നെ അദ്ദേഹം സ്വന്തം വ്യക്തിത്വം സ്ഥാപിച്ചിരുന്നു ഈ മേഖലയിൽ. 1978-ൽ 'ഭദ്രദീപം' എന്ന ചിത്രത്തിൽ എഴുതിയാണ് ഇദ്ദേഹം ഈ രംഗത്തേക്ക് കടന്നുവന്നത്. 'മന്ദാരമണമുള്ള കാറ്റേ' എന്ന ഗാനത്തിന്റെ സംഗീത സംവിധായകൻ ബാബുരാജ് ആയിരുന്നു പിന്നീട് പ്രസിദ്ധമായ 'കുടജാദ്രിയിൽ', 'സാരംഗി മാറിലണിയും,' 'സൗപർണ്ണികാമൃത വീചികൾ,' 'സൂര്യാംശുവോരോ,' 'ഇത്രമേൽ മണമുള്ള' തുടങ്ങിയ അർത്ഥഗർഭമായ വരികൾ നമുക്ക് ലഭിച്ചു. മലയാളത്തിൽ മറ്റാർക്കും കിട്ടാത്ത ഒരു ഭാഗ്യം കൂടി ഈ ഗാനരചയിതാവിന് കിട്ടിയിരുന്നു. രണ്ട് പരിപാടികളിലായി ചക്കരപന്തലിൽ ഇദ്ദേഹത്തിന്റെ സ്വന്തം ഗാനങ്ങളും മറ്റൊന്ന് അദ്ദേഹത്തിന്റെ പിതാവ് എം.കൃഷ്ണൻ നായർ സംവിധാനം ചെയ്ത ചിത്രങ്ങളിലെ പാട്ടുകളും അവതരിപ്പിക്കാൻ കഴിഞ്ഞു ജയകുമാർ സാറിന്. ആദ്യത്തേതിൽ ഒരു കാര്യം തുറന്നു പറഞ്ഞു അദ്ദേഹം. താൻ കലക്ടറായിട്ടും വി.സി.ആയിട്ടും പ്രവർത്തിച്ചതിനേക്കാൾ തനിക്ക് ജനങ്ങളുടെ മനസ്സിൽ കൂടുതൽ സ്ഥാനം നേടികൊടുത്തത് ഗാനരചനകൊണ്ടാണെന്ന്. ഈ അഭിപ്രായത്തിൽ യാതൊരു അപാകതയുമില്ല എന്ന് എനിക്ക് തോന്നുന്നു.

എ. ആർ റഹ്മാൻ എന്ന അപൂർവ്വ പ്രതിഭ

ഈ ഗ്രന്ഥം തുടങ്ങിയത് ഒരു ആമുഖത്തോടെ ആണെങ്കിലും ചലച്ചിത്ര ഗാനങ്ങളുടെ യഥാർത്ഥ ചിത്രം തുടങ്ങി വെച്ചത് ഭാരതത്തിന്റെ അനുഗ്രഹം (ഈ വാക്ക് മതിയോ!) എന്ന് വിശേഷിപ്പിക്കാവുന്ന ലതാ മങ്കേഷ്കറോടെയാണ്. തീർച്ചയായും ഇതവസാനിപ്പിക്കുന്നത് ശരിക്കും ഒരു മ്യൂസിക് ജീനിയസ് എന്ന് വിശേഷിപ്പിക്കാവുന്ന റഹ്മാനെപ്പറ്റിയാവുമ്പോഴുള്ള ഔചിത്യബോധം വായനക്കാർ സ്വീകരിക്കുമെന്ന് ഞാൻ കരുതുന്നു. മാത്രമല്ല, ലതയെപ്പറ്റിയുള്ള ഒരു ഗ്രന്ഥത്തിൽ ലതയുടെ സ്വന്തം ഇഷ്ടഗാനങ്ങൾ ചേർത്തിട്ടുണ്ട്. 35 ഗാനങ്ങളാണ് ഇതിൽ ചേർത്തിട്ടുള്ളത്. അവസാനത്തെ ഗാനം എ. ആർ റഹ്മാന്റേതാണ്. 'ദിൽസെ' എന്ന ചിത്രത്തിലെ 'ജിയാജലേ' എന്ന ഗാനമാണത്. ലത പറയുന്നു 'തൊണ്ണൂറുകളിൽ ആലപിച്ചതിൽ എനിക്ക് ഏറ്റവും ഇഷ്ടപ്പെട്ട ഗാനമാണ് ജിയാജലേ' ആദ്യം കേട്ടപ്പോൾ ട്യൂണിൽ വലിയ പുതുമയൊന്നും തോന്നിയില്ല. എന്നാൽ, റെക്കോഡ് ചെയ്ത് കേട്ടപ്പോഴാണ് അമ്പരന്നു പോയത്, വളരെ കാലത്തിനുശേഷം ഒരു നല്ല പാട്ടുപാടിയ സംതൃപ്തി. റിക്കാർഡ് വേളയിൽ ആലാപനത്തിന് ശേഷം ഞാനൊന്ന് മൂളിയപ്പോൾ അതും റിക്കാഡ് ചെയ്യണമെന്നായി റഹ്മാൻ. പുതിയ തലമുറയിലെ പ്രതിഭാധനനായ ഈ സംഗീതജ്ഞനൊപ്പം ചെന്നൈയിൽ പോയി പാടാൻ കഴിഞ്ഞത് നല്ല ഒരു അനുഭവമാണ്. റഹ്മാന്റെ അനുപമമായ ശൈലി ഭാരതീയമാണെങ്കിലും അറേബിയൻ സംഗീതത്തിന്റെ ശക്തമായ സ്വാധീനം ഉണ്ടെന്ന് ഞാൻ കരുതുന്നു.' (അവലബം: ലതാ മങ്കേഷ്കർ. സംഗീതവും ജീവിതവും : ജമാൽ കൊച്ചങ്ങാടി.)

റഹ്മാനും റസൂൽ പൂക്കുട്ടിയും ഭാരതീയർക്ക് പൊതുവെയും കേരളീയർക്ക് പ്രത്യേകിച്ചും അഭിമാനിക്കാവുന്ന രണ്ട് പ്രത്യേക വ്യക്തികളാണല്ലോ. ഓസ്കാർ അവാർഡ് ലഭ്യതയിലൂടെ റഹ്മാൻ സാങ്കേതികമായി തമിഴ്നാട്ടുകാരനാണെങ്കിലും എത്രയോ വർഷം മലയാള പിന്നണി ഗാനരംഗത്ത് കണ്ടക്ടർ എന്ന നിലയ്ക്ക് മുടിചൂടാമന്നനായിരുന്ന ആർ.കെ ശേഖറിന്റെ മകനാണല്ലോ. സംഗീത സംവിധാനത്തിലും സ്വന്തമായ വ്യക്തിത്വം സ്ഥാപിച്ചിരുന്നു. എന്തോ അർഹതപ്പെട്ട ഖ്യാതി അദ്ദേഹത്തിന് ലഭിച്ചില്ലെന്ന് തോന്നുന്നു. പക്ഷേ, മകൻ അതെല്ലാം നേടിയെടുത്തു ശേഖറിന്റെ മരണശേഷം.

റഹ്മാന്റെ പാട്ടുകളെപ്പറ്റി അഭിപ്രായം പറയാനൊന്നും എനിക്ക് ജ്ഞാനമില്ല. പക്ഷേ, വ്യക്തിപരമായ ഒരു കാര്യം റഹ്മാന്റെ എല്ലാ പാട്ടുകളും ഒരുപോലെ എനിക്ക് ഇഷ്ടമില്ല. ചില ഗാനങ്ങളെങ്കിലും ശബ്ദ കോലാഹലം കൊണ്ട് ശ്രവണസുഖത്തിന് തടസ്സം സൃഷ്ടിക്കാറുണ്ട്.

എ.ആറിന്റെ പാട്ടുകൾ എന്നെ സംബന്ധിച്ചിടത്തോളം മൂന്ന് കാറ്റഗറിയിലാണ്. ഒന്നാം കാറ്റഗറിയിൽ ടോപ്പ് ഗാനങ്ങൾ. രണ്ടാമത്തവ വശ്യസുന്ദരമാണ്. എന്നാലും ടോപ്പ് എന്ന് പറയാൻ തോന്നാറില്ല. മൂന്നാമത്തതിൽ ചൂണ്ടിക്കാട്ടിയപോലെ സംഗീതത്തെ കടത്തിവെട്ടുന്ന ശബ്ദമിശ്രണം കൊണ്ട് ശ്രദ്ധിക്കണമെന്ന് തോന്നാത്ത ഗാനങ്ങൾ (വീണ്ടും പറയട്ടെ വെറും വ്യക്തിപരമായ അഭിപ്രായം) വളരെ ഇഷ്ടപ്പെടുന്ന റഹ്മാൻ ഗാനങ്ങളുണ്ട് തമിഴിലും ഹിന്ദിയിലും ഇതിൽ തന്നെ എനിക്ക് വളരെ ഇഷ്ട പ്പെട്ട രണ്ടോ മൂന്നോ ഗാനങ്ങളുണ്ട് അവ ഇവയാണ്.

ഗാനം	ഗായിക
1. കണ്ണോട് കാണ്മതെല്ലാം	ജാനകി/ഉണ്ണികൃഷ്ണൻ
3. ചിന്ന ചിന്ന ആശൈ	മിൻമിനി

ഇതിൽ ആദ്യത്തെ രണ്ടും ഞാൻ ഇടയ്ക്കിടയ്ക്ക് കേൾക്കാറുണ്ട് റിക്കാർഡ് പ്ലെയറിലൂടെ

ഇഷ്ടഗാനങ്ങളുടെ ചെറിയ ലിസ്റ്റ്

ഹിന്ദി

1. ജിയാജലെ – ലതാ മങ്കേഷ്കർ
2. ക്വാജാമേരേക്വാജാ – റഹ്മാനും സംഘവും
3. മിത് വാ – ഉദിത് നാരായണൻ, റഹ്മാൻ
4. ജയ്ഹോ
5. ചയ്യചയ്യ – സുഖ് വീർസിങ്ങ്, സ്വപ്ന അയ്യർ
6. രാധാകൈസാനജലേ – ആശാ ഭോൺസ്ലെ, ഉദിത് നാരായണൻ

തമിഴ്

1. പുതുവെള്ളമഴൈ – ഉണ്ണിമേനോൻ, സുജാത
2. ഉയിരേ ഉയിരേ – ഹരിഹരൻ, ചിത്ര
3. ഉർവ്വശീ ഉർവ്വശീ – റഹ്മാൻ, സുരേഷ് പീറ്റേഴ്സ്
4. സ്നേഹിതനേ – സാധനാ സർഗം
5. കാതൽ റോജാവേ – എസ്.പി.ബി, സുജാത
6. മിന്നലേ – എസ്.പി.ബി

7. വെണ്ണിലവേ - ഹരിഹരൻ, സാധനാ സർഗം
8. വീരപാണ്ഡി കോട്ടയിലേ - ഉണ്ണിമേനോൻ, മനു, ചിത്ര
9. അഞ്ജലി അഞ്ജലി - ചിത്ര, എസ്.പി.ബി

മലയാളത്തിൽ കുറച്ചു ചിത്രങ്ങളിലേ സംഗീത സംവിധാനം നടത്തിയിട്ടുള്ളൂ. അത്തരം ഗാനങ്ങളിൽ എന്നെ ആകൃഷ്ടനാക്കിയ ഒരു ഗാനവുമില്ലെന്ന് തോന്നുന്നു 'ആടുജീവിതം' എന്ന ബ്ലെസിയുടെ ചിത്രത്തിൽ റഹ്മാനാണ് സംഗീതം നൽകിയിട്ടുള്ളത്. അതിൽ ഒന്നെങ്കിലും ലതാജി ചൂണ്ടിക്കാട്ടിയപോലെ അറേബ്യൻ സംഗീതത്തിന്റെ പ്രഭാവം വെളിപ്പെടുത്തുന്നതായിരിക്കുമെന്നു ഞാൻ കരുതുന്നു. ഏതായാലും ലോക സംഗീത ഭൂപടത്തിൽ സ്ഥാനം പിടിച്ച റഹ്മാൻ ഉയരങ്ങളിലേക്ക് ഉയരട്ടെ എന്ന് നൂറ് നൂറ് ആശംസകൾ.

www.ingramcontent.com/pod-product-compliance
Lightning Source LLC
LaVergne TN
LVHW090322051026
849518LV00005B/1854